# நினைவு புத்தகம் - 1



அர்ஜுன் கிருத்திவாசன் (விஜயன்)

ISBN 979-888546763-6

# பொருளடக்கம்

# பொருளடக்கம்

# முன்னுரை

டிடெக்டிவ் மூளை கொண்ட கதாநாயகி மோகினி. அவள் புதிர் விளக்குகிறேன் என செய்யும் சேட்டைக்கள் பற்பல. சேட்டைகள் செய்தாலும் புதிரை நன்றாக விலகி பாராட்டு வாங்குவாள்.

இப்படி இருக்கும் நாயகி தன் அம்மா மற்றும் சில வருடத்திற்கு முன் தன் முதல் கல்யாணத்தில் விடுதலை வாங்கிய தன் அக்கா ஐஷ்வர்யா மற்றும் தன் அக்காவின் ஐந்து வயது மகள் சஞ்சனாவுடன் ஒரு வீட்டிற்கு குடி வர, அங்கே பரண் மேல் கிடைக்கும் டைரி மூலம் நம் நாயகிக்கு பைத்தியமே பிடிக்கும் அளவுக்கு புதிர் மேல் புதிர்.

எவனோ ராம் என்பவன் தன் முடிந்து போன காதல் கதையை எழுதி விட்டு முடிவில், "தற்கொலை செய்ய போறேன்!" என எழுதியிருக்க, அதனை அவன் எழுதியதோ எட்டு ஆண்டுகளுக்கு முன்பு.

அவன் இன்னும் உயிருடன் இருக்கின்றானா? இல்லையா? என கண்டுபிடிக்க கதாநாயகியின் தேடல் ஆரம்பித்து, அந்த தேடல் அபிராம் மற்றும் சிவராம் என்ற இருவேறு ராமிடம் போய் முடியும்.

*“இவர்களின் யார் அந்த டைரி எழுதிய ராம்?*
*நம் கதாநாயகியின் கதாநாயகன் யார்?*
*ராம் என்பவனை அவள் கண்டுபிடித்தாளா?”*

ராமன் தேடிய சீதை கேள்விப்பட்ட பலருக்கு, ராமனை தேடும் இந்த சீதைகளின் கதை கொஞ்சம் வித்தியாசமாக தான் இருக்கும்.

இந்த நினைவு புத்தகம் ஒரு புத்தகம் அல்ல, பலரின் கண்ணோட்டத்தில் பல்வேறு கோணத்தில் விளக்கும் அதிசய புத்தகம்!

# நன்றி

**அன்புடன் அர்ஜூன் கிருத்திவாசன் "விஜயன்",**

எழுத்து உலகின் குழந்தையாக, அச்சு புத்தகமாக நான் பதிக்கும் ஏழாவது புத்தகம் - "நினைவு புத்தகம் - 1".

இணையத்தில் கடந்த சில வருடங்களாக பல நெடுந்தொடர்கள், தொடர்கதைகள் என்று *ஈ-ரீட் மற்றும் பிரதிலிபி* தளங்களில் ***விஜயன் "கனவு காதலன்"*** என்கிற பெயரில் பதிக்கிறேன்.

வழக்கமான கதைச் சாயலாக இல்லாது, நான் பதிக்கும் கதைகள் மர்மம், நகைச்சுவை, எதார்த்தம், காதல், நட்பு இப்படி பல்வேறு ரகம் கலந்ததாக இருக்கும்.

எனது தராக மந்திரம் மூன்று. கதையில் அனைவருமே முக்கிய கதாபாத்திரமே! எதார்த்த வாழ்கையில் சில மர்மமும் உண்டு! நட்பும் ஒருவித காதல் உறவே!

விபரங்கள், விமர்சனங்கள், கருத்துகள் என்று நீங்கள் பகிர்ந்து கொள்ளவும், இணைந்து கொள்ளவும் பின்வரும் மின்ஞ்சல் முகவரியை கருத்தில் கொள்ளவும்.

1. அமேசான்: *https://amazon.com/author/arjunkiruthivasan*
2. மின்னஞ்சல்: *Arjun.Kiruthivasan@gmail.com*
3. பிரதிலிபி: *https://tamil.pratilipi.com/user/582q923vt4*
4. ஈரீட் (Eread): *https://eread.club/members/arjunkiruthivasan*

**நன்றி. வணக்கம்.**
**அர்ஜூன் கிருத்திவாசன் "விஜயன்"**

# 1

# கதாபாத்திரங்களின் அறிமுகம்

வாழ்க்கை திடீரென்று தனக்கு இத்தனை சூனியங்களை வாரியிறைக்குமென ஐஷ்வர்யாவுக்கு மட்டுமல்ல. உங்களுக்கும் எனக்கும் கூடத் தெரிந்திருக்க வாய்ப்பில்லை.

மண வாழ்க்கையில் விடுதலை, தான் ஏற்படுத்திக் கொடுத்த வாழ்க்கையால் தன் மகளுக்கு வந்த துன்பங்கள் தந்த குற்ற உணர்வில் இறந்த அவள் தந்தை சுந்தரத்தின் மரணம், சரியாக அதே நேரத்தில் தன் தந்தை விட்டு சென்ற கடன் என அவள் முழி பிதுங்கும் அளவுக்குச் சுற்றி பிரச்சனைகள் தான்.

கடனுக்கு வீட்டை விற்று அதில் வந்த ஒரு கோடி ரூபாய் பணத்தை நான்கு பங்காகப் பிரித்த ஐஷ்வர்யா,

ஒன்றை தன் அம்மா சுந்தரி பெயரிலும், ஒன்றை தன் அன்பு பெண் ஐந்து வயது குழந்தை சஞ்சனா பெயரிலும், தன் ஒரே தங்கை மோகினி பெயரிலும், மிச்சம் இருக்கும் ஒரு பங்கை தங்கள் வருங்காலத் தேவைக்கு எனப் வங்கியில் தனித் தனியாகப் போட்டு வைத்தாள்.

இவ்வளவு கஷ்டத்திற்கும் நடுவில் கூட அவள் முகத்தில் மட்டும் ஒரு சிறு புன்னகை மலர்ந்தே இருந்தது. இந்த 29 வயது பெண் ஐஷ்வர்யாவின் புன்னகை பின்னால் இருக்கும் மர்மம் தான் என்னவோ?

மோகினி. பெயரை போல அழகில் மோகினி தான். ஆனால் அவள் தன் முக அழகை விட அறிவே நிரந்தரம் எனப் புரிந்த பெண்.

"துப்பறியும் புலி!" எனத் தன் நண்பர்கள் நண்பிகள் மூலம் செல்லமாக அழைக்கப்பட்டவள், தான் காணும் எல்லா விஷயத்திலும் துப்பறிக்கிறேன் என அவள் செய்யும் சேட்டை ஒன்றா? இரண்டா? அதுவோ பற்பல! சேட்டைகள் பல செய்த போதும் தன்னிடம் உதவி கேட்கும் அனைவருக்கும் சரியான விதத்தில் உதவுவாள்.

இப்படியெல்லாம் சொல்வதால் அவள் பெரிய துப்பறியும் புலி என நினைக்க வேண்டாம். அவள் துப்பறியும் விஷயங்களே வேடிக்கையானது!

ஓர் ஆணுக்கு இதுவரை எத்தனை க்ரஷ் இருந்தார்கள், அதில் எத்தனை பேருக்கு அந்த ஆண் காதல் என நினைத்து அவர்களிடம் காதலை சொல்லியிருக்கான், அதில் எத்தனை கை அடிகள், செருப்பு அடிகள், இன்னும் சில மர்ம இடத்தில் அடிகள் என ஒரு டேட்டாபேஸ் தன் கைக்குள் வைத்திருப்பவள். இதைத் தவிர,

"வீட்டில் என்ன மாதிரியான பொய்கள் சொன்னால் என்ன மாதிரியான நிகழ்வுகள் நடக்கும்?" எனத் தன் அம்மா மூலம் வேண்டுமென்றே பரிசோதித்து அதனைத் தன் நண்பர்களுக்குச் சொல்லும் சுட்டி பெண்.

தன் அக்கா ஐஷ்வர்யா மேல் உயிரே வைத்திருக்கும் அன்பு தங்கச்சி அவள். அவளின் குழந்தை சஞ்சனாவுக்குச் சித்தி போல இல்லாமல் கூடச் சேர்ந்து சேட்டை செய்யும் தோழி போல இருப்பவள், தன் அம்மா சுந்தரியுடன் வம்பு பண்ணவே பிறந்தவள் என்கிற எண்ணத்தில் இருப்பாள்.

மொத்தத்தில் அவள் நம்ம பக்கத்து வீட்டுப் பெண் போலப் பழகும் 25 வயது சுட்டி அறிவாளி பெண்.

ஃபேங்கில் கேஷியர் மற்றும் வார இறுதி நாட்களில் யூடியூப் சேனலில் பிராங்க் வீடியோஸ் போட்டுக் காலத்தைக் கழிக்கும் அந்த அழகியின் காதல் மனதில் புக போற அந்தக் காதல் கள்வன் எங்கே உள்ளானோ?

**சீதாஶ்ரீ - ஶ்ரீகிருஷ்ணா ஜோடி.**

கல்யாணம் ஆகி ஆறு வருடமான ஜோடி. சீதாவின் வயது முப்பது, கிருஷ்ணாவின் வயது இருபத்தி எட்டு. அவர்களின் வயதை பார்த்த போதே தெரிந்திருக்கும் அவர்கள் வயது வித்தியாசம் உள்ள ஜோடி என்று. ஆனால் காதலில் ஒருவர் மற்றவருக்குச் சளைத்தவர்கள் அல்ல என நிரூபிக்கும் இந்தக் கதையின் ஜோடிகளும் அவர்களே!

நான்கு வயது ஶ்ரீதர், ஒரு வயது ஶ்ரீநாத் இருவரும் அவர்களின் காதல் பரிசுகள்.

அந்த ஸ்ரீ குடும்பமே கார்ட்டூன் பைத்தியங்கள் தான். முக்கியமாக என் தலைவன் ஷிஞ்சன் பைத்தியங்கள்! அந்தக் கார்ட்டூன் பார்க்கும் சமயத்தில் அந்த ஷிஞ்சன் போல ஐந்து வயது குழந்தை போல மாறும் விசித்திரங்கள்!

சமயம் கிடைக்கும் போதெல்லாம் அந்தக் கார்ட்டூன் கூட்டத்தில் சேரும் கிருஷ்ணாவின் அம்மா நந்தினி, அப்பா நந்தன் (நந்தீஷ்வரன்) கூட அப்போ அப்போ கார்ட்டூன் பிரியர்கள்தான்.

சீதாவுக்கு மாமியார் மாமனார் என்ற விஷயம் மறக்கும் அளவுக்கு அவர்களின் அன்பு தோழன் தோழிகள் போலிருக்கும்.

அதில் சில உரையாடல்கள் உங்கள் பார்வைக்கு.

"நந்தினி, எனக்கு ரொம்பப் போரிங்கா இருக்கு! நாம பேசாம எதாவது ஆக்சன் படம் டவுன்லோட் பண்ணி பார்ப்போமா?" என்று கேட்டாள் சீதா தன் அன்பு மாமியார் நந்தினியை பார்த்து.

"இல்ல சீதா, ஆக்சன் படம் என்றாலே சுத்த அறுவை தான். நாம எதாவது சயின்ஸ் ஃபிக்ஷன் படமா பார்க்கலாமா? டைம் டிராவல் மூவினா சூப்பர்! இன்னும் சூப்பரா இருக்கும்!" என நந்தினி தன் எதிர்பார்ப்பை சொல்ல, அதனைக் கேட்டவாறே அங்கு வந்த அவரின் கணவர் மற்றும் சீதாவின் மாமனார் நந்தன் தனக்குத் தெரிந்த டைம் டிராவல் மூவி எல்லாம் ஒன்று ஒன்றாகச் சொன்னார்.

"Predestination, Looper, The Time traveler's wife, Source code, Time cop. அப்பறம் ரொம்பப் பழைய படம் Back to future பாகம் ஒண்ணு, ரெண்டு மற்றும் மூணு. இதில் எதையாவது சொல்லு சீதா, நானே நெட்டில் டவுன்லோட் பண்றேன்." என்று அவர் சொன்ன படத்தில் லிஸ்ட் எல்லாம் கேட்ட சீதாவோ, "அட நந்தா! செம்ம! இந்தக் காலத்து பொண்ணு எனக்கே இதனைப் படங்கள் டைம் டிராவல் பேஸ் இருக்கு என்று தெரியாது. உனக்கு மட்டும் எப்படி இதனைப் படங்கள் இருக்குறது தெரிந்தது?" என்று பதில் அறியும் எண்ணத்தில் கேட்டாள்.

அவளின் மாமனார் நந்தனோ சிரித்துக் கொண்டே, "எல்லாம் கூகுள் உபயம். டைம் டிராவல் மூவிஸ் என்று அதில் தட்டி பார்த்தேன், ஒரே நொடியில் படத்தின் பெயர் எல்லாம் காட்டி விட்டது." என்ற சொன்னவரின் காதை திருகிய சீதா, "வாலு! வாலு! நானும் பார்த்தேன் என்னடா நம்ம மாமாவுக்கு எங்கிருந்து இவ்வளவு அறிவென்று.

எங்களை ஏமாத்த பார்த்த உனக்கு ஒரு தண்டனை இருக்கு. இன்னிக்குச் சாயங்காலம் நீயும் நந்தினியும் மூணு ரவுண்ட் பார்க்கில் வாக்கிங் போகணும்." என அவர்களின் உடல் நலத்தை மையப்படுத்தித் தண்டனை ஒன்றை வழங்கினாள்.

"தங்களுக்கு மூட்டு வலி இருப்பதால் அவ்வளவு முடியாது!" என்று சொன்ன இருவரையும் பார்த்த சீதா உண்மையான மருமகள் கொடுமையைக் காட்டினாள்.

"மூட்டு வலின்னா, அஞ்சு ரவுண்ட் வாக்கிங் போகணும். இப்படி அடிக்கடி காலுக்கு எக்சர்சைஸ் கொடுத்தால் தான் மூட்டு வலி விடும்." என்று இன்னும் தண்டனையோ ஏற்றி விட்டு .சிரித்தாள்.

இப்படி அன்பில் கொஞ்சி கொண்டு நண்பர்கள் போல் இருக்கும் அவர்களின் வாழ்க்கை சில வருஷத்துக்கு முன் இப்படி இல்லை.

இதே சீதாவை பெற்றோரின் விருப்பம் கூடக் கேட்காமல் அவர்களின் ஒரே மகன் ஸ்ரீகிருஷ்ணா கல்யாணம் செய்த அந்த நாள், அந்த நாளில் நடந்த சில சம்பவங்கள் குழந்தை மனது கொண்டே நந்தினி என்கிற தாயையே கோபம் கொள்ளச் செய்த நாள்.

தன் கோபத்தைப் பல செருப்பு அடிகள் மூலம் தன் மகன் மருமகளுக்கு அவர் வழங்கிய நாளை பற்றிய கதை தனிக் கதை.

அவரின் கோபம் வயது வித்தியாசம் கொண்ட இந்த ஜோடிகளின் காதல் கல்யாணமா? அல்லது வேற காரணம் ஏதாவது உள்ளதா? என்பதைக் கதையின் சுழற்சியே பதில் சொல்லும்.

மனநல மருத்துவராக இருக்கும் சீதாஸ்ரீ, ஸ்ரீகிருஷ்ணா வாழ்க்கைக்குள் வந்ததே ஓர் அற்புத நிகழ்வு தான்.

போரூரில் புதிதாக விலைக்கு வந்த ஒரு மாளிகை போன்ற ஒரு வீட்டை வாங்க அபிராம் வந்தான்.

அபிராம் தன் வாழ்க்கையில் சந்தித்த சில காதல் சம்பவங்களைக் கொண்டு காதலை என்ற ஒன்றையே வெறுப்பவன். வெறுப்பு என்பதை விட அதன் மீது நம்பிக்கை இல்லாதவன் என்று சொல்வதே சரி.

சில வருஷத்துக்கு முன் தன் வாழ்க்கையில் நடந்த ஒரு பெரும் துக்கத்தால் சாகனும் என்ற முடிவில் இருந்தவனைக் காப்பாற்றித் துணை இருந்தவர்கள் இவனின் இரண்டு உயிர் நண்பர்களே! அவர்களிடம் மட்டும் தான் தன் உண்மையான உணர்வை வெளி காட்டுவான். ஆனால் மற்றவர்களுக்கு இவன் எப்பவுமே கல் நெஞ்சக்காரன், சிடுமுஞ்சி மற்றும் ரோபோட் தான்.

இவனின் அம்மா பெயர் விமலா, அப்பா பெயர் விமல் (விமலன் சக்கரவர்த்தி). வார இறுதி நாள் அவர்கள் வாழ்த்த வீட்டில் போய் உட்கார்ந்து விடுபவன், தற்போது தனக்கு முன்னால் மாளிகை போன்ற வீடு ஒன்றை விவரிக்க முடியாத பார்வை ஒன்றில் பார்த்தான். பின் அந்த மாளிகையின் தற்போதைய உரிமையாளரிடம், "ஓகே மிஸ்டர், இன்னும் ஒரு மணி நேரத்தில் நீங்க இந்த

வீட்டின் மதிப்பாகச் சொன்ன பதினைந்து கோடி பணம் உங்க பேங்க் அக்கவுண்ட்ல போடப்படும்." என்று உள்ளே கூடச் சென்று பார்க்காமல் அந்த உரிமையாளர் சொன்ன விலைக்கே சரி என்றான்.

அப்படியிருந்தும் அந்த வீட்டின் உரிமையாளர், "ஒரு தடவை உள்ளே போய்ப் பார்த்த பிறகு உங்க முடிவை சொல்லலாமே." என்றார்.

ஆனால் அதில் விருப்பம் இல்லாதவனோ, "தேவையே இல்ல! உங்களை விட இந்த வீட்டின் ஒவ்வொரு மூலையும் எனக்கு அத்துப்படி! வீட்டுக்குள் இருக்கும் துருப்பிடித்துப் போன ஜன்னல்களின் எண்ணிக்கை கூட எனக்குத் தெரியும்." என்று மர்மம் நிறைந்த குரல் கொண்டு சொன்னான்.

அதற்கு அந்த வீட்டின் உரிமையாளர் எதுவும் சொல்லவில்லை. பத்து கோடிக்கு ஐஷ்வரியாவிடம் வாங்கிய இந்த மாளிகை வீட்டை பதினைந்து கோடி என்றவுடன் விலை எதுவும் குறைத்துக் கேட்காமல் பேரம் முடிந்த சந்தோஷம் தான் அவருக்கு. அப்படியிருந்தும் அவர், 'இவனைப் போயி பெரிய பிசினஸ் மேன் என்றெல்லாம் சொன்னாங்க! ஆனா, ஒரு வீட்டை கூட விலை பேச கூடத் தெரியல. இவனெல்லாம் என்னத்த பிசினஸ் பண்ணி கிழிக்கின்றனோ?' என நினைத்துச் சிரித்துக் கொண்டார்.

தனக்கு வந்த ஃபோன் கால் ஒன்றை அட்டெண்ட் செய்தவன் அதில், "என்னமா காலை சாப்பாடு முடிந்ததா? தண்ணீர் நிறையக் குடிங்க, மாத்திரை சரியான நேரத்தில் சாப்பிடணும்." என்று அக்கறையில் சொன்னான்.

அதற்கு அந்த எதிர்பார்க்க ஃபோன் காலில் இருந்த பெண்மணி, "ஹ்ம்ம்.. அதெல்லாம் நீ சொல்லாமலே சரியா சாப்பிட்டேன். நீ போன காரியம் என்னாச்சி?" என அவன் எடுத்த காரியத்தின் நிலையைக் கேட்டார்.

"அந்த ஐஷ்வர்யாவும் அவள் குடும்பமும் வாழ்ந்த வீட்டை வாங்குற வேலை எல்லாம் நல்லபடியா போகுது. இன்னும் ஒரு வாரத்தில் நமக்குத் தான் வீடு." எனச் சந்தோஷ குரலில் சொன்னான் அபிராம்.

அதைக் கேட்ட அந்தப் பெண்மணி, "நீ பெற்ற பாராட்டுகளை விடச் சந்தித்த அவமானங்களை மறக்கவே கூடாது, அபி. நீ என்ன செய்யனும் நினைக்கிறியோ செய்! இந்த அம்மாவின் துணை உனக்கு எப்பவும் இருக்கும்." என்று சொல்லி ஆசீர்வாதம் செய்தார்.

அம்மாவின் ஆசிர்வாதம் வாங்கிய பிறகும் மனசு கேட்காதவனோ, "உங்க துணை எப்போதும் எனக்கு இருக்கும் தெரியும். ஆனா, அப்பா..? அவருக்கு இன்னும் என் மேல் கோபம் தானே..?" என்று கவலையில் கேட்டான்.

தன் மகனின் கவலை குரலை கேட்க பிடிக்காத அந்தத் தாய், "அவர் கிடக்கிறார் விடு! இன்னும் கொஞ்சம் நாளில் நம்ம வழிக்கே தானா வந்துடுவாரு. நம்மளே விட்டா அவருக்கு யார் இருக்காங்க, சொல்லு? பாசமோ! கோபமோ!

நம்மகிட்ட தானே அவரால் காட்ட முடியும்?" என்று பலவருட இல்லறத்தில் தன் கணவனை நன்கு அறிந்த ஒரு பெண்ணின் நம்பிக்கையும் உறுதியும் அதில் தெரிந்தது.

"ஹா.. ஹா.. அதென்னமோ உண்மைதான்." என்று அபிராம் சொல்லி சிரித்-தான்.

அவனின் சிரிப்புச் சத்தத்தை நெடுநாள் பிறகு கேட்ட அந்தத் தாய் மனம் சந்தோஷம் கொண்டது.

"உன்னோட அடுத்தத் திட்டம் என்ன...?" என்று அந்தத் தாய் கேட்க, அதற்கு அவன், "அந்த ஐஷ்வர்யாவின் ஒரே ஐந்து வயசு பொண்ணை நம்ம வழிக்குக் கொண்டு வருவது தான்." என்றான்.

அதைக் கேட்ட அந்தப் பாச தாய், "நல்ல திட்டம் தான். எனக்கும் என் பேத்தியே சீக்கிரம் பார்க்கணும் ஆசையா தான் இருக்கு." என்று தன் ஏக்கத்தை வெளிப்படுத்தினார்.

அவரின் ஏக்கத்தை உணர்ந்தவன், "சீக்கிரம் முழு உரிமையில் பார்ப்பிங்க மா. ஐ ப்ராமிஸ்!" என்று உறுதி அளித்து விட்டு ஃபோன் காலை கட் செய்தான்.

பின் அவன் வீட்டை வாங்கும் வேலையில் இறங்க, இங்கே அவனிடம் பேசி முடித்த அந்தப் பெண்மணி தன் கணவனைக் காண தாங்கள் வாழும் முதியோர் இல்லத்திற்குள் சென்றார்.

தன் கணவனை நெருங்கிய அந்தப் பெண்மணி, "நம்ம பையன் பாவம் ல? ஒரு வார்த்தை பேசினால் தான் என்ன? நீங்க ரொம்பப் பண்றீங்க!" என்றார்.

தன் மனைவியைப் பார்த்த அந்த மனிதர், "என் சொல் கேட்காத அவன் கூட எல்லாம் நான் பேசணும்னு அவசியமில்ல!" என்று கோபத்தில் கத்தினார்.

"என்ன பேச்சு கேட்கல? இப்போதைக்குக் கல்யாணம் வேணாம் சொன்னது ஒரு குற்றமா? அவனுக்கு இஷ்டம் இல்ல. அதுக்கு நாம என்னங்க பண்ண முடி-யும்...?" எனத் தன் மகனுக்காகத் தன் கணவனைச் சமாதானம் செய்யப் பார்த்-தார்.

"இஷ்டம் இல்லாதவன் இல்லடி அவன்! இஷ்டம் இருந்தும் பழிவாங்கும் வெறியில் சுத்திக்கிட்டு இருப்பவன்! மனதில் காதல் இருந்தும் அதெல்லாம் உணராமல் இருக்கானே அதான் எனக்குக் கோபமே!" என்றார் அந்த வயதான மனிதர்.

**சிறிது நேரத்திற்குப் பிறகு,**

"நம்ம அபி அந்த வீட்டை வாங்குற வேலையில் இருக்கான். இன்னும் ஒரு வாரத்துல அந்த வேலையும் முடிந்த பிறகு அவனின் அடுத்தக் குறி நம்ம ஒரே ஐந்து வயசு பேத்தி சஞ்சனா தான்." என்ற அந்தப் பெண்மணியின் 'பேத்தி' என்-கிற வார்த்தையில் மனம் சிறிது மாறிய அவரின் கணவர்,

"பேத்தியை பார்க்க போவதில் சந்தோஷம் தான். ஆனா, அதை விட எனக்குப் பெரிய சந்தோஷம் நம்ம அபி அவன் ஆசைப்பட்ட பொண்ணு கூடச் சேருவதில் தான் இருக்கு. அது நடக்கும் வரை அவனுக்கு நான் அப்பன் இல்ல! எனக்கு அவன் மகன் இல்ல! நம்ம திரும்பி அந்த வீட்டுக்கு போவதும் இல்ல!" என்று கோபமாகச் சொல்லிவிட்டுக் குளிக்கச் சென்று விட்டார்.

இங்கே அந்தப் பெண்மணியின் நிலையோ ஐயோ பரிதாபம் தான்! கட்டிய கணவன் மற்றும் ஒரே மகன் இருவருக்கும் நடுவில் தலை உருளும் தலைவலியால் உட்கார்ந்து விட்டார்.

இந்த இருபத்தெட்டு வயதுக்குள் அபிராம் சந்தித்த இன்னல்கள் என்ன? அவனுக்கும் ஐஷ்வர்யாவுக்கும் நடுவில் இருக்கும் உறவு தான் என்ன?

## ஏஎஸ்3 டிரான்ஸ்போர்ட் அண்ட் எண்டர்பிரைசஸ் (AS3 Transport and Enterprises.).

அதில் ஓர் அறைக்குள் சிவராம் என்பவன் அமர்ந்திருந்தான்.

இருபத்தெட்டு வயது காளை, சாந்தி - சாந்தன் என்ற தம்பதிகளின் ஒரே மகன். பெயரில் சிவனை வைத்திருந்தாலும், முடிந்தவரை யாருக்கும் கஷ்டம் தராத ராமன் அவன்.

தற்போது தனக்கு முன்னால் இருந்த ஊழியர் ஒருவரின் திருட்டு வேலைகளை எல்லாம் சிசிடிவி கேமரா சாட்சியுடன் காண்பித்து விலாசி கொண்டிருந்தான்.

"என்ன மிஸ்டர், இப்போ என்ன சொல்றீங்க? உங்களின் ஒழுக்கத்தின் லட்சணம் தான் அவ்வளவு அழகா வீடியோ ல தெரியுதே! உங்களைப் போலச் சிலர் என்னிக்காவது ஒரு நாள் ஏமாத்த பார்ப்பாங்க மனசுல வெச்சு தான் இந்த மறைவான சிசிடிவி ஒன்றை யாருக்குமே சொல்லாமல் மறைத்து வைத்தார், நம்ம அபிராம். இனி வேறு வழியில்ல, எப்படியும் இந்த நேரத்துல அவருக்குத் தெரிந்திருக்கும்." என்று மிரட்டினான் சிவராம்.

"ஐயோ சார்! பிளீஸ்! பிளீஸ்! இந்த ஒரு தடவை மட்டும் அவரிடம் பேசி என்னை மன்னிக்கச் சொல்லுங்க! நான் நாளையிலிருந்து வேலைக்குக் கூட வரல! இந்த மாத சம்பள பணம் கூட எனக்கு வேணாம்! இதுவரை நான் கையாண்ட பணத்தை என் சொத்து மொத்தத்தையும் விற்று தந்துடுறேன்! அவருக்கு மட்டும் என் விஷயம் தெரிஞ்சா என்னை உயிரோடு புதைத்துடுவார்!" என்று கண்ணீர் வடிய சொன்னான் அந்த ஆள்.

அவன் மேல் இரக்கம் கொண்ட சிவராம், "என்ன மிஸ்டர் பண்றது? எனக்குத் தப்பை கண்டுபிடிக்கும் அதிகாரம் மட்டும் தான் இருக்கு. இதுக்கு ஒரே வழி, நீங்க ஸ்ரீகிருஷ்ணா சாரை போய்ப் பாருங்க, அவர் நினைச்சா உங்களைக் காக்க

முடியும்." என்று அந்த நபரை காக்க ஒரு யோசனை ஒன்றை சொல்லி அனுப்பினான் சிவராம்.

அந்த நபரும் உடனே ஸ்ரீகிருஷ்ணாவிடம் சென்று அவன் கையில் காலில் எல்லாம் விழுந்து மன்னிப்பை வேண்டினான்.

"ஓகே மிஸ்டர், பார்க்கலாம். இன்னும் ஒரு வாரத்தில் கையாண்ட பணம் அப்புறம் இந்த நிமிடம் முதல் உங்களுக்கும் இந்தக் கம்பனிக்கும் எந்தச் சம்பந்தமும் இல்லன்னு உங்க கைப்பட ஒரு பேப்பரில் எழுதி கொடுத்துட்டு போங்க. அபிராம் விஷயத்தை நான் பார்த்துக்குறேன்." என உறுதி அளித்த ஸ்ரீகிருஷ்ணா அன்று நாள் முடிவதற்குள் வந்த செய்தி ஒன்று கேட்டு அதிர்ச்சி அடைந்தான்.

மாலை ஐந்து மணிக்குள் ஒரு கை துண்டிக்கப்பட்ட நிலையில் சிகிச்சை செய்யப்பட்ட கையுடன் பணம் மொத்தத்தையும் தந்த ஒரு மணி நேரத்தில் அந்த நபர் ஊரை விட்டு சென்று விட்டான்.

இதையெல்லாம் கேள்விப்பட்ட ஸ்ரீகிருஷ்ணா, அபிராம் மற்றும் சிவராம் இருவரையும் அழைத்துக் கத்த ஆரம்பித்தான்.

"என்னடா பண்ணி வச்சிருக்கீங்க! எதுவாக இருந்தாலும் ஒரு வார்த்தை சொல்லிட்டுச் செய்ய மாட்டீங்களா? அந்த ஆளின் கையை யார் எடுக்கச் சொன்னது?" என்று கோபத்தில் கத்தினான் அவன்.

அதைக் கேட்டுச் சிவராம், "யப்பா சாமி! எனக்கு எதுவும் தெரியாது! எதுவா இருந்தாலும் இந்த அபியை கேளு." என்று அபிராம் பக்கம் கையைக் காட்டியவன், அப்பாவி முகத்தோடு கண்ணைச் சிமிட்டினான்.

ஆனால் ஸ்ரீகிருஷ்ணாவின் கோபத்துக்கு எந்த விதத்திலும் குறையாத கோபத்தில் அபிராம், "அடிங்! அந்த ஆள் கையாடல் செய்த விஷயம் எனக்கே இப்ப நீ சொல்லித்தான் தெரியும். எனக்கு முன்னாடியே தெரிஞ்சிருந்தா, அவனை உயிரோடு விட்டு இருப்பேனா? போயும் போயும் கையை எடுக்கும் சின்னத் தண்டனையா நான் கொடுப்பேன்?" என்று கேட்டுவிட்டு முகத்தைத் திருப்பிக் கொண்டான்.

அவனின் உறுதி பேச்சில் நம்பிக்கை கொண்ட ஸ்ரீகிருஷ்ணா சிவராமை சந்தேகத்துடன் பார்த்து, "சிவா, எனக்கு உன்மேல் தான் சந்தேகம். உண்மையைச் சொல்லு, என்ன நடந்தது?" என்று கேட்டான்.

அதற்குக் கொஞ்ச நேரம் நமட்டுச் சிரிப்புச் சிரித்த சிவராம் பதில் சொல்ல ஆரம்பித்தான்.

"அதில்லடா, அவன் வேற நம்ம அபிக்கு தெரிஞ்சா உயிர் போய்டும்னு ரொம்பப் பயந்தானா? அதனால தான் ஒரு கருணை அடிப்படையில் நமக்குத் தெரிந்த சில பேர் மூலம் அவன் கையை மட்டும் எடுக்கச் சொன்னேன். அவன் ரொம்பப் பாவம் டா! அபியை நினைத்து ரொம்பப் பயந்து போய் இருந்தான் தெரியுமா?"

என்று உண்மை போட்டு உடைந்தான்.

"இங்க பார்! இங்க பார்! பண்ணது எல்லாம் இவன். ஆனா, திட்டு போய் ஒன்னும் அறியாத பச்ச குழந்தையான எனக்கு. போடா! உன் மேல நான் செம கோபத்தில் இருக்கேன்." என்று சொல்லிவிட்டு திரும்பி முகத்தைத் திருப்பிக் கொண்டான் அபிராம்.

கடைசியில் அவனைச் சமாதானம் செய்யும் வழி தெரியாது தவித்த கிருஷ்ணா, அவன் முன்னாலேயே தோப்புக்கரணம் போட ஆரம்பித்தான். அதில் கூடக் குற்றம் கண்டுபிடித்த சிவா, "இவன் ஒழுங்காவே தோப்புக்கரணம் போடல, திரும்பி முதலிருந்து ஆரம்பிக்கச் சொல்லுடா!" என்று சொல்லி மாட்டி விட்டான்.

அதில் குஷியான அபி, "ஆமா, சரிதான். கிருஷ்ணா செல்லம், நீ திரும்பி ஆரம்பி. அப்புறம் சிவா, நீ அந்தப் பிஸ்கட் பாக்கெட் இங்க கொடு. நானும் உன்னை மாதிரி பிஸ்கட் சாப்பிட்டுக்கிட்டே இவன் செய்யும் வேடிக்கை எல்லாம் பார்க்குறேன்." என்று சொல்லிவிட்டுச் சிரித்தான்.

தொடர்ந்து பத்து நிமிடத்தில் நூறுக்கு மேல் தோப்புக்கரணம் போட்ட களைப்பில் தரையில் கால் விரித்துப் படுத்தே விட்டான், ஸ்ரீகிருஷ்ணா. அப்போது அவன் வின்னர் படத்தில் நமது காமெடி புயல் வடிவேலு சொல்ற வசனம் ஒன்றை சொல்லி கொண்டே இருந்தான், "யம்மா! யம்மா! யம்மாம்மா...!".

அவனின் வலி சத்தத்தைக் கேட்ட சிவா, "என்ன மச்சி, கால் ரொம்ப வலியா?" என்று நக்கல் கலந்த குரலில் கேட்க, அதற்குக் கிருஷ்ணா, "வலியா? அடேய்..! கால் இருக்கா? இல்லயா? தெரியாத அளவுக்கு ஒரு நிலைமையில் இருக்கேன் டா!" என்றான் சோர்வில்.

அதைக் கேட்ட மற்ற இருவரிடம் இருந்து சிரிப்பு ஒலி மட்டுமே அந்த அறை முழுவதும் நிறைந்திருந்தது. சிறிது நேரத்தில் கிருஷ்ணாவும் தன் வலியை மறந்து சிரிக்க ஆரம்பித்து விட்டான்.

**ஏஎஸ்3 டிரான்ஸ்போர்ட் அண்ட் எண்டர்பிரைசஸ் (AS3 Transport and Enterprises.).**

இதற்கு ஓனர்ஸ் நான்கு பேர். அபிராம் - A, சீதா ஸ்ரீ - S, ஸ்ரீகிருஷ்ணா - S மற்றும் சிவராம் - S.

சீதா தன் மருத்துவர் வேலை செய்வதால் தன் கம்பெனி பொறுப்பையும் சேர்த்து அவளின் கணவன் ஸ்ரீகிருஷ்ணாவிடம் தந்து விட்டாள். அப்படியிருந்தும் எந்தப் பாகுபாடும் இல்லாமல் மற்ற மூவரும் ஒரே அளவில் தான் அந்தக் கம்பெனி நடத்துகிறார்கள்.

இந்த மூன்று வேந்தர்களும் ஆளுக்கு ஒவ்வொரு வேலை என்பதைப் பிரித்துக் கொண்டனர்.

**சிவராம்.** சிவன் பெயரை வைத்து இருந்தாலும் அந்தக் கடவுள் ப்ரம்மனை போலப் படைக்கும் தொழிலை அதாவது தங்கள் பிசினஸுக்குத் தேவையான புதுப் புது யோசனை சொல்பவன்!

**ஸ்ரீகிருஷ்ணா.** சிவராமின் யோசனைகளை எல்லாம் செயல்படுத்திக் காட்டும் வேலை அவனோடது. மற்றவர்கள் முடியாது சொல்லும் ஒன்றை கூடச் செய்து காட்டும் திறன் உடையவன்!

**அபிராம்.** தங்கள் பிசினஸிக்கு எதிராக இருக்கும் எல்லாப் பிரச்சனைகளை-யும் அழிக்கும் சிவபெருமான்!

கடந்த ஏழு வருடமாக நல்ல நண்பர்கள் மற்றும் இப்போது பிசினஸ் பார்ட்-னர்ஸ் என இவர்கள் உறவு போகிறது.

அதே நேரத்தில் தான் தங்கள் குடி புகுந்த புது வீட்டின் பரண் மேல் ஒரு டைரி எடுத்தாள், மோகினி.

அதன் முதல் பக்கத்தில், "அறிவு கெட்ட முண்டம்! மற்றவர்கள் டைரி படிப்பது கேடுகெட்ட எச்ச பழக்கம் எனத் தெரியாதா? இதுக்கு மேல் நீ படிக்கணும் என்-றால் படி அப்புறம் உன் இஷ்டம்!" என்ற முதல் வாக்கியமே அவள் மனதில் ஒரு சிரிப்பு கலந்த எதிர்பார்ப்பை தந்தது.

வீட்டில் யாருக்கும் தெரியாமல் ஒரு மூலையில் உட்கார்ந்தவள், அந்த டைரி-யில் போட்டு இருந்த எச்சரிக்கையையும் மீறி படிக்க ஆரம்பித்தாள்.

பாவம்! அவள் அறிந்திருக்க வாய்ப்பில்லை. இந்த டைரி தான் இனி அவளின் இத்தனை வருட வாழ்க்கையை மாற்றப் போகிறதென்று.

**அது நல்ல மாற்றமா? அல்லது எந்த விதமான மாற்றம்?**

வணக்கம் என் பெயர் ராம்.

முழுப் பெயர் வேண்டாம்! இங்கே தேவையில்லாதது. இதை எழுதும் இந்த நேரத்தில் என் வயது இருபது.

இப்பொழுது நான் எழுதுறது என் டைரி! என் நினைவு புத்தகம்!

இதில் என் முடிந்து போன திரும்பவே கிடைக்காத காதல் பற்றி, காதலியே பற்றி எழுதியுள்ளேன்.

நான் ஏன் இதையெல்லாம் எழுதுறேன் புரியவில்லை! ஒருவேளை என் மனம் திறந்து பேசு அளவுக்கு நெருங்கிய நபர் ஒருத்தர் கூட இல்லாத காரணத்தால்

எழுதுகிறேன் போல.

பெயர் பொருத்தம், மன பொருத்தம் கொண்ட தாய் தந்தைக்கு மகனாகப் பிறந்தவன் நான்.

அப்பா அம்மா என்றால் யாருக்கு தான் பிடிக்காது? எனக்கும் என் அம்மா அப்பாவை பிடிக்கும் எதுவரை என்றால், எங்க அம்மா திடீர் திடீரென்று மூளை கலங்கி போய் என்னை எதுவும் தவறு செய்த நேரத்தில் கையால் அடிக்கும் போது வரை.

என் அம்மா பைத்தியம் அல்ல! ஆனால் 100% தன் கட்டுப்பாட்டில் இருக்கும் பெண்மணியும் அல்ல!

யார் தான் முழுவதும் தங்கள் வாழ்க்கையில் செய்யும் அனைத்திற்கும் முழுக் கட்டுப்பாட்டில் இருக்கிறாங்க?

நாம் எல்லோரும் ஏதாவது ஒன்றில் மனது பாதிக்கப்பட்ட மனிதர்கள் தான். என் அம்மாவும் அப்படித்தான்.

நான் கொஞ்சம் திக்குவாய். இல்லை! அப்படி இருந்தவன். இதைச் சொல்ல எனக்கு வெட்கம் இல்லை! திக்குவாய் பழக்கம் உடல் நோய் அல்ல, மன நோய்!

அதிகப் பயம் கொண்டவர்கள், இல்லையென்றால் வார்த்தை கோர்த்து சரியா வேகமாகப் பேச முடியாதவர்களுக்கு வரும் பிரச்சினை இது.

எனக்கு இரண்டும் தான். என் அம்மாவின் அடிக்கு பயந்து நான் அடிக்கடி போய் உட்காரும் இடம் என் வீட்டுக்குப் பக்கத்தில் இருக்கும் பிள்ளையார் கோவில்.

எல்லாருக்கும் சிங்கிளாக அறியப்படும் அந்த விநாயகரே எனக்குக் காதல் வர அல்லது என் வாழ்க்கையில் காதல் என்ற பொய்யான ஓர் உணர்வை தர காரணமாக அமைந்த நாள் அன்று.

என் மைதிலியை.. இல்லை! இல்லை! அப்போது அவள் என் மைதிலி! இப்போது அவள் வேற யாரோ ஒருவரின் மனைவி!

இதைச் சொல்லும் போதும்! எழுதும் போதும்! உடனே சாக வேண்டும் என்று தோன்றுகிறது! ஆனால் இப்போது சாக மாட்டேன்! இதை முழுவதும் எழுதி முடித்த பிறகு தான் சாகப் போகிறேன்!

இந்த டைரி என் மரண வாக்கு மூலமாகவும் இருக்கலாம்.

அதனைப் படித்துக் கொண்டிருந்த மோகினி கண்ணைப் பின்னாடி இருந்து முடிய சஞ்சனா, "சித்தி, நான் யாரென்று கண்டுபிடி பார்க்கலாம்." என்றாள்.

குழந்தையின் கை மேன்மை அப்பறம் அவள் சித்தி என்ற அழைப்பு அதில் கண்டுகொண்ட மோகினி சிறிது நேரம் தெரியாத மாதிரி விளையாடி விட்டு,

"சொல்லு சஞ்சு, என்னை அம்மா கூப்பிட்டாளா?"

"ஆமா, சித்தி. என் பொம்மைகள் எல்லாம் எந்தப் பெட்டியில் இருக்குனே தெரியல. அம்மா வந்து உன்னைத் தேடி தர சொன்னாங்க."

அதைக் கேட்ட மோகினி தான் படித்துக் கொண்டிருந்த டைரியை தன் அறையில் யார் கண்ணிலும் படாத ஓர் இடமாகப் பார்த்து மறைத்து வைத்துவிட்டு சஞ்சனாவுடன் சென்றாள்.

***நினைவு புத்தகம் இன்னும் திருப்பப்படும்.***

# 2

# சிவராம் மோகினி சந்திப்பும் அறையும்.

ஐஷ்வர்யா தன் வீட்டுக்குப் பக்கத்தில் இருந்த ஒரு பள்ளியில் டீச்சிங் போஸ்டுக்கு விண்ணப்பித்து இருந்தாள்.

அவள் படித்ததோ பி.டெக் (B.Tech), அந்தப் படிப்பை கொண்டு சுலபமாகக் கம்ப்யூட்டர் சயின்ஸ் டீச்சராக வேலை செய்யலாம். அதன் அடிப்படையில் தான் விண்ணப்பம் செய்தாள். அவள் நினைத்தது போல அந்தப் பள்ளியில் வேலையும் கிடைத்தது. அதே சமயத்தில் தன் ஒரே மகள் சஞ்சனாவையும் அதே பள்ளியில் யுகேஜி சேர்த்தாள். ஒரு மாதத்துக்கு ஏதோ போய்க் கொண்டிருந்த அவள் வாழ்க்கையில் மாற்றம் என்ற பெயரில் ஒன்று நடந்தது.

ஏழாம் வகுப்புக்குப் பாடம் நடத்தி கொண்டிருந்த அவளைப் தலைமை ஆசிரியர் அழைக்கிறார் என ஒருவர் வந்து சொல்ல, "என்ன? எது?" எனக் கேள்வியுடன் அவரைப் பார்க்க அவரின் அறைக்குச் சென்றாள் அவள். அங்கே அழுத நிலையில் சஞ்சனாவும் அவள் பக்கத்தில் மண்ணில் புரண்டு சண்டை போட்ட விதத்தில் ஸ்ரீதரும், அவன் கூடவே இன்னொரு பையனும் அதே நிலையில் இருந்தனர்.

"என்ன நடந்தது..?" என அவள் கேட்பதற்குள் ஸ்ரீதரின் தாத்தா நந்தனும் வந்துவிட்டார்.

அவர் வந்த பிறகுதான் தலைமை ஆசிரியர் நடந்ததைச் சொன்னார்.

விவாகரத்து வாங்கி விட்டு சில வருடங்களாக ஐஸ்வர்யா தனியாக இருப்பதைப் பற்றிச் சஞ்சனாவிடம் கிண்டலாக அந்தச் சிறு பையன் கேலி பேசிய காரணத்தால் நடந்த சண்டை!

"எங்க அப்பா எங்க கூட இருக்கார். எங்கே உங்க அப்பா, ஊரை விட்டு ஓடிட்டாரா..?", எனக் கேட்டவனின் பேச்சில் சஞ்சனா அழ ஆரம்பித்தாள்.

அப்போது அவள் வகுப்பு மாணவனாகிய ஶ்ரீதர் அதுவரை பேசாத அந்தப் பெண்ணுக்காக அந்தச் சிறுவனிடம் சண்டைக்குச் சென்றுள்ளான். அதில் நடந்த பிரச்சினையால் தான் தலைமை ஆசிரியரின் அறை வரை வரும் நிலை ஆகி-விட்டது.

பின் சில பல பேச்சுவார்த்தைக்குப் பிறகு வெளியே வந்த ஐஷ்வர்யாவிடம் வந்த நந்தன், "இங்க பாரு மா, உன்னைப் பெற்ற மகளா நினைத்து சொல்றேன். புருஷன் பொண்டாட்டி சண்டைக்கு நடுவில் குழந்தைகளின் வாழ்க்கையும் அடங்கி இருக்கு. உனக்கும் உன் புருஷனுக்கும் என்ன பிரச்சினை என எனக்குத் தெரியாது, இருந்தாலும் குழந்தைக்காவது அவர் கூடத் திரும்பி சேர பார்" என அறிவுரை வழங்கினார்.

எப்போதும் போலச் சிறு சிரிப்புடன் அவள், "இல்ல பா, எங்க ரெண்டு பேர் நடுவில் டைவர்ஸ் நடந்து ஐந்து வருடமாச்சு. டைவர்ஸ் ஆன ஒரே வாரத்தில் அவர் வேற ஒரு பொண்ணைக் கல்யாணம் கூடச் செய்துவிட்டு வெளிநாட்டுக்கு சென்று விட்டார்." என அதே புன்னகை மாறாத குரலில் சொன்னாள்.

அதனைக் கேட்ட நந்தன் சிறிது நேரம் யோசித்து விட்டு, "உன் வயசு என்-னமா?" எனக் கேட்டார்.

"28 முடித்து 29 தொடக்கம் பா.."

"ஹ்ம்ம்.. சின்ன வயசு தான். கல்யாண வாழ்க்கையில் உனக்கு வெறுப்பு ஏதா-வது இருக்காமா?"

அவர் ஏன் கேட்கிறார் எனப் புரிந்தவள், "அப்பா, நீங்க என்ன கேட்க வரீங்க புரியுது. கல்யாண வாழ்க்கையில் வெறுப்பு எல்லாம் எனக்கு இல்லப்பா. என் கல்-யாண வாழ்க்கை பிரச்சினையில் முடிந்தது என்பதற்காகக் கல்யாணமே பிரச்சனை என்று சொல்ல முடியாதுல..?

எங்க வீட்டில் கூட வேற மாப்பிள்ளை பார்க்குறாங்க. என் பொண்ணைத் தன் பொண்ணாகப் பார்க்கும் ஒருவர் கிடைச்சிட்டா, இரண்டாம் கல்யாணம் செய்து கொள்வதில் கூட எனக்குப் பிரச்சினை இல்ல." என்று ஒரு பேச்சுக்கு பொய் உரைத்தாள்.

"நல்லது மா. இந்த முடிவு உனக்கு மட்டும் இல்ல, உன் பொண்ணுக்கும் நல்-லது தான். நாங்க வரோம் மா, கண்டிப்பா உன் கல்யாணத்துக்கு என்னைக் கூப்-பிடு. என் குடும்பத்தோடு கண்டிப்பா கலந்திருப்பேன்." என்று சொன்னவர் ஶ்ரீதரை அழைத்துக் கொண்டு அவர் வீட்டுக்கு கிளம்பி விட்டார். ஆனால் இங்கே மற்-றொரு முறை கல்யாணம் என நந்தன் சொன்னதைக் கேட்டவளின் மனதில் ஒரு பெரும் உருவம் வந்தது.

அந்த உருவத்தில் இருந்த அபிராம், "உனக்கா..? கல்யாணமா..? விட மாட்டேன் டி! விடவே மாட்டேன்! உன்னால் இன்னொருவன் வாழ்க்கை அழிய விடவே மாட்டேன்." எனச் சொல்லி வெறித்தனமாக அவன் சிரிப்பது போலப் பிம்பம் தோன்றியது. அவளின் குழந்தை சஞ்சனாவின் அழைப்பை கேட்டு சுயநினைவுக்கு வந்தவள், தன் ஸ்கூட்டியை எடுத்துக்கொண்டு வீட்டுக்கு கிளம்பி விட்டாள். ஆனால் வீட்டுக்கு போகும் வழியெல்லாம் அவள் மனதில் திரும்பி திரும்பி, "அந்த அபிராமை நான் திரும்பி பார்க்கவே கூடாது!" என்ற உறுதி இருந்தது.

ஃபாரின் க்ளையன்ட் மீட்டிங் ஒன்று நடக்கிற காரணத்தால் ஶ்ரீகிருஷ்ணா தன் மனைவி சீதாஶ்ரீயை கம்பெனி பார்ட்னர் என்ற பெயரில் அழைக்க, ஒரு ஃபைவ் ஹோட்டலில் டின்னர் சாப்பிட்டுக்கொண்டே அவளும் மீட்டிங்கில் கலந்து கொண்டாள்.

அபிராம் சீதாஶ்ரீ தவிர மற்ற இருவரும் (சிவராம் மற்றும் ஸ்ரீகிருஷ்ணா) தங்கள் பின்பற்றும் யுக்திகள் மற்றும் எடுத்துக்கொண்ட வேலையை ஆளுக்கு ஒருவராய் பிரித்துச் செய்யும் முறை அனைத்தும் சொன்னனர்..

அங்கே வந்த நான்கு க்ளையன்ட்டில் ஒருவருக்கு மட்டும் சில சந்தேகம் இருக்க, "மிஸ்டர் அபி நீங்க நாக்கு பேர் இருக்கீங்க. ஆனால் மிஸஸ் சீதாஸ்ரீ பங்கு இதில் எங்கே வந்தது? அவங்க ஒரு டாக்டர், அதுவும் சைக்காலஜிஸ்ட். நம்ம பிசினஸுக்கும் அவர்களுக்கும் என்ன சம்பந்தம்...?" என டேவிட் என்பவர் தன் சந்தேகத்தைக் கேட்டார்.

அதற்குப் பதில் சொல்ல ஆரம்பித்த அபிராம், "லூக் மிஸ்டர் டேவிட், எங்க மூன்று பேரின் வேலையை ஒரு காலத்தில் ஒரே ஆளாகச் செய்தவர் தான் எங்க சீதாஸ்ரீ. நாங்க பிசினஸ் பார்க்க ஆரம்பித்த பிறகு எங்களின் கட்டாயம் பேரில் அவங்க இஷ்டப்பட்டுப் படித்த டாக்டர் படிப்பை வெறும் பேப்பர் என்கிற விதத்தில் விடாமல் சேவையாகச் செய்ய ஆரம்பிச்சாங்க.

அப்படியிருந்தும் வார இறுதி நாட்களில் நிறுவனத்தின் சில பெரிய முடிவுகளைப் பற்றி அவங்களிடம் தான் ஆலோசனை செய்வோம். பிசினஸில் எங்க மூன்று பேரின் பங்கை விடச் சீதாஶ்ரீயின் பங்கே அதிகம்." என்று பதில் சொல்லிவிட்டு, மற்ற பிசினஸ் உரையாடலுக்குத் தாவினான். பிறகு கிளையண்ட் எல்லாம் வேண்டியதை கேட்ட பிறகு கிளம்பி விட்டனர்.

அபிராம் கிளம்பும் சமயத்தில் அவனிடம் நன்றி சொல்ல வந்த சீதாவிடம், "இங்க பாருங்க சீதா, நான் உள்ளே சொன்னது பிசினஸ்க்காக மட்டும் தான். பர்சனல் லைஃப் வேற! புரொபஷனல் லைஃப் வேற! இன்னும் நம்ம பர்சனல் லைஃ பிராப்ளம் முடியல! முடியவும் முடியாது! நீங்க பண்ண ஒரு கேவலமான

வேலையை யாருக்கும் தெரியாம நான் மறைப்பது கூட என் உயிர் நண்பன் மனம் வேதனை அடைய கூடாது என்று தான்.

நானும் அதை மறக்க கூடாது சொல்லி என் டைரி ல தினம் தினம் எழுதி வைக்குறேன்." என்று கோபம் அருவருப்பு கலந்த குரலில் சொன்னான்.

"ஆனால் அபி நான் அன்னிக்கு செய்தது எல்லாம்.."

"தெரியும். என் நண்பன் மேல நீங்க வைத்த காதலுக்காக.. அதானே..? லூக் உங்க அளவுக்கு எனக்கு அவன் மேல் உரிமை இல்ல, ஒற்றுக்கொள்கிறேன். ஆனா, அவன் என் நண்பன். எப்படி? அவன் என் நண்பன்! அவன் கழுத்தில் கத்தி வைத்த மாதிரி பொய் சொல்லி கல்யாணம் பண்ண உங்களை நான் ஒரு-போதும் மன்னிக்கவே மாட்டேன்.

நம்ம உறவு எல்லாம் இந்தப் பிசினஸ் பார்ட்னர் என்ற அளவுக்குத் தான். அதைத் தாண்டி நம்ம ரெண்டு பேருக்கும் எந்த உறவும் இல்ல. குட் பாய்.." என்-றவன் ஸ்ரீகிருஷ்ணா, சிவராம் வருவதற்கு முன் தன் காரை எடுத்துக் கொண்டு வேகமாகக் கிளம்பி விட்டான்.

இங்கோ, ஒரு காலத்தில் தன்னை "சீதா அக்கா...! சீதா அக்கா..!" எனச் சுற்றி வந்த தன் கூடப் பிறக்காத அன்பு தம்பியை, காதல் என்ற ஒன்றை கொண்டு கொன்ற வலி சீதாவின் மனது முழுவதும் திரும்பி பரவியது. அவன் வாயால் திரும்பி அந்த "அக்கா" என்ற வார்த்தை எப்போது கேட்போம் என அவளுக்கு இருந்தது.

அங்கே ஓடி வந்த சிவராம், "போச்சு! அவன் கிட்ட லிஃப்ட் கேட்கலாம் இருந்தேன். அதுக்கு முன்னாடி போய்ட்டான். இப்போ நான் என்ன பண்றது? ஏது பண்றது?" என்று சொல்லி அலுத்துக்கொண்டான்.

"ஏன், உன் யாருக்கு என்னாச்சு?" என்று கேட்டான் கிருஷ்ணா.

"அது பஞ்சர் ஆகி நடுவழியில் நிக்குது."

"சரி! சரி! வா, நாங்களே உன்னை உன் வீட்டுல டிராப் பண்றோம்" என்று சொல்லிவிட்டு சிலை போல் அபிராம் போன வழியையே பார்த்துக் கொண்டு இருந்த தன் மனைவி சீதாவை நெருங்கினான் கிருஷ்ணா. அவளிடம், "என்ன மேடம், கண்ணகி போஸ் கொடுத்து நிக்கிறீங்க? யாராவது எனக்குத் தெரியாம உங்களை ஃபோட்டோ எடுக்கிறாங்களா? அடேய்! யாருடா அவன்? என் பொண்-டாட்டியை எனக்குத் தெரியாம ஃபோட்டோ எடுக்கிறது? என்னையும் சேர்த்து எடுங்கடா!" என்றான்.

அவன் சொன்ன விதத்தில் சிரிப்பு வந்த போதும் அவனைக் கொட்டிய சீதா, "லூசு! லூசு! நீயே ஏதாவது கற்பனை பண்ணிப்பியா?" என்று கேட்டு முறைப்பது போல அவனை ரசித்துப் பார்த்தாள்.

"சரி, அதை விடு. தங்களின் சிலை நிலைக்குக் காரணம் என்னவோ மாகராணி..?"

"அபி. அவன் கிட்ட பேச போனேன். அவன்.. அவன்.."

"என்ன எப்பவும் போலக் கோபத்தில் சத்தம் போட்டு போய்ட்டான். அதானே..? விடுடா, அவனைப் பற்றித் தான் நமக்குத் தெரியும் ல..?. தனக்கு ரொம்பப் பிடித்தவர்கள் கிட்ட மட்டும் தான் கோபமோ அன்போ ஓவரா காண்பிப்பான்." என்று சொல்லி தன் காதல் மனைவியைச் சமாதானம் செய்தான் கிருஷ்ணா.

"அப்போ இன்னும் நான் அக்காவா அவன் மனதில் இருக்கேன் ல?" என்று ஏக்கம் நிறைந்த குரலில் கேட்டாள் அவள்.

"கண்டிப்பா. இதுக்குப் போய்க் குழந்தை மாதிரி கண் கலக்கிட்டு. நீயோ ஒரு சைக்காலஜிஸ்ட் டாக்டர். நீயே இப்படிச் சின்னச் சின்ன விஷயத்துக்குக் கலங்கலாமா..?"

"நான் டாக்டரா இருந்தாலும் எனக்கும் மனசு இருக்கு. அதில் கொஞ்சம் ஏக்கம் இருக்கு."

"ஹ்ம்ம்.. அப்படியே இந்த மாமன் மேல கொஞ்சம் காதலும் இருக்கு." எனக் கூறி சீதாவை பார்த்துக் கண்ணடித்துச் சிரித்தான் கிருஷ்ணா.

"கொஞ்சம் இல்லடா பாக்கி..! ரொம்ப ரொம்பவே காதல் இருக்கு! அதனால் தான் யார் என்னைக் கேவலமா பார்த்தாலும் சரி என உன்னைத் துரத்தி துரத்தி கை பிடித்தேன். அப்போ பிடித்த கையை இதுவரைக்கும் கனவில் கூட விடணும் தோணல. நீ கோகுலத்தின் கிருஷ்ணன் டா! ஆனா, எனக்கே எனக்கு மட்டும் சொந்தமான என் கிருஷ்ணன்." என்று சொல்லி தன் காதல் கணவனைக் காதல் பார்வை பார்த்தாள் சீதாஸ்ரீ.

அந்தப் பார்வையில் மயங்கிய ஸ்ரீகிருஷ்ணா, "பாருடா! வசனம் எல்லாம் சூப்பரா இருக்கே..? எந்தப் படத்தில் இருந்து சுட்டது.? அதைச் சொன்னால் நானும் அதைப் பார்த்து நாலு ஐந்து பிட்டு போடுவேன்." எனக் கூறி அவனும் காதல் பார்வை பார்த்தான்.

'ரொமான்ஸ் ஓவரா போகுதே..!' என நினைத்துக் கடுப்பில் அவர்கள் இடையில் வந்த சிவராம், "லவ் பைட்ஸ், நான் இங்கயே இருக்கட்டுமா..? இல்ல, அப்படியே பொடி நடையா நடந்து வீட்டுக்கு போகட்டுமா..?. ஏன் கேட்கிறேனா, எங்க அம்மா நான் இன்னும் வீட்டுக்கு வரல என நடுரோடு கூடப் பார்க்காமல் 'என் பையன் இன்னும் வீட்டுக்கு வரல. ஏதோ ஒரு பூச்சாண்டி அவனைத் தூக்கிட்டு போய்ட்டான் போல', என்றெல்லாம் சொல்லி விழுந்து ஒப்பாரி வைப்பாங்க. இதுவெல்லாம் தேவையா..?" என்று சொல்லி அவர்களைக் கிளம்பச் சொன்னான்.

அவன் சொன்ன விதத்தில் வந்த சிரிப்போடு அவர்களும் அவனோடு கிளம்பினர்.

ஸ்ரீகிருஷ்ணா, சீதாஸ்ரீ மற்றும் சிவராம் போய்க் கொண்டிருந்த ஒரு வழியில் இருந்த இருட்டு ரோடு ஒன்றில் கண்ணு தெரியாத ஒரு பெண்ணிடம் இரண்டு பேர் தப்பா நடக்க முயல்வது போல் ஒரு காட்சியை அவர்கள் கண்டனர்.

உடனே காரில் இருந்து இறங்கிய சிவராம் அந்தப் பெண்ணைக் காப்பாற்ற உடனே அங்கே சென்று, அந்த இருவரை அடித்து விரட்டினான்.

அதன் பிறகு நான்கு பேர் கொண்ட கும்பல் கேமரா வைத்து அவனைச் சுற்றி நின்று கை கொடுத்து, "சூப்பர் ப்ரோ! இப்படித்தான் ஒரு பொண்ணுக்குப் பிரச்சினை என்றால் உதவிக்குப் போகணும். இது ஜஸ்ட் ஏ பிராங்க் வீடியோ! எங்க யூடியூப் சேனலுக்கு ஒரு விழிப்புணர்வை உண்டாக்க நாங்க எடுப்பது. உங்கள் நல்ல மனசுக்கு ஒரு சலுட் மற்றும் எங்க பரிசாக ஒரு விருது..", என்று அந்த நான்கு பேர் கொண்ட கூட்டத்தில் இருந்த ஒருவன் சொன்னான்.

அதைக் கேட்டு மிகவும் கோபத்தில் அவர்களை அடிக்கும் அளவுக்குத் தயாரானான் சிவராம். அப்போது தான் அதுவரை இருட்டில் முகம் மறைத்திருந்த தன் முகத்தை அந்தப் பெண் வெளிச்சத்தில் காண்பித்தாள்.

குருட்டு பெண்ணாகப் பிராங்க் வீடியோவிற்காக நடித்த பெண் வேறு யாருமல்ல, மோகினி தான். அவளை அங்கே பார்த்த பிறகு எங்கிருந்து தான் அவனுக்கு அப்படி ஒரு கோபம் வந்ததோ, அவளில் கன்னத்தில் பளார் என ஓர் அடி வைத்தான். இது அனைத்தும் ஶ்ரீகிருஷ்ணாவும் சீதாஶ்ரீயும் அங்கே நெருங்குவதற்குள் நடந்தது.

அடித்தது மட்டுமல்லாமல் அவர்கள் கையிலிருந்த கேமராவின் டேப்பை பிடுங்கிவிட்டு, "இதோ இது தான் என் விசிட்டிங் கார்ட். உங்களுக்கு உங்க டேப் திரும்பி வேணும்னா நாளைக்கு என் கம்பெனிக்கு வந்து வாங்கிக்கிட்டு போங்க." எனச் சொல்லிவிட்டு ஶ்ரீகிருஷ்ணா மற்றும் சீதாஶ்ரீயுடன் காரில் கிளம்பி விட்டான்.

இங்கே அடி வாங்கிய மோகினி கடும் கோபத்தில் இருந்தாள். தன்னுடன் இருந்த மற்றவர்களை எவ்வளவு முடியுமோ அவ்வளவு அசிங்க அசிங்கமாகத் திட்டி விட்டு, "ச்சீ..! நீங்க எல்லாம் ஆம்பளைங்களா..? எவனோ ரெண்டு பேர் என் கையைப் பிடித்து இழுத்து தப்பா நடக்கப் பார்க்க, அதைக் கூட ரெக்கார்ட் பண்ணிக்கிட்டு இருந்தீங்க..! இப்போ வந்தவர் மட்டும் என்னைக் காப்பாத்த வில்லனா என் நிலைமை என்ன..?" என அந்த இரவு நேரத்து அமைதியை மீறி கத்தினாள்.

அதற்கு அவளின் தோழன் ஒருவன், "அதில்லடி, நாங்க பக்கத்தில் வருவதற்குள் என்னென்னமோ நடந்துடுச்சு. அப்படிப் பார்க்காத, அம்மா சத்தியமா இதான் உண்மை. நீ எங்களோட ஃப்ரெண்ட், கிட்டதட்ட எங்க கூடப் பிறந்த சகோதரி போல. உன்னைக் கஷ்டத்துல விட்டுட்டு நாங்க சும்மா வேடிக்கை பார்ப்போமா..? உன்னை விட அந்த வீடியோவா எங்களுக்கு முக்கியம்..?" என்று கேட்டான்.

கொஞ்ச நேரத்தில் தன் பழைய நிலைக்குத் தன் கோபத்தை விட்டு திரும்பியவள், "சாரி கைஸ்..! (guys), நான் திடீர் அதிர்ச்சியில் என்ன பேசுறேன் எனத் தெரியாம பேசிட்டேன். இப்போ நம்ம கேமராவை அவரிடம் இருந்து வாங்கனும்ல..? யார் போறீங்க?' எனக் கேட்டாள்.

ஒருவர் முகத்தை ஒருவர் மாற்றி மாற்றிப் பார்க்க கடைசியில் மோகினியே நாளைக்கு ஒரு நாள் பேங்கிற்கு லீவ் போட்டு போவது என முடிவு செய்தாள். அவளுக்கும் தன்னை ஓர் ஆபத்திலிருந்து காப்பாற்றிய நபருக்கு நன்றி சொல்ல வேண்டும் என்று தோன்றியது.

அவன் கொடுத்த விசிட்டிங் கார்டை பார்த்தவள் அதில் இருந்த பெயரை கண்டு அதிர்ச்சி அடைந்தாள்.

சிவராம்.

அவள் மனதுக்குள் அப்போது எழுந்த கேள்வி,

இந்த ராம் தான் அந்த டைரி எழுதிய ராமா இருக்குமா..?

போகும் வழி முழுதும் சிவராம் திட்டிக் கொண்டே வந்தான்.

"மோகினி... மோகினி... ஏன்டி இப்படி..? நான் மட்டும் அங்க வரலன்னா என்ன நடந்திருக்கும்..?. பெயருக்கு ஏற்ற மாதிரி அவ சரியான பிசாசு! பிசாசு தான்! மோகினி பிசாசு...!" என்று கத்தினான்.

கிருஷ்ணாவுக்கும் எல்லாம் புரிந்தும் புரியாத மாதிரி இருக்க, "அடேய் யாரை மோகினி பிசாசு சொல்ற..?" எனக் கேட்டான்.

"வேற யார் இப்போ கொஞ்ச நேரத்துக்கு முன்னாடி காப்பாற்றின பொண்ணைத் தான் சொல்றான். சரியா சிவா..?" எனக் கேட்டாள் சீதா.

"அப்படியா? ஆனா, அவ பெயர் சொன்ன மாதிரி மட்டும் இல்ல, வாய் திறந்து பேசியது போலக் கூட எனக்கு நினைவில் இல்லயே!", என ஓர கண்ணில் சிவாவை பார்த்துச் சொன்னான் கிருஷ்ணா.

என்ன சமாளிப்பது புரியாமல் சிறிது நேரம் யோசித்த சிவராம், "இரவு நேரத்துல ஓர் அழகான பொண்ணு நடுரோட்டில் இருந்தால், மோகினி பிசாசு தான் சொல்லுவாங்க. அதான் அப்படிச் சொன்னேன். மற்றபடி அந்தப் பொண்ணோட உண்மையான பெயர் எனக்கு எப்படித் தெரியும்..?" எனச் சொன்னவன், 'இதற்கு

மேல் ஏதாவது பேசினால் தன் வாயாலேயே உண்மை எல்லாம் உளறி விடுவோம்!' என்ற பயத்தில் கண்ணை மூடி கார் சீட்டில் சாய்ந்து கொண்டான்.

சீதாவுக்கு மட்டும் இதில் ஏதோ ஒரு மர்மம் இருப்பது போலத் தோன்ற, சிவா-வுக்குத் தெரியாமல் அவன் பாக்கெட்டில் இருந்த அவனின் ஃபோனை எடுத்தவள், அதன் கடவு சொல்லை போட்டவள், அவனின் ஹிட்டன் போல்டர் (Hidden folder) ஃபோட்டோஸ் எல்லாம் ஒன்று ஒன்றாகப் பார்த்தாள். அதிலிருந்த இரு பெண்களின் ஃபோட்டோவில் இப்போது சிவராமிடம் அடி வாங்கிய பெண்ணும் இருக்கே, தன் கேள்விக்கான மர்மத்தை அவள் உணர்ந்து கொண்டாள்.

'அடேய் சிவா! இவ்வளவு நாளாகப் பழசை மறந்து நீ சந்தோஷமா இருக்க நினைச்சா, இன்னும் அவளையே நினைச்சுட்டா இருக்க? எப்படிடா என் ரெண்டு தம்பிகளும் ஒரே குடும்பத்தில் போய்த் தலையை விடுறிங்க? யப்பா சாமி! இதுக்கு நான் எதாவது ஒருவழி பண்ணியே திறனும், இல்லன்னா என் தலையே வெடிச்-சிடும்!' என்று நினைத்தவள் அதற்கான யோசனையில் இறங்கினாள்.

சிவராமை அவன் வீட்டில் விட்டு விட்டு, தங்கள் வீட்டுக்குள் அவர்கள் போனால் அங்கே இவர்களுக்கு முன்னே அபிராம் அங்கே வந்து ஒரு கையால் மடியில் படுத்து இருந்த அவர்களின் ஒரு வயது குழந்தை ஸ்ரீநாத்தை தூங்க வைத்துக் கொண்டும், மற்றொரு கையால் அழுது ஓய்ந்த ஸ்ரீதரை தோளில் சாய வைத்துச் சமாதானம் செய்து கொண்டு இருந்தான்.

"விடு ஸ்ரீதர், அதான் அந்தக் குட்டி பொண்ணுக்கு நீ சப்போட்டா இருந்த ல? பின்ன என்னடா..?" என்று கேட்டான் அபிராம்.

"இல்ல மாமா, அவ ரொம்பப் பாவம் தெரியுமா..? எப்படியெல்லாம் அழுதா தெரியுமா..? அதுக்கு நீ எதாவது வழி பண்ணியே திறனும் மாமா.." எனச் சொல்லி தன் மாமனை கொஞ்சினான் ஶ்ரீதர்.

"சரி டா! பெரிய மனிதா! என்ன செய்யணும் சொல்லு, செய்கிறேன்" என்று சொல்லி தன் அக்கா மகனுக்கு வாக்குக் கொடுத்தான் அபிராம்.

"நீயே அந்தப் பொண்ணோட அம்மாவை கல்யாணம் பண்ணிக்கோ." என்று சொல்லி ஒரு குண்டு அந்தச் சிறுவன் போட, அதனைக் கேட்டு கிருஷ்ணா மற்-றும் சீதா அதிர்ச்சி அடைய, பெரியவர்கள் நந்தினி நந்தனோ அந்தக் குழந்தை சொன்னதற்கு, "சரி" என்றனர்.

"அட கடவுளே! உங்களுக்கு என்ன தான் ஆச்சு..? குழந்தைதான் தெரியாம கேக்குது பார்த்தா, அப்பா அம்மா நீங்களுமா..? என் நிலைமை தெரிந்தும் இப்படி நீங்க கேட்பிங்க நினைக்கல!" என்று எரிச்சல் நிறைந்த குரலில் அபிராம் சொன்-னான்.

"அபி கண்ணா, அந்தப் பொண்ணு கூட நானே பேசினேன் பா. ரொம்ப நல்ல பொண்ணு, நிதர்சனம் புரிந்த பொண்ணும் கூட. அவ உன் வாழ்க்கைக்குள்

வந்தா எல்லோரும் சந்தோஷமா இருப்பாங்க", என்று தன் மகனாக நினைக்கும் அவனுக்கு ஒரு நல்லது பண்ணும் ஆசையில் கேட்டார் நந்தன்.

"ஐயோ! உங்களுக்கு ஒரு தடவை சொன்னா புரியாதா..? இந்த ஜென்மத்துல எனக்குக் கல்யாணம் குழந்தை என எதுவும் வேணாம். கடைசி வரை நான் தனி மரமாகவே இருந்து போய்ச் சேர்றேன்!" என்றான் அபிராம்.

"அபி..." என சீதா அவன் சொன்ன வார்த்தை கேட்டுக் கோபமா கத்த. அதன் பிறகு தான் தான் சொன்ன வார்த்தை மற்றவர்களை எந்த அளவுக்குப் பாதிக்கும் என்பதே அவனுக்குப் புரிந்தது.

"சாரி!" என எல்லோரிடமும் சொல்லி விட்டுச் சீதாவிடம் மட்டும் முகத்தைத் திரும்பி கொண்டு சென்று விட்டான் அவன்.

அந்த நொடி சீதா ஒரு முடிவுக்கு வந்தாள், "எண்ணி ஒரே மாதத்தில் தன் இரு தம்பிகளின் வாழ்க்கையில் திரும்பி காதல் என்ற ஓர் ஒளியை கொண்டு வர வேண்டும்!" என்று.

**அவள் நினைத்தது நடக்குமா?**

**காதலை வெறுக்கும் அபிராம் வாழ்க்கையில் உண்மையில் நடந்தது என்ன?**

**மோகினி பற்றிச் சிவராமுக்கு எப்படித் தெரியும்?**

ஒரு பக்க கன்னம் வீங்கிய நிலையில் வீட்டுக்குள் வந்த மோகினியை பார்த்த அவள் அம்மா சுந்தரி பதறி விட்டார்.

"அட... என் செல்லமே! எப்படி மா இப்படி ஆச்சு..? எதாவது பூச்சி கீச்சி கடித்து விட்டதா..?" என அக்கறை நிறைந்த குரலில் கேட்டார் அவர்.

"அடியே சுந்தரி! இதைப் பார்த்தா பூச்சி கடி மாதிரியா உனக்குத் தெரியுது. ஒருத்தன் பளாரென அறைஞ்சுட்டான்." என்றாள் மோகினி.

அப்போது அதைக் கேட்டவாறே அங்கு வந்த ஐஷ்வர்யா, "யாரோ ஒருத்தன் உன்னை அடிக்கும் அளவுக்கு நீ என்ன பண்ண..?" என மோகினியை பார்த்துக் கண்ணைச் சுருக்கி கேட்டாள்.

"ஆஹா.. நீ அல்லவோ ஒரு நல்ல அக்கா! தங்கச்சி ஒரு பக்கம் கன்னம் வீங்கி போய் வந்து இருக்காளே! வலிக்கு எதாவது மருந்து போடுவோம் எனக் கொஞ்சமாவது இருக்கா? சைக்கோ! சைக்கோ..!", எனச் சொல்லி அவர்களின் கேள்வியில் இருந்து தப்பிக்க மோகினி பார்த்தாள்.

ஆனால் மோகினி பேசியதற்குப் பதில் பேசாமல் ஒரே இடத்தில் ஐஷ்வர்யா தன் தங்கையை முறைத்த விதத்திலேயே நிற்க. அதில் பயந்தவள் மனதுக்குள், 'ஐயோ! நான் போயும் போயும் இவ கிட்டயா மாட்டனும். இவ சரியா பஜாரி ஆச்சே! கோபம் வந்தா பச்ச பச்சயா கேட்பாளே..!' என யோசித்தவள், பென்சில்

திருடிய குழந்தை போல நின்றாள்.

ஒரு முடிவுக்கு வந்த அவளின் அக்கா ஐஷ்வர்யா, "இப்போ மட்டும் நீ சொல்லல உன் யூடியூப் கூட்டாளிங்க கிட்ட போன் பண்ணி கேட்பேன்." என மிரட்டினாள்.

பின் வேறுவழியின்றி மோகினி உண்மையெல்லாம் சொன்னாள். அதெல்லாம் கேட்ட ஐஷ்வர்யா ஒன்றும் பேசாமல் ஃபர்ஸ்ட் எய்டு கிட் எடுத்துக்கொண்டு வந்தாள்.

'அப்பாடா நல்லவேளை இவ திட்டில் இருந்து தப்பித்தேன். என்ன ஒரு வாரத்துக்கு அம்மா செய்யும் சிக்கனை தான் கடிக்க முடியாது. பரவால்ல அட்ஜஸ்ட் பண்ணிப்போம்..' என மோகினி யோசித்து முடிப்பதற்குள், ஐஷ்வர்யாவின் கை மோகினியின் மற்றொரு கன்னத்தில் இடியாய் விழுந்தது.

"என்னடி நினைச்சுக்கிட்டு இருக்கே? சின்னப் பொண்ணு போனா போகட்டும் விட்டா... ரொம்பத் திமிர் எடுத்து போய் ஆடுற! இனிமேல் யூடியூப் கிடியூப் எனப் போனாய்த் தெரிந்தது காலை உடைத்து ஓரமாகப் போட்டுவேன்!" என்று சொல்லி கோபம் கொண்டாள். பின் எதுவும் நடக்காத மாதிரியும் மோகினியின் இரு கன்னத்திற்கு முதலுதவியும் செய்தாள்.

'யப்பா சாமி இவளே மற்றொரு கன்னத்தில் அடித்துப் பஞ்சராகியதும் அல்லாமல் அதுக்கு ஒத்தடம் வேற தருகிறாள். இவ இந்த அளவுக்கு அடிக்கும் அளவுக்குப் போனது இல்லயே! இப்ப என்ன திடீர்னு..?' என யோசித்த மோகினி அதற்கு மேல் வாயை திறக்காமல் நன்றாகத் தன் வாயை மூடி கொண்டாள்.

எல்லோரும் தங்கள் அறைக்குச் சென்ற பிறகு,

தன் ஃபோனில் குறுந்தகவல் செய்த ஐஷ்வர்யா, "நீ சொன்ன மாதிரியே அவளை அடிச்சுட்டேன். தயவு செய்து என் வாழ்க்கைக்குள் திரும்பி வராதே ராம்..", என்று அனுப்பினாள்.

"இங்க பார் என்றும் உன் வாழ்க்கைக்குள் நான் வந்தது இல்ல. நீ தான் அடிக்கடி என் வாழ்க்கைக்குள் கிராஸ் பண்ற. காதலித்து ஏமாற்றியது நீ! உன் அப்பனை பார்க்க வர சொல்லிட்டு எங்கயோ போனது நீ! அன்று உன் அப்பனால் நான் பட்ட அவமானம் இன்னும் என் நெஞ்சில் இருக்கு. அந்த அவமானத்தின் வலி இன்னும் மாறல." என்று அடுத்தப் பக்கத்தில் இந்த 'ராம்' என்பவன் குறுந்தகவல் ஒன்றை அனுப்பிவிட்டு, அதற்கு மேல் வேற எந்தக் குறுந்தகவலும் அனுப்பவில்லை.

'சாரி ராம். அன்னிக்கு நான் வேணும்னே பண்ணல, என் சூழ்நிலை அப்படி. நான் எங்க அப்பாவின் மிரட்டல் கேட்டுதான் அன்னிக்கு உன்னைப் பார்க்காமல் இருந்துட்டேன். அவர் தற்கொலை செய்து கொள்வேன் சொன்னதோடு என் தங்கைக்கும் விஷம் வைத்து விட்டார். அந்த ஒரே காரணத்தால் நான் நம் காதலை

புதைத்தேன்! அந்த ஒரு நிகழ்வே நீ வாழ்க்கை மொத்தமும் என்னை வெறுக்கும் அளவுக்குப் போகும் என நினைக்கல டா!' என நினைத்தவள் என்றும் போல இன்றும் நீண்ட நேரம் அவள் அழுத பிறகு வந்த சோர்வினால் தான் தூங்க ஆரம்பித்தாள்.

அவள் கனவில் அவளும் அவளின் ராமும் காதலித்த தினங்களே ஒன்று ஒன்றாக வந்தது.

அந்த நினைவில் எப்போதும் போலச் சிறு சிரிப்பு அவள் உதட்டில் குடி-கொண்டது.

கன்னம் இரு பக்கம் வீங்கி இருந்தாலும் ராம் என்ற பெயர் அவள் தலையைக் குடைந்தது. அதற்குப் பதில் கண்டுபிடிக்கவே மறுபடியும் அந்த டைரியை எடுத்து படிக்க ஆரம்பித்தாள் மோகினி.

அதில்,

மைதிலியை அன்று நான் சந்தித்தது இப்போ நினைத்தாலும் கனவு போல இருக்கு. அப்போ அது நல்ல கனவு, இப்போ இந்த நொடி, கெட்ட கனவு!

அம்மா காரணம் இல்லாமல் என்னை அடித்த அடியில் விநாயகர் கோவிலில் உட்கார்ந்து அழுது கொண்டே இருந்தேன்.

அப்போ ஒரு பொண்ணு என் பக்கத்தில் வந்து உட்கார்ந்தாள். அவ தான் மைதிலி. எனக்கும் அவளுக்கும் அப்போ ஒரே வயது... பத்து வயது.

"ஓய்! எதுக்குப் பொண்ணு மாதிரி அழுதுட்டு இருக்க?" என்று அவள் கேட்-டாள்.

எனக்கு அப்போ வாய் திறந்து பேச்சு வரல, வெறும் காத்து தான் வந்தது. அதனைப் பார்த்து சிரித்தவள்,

"இனி நான் சைக்கிளுக்குக் காத்து அடிக்கச் சைக்கிள் கடைக்குப் போக மாட்டேன். ஒரு டுபின் முனை எடுத்து உன் வாய்க்கும் இன்னொரு முனை எடுத்து என் சைக்கிள் டயருக்கும் வைத்தால் போதும் உடனே காத்து ஏறிடும். அப்படி ஒரு காத்து வருது உன் வாயில்." என்றவள் என் பெயரை கேட்டாள்.

முயன்று எப்படியோ என் பெயர் ராம் என்றேன்.

அதற்கு அவளிடம் இருந்து ஒரு சிரிப்பே பதிலாக வந்தது. அவள் சிரிப்பு அன்னிக்கு நினைத்த போது ஒரு தேவதையின் சிரிப்பு என நினைத்தேன். இன்-னிக்கு அது ஓர் அரக்கியின் சிரிப்பு என்பதைப் புரிந்து கொண்டேன்.

அவளின் அம்மா வந்து அவளை அழைக்க, அவள் விடை பெற்று போகும் நேரத்தில், "உன் பெயர்... என்.. என்ன?" எனத் திக்கி திணறிக் கேட்டுட்டேன்.

அவளும் தன் பெயரை "மைதிலி" எனச் சொல்லி விட்டு, "நாளைக்கு இதே விநாயகர் கோவிலில் பார்க்கலாம்" எனச் சொல்லி சிட்டாகப் பறந்து சென்று விட்டாள்.

அப்போ சம்பந்தமே இல்லாமல் சிம்பு நடித்த மன்மதன் படத்தில் இருந்து ஒரு பாட்டு என் மனதில் ஓடியது.

*என் ஆசை மைதிலியே!*
*என்னை நீ காதலியே!*
*என் ஆசை மைதிலியே!*
*என்னை நீ காதலியே!*
*தன்னே தனனானே*
*தானானே தன்னே*
*தனனானே தானானே*

ஏன் அப்படி அன்னிக்கு அந்தப் பாட்டை யோசித்தேன் என இன்னிக்கு வரை எனக்குப் புரியாத புதிர் தான்.

காதல் என்றால் என்னவென்று தெரியாத அந்தச் சிறு வயதில் அவள் மேல் கொண்ட நட்பை காதல் என்று நினைத்துக் கொண்டேன். அது நான் செய்த முதல் பெரும் தவறு!

அதையே அவளும் உண்மை என நான் காதல் சொன்ன அடுத்த நாளே ஒத்துக்கொண்டது இருப்பதிலேயே மிகப் பெரிய தவறு!

அம்மாவால் உடலில் காரணம் இல்லாமல் அடி வாங்கிய சமயத்தில், ஆறுதல் சொல்ல ஆட்களைத் தேடி ஏங்கிய அந்த நேரத்தில், நட்பு கரம் நீட்டிய பெண்ணையே காதல் பார்வை பார்த்த நான், சாக வேண்டியவனே!

உடலில் பட்ட காயத்தை மருந்து கொண்டு ஆற்றிய என்னால் மனதில் பட்ட காயத்தை எந்த மருந்துக் கொண்டு ஆற்றுவது எனத் தெரியவில்லை.

எங்கள் நட்பு எங்களின் பதினைந்து வயதில் காதலாக உருமாறியது. எங்கள் நட்பே யாரும் அறியாத ஒன்று, அதில் எங்கள் காதலோ சிதம்பர ரகசியம் போலவே அன்று இருந்தது.

நட்பை மறைத்தாள், காதலை மறைத்தாள் மொத்தத்தில் அவளுக்கு நான் யார் என்ற ஒன்றையே மொத்த உலகத்திற்கும் மறைத்தாள். நட்பை காதலாக மாறியது தவறு என நினைக்கும் நேரத்தில் அவளைக் கண்டதே தவறு என்பதைப் புரிய வைத்தாள்.

அது புரிந்த சமயத்தில் என் கண் முன்னால் இன்னொருவன் அவள் கழுத்தில் தாலி கட்ட அவளோ எந்தக் குற்ற உணர்ச்சியும் இல்லாமல் சிரித்த முகத்தோடு தாலியை வாங்கிக் கொண்டாள்.

அவள் என்னை விட்டுப் போனது கூட எனக்கு வருத்தம் இல்லை. என்னைத் தனியே சந்தித்துச் சொன்னால் பாருங்க ஒன்று!

ஐயோ..! அப்போவே இறந்து பூமிக்குள் போய் விட மாட்டோமா இருந்தது.

அவள் சொன்னது...

மோகினிக்கு தன் அறைக்குள் யாரோ வரும் ஓசை கேட்க, அந்த டைரியே மறுபடியும் ஒளித்து வைத்தவள், திரும்பி பார்க்க அவளின் அம்மா சுந்தரி அவளின் அறை வாசலில் நின்று கொண்டிருந்தார்.

"என்னமா, போய்த் தூங்க வேண்டியது தானே? மாத்திரை வேற போட்டு இருக்கீங்க! போங்க மா! எதுவா இருந்தாலும் காலையில் பேசிக்கலாம்.." என்று தன் தாயின் உடல் நிலையைக் கருத்தில் கொண்டு பேச்சை தள்ளி போட பார்த்தாள் மோகினி.

"இல்ல டா, குட்டி. இந்த அம்மா மேல கோபமா இருக்கியா..? எனத் தெரிஞ்சுக்கலாம் என்று தான் வந்தேன்." எனத் தயக்கம் நிறைந்த குரலில் கேட்டார் சுந்தரி.

"கோபமா..? அதுவும் எனக்கு உங்க மேலயா..? ஐயோ! அம்மா, இப்போ இந்த இரவு நேரத்தில் ஏன் காமெடி பண்றீங்க..? ஹா.. ஹா.. எனக்குச் சிரித்துச் சிரித்து வயிறு வலியே வந்திடும் போல. நான் எதுக்கு மா உங்க மேல கோபப்படனும்?"

"அது இல்ல டா, அக்கா உன்னை அடிக்கும் போது இந்த அம்மா சும்மா நின்று வேடிக்கை தானே பார்த்தேன்? அதன் என் மேல கோபமா..?"

"என் அக்காமா அவ, யாரோ மாதிரி சொல்றீங்க..? அப்பா அம்மாவுக்குப் பிறகு, கூடப் பிறந்த பிறப்பு தானே இன்னொரு அப்பா அம்மா..?. அப்படிப் பார்த்தால் உங்களை மாதிரி அவளும் எனக்கு இன்னொரு அம்மா தான்.

நான் செய்த தப்புக்கு எவனோ ரோடில் போகிறவன் என்னை அடித்ததையே துடைத்து விட்டு வந்த நானா எங்க அக்கா அடித்ததற்குக் கோபமா இருக்கப் போறேன்..? நீங்க அப்போ குறுக்கே வந்திருந்தால் தான் கோபப்பட்டு இருப்பேன்.", என்று சொல்லி தன் தாயை சமாதானம் செய்தாள் மோகினி. கண்ணீர் கண்களோடு அவளின் கன்னத்தைத் தொட்டு பார்த்த சுந்தரி, "ராஜா விட்டு கன்று குட்டி மாதிரி திரிந்த உனக்கா இந்த நிலைமை...? ஏன் மா நாங்க சொல்ற மாதிரி அந்த யூடியூப் வேலை எல்லாம் விடுடா!" என்றார்.

"அட என்னமா உனக்கே தெரியும் ல..? அந்தப் பேங்க் வேலையை விட இந்த யூடியூப் சேனல் வேலை தான் நான் என்ஜாய் பண்ணி செய்வது. அதைப் போய் விடச் சொல்றீங்க!" என்று சொல்லி கோபத்தில் முகத்தைத் திருப்பிக் கொண்டாள் மோகினி. அதில் வருத்தம் கொண்ட அந்தத் தாய், "அதில்லடா கண்ணா, முன்-

னாடி எல்லாம் இந்த மாதிரி எவனோ ஒருத்தன் உன்னைக் கை நீட்டி அடிக்கும் அளவுக்கு எதுவும் நடக்கல."

"ஐயோ! அம்மா இது எங்க தப்பு தான். இத்தனை நாள் காமெடி வீடியோஸ் செய்த நாங்க ஒரு தடவை பொதுநலம் கருதி இரவு பெண்கள், அதுவும் கண் பார்வையற்ற பெண் ஆள் நடமாட்டம் இல்லாத இடத்தில் நடந்து போனால் அவங்க சந்திக்கும் பிரச்சனைகள் என்னென்ன..? என அறிய நாங்கள் செய்யச் சிறு முயற்சி, இவ்வளவு பெரிய பிரச்சினையில் முடியும் நினைக்கல.

நல்லவேளை ஒருவர் வந்து என்னைக் காப்பாத்தினார். அவர் மட்டும் இல்ல, எங்க ஆட்கள் வருவதற்குள் தொட கூடாத இடத்தில் என்னைத் தொட்டு அசிங்கப்படுத்தி இருப்பாங்க. இனிமேல் சத்தியமா இப்படிப்பட்ட ஒரு விஷப்பரிச்சை உங்க அனுமதி இல்லாம செய்யவே மாட்டேன்! இது உங்கள் மேல் சத்தியம்!" என்று சொல்லி தன் மேல் சத்தியம் செய்தாள் மோகினி.

"இப்போ கூடப் பாரு! செய்யவே மாட்டேன் சொல்லல! என் அனுமதி இல்லாம செய்ய மாட்டேன் என்று தான் சொல்ற!" என்றார் சிறு கோபத்தில். அதற்கு லூசு மாதிரி ஒரு சிரிப்பு சிரித்து விட்டு தூங்க சென்றாள் மோகினி. அவளின் அம்மா சுந்தரியும் அதன் பிறகு தூங்க சென்றார். அதே நேரத்தில் தான் நம் இரு கதாநாயகர்கள் இருவேறு மன கஷ்டத்தால் தவித்தார்கள்.

அபிராம் தன் அப்பா அம்மாவின் உடையைத் தன் மேல் பொத்திக்கொண்டு, "அப்பா! அம்மா! திரும்பி வாங்க ப்ளீஸ்! எனக்கு இந்த வீட்டில் தனியா இருக்கவே பயமா இருக்கு. வீட்டுக்கு வெளியே நாய்கள் எல்லாம் குலைக்கும் சத்தம் எல்லாம் கேட்டு எனக்கு ரொம்பப் பயமா இருக்கு! நிலா ஒளியில் மரத்தின் நிழல் கூடப் பேய் மாதிரி தான் தெரியுது. ப்ளீஸ்! ப்ளீஸ்! திரும்பி வாங்க!" எனக் கண்ணீர் விட்டு அழுது கொண்டு இருந்தான்.

சிவராம் தன் ஃபோனில் இருந்த மோகினியின் போட்டோவை பார்த்து, "சாரி டா குட்டி! இந்த அத்தானை மன்னித்து விடு. என் செல்லம் அந்த இருட்டு இடத்தில் பெரிய பிரச்சினையில் இருந்தது எனத் தெரிந்த போதே என் உயிர் பாதிப் போச்சு. அதை நீயே வேண்டும் என்றே விலை கொடுத்து வாங்கினாய் எனத் தெரிய வந்த போது வந்த கோபத்தில் தான், என்னை மீறி அடித்து விட்டேன். என் குழந்தை மா நீ! உன்னை அடித்தது நினைத்து நினைத்தே இதயம் வெடித்து விடும் போல இருக்கு. கண்டிப்பா என் மேல் செம்ம கோபத்தில் இருப்பாய் தெரியும்!" எனக் கண்ணீர் கண்களால் அவள் போட்டோவை பார்த்துக் கொண்டிருந்தான்.

***நினைவு புத்தகம் இன்னும் திருப்பப்படும்.***

# 3

# மோகினியின் காதலும் சிவராமின் தண்டனையும்.

அந்த டைரியை படிக்க ஆரம்பித்ததில் இருந்து மோகினியால் சரியாகத் தூங்க முடியவில்லை.

அவளும் ஒரு காலத்தில் நட்பை காதல் என நினைத்து ஏமாந்தவள் தானே..? இதே போல ராம் என்ற பெயர் கொண்ட ஒருவனைக் காதலித்த பைத்தியம் தானே அவள்?

அந்த டைரியில் இருந்த "ராம்" என்ற பெயரை தாண்டி சிறிது நாளாகவே இந்த "ராம்" பெயர் அவளைச் சுற்றி சுற்றி வருகிறது. காரணம் தான் என்ன? எது? என்றே புரியாமல் அவள் முழிக்க, அதே நேரத்தில் அவள் ஃபோனுக்கு ஒரு கால் வந்தது.

"சொல்லுங்க ஆங்கிள் ஃபோட்டோ கிடைத்ததா?" எனத் தனக்கு ஃபோன் செய்து நபரிடம் கேட்டாள் அவள்.

அவள் குடியிருக்கும் வீட்டின் ஓனர் என அவள் அறிந்தவர் தான் ஃபோன் செய்து இருந்தார்.

"ஆமாம் மா, இப்ப தான் பார்த்தேன். அவங்க ஃபோட்டோ எதுக்குக் கேட்ட..?"

"காரணம் இருக்கு ஆங்கிள். அப்புறம் அவர்கள் பெயர் மற்றும் இருக்கும் இடம் கூட வேணும்."

"ஏஎஸ்3 டிரான்ஸ்போர்ட் அண்ட் எண்டர்பிரைசஸ் (AS3 Transport and Enterprises) ஓனர்ஸ் தான் அவங்க. பெயர் ஸ்ரீகிருஷ்ணா, அபிராம் மற்றும்

சிவராம். உங்களுக்கு வீடு வாடகைக்குத் தர சொல்லி அபிராம் தான் சொன்-னான். 'ஐஷ்வர்யா என் கூடப் படித்த பெண், ரொம்பத் தங்கமானவள், அவளுக்கு ரொம்ப அதிகமா வாடகை வாங்காமல் வீடு தாங்க. என்றான். கடந்த ஐந்தாறு வருஷமா யாருமே குடி வராத வீடு மா. உங்க அக்கா அந்த வீட்டை பார்க்க வருவதுக்கு முன்னாடி அவனே என் கிட்ட சண்டை போட்டு வீட்டுக்குப் பைண்ட் (Paint) எல்லாம் அடிக்க வைத்தான். அதுக்குக் காசு கூட அவனே தந்தான் என்றால் பாரேன்."

"எந்த அபிராம் சொல்றீங்க, ஏ.எஸ் காலேஜ்ல பி.டெக் (B.Tech) படித்த அபிராமா?"

"ஆமா.."

"அப்ப உடனே அவங்க ஃபோட்டோவை வாட்ஸப்ல அனுப்புங்க. தப்பா நினைக்க வேணாம், காரணத்தை நான் அப்பறம் சொல்றேன்." எனச் சொன்னவள் ஃபோனை வைத்தாள்.

சொன்னபடி அடுத்த நிமிடம் அவர் போட்டோவை அனுப்பி வைத்தார். அதில் இருந்த அபிராமின் ஃபோட்டோவை பார்த்த மோகினி கடைசியாக அவனுடன் பேசிய நிகழ்வை எண்ணினாள்.

"அபி ப்ளீஸ்! ப்ளீஸ் டா! நான் சொல்றதை கேளு. உண்மையாவே உன்னை நான் ரொம்பவே லவ் பண்றேன் டா! நீ ஏன் என் காதலை ஏற்றுக்கொள்ள மாட்-டேன் சொல்ற?" என்று கண்ணில் நீர் வழிய கேட்டாள் மோகினி.

"ப்ளீஸ் பிசாசு! (அவளுக்கு அவன் வைத்த செல்ல பெயர்) இந்தக் காதல் கன்றாவி எல்லாம் வேணாம் டி! உனக்குச் சின்ன வயசு, இப்போ தான் காலேஜ் வந்திருக்கே. நானோ பி.டெக் (B.Tech) முடிச்சுட்டு அடித்து எம்பிஏ (MBA) சேர போறேன். இது வெறும் வயசு கோளாறு தான். இன்னும் காதல் என்றால் உண்மையில் என்னன்னு கூடத் தெரியாத வயசு உன்னோடது. படத்தில் வரும் காட்சிகளை எல்லாம் காதல் நினைத்து பேசாத புரியுதா?" என்றான் அபிராம் பொறுமையான குரலில்.

"அப்போ கண்டிப்பா நீ என்னைக் காதலிக்க மாட்டியா?" எனத் தன் கைக்-குட்டையால் சளியை சிந்தி கொண்டே கேட்டாள் அவள்.

அவளின் தலையில் வலிக்காத மாதிரி கொட்டியவன், "அடியே மை ஸ்வீட் பிசாசு! இவ்வளவு நேரம் அதானே சொல்றேன். உன்னை மட்டும் இல்ல யாரை-யுமே காதலிக்க மாட்டேன். காதல் என்றாலே எனக்கு வெறுப்பு தான்." என்றான்.

"ஏன்..? என்னாச்சு..? எனக்கே தெரியாது உனக்கு ஏதாவது காதல் தோல்-வியா?"

அதற்கு அவன் பதில் சொல்லாது சென்று விட்டான். அப்புறம் அவளைக் காண அவன் வரவில்லை. அவளும் அவனுக்கு விருப்பம் இல்லாத போது பின்-

னாடியே போய்ப் பேச அவளின் ஈகோ இடம் கொடுக்காததால் அப்படியே இருந்து விட்டாள்.

ஏழெட்டு வருடம் ஓடி போனது. அபிராம் தான் அவளின் முதலும் கடைசிக் காதலன். அவனுக்குப் பிறகு அவள் மனதை கொள்ளை கொள்ள யாருமே வரவில்லை அல்லது அந்த அளவுக்கு அபிராம் அவளின் ராமனாக அவள் மனதில் பதிந்து விட்டான் என்பதா தான் உண்மை போல.

"அபி, இவ்வளவு நாள் உன்னைப் பற்றி எந்தத் தகவலும் எதுவும் தெரியாமல் தான் இருந்தேன். நீயே ஒரு தடவை உனக்கு டைரி எழுதும் பழக்கம் இருக்கு எனச் சொல்லி இருக்கே. இப்போ போதாத குறைக்கு ஆதாரமாக இந்த டைரி வேற என் கையில் இருக்குச் செல்லம்! கண்டிப்பா நீ மறைக்கும் உன் காதல் வெறுப்பின் கதையே உன் வாயால் கொண்டு வரேன். இதோ இப்பவே வரேன் பேபி! திரும்பி உன் வாழ்க்கைக்குள் வரேன். உன் காதல் வெறுப்பை மறைக்க வைத்து, என் அக்காவோட ஃப்ரெண்டா எனக்கு அறிமுகமான உன்னைக் கூடிய சீக்கிரம் என் காதலனாக ஆக்காமல் விட மாட்டேன்." எனச் சொல்லி சபதம் ஏற்றாள் மோகினி.

ஆக மொத்தத்தில் அந்த டைரி அவனுக்கு உரியது என்றே முடிவுக்கே அவள் வந்துவிட்டாள்.

ரொம்ப நாள் பாரம் மனதிலிருந்து இறங்கிய சந்தோசத்தில் "AS3 Transport and Enterprises" நிறுவனத்துக்கு விசில் அடித்துக் கொண்டே கிளம்பியும் விட்டாள்.

என்ன நடக்கப் போகுதோ?

ஸ்ரீகிருஷ்ணா சொல்ல சொல்ல கேட்காமல், ஏஎஸ்3 டிரான்ஸ்போர்ட் அண்ட் எண்டர்பிரைசஸ் (AS3 Transport and Enterprises) நிறுவனத்திற்குச் சீதாஸ்ரீ வந்திருந்தாள்.

"ஓய்! இங்க பாரு. நீ ஒரு டாக்டர். உனக்கு ஹாஸ்பிடல்ல நிறைய வேலை இருக்கும், அது புரியாமல் எதுக்கு ஆபீஸ் வர? லைஃப்ல மாற்றம் வேணும்னா சொல்லு நம்ம குழந்தைகள், அம்மா மற்றும் அப்பாவை அழைத்துக் கொண்டு வெளியூர் எங்கயாவது போலாம். அதெல்லாம் விட்டு ஆபீஸூக்கு ஏன் வருவேன் பிடிவாதம் பிடிக்குற..?" எனக் கோபத்தில் கேட்பது நடித்தான் கிருஷ்ணா.

அவனின் காதை திருகி கொண்டே சீதா, "கேடி! கேடி! எனக்குத் தெரியாம ஆபீஸ்ல எதாவது பொண்ணைக் கரெக்ட் பண்ணிட்டியா..? அதன் என்னை வரவேணாம் சொல்றியா? ஹ்ம்ம்.. உண்மையே சொல்லு!" என அவனைப் போல் பொய் கோபத்தில் கேட்டாள்.

சீதாவை பார்த்து கையெடுத்து கும்பிட்ட கிருஷ்ணா, "அம்மா தாயே! இப்போ என்ன ஆபீஸுக்கு வந்துட்ட, நான் எப்படி வேலை செய்றேன் பார்க்க போற, அவ்வளவு தானே? வா, வந்து பாரு. அதை விட்டு என்னைச் சந்தேகப்பட்டு என் மனசை புண்படுத்தாத!" என்றான் வருத்தத்தில் முகம் சுருங்க.

"ஆச்சோ! கிருஷ்ணா, நான் சும்மா தான்டா சொன்னேன். என் செல்ல கிருஷ்ணா பற்றி எனக்குத் தெரியாதா? அவன் இந்த ஜென்மத்தில் எனக்கு மட்டுமே சொந்தம் ஆச்சே!"

"அப்போ அடுத்த ஜென்மத்தில் வேற பொண்ணு வந்தால் ஓகேயா?"

"இது! இந்தப் பேச்சுக்கு தான் என் கிட்ட அடிக்கடி அடிவாங்குற! உனக்கு உன் வாய் தான்டா சனி!" எனச் சொன்ன சீதா செல்லமாக அவன் வாயில் வலிக்காத விதத்தில் தன் வலது கையால் குத்தினாள்.

பின்னர் சீதாவுடன் தன் அறைக்கு வந்த கிருஷ்ணா, அவளைத் தன் நாற்காலியில் உட்கார வைத்து எதிரியில் போய் அமர்ந்தான்.

"அப்புறம் சிசிடிவி புட்டேஜ் (CCTV Footage) எல்லாம் இங்கே இருந்தே பார்க்க முடியும் ல?" எனச் சீதா ஸ்ரீ கேட்டாள்.

"யெஸ்! அதுல என்ன சந்தேகம்? உன் ஏற்பாடு தானே இது? என் அறையில் மட்டும் இல்ல, நம்ம அபி மற்றும் சிவா அறையில் இருந்து கூடப் பார்க்கலாம். இதுவரை நீ செய்த ஏற்பாட்டை நாங்க மாத்தவே இல்ல, முக்கியமாக உன் அன்பு தம்பி அதான் என் உயிர் அபி, 'சீதா இந்த ஆபீஸுக்கு வந்தாலும் சரி வரட்டியும் சரி அவ ஏற்பாடு செய்தது எதையும் எந்தக் காரணத்துக்காகவும் மாத்தவே கூடாது!' என்று சொல்லிட்டான்."

"அவன் பாசக்காரன் என நீ சொல்லி எனக்குத் தெரியணும் இல்ல. எதோ சின்னக் கோபத்துல என்கிட்ட முன்ன மாதிரி பேசாம இருக்கான். மற்றபடி எனக்கு எல்லார் முன்னாடி மரியாதை தருவதை அவன் விடல."

"இன்னும் எத்தனை நாளைக்கு இந்தக் கண்ணாமூச்சி ஆட்டம்? அவனைப் பழைய மாதிரி பார்க்கணும் போல இருக்கு, சீதா."

"ஹ்ம்ம்.. பார்க்கலாம்! பார்க்கலாம்! கூடிய சீக்கிரம் பார்க்க தானே போறோம்!" என அவள் மர்மமான குரலில் சொல்லிவிட்டு ஒருவரின் வருகைக்காகச் சிசிடிவி பார்த்தவாறு காத்திருந்தாள். அதே போல் சிவராமும் சீதா எதிர்பார்த்த அதே நபர் வருகைக்காகக் காத்திருந்தான்.

அவர்களின் காத்திருப்பே நீடிக்க விடாமல் மோகினி ரிசப்ஷன் இடத்தில் வந்து ரிசப்ஷனிஷ் (Receptionist) அருகே வந்தவள், "ஹலோ! மிஸ்டர் சிவராம் என்னை வர சொல்லி அப்பாயின்ட்மென்ட் (Appointment) கொடுத்திருந்தார்." என்றாள்.

"ஒன் மினிட்." என்ற அந்த ரிசப்ஷனிஷ் சிவராமுக்கு போன் செய்து மோகினியின் வருகை பற்றிச் சொன்னார். சிவராமின் அனுமதிக்கு பிறகு அவளை அவன் அறைக்கு அனுப்பினார்.

அதனை எல்லாம் சிசிடிவி கேமராவில் ஒரு வித ஆர்வத்தில் சீதா பார்த்து கொண்டிருந்தாள்.

"என்ன சீதா, நேத்து சிவா அடித்த பொண்ணு தானே அவ? ஆனா, அந்தப் பெண்ணின் ஜடையை எங்கேயோ பார்த்த மாதிரியே இருக்கு." என்றான் கிருஷ்ணா.

"நம்ம ஐஷ்வர்யாவின் கூடப் பிறந்த தங்கச்சி."

எந்த ஐஷ்வர்யா என உடனே புரிந்த ஸ்ரீகிருஷ்ணா கோபத்தில், "அந்த ஏமாற்றுக்காரியோட தங்கைக்கு இங்க என்ன வேலை?" எனக் கேட்டான்.

"ஹ்ம்ம்.. நேத்து பெரிசா அடியெல்லாம் அடிச்சுட்டு, அவங்க எடுத்த வீடியோ கேசட்டே எடுத்துட்டு வந்தானே சிவா, அவனைக் கேளு?"

"சரி! சரி! நம்ம அபிராம் இங்க தான் இருக்கான் என்று அந்தப் பொண்ணுக்குத் தெரியாது ல..?"

"தெரிந்திருக்கலாம் தெரியாமலும் இருக்கலாம். எனக்கு எப்படித் தெரியும்? அவ அக்கா கிட்டயே நான் அதிகம் பேசியதில்ல. இதுல இப்ப வந்தவ மனசுல என்ன இருக்கு என எனக்கு எப்படித் தெரியும்?"

'ஏதோ ஒரு பெரிய பூகம்பம் வெடிக்கப் போகுது!' என ஸ்ரீகிருஷ்ணா டென்ஷனை கடன் வாங்கினான்.

அதற்கு ஏற்ற மாதிரி அபிராம் மோகினிக்கு முன்னே சிவராமின் அறைக்குள் கால் வைத்தான்.

மோகினிக்காகக் காத்திருந்த சிவராம் சத்தியமாக முதலில் தன் அறைக்கு அபிராம் வருவான் என எதிர்பார்க்கவில்லை.

"சிவா, நேத்து நாம பேசிய கிளையண்ட்ஸீக்கு நம்ம அப்ரோஜ் பிடிச்சு போச்சு எனச் சொல்லி இன்னும் அவங்களுக்குத் தெரிந்த சிலருக்கு நம்மைப் பத்தி சொல்லி இன்னும் பிசினஸ் டெவலப் பண்ற சான்ஸ் தரோம் சொல்றாங்க." என்றான் அபிராம் அறைக்குள் நுழைந்த அடுத்த நொடியே.

"அப்படியா அபி? ஹ்ம்ம்... ரொம்பச் சந்தோஷம்! நீ உன் ரூமுக்கு போயேன், நான் அங்க கொஞ்ச நேரத்துல வந்து பேசுற." என்றான் சிவராம்.

"என்னடா ஆச்சு, என்னை எதுக்குத் துரத்துற? ஏன்டா உட்கார்ந்த இடத்திலிருந்து நெளித்துக் கொண்டிருக்க? வயித்துக் கலக்கலா? இல்ல, பைல்ஸ் (Piles) ஏதாவது வந்துடுச்சா?"

"அடப்பாவி! நான் நல்ல தான்டா இருக்கேன்! இப்படிப் புரளி கிளம்பி என் வாழ்க்கைக்கு உலை வைக்காம நீ இருந்தாலே போதும்."

"அப்புறம் என்னடா ஆச்சு? ஏன் வித்தியாசமா நடந்துக்கிற?"

"அது வந்து.. அது வந்து.." எனச் சிவராம் எப்படி அபிராம் மோகினி வரு-வதற்குள் அனுப்புவது எனத் தெரியாமல் முழிக்க, சரியாக அதே நேரத்தில் கதவு தட்டும் சத்தம் கேட்க, சிவராமிக்கு முன் அபிராமே "யெஸ், கம் இன்." என்றான்.

அடுத்த நொடி கதவு திறந்து உள்ளே வந்தவளை கண்டு அபிராம் பார்த்து சுதாரிப்பதற்குள், அவனை அங்கே கண்ட மோகினி மாற்றி மாற்றி அவன் கன்-னத்தில் முதுகில் எனக் கைக்கு எட்டும் இடத்தில் எல்லாம் அடி உதை எனப் பல பரிசுகள் கொடுத்தாள்.

"ஐயோ... யம்மா.. யப்பா.. ஓய் விடு டி! வலிக்குது..! முடியல..! ஐயோ அங்கே உதைக்காத, எனக்குச் சன்னதியே இல்லாம போய்டும்!" என்று வலியில் கத்தினான் அபிராம்.

"போகட்டும்! உன்னை மாதிரி ஓர் ஏமாளிக்கு எதுக்கு இன்னொரு சன்னதி?" என்று கேட்டு இன்னும் தன் அடிகளின் வீரியத்தை ஏற்றினாள் மோகினி.

"ஒரு பச்ச மண்ணை இப்படிப் போட்டு அடித்தால் உனக்கு எப்படி ஃபர்ஸ்ட் நைட் நடக்கும்?"

"பரவால்ல, அது என் கவலை, நான் பார்த்துக்கிறேன்." என்றவள் அவனை அடிப்பதை அப்போதைக்கு நிறுத்திவிட்டு, "இவ்வளவு நாள் ஏன்டா ஒரு ஃபோன் கூடப் பண்ணல? நான் உன்னையும் உன் குரலையும் ரொம்பவே மிஸ் பண்ணேன் தெரியுமா?" என்றவள் அவன் வலது தோள்பட்டையில் ஓங்கி குத்தினாள்.

"அதே கேள்வி தான் இங்கயும் பிசாசு, நீ ஏன் ஃபோன் பண்ணல?"

"அது வந்து அபி, பொண்ணு நானே லவ் சொல்லிட்டேன். ஆனா, நீ வேற ரொம்ப ஓவரா பேசிட்டு போய்ட்டே, அதுக்கு அப்புறம் என் ஈகோ உன்னைத் தேடி வந்து பேச எனக்கு இடம் கொடுக்கல, அதன் பேசல."

"ஹ்ம்ம்.. உன்னை மாதிரி ஈகோ மண்ணாங்கட்டி எல்லா எனக்கு இல்ல. உனக்குக் கொஞ்ச நாளைக்கு அந்தக் காதல் மோகத்தில் இருந்து வெளியே வர டைம் கொடுக்கலாம் இருந்தேன். அப்புறம் எனக்கு எம்பிஏ (MBA) படிப்பு, பிசி-னஸ் என உன்னை நினைக்கவே யோசிக்கவே நேரம் இல்லாம போச்சு. கொஞ்ச நாளைக்கு முன்னாடி தான் நம்ம ஐஷ்வர்யா வாடகை வீடு தேடும் விஷயம் தெரிந்தது.

அதனால் தான் நாங்க முன்னாடி குடி இருந்த ஓனர் கிட்ட சொல்லி அந்த வீட்டை ஏற்பாடு பண்ணேன். காலையில் எங்க ஃபோட்டோவை ஹவுஸ் ஓனர் கிட்ட நீ கேட்டது பத்தி அவர் சொன்னார். சரி நீயே எப்படியும் நேரில் வருவ, அப்போ கேட்டுப் பேசிக்கலாம் நினைத்து எங்க ஃபோட்டோவை அவருக்கு

அனுப்பினேன். கூடிய சீக்கிரம் என்னைப் பார்க்க வருவ நினைத்தேன் ஆனா, இவ்வளவு சீக்கிரம் வருவ நினைக்கல."

"ஹ்ம்ம்... ரொம்பக் கனவு காணாத! இப்ப வந்தது கூட உன்னைப் பார்க்க இல்ல, சிவராம் சாரே பார்க்க." என்றாள் நாக்கை நீட்டி ஒழுங்கு காட்டியவாறு.

"போச்சு! நீ சொன்ன பதில் கேட்டு என் இதயமே வெடித்துப் போச்சு! ஆசை காண்பித்து மோசம் பண்ணிட்டே போ! நான் ஓரமா போய் இதை நினைத்து நினைத்து அழ போறேன்!" என்று வலிக்காத இதயத்தைப் பிடித்துக் கொண்டு வலிப்பது போல் நடித்தான்.

"ஐயே... ரொம்ப நடிக்காத! உன்னைப் பத்தி எனக்குத் தெரியாதா? நீ சரியான நடிகன்!"

"சரி! சரி! என்னைப் புகழ்ந்தது போதும். சிவராம் என் நண்பன் தான். என்ன விஷயமா பார்க்க வந்த சொல்லு."

"என்ன விஷயமா? அடிங்! இவ்வளவு நேரமா என்னைப் பார்க்கிறீயே... என் கன்னத்தில் இருக்கும் வீக்கம் உன் கண்ணு தெரியல?"

"என்னது வீக்கமா? நான் என்னைப் பார்த்ததில் வந்த வெட்கத்தின் சிவப்பு அல்லவா நினைத்தேன்." என்று கூறி மோகினியை கண்ணடித்தான் அபிராம்.

"ஹலோ பாஸ்... காதல் மயக்கம் எல்லாம் எனக்கு எப்போதோ போச்சு! நீங்க அதில் இருந்து வெளியே வாங்க." என்ற மோகினி மனதுக்குள் அபிராமின் சேட்டை தனத்தை ரசித்தாள்.

அவளின் பார்வை அபிராமுக்குள் ஏதோ ரசாயன மாற்றத்தை ஏற்படுத்த, அதிலிருந்து தப்பிக்க, "ரைட், இப்போ சொல்லு எப்படிவீக்கம் வந்தது?" எனக் கேட்டு முக்கியப் பேச்சுக்கு அவளின் கவனத்தைத் திருப்பினான்.

"ஹ்ம்... ஒன்னு உன் நண்பன் சிவராம் கொடுத்த அறையின் பரிசு! இன்னொன்று என் அக்கா மற்றும் உன் அருமை தோழி கொடுத்த அன்பு பரிசு!" என்றாள் வலிக்காத தன் கன்னத்தைத் தடவி கொண்டே.

"அடித்தது உண்மையா..?" எனத் தன் கண்ணால் சிவராமிடம் அபிராம் கேள்வி எழுப்ப, "அபி, கண்ணால் கோலம் எல்லாம் போடாத! நானே அவ பண்ணத சொல்றேன்.. இல்ல! இல்ல! காட்டுறேன்." என்ற சிவராம், தன் தேவைக்குக் கேசட் பிளேயர் வைத்து இருந்தவன், அதனை ஓட விட்டான். அதில் மோகினி பார்வையற்ற பெண்ணாக நடிக்க, எல்லாம் சரியாகப் போய்க் கொண்டு இருக்க, கடைசியில் சில பொறுக்கி பசங்க அவளிடம் வம்பு பண்ண, அங்கே வந்த சிவராம் அவர்களை அடித்துத் துரத்தியவன் கடைசியில் அவள் முகத்தைப் பார்த்த பிறகு பளார் என அடி கொடுத்தான்.

முதல்நாள் நடந்ததை எல்லாம் வீடியோவில் பார்த்த அபிராம் சிரித்த முகத்துடன், "என்ன பிசாசு இது? ஏன் இப்படி ஒரு விபரீத விளையாட்டு?" என்று

கேட்டான்.

"அது வந்து••• வந்து... அபி.."

"பயப்படாம சொல்லு. நான் ஒன்னும் இந்தச் சிவா மாதிரியோ இல்ல, உன் சொக்கா.. சே! அக்கா மாதிரியோ உன்னை அடிக்க மாட்டேன். இந்த மாதிரி ஒரு முயற்சி செய்யப் போனால் பிரச்சினை வரும் தெரியாத நான் கடைசியாகப் பார்த்த அந்தக் குட்டி பிசாசு நீ இல்ல! இப்போ வளர்ந்து பெரிய பொண்ணா இருக்க. இதுக்கான காரணம் என்னன்னு சொல்லு."

"தாங்க்ஸ் அபி, நீயாவது நான் ஏன் இப்படிப் பண்ணேன் கேட்டியே."

"கேள்விக்குப் பதில் இன்னும் வரல."

அவனின் ஆளை மயக்கும் பார்வையில் ஒரு நிமிடம் தன் இருப்பை மறந்தவள், பின் தன் நிலைக்கு வந்து காரணத்தைச் சொல்ல ஆரம்பித்தாள்.

"இரவு நேரத்தில் சாதாரணமாகவே வெளியில் வரும் பெண்களுக்குப் பாதுகாப்பு இல்லை. இதில் இப்படிப்பட்ட பார்வையற்ற பெண் என்றால் எந்த மாதிரி ஆபத்து இருக்கு என எல்லாரும் அறிய இப்படி ஒரு வீடியோ ரெடி பண்ணோம். போதிய பாதுகாப்பு ஏற்பாடு செய்யாதது எங்க தப்பு தான். சாரி அபி! சாரி மிஸ்டர் சிவராம்! நீங்க அடித்ததில் தப்பே இல்ல! அதில் உங்க மேல் எனக்குக் கோபம் இல்ல.

நான் அப்படிப்பட்ட நிலையில் இருக்கும் போது என் சகோதரனோ அல்லது ஒரு தந்தையோ அந்த இடத்தில் இருந்திருந்தால் என்ன பண்ணி இருப்பாக்களோ அதைத் தான் நீங்க பண்ணீங்க." என்று அவள் சொன்னதைக் கேட்டு சிவராமிக்குக் கண்கள் கலங்கினாலும் அதனை மறைந்தவன்,

"விடு மா. திரும்பி இப்படிப்பட்ட ஓர் ஆபத்தில் போய் நீயே மாட்டிக்காத, அதான் எனக்கு வேணும். உன்னை அடித்ததில் எனக்கு ரொம்ப மன வருத்தம் தெரியுமா? சரியா தூக்கமே இல்ல." என்றான.

"அட! எனக்கு அப்படி எல்லாம் இல்ல, நல்லா தூங்கினேன்." என்றாள் மோகினி.

"ஓய் பிசாசு! நீ என்ன வீடியோ செய்யணும் நினைக்கிறாயோ செய். ஆனா, ஆபத்து அதிகம் இருக்கும் தோணினா, இது என் பர்சனல் நம்பர், கால் பண்ணு நானே உன் துணைக்கு வரேன். என் கண் பார்வையில் எதுவானாலும் செய்." என்றான் அபிராம்.

"ரொம்பத் தேங்க்ஸ், அபி. நானே உன் நம்பரே கேட்கலாம் இருந்தேன். அதுக்கு ஏற்ற மாதிரி நீயே தந்திட்ட." என்றாள் மோகினி தன் மொத்த பல்லை காட்டியவாறு.

"என்ன பண்றது, என் பிசாசு மனசில் நினைத்து எல்லாம் எனக்கு அவ கண் வழியா தெரியுது."

"போதும்! போதும்! உன் மயக்க மொழியில் எனக்குக் குளிர் தாங்கல. நான் அந்த டேப் எடுத்துட்டு கிளம்புறேன்." என்ற மோகினி, சிவராம் கையிலிருந்து டேப் மற்றும் கேமராவை வாங்கிக் கொண்டு கிளம்பினாள்.

"நான் வேணும்னா உனக்குத் துணையா வந்து ட்ராப் பண்ணவா?" என்று கேட்டான் அபிராம்.

"இல்லடா, வேணாம். நானே போய்க்கிறேன்." என்றவள் கதவை திறந்து கிளம்பி சென்றாள்.

மோகினி கிளம்பிய பிறகு,

"சிவா அந்த டேப்ல இருந்த வீடியோவை இன்னொரு காஃபி எடுத்து வச்சி-ருக்கே ல..?" என்று கேட்டான் அபிராம்.

"ஹ்ம்ம்... நீ இப்ப என்ன நினைக்கிற தெரியும். நம்ம பிசாசு கிட்ட வம்பு பண்ண அந்த ரெண்டு பேரையும் காலையிலேயே நம்ம ஆட்கள் மூலம் பிடித்து ஓர் இடத்தில் மறைத்து வெச்சுட்டேன்." என்றான் சிவராம்.

"சூப்பர்! கண்ணு தெரியாத பொண்ணு என நினைத்து தானே அவங்க அப்-படிப் பண்ணாங்க? அவங்க கண்ணையே தோண்டி புதைத்து விட்டால்?"

"போதாது, இன்னும்! இன்னும் பெரிசா..!"

"அவ கையைப் பிடித்து இழுத்த இருவரின் கையையும் சேர்த்து வெட்ட சொல்லலாமா?"

"போதாது, இன்னும்! இன்னும் பெரிசா..!"

"ஆண் உறுப்பு வெட்டு."

"இன்னும்! இன்னும் பெரிசா..!"

"அதை விட என்னடா பெரிய தண்டனை..?"

அபிராம் கேட்டதும், சிவராம் சொன்ன யோசனை கேட்டு அபிராம் கொஞ்சம் தயக்கம் கொண்டாலும் பிறகு அதுவே சரியான யோசனை என்ற முடிவுக்கு வந்-தான்.

"அபி, மோகினி எனக்குக் குழந்தை மாதிரி டா! நான் அடித்ததை ஓர் அப்பா சாதனத்தில் இருந்து அடித்ததா சொன்னா பார்த்தியா.. ரொம்பச் சந்தோஷமா இருக்கு டா!"

"அப்ப இனி நீ எனக்கு மச்சான் இல்ல, மாமா. அடேய் மாமா! எப்பொழுது டா உன் பொண்ணை எனக்குக் கல்யாணம் கட்டி தருவ?"

"எனக்கும் ஐச்சுக்கும் கல்யாணம் முடிந்த அடுத்த மாதமே!" என்றதும் இரு-வரும் கை தட்டி சிரிக்க, அதே நேரத்தில் வெளியே போன மோகினி அபிராமின் போட்டோவை பார்த்து,

"அடேய் திருடா! இனி ஒவ்வொரு நாளும் உன் கனவில்! உன் நேரில் வந்து உன் பிசாசு நான் பல தொல்லை செய்யப் போறேன். நான் செய்யப் போகும்

தொல்லையில் நீயே வாய் திறந்து உன் காதலை சொல்ல தான் போறே!" என்று கூறி அவனின் ஃபோட்டோவிற்கு முத்தம் ஒன்றை கொடுத்தாள்.

அவளின் ஆசை நிறைவேறுமா...? அல்லது அபிராம் ஐஷ்வர்யாவுடன் சேர்த்து இவளையும் பழி வாங்குவானா...?

ஓர் இருட்டு அறையில் இரண்டு பேரை கட்டிய நிலையில் இருந்தனர்.

திடீரென அவர்கள் இருந்த அறையில் வெளிச்சம் வர கண்ணைத் திறந்த அவர்கள் முன், அவர்கள் இருவரின் தாய் மற்றும் தங்கைகள் இருந்தனர்.

"அம்மா, நீங்க எப்படி இங்க..?" என அவர்கள் கேட்க, அந்தத் தாய்கள் தன் முகத்தைத் திருப்பிக் கொண்டனர்.

"அடியே... கூடப் பிறந்தவளே! நீயாவது சொல்லுடி! நீங்க எப்படி இங்க வந்திங்க..?" எனக் கேட்டனர்.

அந்தச் சிறு பெண்களும் தங்களின் முகத்தைத் திரும்பி கொண்டனர்.

அந்த நேரத்தில் தான் அந்த அறைக்குள் சிவராம் மற்றும் அபிராம் வந்தனர், பேச ஆரம்பித்தனர்.

"ப்ரோஸ், உங்க கேள்விக்கு நாங்க பதில் சொல்றோம்." என்றான் அபிராம்.

"ஒன்னும் பெருசா இல்ல, நீங்க நேத்து ஒரு பொண்ணு கிட்ட தப்பா நடக்கப் பார்த்த மாதிரி நாங்க ரெண்டு பேரும் உங்க தங்கச்சிகள் கிட்ட ஒரே ஒரு தடவை உங்க கண்ணு முன்னாடி அப்படி நடக்கணும், அதைப் பார்த்து நீங்க ரசிக்கணும், அவ்வளவு தான். எங்களோட இந்தச் சின்ன ஆசை நீங்க நிறைவேற்றி விட்டால், உடனே உங்க குடும்பத்துடன் நீங்க ரெண்டு பேரும் இங்கிருந்து போகலாம்." என்றான் சிவராம்.

அதனைக் கேட்ட அந்த இருவரும் அவர்கள் காலில் விழாத குறையாகக் கெஞ்சினார்கள். கயிறு மட்டும் கட்டாமல் இருந்திருந்தால் உண்மையில் காலில் விழுந்து இருப்பார்கள்.

"என்ன ப்ரோ, இதுல என்ன தப்பு? யாராக இருந்தால் என்ன? பெண் சுகம் தானே நமக்கு முக்கியம்? நீங்க பாருங்க ப்ரோ, பார்க்க பார்க்க செம்ம கிக்கா இருக்கும். இந்த மாதிரி வாய்ப்பு லைஃப் ல கிடைக்கவே கிடைக்காது." என்றான் அபிராம் கண்ணில் வன்மம் பரவ.

"ஐயோ... வேணாம் சார்! வேணாம்! எங்களைத் துண்டு துண்டாக வெட்டி போடுங்க, சித்ரவதை பண்ணிக் கொல்லுங்க! ஆனா, இது மட்டும் வேணாம்! நாங்க செய்ய நினைத்த தப்புக்கு எங்க குடும்பத்துப் பெண்கள் அவமானப்பட வேணாம்." என்றான் அந்த இருவரில் ஒருவன்.

அதற்கு அந்த ஆளின் அம்மாவே, "என்னடா தப்பு செய்யும் போது தெரியல? 'நம்ம வீட்டிலும் இப்போ பொண்ணுங்க இருக்காங்களே? அவங்களும் தனியா வெளியில் போனா, இதே மாதிரி பிரச்சினை வந்தால் அவங்க நிலை என்ன?' இப்படி ஒரு நொடி... ஒரே ஒரு நொடி... யோசித்து இருந்தால் இப்படிச் செய்யப் பார்த்திருப்பீங்களா?" என்று கேட்டார்.

"தப்பு தான் நாங்க செய்ய இருந்தது எவ்வளவு பெரிய தப்பு என இப்போ தான் புரியுது." என்றனர் அந்த இருவரும்.

பின் அவர்கள் திருந்தியதை உணர்ந்த சிவராம், "நீங்க பயப்பட வேணாம். உங்களோட தப்பை உணர்த்த தான் உங்க குடும்பத்தின் உதவியால் இப்படி நாங்க நடித்தோம். உங்களை மாதிரி எங்களுக்குக் கூடப் பிறந்த தங்கையோ அக்காவோ இல்ல. ஆனா, அம்மா இருக்காங்க.

அவங்களுக்கு நாங்க தரும் மரியாதையை எல்லாப் பெண்களுக்கும் தரணும் நினைப்பவர் நாங்கள். உங்க தங்கச்சி எங்களின் தங்கச்சி மாதிரி. அம்மாக்களே, தங்கச்சிகளே, இனி இவங்க திரும்பி இப்படிப்பட்ட தப்பை செய்யணும் நினைக்க மாட்டாங்க.." என உறுதி அளித்தான்.

"ஆமாம் மா, நாங்க விசாரித்த வரை இதான் இவங்க செய்ய நினைத்த முதல் தப்பு, அதுவும் குடி போதையால் செய்ய இருந்தது. இனி இவங்க குடிக்கவும் மாட்டாங்க, பொண்ணுங்க கிட்ட தப்பா நடக்க முயலவும் மாட்டாங்க." என்றான் அபிராம்.

பின் அவர்களின் கட்ட கழட்டி விட்டு சென்று விட்டனர் அபிராம் மற்றும் சிவராம். அவர்கள் முகத்திலோ சரியான தண்டனை வழங்கிய நிம்மதி.

## *நினைவு புத்தகம் இன்னும் திருப்பப்படும்.*

# 4

# மர்ம நபரான ராமின் நினைவு புத்தகம்

அபிராமை பார்த்து வந்ததிலிருந்து மோகினியால் அந்த டைரி படிக்கும் ஆர்வத்தை கட்டுப்படுத்த முடியவில்லை. அந்த டைரியை எழுதியது அபிராம் தான் என ஒரு தீர்மானத்திற்கே அவள் வந்துவிட்டாள். அதை உறுதி படுத்துவது போல சில ஆதாரங்கள் அவனுக்கு சாதகமாக இருந்தது.

1. பெயரில் ராம் வைத்து இருப்பவன் அபிராம்.

2. அவனின் அம்மாவுக்கு மனநல பிரச்சினைகள் சிலது உண்டு என்பது எப்போதோ ஐஷ்வர்யா சொல்லி அவளுக்கு தெரியும்.

3. டைரியில் சொன்னது போல "பெயர் பொருத்தம், மனப்பொருத்தம் கொண்ட தாய் தந்தைக்கு மகனாக பிறந்தவன்", அதன்படி பார்த்தால் அவனின் அப்பா அம்மாவின் பெயர் விமல் விமலா. பெயர் பொருத்தம் இருக்கு அதே போல அவர்கள் காதலித்து திருமணம் செய்தவர்கள் என அபி சொல்லி அவர்களுக்கு மன பொருத்தம் உண்டு என்பது மோகினியின் கணிப்பு.

4. இன்னும் உறுதி செய்வது போல அபிராமுக்கு காதல் மேல் வெறுப்பு இருப்பது அவனே அவர்களின் ஏழு வருடங்களுக்கு முன் கடைசி சந்திப்பில் சொல்லி இருந்தான்.

இப்படி பல ஆதாரங்கள் வைத்து, "அபிராம் தான் டைரி எழுதிய ராம்!" என்ற முடிவுக்கு வந்தாள் மோகினி. அப்படியிருந்தும் ஏதோ ஒன்று அவளை அந்த டைரியை மீண்டும் படிக்க சொல்லி அவள் மூளைக்குள் சிக்னல் தந்தது. இன்னும் அவளின் ராமை பற்றி அறிந்து கொள்ள விரும்பி அந்த டைரியே விட்ட இடத்திலிருந்து படிக்க ஆரம்பித்தாள்.

**ராமின் நினைவு புத்தகத்திலிருந்து சில பக்கங்கள்.**

அவள் என்னை விட்டு போனது கூட எனக்கு வருத்தம் இல்லை. என்னை தனியே சந்தித்து சொன்னால் பாருங்க ஒன்று!

ஐயோ... அப்போவே இறந்து பூமிக்குள் போய் விட மாட்டோமா இருந்தது!

அவள் சொன்னது,

"ராம், பி பிராக்டிகல். காதல் வேற கல்யாணம் வேற. காதலிக்கும் போது நீ யார்? உன் பின்புலம் என்ன? நீ பணக்காரனா? ஏழையா? இப்படி எதுவும் கண்ணுக்கு முன்னாடி வரவே வராது. கல்யாணம் வரும் போது தானே என்னோடு சேர்த்து எங்க அப்பா அம்மா கண்ணுக்கும் அந்த வேறுபாடுகள் தெரிய வருது. தேங்க் காட்! (Thank god!) இதுவரை நம்ம ரிலேஷன்ஷிப் பத்தி யாருக்குமே தெரியாது இல்லன்னா, என்னவெல்லாம் நடந்திருக்கும்." என்றாள்.

அவள் சொன்னது எனக்கு புரியவில்லை. அவள் என்னை காதலித்தது தப்பு என்பது போலவா சொன்னாள்?

"மைதிலி, எனக்கு புரியல காதல் செஞ்சா கல்யாணமும் செய்துக்க தானே நினைப்பாங்க. என் குடும்பத்தை குறை சொல்ல ஒன்னும் இல்லயே! நல்ல கௌரவமான குடும்பம், பெரிய பணக்கார குடும்பம் என சொல்ல முடியாது என்றாலும் கொஞ்சம் வசதி உள்ள குடும்பம் தான்.

இன்னும் கொஞ்ச வருஷம் நீ வெயிட் பண்ணியிருந்தா, நான் படிச்சு முடிச்சுட்டு அடுத்த ரெண்டு வருஷத்துல உன் எல்லா தேவைக்கும் ஏத்த விதத்துல சம்பாதித்து இருப்பேன்." என்றேன். என் காதல் மேல் என் மேல் எனக்கு அந்த அளவுக்கு நம்பிக்கை இருந்தது.

ஆனால் அதை ஏற்காமல் அவள், "கிழிச்சே! லூக், உன் லூசுத்தனமான பேச்சு கேட்க இப்ப எனக்கு டைம் இல்ல. கனவு காண்பது உன் வேலை அதை தானே பல வருசமா செஞ்சிக்கிட்டு இருக்கே? இப்போ கொஞ்ச நேரத்துக்கு முன்னாடி என் கழுத்தில் தாலி கட்டினார் பார், அவர் யூஎஸ்ஏ (USA) ல பெரிய வேலையில் இருக்கார். மாசத்துக்கு பத்து லட்சம் சம்பளம்.

அதை தவிர அங்க சொந்தமா ஒரு வீடு, அப்புறம் இந்தியா ல அதுவும் தி.நகர் ல ரெண்டு வீடு என அவர் சொத்து மதிப்பு எவ்வளவு தெரியுமா? இப்போ உன் விஷயத்துக்கு வருவோம் உங்க குடும்பத்தின் இப்போதைய சொத்து என்ன டா? ஒரே ஒரு வீடு அதுவும் 1 BHK! அதோட மதிப்பு கூட 15 - 20 லட்சம் தான்! கிராமத்தில் சில நிலம் இருக்கு சொன்ன அதுவும் பைசா போராஜனம் இல்லாத நிலம். சரி டா, சொத்து கூட விடு!

உங்க அம்மா சரியான பைத்தியம்! அதுக்கு சேவை செய்ய என்னால் முடியாது! எதோ சின்ன வயசு ப்ரெண்ட் ஆச்சே பார்க்கவும் அழகா இருக்கியே

என நினைத்துதான் நீ லவ் சொன்ன போது ஓகே சொன்னேன். அதையே சாக்க வைத்து கொண்டு பிரச்சினை பண்ணாத, புரியாதா? நீ பிரச்சினை பண்ண நினைத்தாலும் யார் உன்னை நம்பு போறாங்க சொல்லு?"

நான் அவள் சொல்வதை நம்ப முடியாமல் பார்க்க, அவளே திரும்பி தொடர்ந்தாள்.

"நீயும் நானும் ப்ரெண்ட்ஸா ஒரு காலத்தில் இருந்தோம் என்பதே அந்த விநாயகர் கோவில் சிலையை தவிர யாருக்கு தெரியும்? இதில் லவ்.. காதல்... ஐயோ! ஐயோ! நினைத்தாலே எனக்கு சிரிப்பு சிரிப்பா வருது. ஒரு ஃபோட்டோ ஆதாரம் கூட இல்லாம உன்னாலே என்னடா பண்ண முடியும்?

ஒரே காலேஜ் இல்ல, ஒரே ஸ்கூல் இல்ல, ஃபேஸ்புக் ப்ரெண்ட் லிஸ்ட் ல இல்ல, கிஸ் இல்ல, செக்ஸ் என்கிற மாதிரி ஏதாவது செய்து குழந்தை ஃபார்ம் ஆச்சு சொல்ற எந்த காண்ராவியும் இல்ல!

இப்போ நம்மளே இங்க சேர்த்து வைத்து யாராவது பார்த்தா கூட உன்னை பிச்சைக்காரன் என்கிற மாதிரியும், நான் எதோ பிச்சைக்கு பணம் கொடுப்பவள் மாதிரி தானே பேசுவாங்க?" என்று சொன்னவள் ஓங்கி சிரித்தாள்.

"என்ன மைதிலி, இப்படியெல்லாம் பேசுற. கிஸ் செக்ஸ் இது மட்டுமா லவ்? நான் நம்ம காதலுக்கும் நட்புக்கும் மரியாதை கொடுத்து தானே அதெல்லாம் செய்யாம இருந்தேன்? அத்துமீறி என் கை உன் மேல பட்டு இருக்குமா?"

"அது உன் தப்பு! நானா மாட்டேன் சொன்னேன்? அன்னிக்கே ஒரு ரூம் வேணா போடு, நம்ம ஜாலியா இருக்கலாம் சொன்னேன் ல? ராம் என பெயர் வைத்து கொண்டு நீ ராமனாக இருந்தது உன் தப்பு! 'த்ரிஷா இல்லனா நயன்தாரா' படத்தில் ஒருத்தி சொல்வாளே, 'லவ் ஸ்ட்ராங்கா இருக்கணும் என்றால் சில டாசிங், கிஸ்ஸிங், ஹக்கிங் இன்னும் ஏன் செக்ஸ் கூட இருக்கணும்.' என்று.

இது தெரியாமல் பேச வந்துட்ட..? ஓ! நீ புஸ்ஸா? அதன் அழகாக நான் பக்கத்தில் இருந்த போது கூட என் கண்ணை தவிர மற்ற எந்த இடத்திலும் பார்க்காமல் இருந்த போல." என்றவள் என்னை பார்த்து இன்னும் கேலியாக சிரித்தாள்.

"மைதிலி, இப்போ கூட நீ பேசியதுக்கு எனக்கு கோபம் வரல. ஏன் தெரியுமா? எப்போ உன் கழுத்தில் இன்னொருத்தன் தாலி ஒன்றை கட்டினனோ அப்போவே நான் செத்துப் போய்ட்டேன்! இப்போ உயிர் இல்லாத ஜடமா தான் இருக்கேன். என் இடத்துல வேற எவனாவது இருந்திருந்தா, நீ பேசிய பேச்சுக்கு, 'சரி தான் போடி நீ இல்லன்னா, வேற ஒருத்தி! நீ மட்டுமா பொண்ணு? என் அழகுக்கும் என் உண்மையான காதல் மனசுக்கும் வேற நல்ல பொண்ணு கிடைப்பா!' என சொல்வாங்க.

அப்படி இல்லன்னா, 'சீ! இந்த பொண்ணுங்க ஜென்மமே இப்படி தான் போல!' என நினைத்து எல்லா பெண்களையும் வெறுக்க நினைப்பாங்க. நான் ரெண்டுமே

பண்ண போறது இல்ல. காதல் என்பது ஒரு தடவை தான் என்பது என் எண்ணம். அதே போல நீ எதோ ஒரு கோபத்தில் பேசியதை வைத்து பொண்ணுங்களை வெறுக்க மாட்டேன். என்னை பெற்ற தாயும் பெண் தான். நம்மை சுற்றி அக்கா, தங்கை, தோழி, சகோதரி, ஆசிரியர், மகள் என பல உன்னத உறவில் பல பொண்ணுங்க இருக்காங்க.

நம்ம ப்ரெண்ட்ஸா இருந்த வரை எல்லாம் சரியாக இருந்தது. எப்போ இந்த காதல் ஒன்னு வந்ததோ அப்போ ஆரம்பிச்சது பிரச்சினை! இதுவே உனக்கு நான் கடைசிவரை ப்ரெண்ட்டா இருந்திருந்தா, இப்போ உனக்கு நடந்த கல்யாணம் எனக்கு முழு சந்தோஷம் கொடுத்திருக்கும். இப்போ கூட சந்தோசம் தான் என் மைதிலி.. சாரி! சாரி! அப்படி சொல்ல கூடாதுல? சொல்ல முடியாதுல?

இப்ப நீ வேற ஒருவருக்கு சொந்தம். நீ சந்தோசமா இரு, மைதிலி. அதான் இந்த முட்டாளுக்கு வேணும். சாரி! உன் நேரத்தை வேஸ்ட் பண்ணிட்டேன். நீ போ, உனக்காக உன் புகுந்த வீடு பிறந்த வீடு ரெண்டுமே காத்திருக்கும்."

என்றெல்லாம் சொல்லிவிட்டு நான் வந்த போதிலும், இந்த காதல் வலி தாங்க முடியவில்லை! நான் தான் உண்மையில் காதல் என்றால் என்னவென்று தெரியாமல் இருந்து விட்டேனா? ஒருவேளை அம்மா பார்க்கும் பழைய காலத்து படம் ரொம்ப பார்த்து அதில் வரும் காதல் தான் உண்மையான காதல் நினைத்து விட்டேனா? காலங்கள் மாற மாற புது புது டெக்னாலஜி கருவிகள் வருவது போல, மாறுவது போல காதல் என்ற ஒன்றும் காதலுக்கு ஏற்ப மாறுகிறதா?

உடை, வேலை விஷயங்களில் வெளிநாட்டு கலாச்சாரத்தை பின்பற்றுவது போல காதல் மற்றும் திருமணத்தில் கூட அவர்களின் கலாச்சாரத்தை பின்பற்ற ஆரம்பித்து விட்டோமா?

இல்லை! இல்லை! கலாச்சாரம் கலாச்சாரம் என நாம் தான் இன்னும் பழைய காலத்து மனிதர்கள் போல சொல்லி கொண்டே இருக்கின்றோம்.

என் அம்மாவை பைத்தியம் என்றாள், எந்த உணர்ச்சியும் இல்லாமல் கேட்டு கொண்டேன்! என் அப்பா பல எதிர்ப்புகளை மீறி வாங்கிய வீட்டை அவள் கேவலம் "1 BHK!" என கிண்டலாக சொன்னாள். அதையும் கேட்டு ஒன்றும் சொல்லாமல் வந்து விட்டேன்! அதுக்கு எல்லாம் என்ன காரணம், பெற்ற அப்பா அம்மாவை தாண்டி அவளை தான் அதிகம் நேசித்தேன் என்று தானே அர்த்தம்?

மூளை கலங்கும் நேரத்தில் அடித்த அதே அம்மா தான் பிறகு கலங்கிய மூளை சரியான பிறகு அடித்த அதே இடத்தில் கண்ணீர் வடித்து மருந்திடுவார். அம்மா அடித்ததை மட்டும் நினைத்து அந்த அன்பை வெளியில் தேடினேன். நான் தேடிய அன்பை எனக்கு தந்ததாக நான் நினைத்த பெண்ணோ, யாரும் கொடுக்க முடியாத வலியை என் இதயத்திற்கு இப்போது தந்து விட்டாள்!

என் உடலை அடித்து புண்ணாக்கிய அதுவும் தன் நிலையில் இல்லாத நேரத்தில் அடித்த என் அம்மா மேல் வெறுப்பை வளர்த்த என்னால் ஏன் என் இதயத்தை கத்தி இன்றி ரத்தம் இன்றி வெறும் வார்த்தை கொண்டு கிழித்த அவளை மைதிலியே வெறுக்க முடியவில்லை?

இந்த காதல் அவ்வளவு கொடுமையானது போல. இப்போது மாத்திரை சரியாக எடுத்துக் கொள்ளாத என் அம்மா தன் நிலையில் இல்லாமல் எங்கள் துணி எல்லாம் வெளியில் தூக்கி போட்டு விளையாடி கொண்டு இருக்கிறார்கள்.

மற்ற சமயமாக இருந்திருந்தால் அவர்கள் மேல் கோபத்தில் கத்தி இருப்பேன். ஆனால் இப்போது இதை எழுதும் நேரத்தில் அவர்கள் மேல் பாவமான பார்வை தான் பார்க்க தோன்றுகிறது.

இப்போவே இப்படி இருக்கும் என் அம்மாவுக்கு அவர்களின் ஒரே பையன் காதல் தோல்வி தாங்காமல் தற்கொலை செய்யும் முடிவில் இருப்பது தெரிந்தால் என்ன செய்வார்கள்.

பிரச்சனையில் இருந்து தப்பிக்க செய்யும் தற்கொலை முடிவு சரியானது இல்லை என என் மூளை சொல்கிறது. ஆனால் மனம்?

"இன்னும் நீ உயிரோடு இருந்து என்னடா சாதிக்க போற?" என கேட்கிறது.

ஆமாம்! இந்த டைரியே விட்டு என் மனசை பகிர்ந்து கொள்ள நண்பர்கள் என யாரும் இல்லாதவன் தானே நான்? ஒரே தோழியாக இருந்தவளை காதல் என்ற பெயரில் மாற்றி விட்டு அவளை கூட இழந்து அதனாலேயே தற்கொலை செய்யும் முடிவில் இருப்பவன் தானே நான்?

அப்பாவுக்கு அம்மாவை கவனித்து கொள்ளவே நேரம் சரியாக இருக்கிறது. மகன் என்பவன் படும் கஷ்டம் என்ன என்று தெரியாது இருக்கிறார் அவர். அவரை நான் குறை சொல்ல மாட்டேன். காதலித்து திருமணம் செய்தவர், அந்த காதல் திருமணத்தால் சொந்தம் பந்தம் ஒதுக்க ஒரே துணையாக என் அம்மாவை இதயத்தில் வைத்திருக்கும் அவரை குறை சொல்ல எனக்கு தகுதியில்லை.

தன் சிறு வயதில் பட்ட பல கஷ்டங்களை தாங்கி கொண்ட என் அம்மாவால் என் அப்பாவின் சொந்தம் ஒதுக்கியதை தாங்க முடியவில்லை! "

தன்னால் தான் தன் கணவர் சொந்தம் பந்தம் இல்லாமல் இருக்கிறார்." என்ற குற்ற உணர்ச்சி மற்றும் மற்றொரு கொடூர சம்பவம் கண்ணால் பார்த்த அந்த நினைவு வரும் போதெல்லாம் இப்படி தான் மன கலங்கி போய்டுவார் என் அம்மா.

நான் என்ன பண்ணட்டும்? என்ன பண்ணட்டும்? தற்கொலை செய்யும் எண்ணத்தை கொஞ்ச நாள் தள்ளி போட்டால் ஏதாவது மாற்றம் நடக்குமா?

"பிரச்சினை கஷ்டம் வந்த நேரத்தில் எது யோசித்தாலும் அது தப்பான முடிவாக தான் இருக்கும்!" என பெரியவர்கள் சொல்வார்கள். அது போல தான் என் தற்கொலை முடிவா?

என் உலகம் ரொம்ப சின்னது. என் அப்பா, அம்மா மற்றும் மைதிலி என சின்ன வட்டத்துக்குள் இருந்தேன். கூட பிறந்த சகோதரன் அல்லது சகோதரி யாராவது இருந்தாலாவது என் மன பாரத்தை சொல்லி அழுதிருப்பேன். அப்படி யாரும் இல்லையே!

அப்பாவிடம் சொல்ல முடியாது அவருக்கே அம்மாவை நினைத்து பாதி நேரம் மனக்கஷ்டம். அம்மாவிடம் முடியவே முடியாது, இன்னும் அவங்க மனது மூளை கலங்கி போகும்!

இப்போது பி.டெக் (B.Tech) மூண்றாவது வருடம் படிக்கிறேன். நான் காதலித்தவன் அதில் தோல்வி அடைந்தவன் என்றால் யாருமே நம்ப மாட்டார்கள். காலேஜ் வாழ்க்கை முழுவதும் இந்த ராம் ஒரு படிப்பாளி மற்றும் ஆண் பெண் இருபாலரிடமும் ஒதுக்கத்துடன் பேசுபவன்.

நான் பல வருடமாக ஒரு பெண்ணுக்கு தோழனா இருந்தேன், அதுவும் தினம் தினம் விநாயகர் கோவிலில் மட்டுமே சந்திப்பேன், அதுவும் யாருமே இல்லாத நேரத்தில். தினம் தினம் எனக்கு டெய்லி மில்க் (Daily milk) சாக்லேட் (Chocolate) எடுத்து கொண்டு அவள் வருவாள், அந்த சாக்லேட் விட அவள் அன்பு மொழியில் மயங்கி காதலில் விழுந்தேன், அதுவே கடைசியில் பெரும் தோல்வியில் முடிந்தது.

என் வாழ்க்கையில் இதுக்கு மேல் என்ன இருக்கிறது என்று தான் தெரியவில்லை. என்னை சுற்றி நம்பிக்கை ஒளி ஒன்று கூட தெரியவில்லை.

இப்போது எனக்கு 23 வயது தொடக்கம். ஆமாம் இரண்டரை வருடங்களாக நான் ஏன் சாக கூடாது என தினம் தினம் நான் யோசித்து கொண்டு இருந்த நேரம், இரு நண்பர்கள் எனக்கு கிடைத்தார்கள்.

என்னை போல் இருவர். ஆனால் என்னை நன்றாக புரிந்தவர்கள்.

நட்பு என்றால் என்ன என்பதை எனக்கு புரிய வைத்த சாத்தான்கள்! லூசுகள்! பைத்தியங்கள்! மெண்டல்ஸ்! சிரிப்பே இனி இருந்த என்னை நினைத்து நினைத்து சிரிக்க வைக்கும் அளவுக்கு மாறினார்கள். இருந்தாலும் இப்போது நான் தற்கொலை தான் செய்ய நினைக்கிறேன்.

"எல்லாம் நன்றாக மாறிய பிறகும் ஏன் இந்த தற்கொலை முடிவு?" என நீங்கள் கேட்பது புரிகிறது.

எந்த நண்பர்கள் என்னை மாற்ற உதவினர்களோ அவர்கள் வாழ்க்கையில் காதல் ஒன்றை இல்லாமல் போகும் அளவுக்கு என் முடிந்த காதல் பிரச்சனை

திரும்பி வந்துள்ளது!

இதுவரை என் மரண வாக்குமூலம் படித்த உங்களுக்கு மிக்க நன்றிகள்.

வீரம் நிறைந்தவர் அந்த இராமாயண ராமன். கோழையானவன் இந்த கலியுக ராமன் நான்.

ஆனால்...

அதுவரை படித்த மோகினி இன்னும் சில பக்கங்கள் காணாமல் போனதை பார்த்து அதிர்ச்சி அடைந்தாள்.

அடுத்த என்ன நடந்தது..? என்பது புரியாமல் அவள் தவித்தாள்.

"அபி, இது உண்மையாகவே உன் டைரி தானா? சில ஆதாரங்கள் வைத்து பார்த்தால் உன் டைரி மாதிரி தான் தெரிகிறது. பி.டெக் (B.Tech), அப்பா அம்மாவின் பெயர் ஒற்றுமைகள், உனக்கு காதலில் இருக்கும் வெறுப்பு, உன் பெயரில் இருக்கும் ராம், நீ சொன்ன வாழ்க்கையில் சில காதல் ஏமாற்றங்கள் என்ற வார்த்தை என பல பல விஷயங்கள் எல்லாம் இதை எழுதியது நீ தான் என சொல்லுது. இருந்தாலும் நண்பர்கள் இல்லாத வாழ்க்கை என்கிற போது.."

என யோசித்து இன்னும் குழம்பினாள்.

அவளின் அக்கா ஐஷ்வர்யா என்றோ சொல்லி அவள் அறிந்தது,

"அபி காலேஜ்ல யார் கூடவும் ரொம்ப பேச மாட்டான். அவன் உண்டு அவன் வேலை உண்டு என இருப்பான். என் கூட, படிக்கிற பொண்ணுங்க கூட முதல் மூணு வருஷம் ஒண்ணு ரெண்டு வார்த்தை தான் பேசி இருக்கான். அப்பறம் உன்னை பார்த்த பிறகு, உன் சேட்டைகள் பார்த்த பிறகு உன்னை பற்றிய பேச்சு அடிக்கடி எழ, நல்ல நண்பர்கள் என்ற நிலைக்கு போனோம்.

அப்பவும் குட் மார்னிங், குட் நைட் தான் சில மாசத்துக்கு போச்சு. என்ன காரணம் தெரியல காதல் என்றாலே அவனுக்கு வெறுப்பு, முக்கியமாக அவனுக்கு தெரிஞ்சவங்க காதல் என்று சொன்னாலே பிரிப்பது ஒன்றே கொள்கை போல பேசுவான். அவனுக்கு காதலி கிடைக்கா செய்றான்னு கூட சொல்ல முடியாது.

காலேஜ் முதல் நாளே ஒரு ஃப்ரெண்ட் போல அவன் பேசியிருந்தா, நானே அவனை லவ் பண்ணி இருப்பேன், அந்த அளவுக்கு அவன் நல்லவன் மற்றும் கல கல பேசுபவன் கூட. அவன் உண்மையான குணம் அவனுக்கு பிடிச்சவங்க கிட்ட மட்டும் தான் காண்பிப்பான். ஒருவேளை தனக்கு நெருக்கமானவங்க வேற யாருக்கும் எந்த விதத்திலும் நெருக்கமாக இருக்கவே கூடாது நினைக்கிறான் போல." என்றாள் ஐஷ்வர்யா.

"அப்போ நீ யாரையாவது லவ் பண்ண கண்டிப்பா பிரிச்சுடுவானா?" என்று கேட்டாள் மோகினி.

"கண்டிப்பா! நான் அவன் ஃப்ரெண்ட் ல? நான் யாரையாவது லவ் பண்ண போய் அவனுக்கு கொடுக்கும் முக்கியத்துவத்தை தராமல் போய்டுவேன் என்ற பயத்தில் எதாவது பண்ணி பிரிச்சுடுவான்! அவன் நம்புகிற மாதிரி பொய் சொல்வதில் கில்லாடி! அவன் சொல்ற பொய்யை கடவுளே வந்தாலும் அது பொய் என நிரூபிக்க முடியாது, அப்படி எல்லாம் பொய் சொல்வான்."

"அப்போ அவனுக்கு நம்மளை பிடிக்காமல் இருக்குற வரை நமக்கு தான் நல்லது. சரியா?"

"ரொம்ப... ரொம்ப... நல்லது! அவனுக்கு பிடிச்சவங்களுக்கு மட்டுமே அவன் கஷ்டம் தருவான். அதே போல கொடுத்த கஷ்டத்தை அவனே ஹீரோ மாதிரி போக்குவான். அவன் பொறாமைக்காரன், அதே நேரத்தில் பாசக்காரன்! அவனை கல்யாணம் பண்ணிக்க போற பொண்ணை நினைத்தால் தான் கஷ்டமாக இருக்கு. காதல் இல்லாத காதல் வாழ்க்கை தான் அவன் மூலம் அந்த பொண்ணுக்கு கிடைக்கும்." என்றாள் ஐஷ்வர்யா மோகினியின் முக மாற்றங்களை கவனித்து.

கையில் இருந்த டைரியே திரும்பி திரும்பி படித்தவள் எதற்கும் இருக்கட்டும் என சிவராம் பற்றி தெரிந்து கொண்டு அடுத்த முடிவுக்கு வருவோம் என நினைத்தாள். மோகினி

அபிராம் பொறுத்தவரை அவளுக்கு எந்த மாற்று கருத்தும் இல்லை. அவள் அக்கா சொன்னது போல அவன் அந்த அளவுக்கு மோசம் இல்லை என்பது அவளின் எண்ணம்.

காதல் கொண்ட மனது தனக்கு தானே சமாதானம் செய்து கொண்டது.

சிலருக்கு சொன்னால் புரியும். சிலருக்கு பட்டால் தான் புரியும். இவள் இரண்டாம் வகை தானோ?

## *நினைவு புத்தகம் இன்னும் திருப்பப்படும்.*

# 5

# சிவராம் - சஞ்சனாவின் சந்திப்பு

"முடியாது! முடியாது! முடியவே முடியாது!" எனச் சிவராம் கத்தினான்.

தன் பையன் ஸ்ரீதரை ஸ்கூலில் இருந்து அழைத்து வர சொல்லி சீதாஸ்ரீ கேட்ட ஒரே உதவிக்குத் தான் சிவராம் இவ்வளவு சத்தம் போட்டுக் கொண்டிருந்தான்.

"ஒரு ஹெல்ப்பா தானே கேட்டேன், இதுக்குப் போய் ஏண்டா இப்படிப் பண்ற? மாமாவும் அத்தையும் அவங்க ஃப்ரெண்ட்ஸ் வீட்டுக்கு கல்யாணத்துக்குப் போய் இருக்காங்க. டிரைவர் கிட்ட சொல்லலாம் என்றால் அது சரியா வராது. முதலில் அபிராம் கிட்ட தான் கேட்க போனேன். ஹ்ம்ம்... உனக்கே தெரியுமே நான் பேச போனால் அவன்,

'ஹலோ மிஸஸ் சீதாஸ்ரீ ஸ்ரீகிருஷ்ணா, நான் உங்க பிசினஸ் பார்ட்னர். என்னை இப்படி உங்க பர்சனல் வேலைக்குக் கூப்பிடும் பழக்கம் எல்லாம் கூடாது, அப்புறம் மரியாதை கெட்டுடும், சொல்லிட்டேன்.' என்றான். நீ என் செல்ல சிவா பட்டு தம்பி ல, பிளீஸ் டா! போய்ட்டு வா.." என்று அவனைக் கொஞ்சி கெஞ்சி கேட்டாள் சீதாஸ்ரீ.

அவளின் கொஞ்சல் கெஞ்சல் பார்த்து மனம் இறங்கிய சிவராம், "சரி. சரி. ரொம்பக் கெஞ்சத. போயிட்டு வரேன். ஏதோ ரொம்ப நாள் கழித்து ஆசையா தம்பி எனச் சொல்லிட்டே, அந்த ஒரு காரணத்துக்காகப் போறேன்." என்றான்.

சிவராம் கிளம்பி போன சிறிது நேரத்திற்குப் பிறகு,

"ஏன் சீதா, நானே போறேன் தானே சொன்னேன்? இப்போ எதுக்குத் தேவையில்லாம சிவாவை அனுப்பி இருக்க?" என்று கேட்டான் கிருஷ்ணா.

"ஹ்ம்ம்.. நீ ஆள் தான் வளர்ந்து இருக்க. ஆனா, அதுக்கு ஏத்த மூளை.. ஹ்ம்ம்... சுத்தமாவே இல்ல. நம்ம பையன் படிக்கிற ஸ்கூலும் அந்த ஐஷ்வர்யா-வின் பொண்ணு படிக்குற ஸ்கூலும் ஒண்ணு தான். அதோட ஒரே கிளாஸும் கூட. கொஞ்ச நாள் முன்னாடி மாமா நம்ம பையன் விஷயமாக அந்த ஸ்கூலுக்-குப் போன போது அங்கே ஐஷ்வர்யாவை பார்த்திருக்கார்.

அதில் நெருக்கம் ஆகி ஃபோன் நம்பர் வாட்ஸப் நம்பர் வேற வாங்கிட்டார். அப்படி அவளின் வாட்ஸப் தற்செயலா அவரின் ஃபோனே நான் பார்க்கும் போது தான், அது நம்ம ஐஷ்வர்யா என்று தெரிந்தது. இந்தச் சிவராம் அவளைப் போய்ப் பார்க்கிற மாதிரி தெரியல.

அதுக்கு நம்ம சும்மா இருக்க முடியுமா சொல்லு? அதன் ஒரு பிளான் பண்ணி வேணும்னே அவனை அனுப்பி இருக்கேன். இனி அவன் வாழ்க்கை ரொமான்-டிக்கா போகும்." என்றாள் சீதா.

"அப்போ நம்ம ரொமான்ஸ்." என்று கிருஷ்ணா சீதாவின் வலது காதில் ஊதி கூச்சம் கொள்ள வைத்து கேட்டான்.

அவனைச் செல்லமாகத் தள்ளிவிட்ட சீதா, "இது ஆபீஸ்! நம்ம ரொமான்ஸ் நைட் தான். அதுவும் குழந்தைகள் ரெண்டும் தூங்கிய பிறகு தான்." என்றாள் கறாராக.

"போச்சு! இந்த ஸ்ரீதர் பையன் கூடப் பரவால்ல. ஆனா, ஒரு வயசு குட்டி ஸ்ரீநாத் இருக்கானே எங்கிருந்து தான் அவனுக்கு மூக்கு வேர்க்கும் என்றே தெரியல. ஆசையாக ஒரு கிஸ் கொடுக்கலாம் நினைச்சு உன் பக்கத்துல நான் வந்தா போதும், ஸ்பீக்கர் ஃபூல் சவுண்ட்ல வச்சது போல அப்படிக் கத்துவான்! நம்ம ரொமான்ஸுக்கு வில்லனே அவன் தான்!" என்றான் கிருஷ்ணா பொய் கோபத்தில்.

"என்னடா பண்றது, நீ தானே சீக்கிரம் குழந்தை வேணும் சொன்ன? அப்புறம் குத்துதே குடையுதே சொன்னா."

"ஹ்ம்ம்.. ஒரு பெண் குழந்தையும் பெற்று தந்தால் இன்னும் கொஞ்சம் ஜாலியா இருந்திருக்கும். ஆனா, நீ தான் இதுக்கு மேல் முடியாது சொல்லி ஃபே-மிலி பிளானிங் பண்ணிட்டே."

அவனின் வருத்த குரலை கேட்டு அவள் தன் முத்தத்தால் போக்க அவனை ஆசையாக அவள் நெருங்கும் நேரத்தில் கதவு தட்டும் சத்தம் கேட்க, "எஸ் கம் இன்!" என "ரொமான்ஸ் போச்சே!" என்கிற கோபத்தில் கிருஷ்ணா உள்ளே வர அனுமதி அளித்தான்.

உடனே உள்ளே வந்த அபிராமை பார்த்த கிருஷ்ணா, "வாடா நல்லவனே! எங்கிருந்து டா கிளம்பி வரீங்க? நானே ரொம்ப நாள் கழித்து... சரி விடு, வந்த விஷயத்தைச் சொல்லு." என்றான்.

"எனக்கு இப்போ பர்சனல் வேலை ஒண்ணு இருக்கு நான் வெளியில் போறேன். அதனால் என் கிட்ட எதாவது சொல்ல வேணும்னா இப்போவே சொல்லிடு. இல்ல, நாளைக்கு வருவேன்ல அப்போ சொல்லு." என்றான் அபிராம்.

"அப்படியா சார்? போங்க, போயிட்டு வாங்க. அப்புறம் எங்க போறீங்க இந்த அற்ப ஜந்து தெரிந்து கொள்ளலாமா?" என்று கேட்டான் கிருஷ்ணா.

தன் பாக்கெட்டில் இருந்த கூலிங் கிளாஸே எடுத்து மாட்டிக் கொண்ட அபிராம், "என் வருங்காலப் பொண்டாட்டியை பார்க்க போறேன்." என்றான்.

"பார்டா! லவ்வா..?"

அவ்வளவு தான் உயிர் நண்பன், அதுவும் தன் அக்காவின் கணவன், அதுவும் தன் அக்காவும் அங்கேயே இருக்கிறாள் என்று என்று கூடப் பார்க்காமல் பச்ச பச்சயா திட்ட ஆரம்பித்தான் அபிராம். ஒரு கட்டத்தில் திட்டி திட்டி தண்ணீர் தாகம் எடுக்கக் கொஞ்சம் தண்ணீர் குடித்து விட்டு,

"இங்க பாரு, எனக்குக் காதல் என்பதில் நம்பிக்கை இல்ல. அதோட இந்தக் காலத்துல காதல் என்கிற பெயரில் அவனவன் செய்யும் அட்டகாசம் பார்க்கவே சகிக்கல! பசங்க பொண்ணுங்க என வித்தியாசம் இல்லாம எல்லோருமே காதலே காமம் என்ற போர்வையில் மட்டுமே பார்க்குறாங்க. அவங்களை மாதிரி நான் இல்ல!" என்றான்.

"அப்போ என்ன மண்ணுக்கு எவளோ ஒருத்தியை பொண்டாட்டி எனச் சொல்ற?"

"ஆமா, இப்பவும் சொல்றேன் நான் என் வருங்கால்ப் பொண்டாட்டியை பார்க்க போறேன், காதலியை இல்ல. காதலி வேற.. பொண்டாட்டி வேற.. ரெண்டையும் மிக்ஸ் பண்ணாத, புரியுதா?" - அபிராம்

"என்னடா சொல்ற ஒன்னும் புரியல."

"கிருஷ்ணா, உன் புத்திக்கு புரியும் படியே சொல்றேன். எந்த உறவாக இருந்தாலும் அது எனக்கு எனக்கே இருக்கணும். காதல் என்பதில் எனக்கு நம்பிக்கை இல்லாத போது காதலி என்ற உறவில் மட்டும் எப்படி டா நம்பிக்கை இருக்கும்? சரி, ஓர் உதாரணத்துக்குப் பேச்சுக்கு பார்ப்போம். இப்போ எனக்கு ஒரு காதலி இருக்கானு மைண்ட் ல ஃபிக்ஸ் பண்ணி யோசித்துப் பாரு.

நான் அவ கிட்ட ஏதாவது பேசணும்னு நினைத்து ஏகப்பட்ட தில்லு முல்லு பண்ணி அவளைத் தனியா பார்க்கணும். நினைத்த நேரத்துல என்னால் அவளைப் பார்க்க முடியாது பேச முடியாது. ஒரு நேரத்துக்கு மேல் அவளால் என் கூட இருக்க முடியாது. 'வீட்டில் அப்பா, அம்மா, அண்ணன், தம்பி, அக்கா, தங்கை இப்படி எத்தனையோ உறவுகள் இருக்காங்க அவங்க என்னைத் தேடுவாங்க நான் போகணும்.' என்று சொல்லி சொல்லியே டார்ச்சர் பண்ணுவாங்க.

அது மட்டுமா வீட்டில் காதல் விஷயம் தெரிந்தால், 'ஐயோ... என் ஆசை காதலனே! என் அப்பா இதய நோயாளி, எங்க அம்மா சுகர் நோயாளி!' இப்படி ஏதோ புதுசா அவங்க நோயாளி ஆனார்கள் மாதிரி ரொம்பப் பில்டப் கொடுப்-பாங்க. நம்மாலும், 'என்னமா ஆச்சு இப்போ என்ன பண்றது?' கேட்டால்,

'இல்ல... எல்லாம் போச்சு! நம்ம காதலுக்குச் சம்மதம் சொல்ல மாட்டாங்க! நாம பிரித்துடுவோம்!' என்று சொல்லி ஓவரா நடித்து நடித்து அதுவரை நம்ம கிட்ட கறந்த பொருள் பணம் எல்லாம் கிடைத்த வரை லாபம் என்பது போல ஓடி விடுவாங்க. அந்த மாதிரி உறவு எனக்குச் செத்தாலும் வேணாவே வேணாம்." என்றான் அபிராம் தெளிவான குரலில்.

"அப்போ பொண்டாட்டி..?" என்று கேட்டான் கிருஷ்ணா.

"பொண்டாட்டி என்ற உறவே ரொம்ப ஸ்பெஷல்! எனக்கு எனக்கே உண்டான உறவு! எல்லார் விட அவளுக்கு நானே ரொம்ப முக்கியமானவனா இருப்பேன்! எங்க ரெண்டு பேருக்கு நடுவில் யாருக்கும் இடம் இல்ல, அவளின் அப்பா, அம்மா என எந்த உறவாக இருந்தாலும் பதில், 'போ... போ..' தான். நேரம் காலம் இல்லாமல் அவ என் கூடவே இருப்பா. எவனோ கல்யாணம் பண்ணிக்கப் போற பொண்ணுக்குச் செலவு பண்றதுக்குப் பதில் நான் தாலி கட்டிய பொண்-டாட்டிக்குச் செலவு பண்ணுவேன்.

உங்க காதல் மொழி எல்லாம் எனக்குத் தெரியாது பா. ஆனா, ரொமான்ஸ் பண்ண தெரியும். அது போதாதா? அவனவன் காதல் என்ற பெயரில் ஏமாற்றுவது எல்லாம் அதுக்குத் தானே? நான் அவங்களை மாதிரி காதல் என்ற பெயரில் ஏமாற்ற நினைக்கலயே கல்யாணம் பண்ணிக்கப் போறேன் அதுவும் எனக்கு ஏற்ற பொண்ணைப் பார்த்து. இதால காதல் எங்கடா வந்தது?"

அபிராம் சொன்னதைக் கேட்டு சீதாஸ்ரீயும் ஸ்ரீகிருஷ்ணாவும் ஒருவரை ஒருவர் பார்த்து கொண்டனர். பேச கூடாது நினைத்த சீதாஸ்ரீ கூட வாயை திறந்து பேசி-னாள்.

"அபி, என்னடா உன் பேச்சில் காதல் என்றாலே செக்ஸ் மட்டும் தான் என்பது போல் இருக்கு." என்று கேட்டாள் அவள்.

அவளின் கண்ணை நேருக்கு நேர் சிரித்த முகத்தோடு பார்த்துக் கொண்டே,

"இல்லயா பின்னே? இங்க எவன் காதலிக்கும் பெண்ணைப் பார்த்து, 'கண்ணே! கண்மணியே! எனக்கு உன் காதல் மட்டும் போதுமடி, அது தவிர வேறு எதுவும் வேண்டாமடி!' என்று சொல்றாங்க. பெண்கள் கூட அப்படி நினைப்பது இல்ல. இங்க பாருங்க இந்த உடல் எல்லா விதமான உணர்ச்சியுடன் அந்தக் கடவுளால் படைக்கப்பட்ட அதிசயம்.

அதனால் தான் சொல்றேன் இங்கே எவனும் முழு ராமனும் இல்ல ராவணனும் இல்ல. நல்ல சமயம் கிடைத்தால் எல்லாருமே கெட்டவர்கள் தான், அதில் நானும்

ஒருவன்." என்ற அபிராம் அங்கிருந்து கிளம்பி விட்டான். இங்கே இவனின் பதிலை கேட்டு இரு உள்ளங்கள் கண்ணீர் வடித்தனர்.

"சீதா, இவன் போகிற போக்கை பார்த்தா ரொம்பவே பயமா இருக்கு. கடைசி-வரை காதல் என்ற உணர்வே இல்லாமல் வாழ்த்து விடுவானோ பயமா இருக்கு." என்றான் கிருஷ்ணா கவலை நிறைந்த குரலில்.

"இல்லடா, இப்போ தான் எனக்கு நம்பிக்கை வருது. நம்ம காதல் என்ற உணர்வை வார்த்தைகள் மூலம் தான் வெளிப்படுத்துவோம். ஆனா, என் தம்பி அபி அப்படி இல்ல. அதென்ன உணர்வு தெரியாதே போது கூடச் சரியான இடத்-துல சரியான நேரத்துல அன்பை வெளிப்படுத்துவான். அது போதும் விடு, போகப் போக அவனே என்றாவது ஒரு நாள் அந்த உணர்வின் பெயரை தெரிந்து கொள்-வான்." என்றாள் சீதா.

"அதுவரை அந்தப் பெண்ணின் நிலை என்ன?"

"அது அந்தக் கடவுளுக்குத் தான் தெரியும்."

யுகேஜி (UKG) கிளாஸ் எதிரில் இருந்த சிவராமை நோக்கி "மாமா" எனக் கூறிக் கொண்டே ஓடி வந்தான் ஸ்ரீதர் (சீதாஸ்ரீ - ஸ்ரீகிருஷ்ணா ஜோடியின் மூத்த மகன்).

கன்னத்தில் சில முத்தங்கள் மாறி மாறி கொடுத்து கொண்டனர் இருவரும்.

"அபி மாமா தான் வருவார் நினைத்தேன். நீங்க வந்திருக்கீங்க." என்றான் ஸ்ரீதர்.

"ஏன்டா மருமகனே! அவன் மட்டும் தான் உன் மாமாவா? அப்ப நான் இல்-லயா?" என்று பொய் கோபத்தில் கேட்டான் சிவராம்.

"சே! சே! அப்படி இல்ல, சிவா மாமா. நேத்து அபி மாமா வீட்டுக்கு வந்து இருந்தாரா, அப்ப நான் என்னோட ஃப்ரண்டோட அம்மாவை கல்யாணம் பண்-ணிப்பியா கேட்டேன். ஆனா, அவர் கோபமா ஒன்னும் சொல்லாம போய்ட்டார். சிவா மாமா ஏன் அப்படி அபி மாமா கோபமா போனார்?"

"தெரியல குட்டி, இருந்தாலும் அவனுக்கு உன் மேல கோபம் இருக்காது. அவன் மனசில் வேற யாரோ இருக்காங்க அவங்களைத் தவிர வேற யாரையும் கல்யாணம் பண்ணிக்கச் சம்மதம் சொல்லவே மாட்டான். அது உலக அழகியாக இருந்தாலும் சரி. அதே பதில் தான்."

"ஓ! அப்படியா? ஆனாலும் என் ஃப்ரெண்ட்டோட அம்மாவும் அழகா தான் இருப்பாங்க. அபி மாமாவின் பேட் லக் மிஸ் பண்ணிட்டார்."

"ஹ்ம்ம்.. பெரிய மனிதன் நீங்க சொன்னால் சரியா தான் இருக்கும். வீட்டுக்கு போலாமா?"

அப்போது சஞ்சனா அங்க ஓடோடி வந்தாள்.

"ஸ்ரீதர்.. ஸ்ரீதர்.. ஒன் நிமிஷம்.. வெயிட் பண்ணு." என்று கத்தி கொண்டே வந்தாள் சஞ்சனா (ஐஷ்வர்யாவின் ஐந்து வயது மகள்).

தன் பக்கத்தில் வந்த சஞ்சனாவிடம், "சொல்லு சனா.." என்று கேட்டான் ஸ்ரீதர்.

"இவர் தான் நீ சொன்ன அபி மாமாவா?" என்று கேட்டாள் சஞ்சனா.

"இல்ல, இவர் என் இன்னொரு மாமா சிவா. அபி மாமாவை போல இவருக்கும் நான் க்ளோஸ் தான். சிவா மாமா.. சிவா மாமா.. இவ என் ஃப்ரெண்ட் சனா.. சஞ்சனா. நேத்து தான் நாங்க ஃப்ரெண்ட்ஸ் ஆனோம்." என்று தன் தோழியை அறிமுகம் செய்து வைத்தான் ஸ்ரீதர்.

சஞ்சனா என்ற பெயர் கேட்டவுடன் சிவராமுக்கு என்றோ ஐஷ்வர்யாவுடன் வீடியோ காலில் பேசியது நினைவு வந்தது.

"ஐச்சு, இப்படியே எத்தனை நாளுக்கு உன்னை வெறும் ஃபோன்ல மட்டும் பார்க்குறது. முடியல டி! தினம் தினம் உன்னை நினைத்து நினைத்து குளிக்கும் போது..." என்று முழுதும் சொல்லாமல் வார்த்தை இழுத்தான் சிவராம்.

"குளிக்கும் போது..?" என்று கேட்டாள் ஐஷ்வர்யா மனம் படபடக்க.

"ஃபீல் பண்ணி அழுகை வருது சொல்ல வந்தேன். நீ என்ன நினைச்சே..?"

"ஹி.. ஹி.. நான் என்னமோ நினைச்சேன். அது எதுக்கு இப்ப? அப்பறம் என் அருமை நண்பன் என் அபி குட்டி என்ன பண்றான்..?"

"ஹ்ம்ம்... கொஞ்ச நேரத்துக்கு முன்னாடி தான் ஐயா லூவரா, 'காதல் என்றால் பொய்! காதல் என்றால் மாயை!' என்று குடிகாரன் மாதிரி குடிக்காமலே உளறிட்டு இருந்தான். அதன் சின்னத் தண்டனை கொடுத்து ஒரு மணி நேரம் தலைகீழாக நிற்க வெச்சுட்டேன். இனி எதாவது பேசினா வாயிலேயே சூடு வைக்க வேண்டியது."

"அச்சோ! பாவம் டா குழந்தை."

"ஏது அவன் குழந்தையா? கொஞ்சம் விட்டால் காலேஜ் ல இருக்குற எல்லாப் பொண்ணுக்கும் குழந்தை கொடுத்துடுவான்.. கேடி! கேடி..! அந்த அளவுக்கு அவன் மேல பைத்தியமா பல பொண்ணுங்க எங்க காலேஜில் இருக்காங்க என்றால் பாரேன். ஏதோ நான் அவன் ஃப்ரெண்ட்டா கூட இருக்கப் போய்ப் பல பெண்களின் கற்பு என்னால் காப்பாற்றப்பட்டது." என்றான் சிவராம் பெருமையாக.

அவள் பதில் எதுவும் பேசாமல் ஒரு முறைப்பை மட்டும் பதிலாகக் கொடுத்தாள். பொறுத்து பார்த்த சிவராம்,

"ஓய்! என்னடி மாமன் மேல அவ்வளவு லவ்வா..? இப்படி ஆளை விழுங்கும் அளவுக்குப் பார்க்கிற? சீ... போ! உன் பார்வை என்னை ஏதோ ஏதோ பண்ணுது. பார் எனக்கே வெட்க வெட்கமா வருது." என்று முகத்தை மூடிக் வெட்கம் கொள்வது போல் நடித்தான்.

"அடிங்! *******" என இப்படியே அவள் அரை மணி நேரம் தனக்குத் தெரிந்த கெட்ட வார்த்தைகள் கேட்ட வார்த்தைகள் என எல்லாம் சேர்த்து அவன் மேல் இருந்த அளவுக்கு அதிகமான காதல் கொண்டு இனிமையான சங்கீதம் போல வழங்கி கொண்டு இருந்தாள்.

"அட சீ..! போதும்... நிறுத்து..! இப்போ நான் என்ன சொல்லிட்டேன் எனச் செத்து போன என் கொள்ளு பாட்டியை கூட விடாமல் திட்டுற?"

"பின்ன என் செல்லம் அபியை பத்தி என்கிட்டேயே தப்பா சொன்னா கோபம் வருமா? வராதா?"

"நான் பொய் எதுவும் சொல்லல மா, உண்மையில் அவன் பின்னால் பத்து பதினைந்து பெண்கள் கொண்ட கூட்டமே சுத்துது. அதையெல்லாம் பார்த்தா, எங்களுக்குக் காண்ட் ஆகுமா? ஆகாதா?"

"ஒரு சின்னத் திருத்தம். அவன் பின்னால் ஏதோ சில பெண்கள் போய்த் திரியுறாங்க காரணத்தால் என் அபி செல்லம் தப்பானவன் இல்ல, புரியுதா? அவனா எதாவது ஒரு பொண்ணு பின்னாடி போய்ப் பார்த்திருக்கியா?" என்று ஐஷ்வர்யா கேட்டாள்.

"இல்லை." எனச் சிவராம் சொல்ல, மீண்டும் ஐஷ்வர்யா தொடர்ந்தாள்.

"அது.. அது.. அதான் என் அபி! ரெண்டு வருஷத்துக்கு முன்னாடி என் தங்கச்சி அவன் கிட்ட லவ் சொன்ன போதே அதுவும் என் கிட்ட பெர்மிஷன் கேட்டு அவ லவ் சொன்ன போதே, 'இது வெறும் ஈர்ப்பு!' எனச் சொல்லி விட்டு இதுவரை நான் எவ்வளவோ கேட்டும் கூட அவளைப் போய்ச் சந்திக்காமல் இருக்கான்.

இத்தனைக்கும் அவ... அதான் என் தங்கச்சி, அவன் காதலை அடைய என்ன வேணும்னாலும்... எது... என்ன வேணும்னாலும் செய்யத் தயாராக இருந்தாள் என்றால் பாரேன். இத்தனைக்கும் என் தங்கச்சி நல்ல அழகியும் கூட. அப்படிப்பட்ட பொண்ணு காதல் சொல்லி மயங்காதவன் இப்போ போயா மயங்க போறான்?"

"ஹ்ம்ம்... ஆச்சரியம் தான். உண்மையில் அவன் உடலில் எதாவது கோளாறா? அவன் ஏன் இப்படி இருக்கான், முக்கியமா இந்தக் காதல் விஷயத்தில்?"

"சரியா தெரியல டா. காலேஜ் மூணாம் வருஷத்துல தான் எனக்கே அவன் பழக்கம். அதுவரை சும்மா ஒரு மூலையில் தான் உட்கார்ந்திருப்பான். எங்க

காலேஜிலேயே மனம் விட்டு அவன் பேசிய முதலும் கடைசிப் பொண்ணும் நான் தான். அதுவும் என்னைப் பார்த்தா அவனின் பெரியப்பா பொண்ணு சீதா நினைவு வருது என்று தான் பேசினான்."

"ஹ்ம்ம்.. நமக்கே தெரியாது அவனுக்கு எதாவது லவ் ஸ்டோரி இருக்குமா? நீ என்ன நினைக்கிற ஐச்சு...?"

"இருந்தாலும் இருக்கலாம், ராம். கொஞ்ச நாளாகவே எனக்கும் அதே டவுட் இருக்கு. சரியா அந்த மூணாவது வருஷ காலேஜ் லைஃப்ல ரொம்பவே டிஸ்டர்ப்பா இருந்தான். அந்த நேரத்துல தான் எதோ நடந்திருக்கு. மே பீ லவ் ஃபெயிலியரா கூட இருக்கலாம்."

"இருக்கும்! இருக்கும்! நல்லவேளை நம்ம காதல் விஷயத்தை ரகசியமாக வெச்சிருக்கோம், இல்ல, நமக்கு டைவர்ஸ் (Divorce) வாங்கிக் கொடுத்துட்டு தான் அவன் வேற வேலை பார்த்திருப்பான். சரி, அந்த நாயை பத்தி இப்போ என்ன? எப்படியும் நாம சில வருஷத்துல வீட்டில் பெருசா சண்டை போட்டாவது கல்யாணம் பண்ணிப்போம். அப்போ நமக்குப் பிறக்கும் பெண் குழந்தைக்கு என்ன பெயர் வைக்கலாம்..?"

"ஹ்ம்ம்... ஏன் பையன் பிறந்தா குழந்தையே வேணாம்னு சொல்வியா?"

"சே! சே! அப்படி இல்ல, ஐச்சு. நமக்குப் பிறக்கும் குழந்தையில் அட்லீஸ்ட் முதல் குழந்தையாவது பொண்ணா இருக்கணும் டி! யோசித்துப் பாரு உன் முக ஜாடையில் ஒரு குழந்தை நினைக்கவே சூப்பரா இருக்கு ல?" என்று கண்களில் காதல் மின்ன கேட்டான் சிவராம்.

"சூப்பரா தான் இருக்கு! உன்னை மாதிரி இருந்தா இன்னும் அழகா இருக்கும்! சரி, இவ்வளவு யோசித்த நீ பெயர் கூட முடிவு பண்ணியிருப்ப, சொல்லு! சொல்லு!"

"சஞ்சனா... நிரஞ்சனா.. இரண்டில் எந்தப் பெயராக இருந்தாலும் ஓகே, ஐச்சு."

"இந்தப் பெயருக்கு எதாவது அர்த்தம் இருக்கா?"

"யெஸ்! இருக்கு. சொல்றேன்... சொல்றேன். சஞ்சனா என்பது வாழ்க்கையில் நம்ம சந்திக்கப் போகும் பல சஞ்சலதை தீர்க்க வந்தவள் எனப் பொருள். நிரஞ்சனா என்ற பெயர் அன்னை துர்காதேவியே குறிக்கும். எதாவது காரணத்தால் நம்ம மனசோ உடலோ அசுத்தம் ஆச்சுன்னா, அதனைச் சுத்தப்படுத்தித் தூய்மை ஆகுப்பவள் எனப் பொருள்."

"சூப்பர் டா, செம்ம! நீ சொல்றதை கேட்க கேட்க நூறு முத்தம் கொடுக்கணும் போல இருக்கு. ஆனா, என்ன பண்றது நீ எங்கயோ நான் எங்கயோ இருக்கோம்."

"அதுக்கு ஒரு யோசனை இருக்கு. நீ நிலவை பார்த்துப் பிளையிங் கிஸ் (Flying kiss) கொடு, அதை நான் அந்த நிலவு கிட்டயே வாங்கிக்கிறேன்."

"செருப்பு பிஞ்சிடும்! எனக்குப் போட்டியா அந்த நிலவே வந்தாலும் ஓட ஓட அடிப்பேன்!" என்ற ஐஷ்வர்யா உடனே கோபத்தில் ஃபோனை வைத்தாள்.

பழைய நினைவில் சிரித்த சிவராம் சஞ்சனா பக்கம் திரும்பி, "ஹ்ம்ம்... சஞ்சனா நல்ல பெயர். இந்தப் பெயருக்கு என்ன அர்த்தம் தெரியுமா?" என்று கேட்டான்.

"தெரியும், அங்கிள். சஞ்சனா என்றால் நம்ம வாழ்க்கையில் நாம் சந்திக்கச் சந்தித்த பல சஞ்சலதை தீர்க்க போகிறவள் என்பது அர்த்தம் என எங்க அம்மா சொல்லி இருக்காங்க. அய்! எங்க அம்மா அங்க வாறாங்க பாருங்க." என்றாள் சஞ்சனா.

அவனையே அறியாமல் ஏதோ ஓர் இனம் புரியாத சக்தி அவனின் தலையைத் திருப்ப அங்கே அவர்களை நோக்கி வந்த பெண்ணைப் பார்த்த சிவராம் உள்ளுக்குள் அதிர்ச்சி அடைந்தாலும் வெளியில் மட்டும் ஒன்றும் நடக்காத மாதிரி சஞ்சனா பக்கம் திரும்பி, "ஓ! சரி மா, நாங்க கிளம்புறோம். நேரமாச்சு." என வேக வேகமாக அங்கிருந்து ஸ்ரீதருடன் கிளம்பி விட்டான்.

சிவராமை தூரத்தில் இருந்து கண்ட ஐஷ்வர்யா தன்னை ஓர் அளவுக்கு மேல் கட்டுப்படுத்திக் கொள்ள முடியாமல் அவனிடம் பேச ஓடி வந்தாள். ஆனால் அவனோ பார்த்தும் பார்க்காத மாதிரி கிளம்பி விட்டான்.

"ராம், உண்மையில் என்னை வெறுத்துட்டியா? பாவம் பண்ண அந்த அபி எந்தக் கவலையும் இல்லாம சந்தோசமா இருக்கும் போது, இங்க சந்தர்ப்ப சூழ்நிலை காரணமா உன்னை விட்டு போன என் மேல உன் வெறுப்பைக் காண்பிக்கிற. நட்பு என்ற அளவுக்குக் கூடவா நான் லாயக்கு இல்லாம போய்ட்டேன்?" என்று இங்கே அபி செய்யாத ஒரு தவறுக்கு ஐஷ்வர்யா கோபத்தில் இருக்கே, மற்றொரு இடத்தில் மோகினி என்ற ஒரு பிசாசிடம் தன் கோபத்தைக் கூடக் காட்ட முடியாமல் அபிராம் அழுகிற நிலையில் இருந்தான்.

அப்படி அவள் என்ன பண்ணாள் தெரியுமா?

தன் யூடியூப் சேனலில் புது வீடியோ ஒன்றுக்குக் கான்செப்ட் என்ற பெயரில் அவள் எடுத்த 18+ டாபிக், "நீங்க வர்ஜினா (Virgin)? இல்லயா? எப்போ எந்த வயதில் உங்க வர்ஜினிடி (Virginity) போச்சு?" என்று கடற்கரை மணலில் நடந்து சென்று கொண்டிருந்த பலரிடம் ஆண் பெண் என்ற வித்தியாசம் இல்லாமல் எல்லாரிடமும் அவள் அதே கேள்வி கேட்க, அவளுக்குத் துணையாக அவளின் பாதுகாப்புக்கு வந்த அபிராம் தன் தலையில் அடித்துக் கொள்ளாத

நிலையில் நின்று கொண்டிருந்தான்.

"இவளுக்குப் பிசாசு எனப் பெயர் வைத்ததில் தப்பே இல்ல! இப்படிப் பொது மக்கள் கூடும் இடத்துல கேட்குற கேள்வியா?" என்று அபிராம் முணுமுணுத்தான்.

ஆண்கள் பெண்கள் என்ற ஒரு கூச்சமும் இல்லாமல் அவள் கேள்வி கேட்கும் அழகை பார்த்து, அவள் மேல் தனக்கு உள்ளது காதல் உணர்வு என்று புரியாமல் அவளைக் கோபத்தோடு ரசித்துக் கொண்டிருந்தான்.

**தன் காதலை அவன் எப்போது உணர்வான்?**

***நினைவு புத்தகம் இன்னும் திருப்பப்படும்.***

# 6

# சஞ்சனா ஐஷ்வர்யா பெற்ற குழந்தை இல்லையா..?

இன்டர்வியூ எல்லாம் முடிந்து வந்த மோகினி அபியிடம், "எப்படி டா பண்ணேன்? சும்மா தடாலடி ல..? பசங்க பொண்ணுங்க எல்லாம் முதல்ல தயக்கம் கொண்டாலும் போகப் போக ஒரு ஃபார்ம் ல வந்து கலக்கிட்டாங்க! வெர்ஜின் (Virgin) என்றால் உண்மையில் என்ன என்பது பற்றி எல்லாருக்கும் ஒரு விழிப்புணர்வு இருக்கு. " என்றாள் மோகினி.

"சரி வா, உன்னை வீட்டுல விட்டுட்டு போறேன்." என்றான் அபிராம் முகத்தில் என்ற உணர்வும் காட்டாமல்.

போகும் வழியில் அபிராமின் முகம் கடுகடுவென இருக்கே, அதன் காரணத்தை அவள் கேட்டாள்.

"என்ன அபி, ஏன் இப்படி முகத்தைக் குரங்கு மாதிரி வச்சீருக்கே? எதாவது பிரச்சனையா?"

"வேணாம் பிசாசு, ஃப்ரீயா விடு. ரொம்ப நாள் கழித்து இன்னிக்கு தான் மீட் பண்ணோம். முதல் நாளே சண்டை வேணாம்."

"அபி, காரை எதாவது காஃபி ஷாப் ல நிறுத்து. பிளீஸ்!" என்று மோகினி அபிராமை முறைத்தபடி சொன்னாள்.

"சரி." என்ற அபிராம், மோகினியின் முறைப்பை அப்போது கவனிக்கத் தவறினான்.

காஃபி ஷாப் உள்ளே போனவர்கள் இரண்டு காஃபி ஆர்டர் செய்தனர். காஃபி வரும்வரை பேசாது இருந்த மோகினி, காஃபி வந்ததும் பேச ஆரம்பித்தாள்.

"இப்போ சொல்லு, அபி. என்ன பிராப்ளம்? நான் எதாவது தப்பு பண்ணிட்டேனா? அதன் கோவமா?"

"விடு டி! அதைப் பத்தி பேச வேணாம்."

"மரியாதையா இப்ப நீ சொல்லல, இதான் நம் கடைசிச் சந்திப்பு! இனி செத்தாலும் உன் முகத்துல முழிக்க மாட்டேன்! சொல்லிட்டேன்!" என்ற மோகினியும் முகத்தைத் திருப்பிக் கொண்டாள்.

"பிளீஸ் டி! வேணாம்னா விடு."

"இங்க பாரு, இதுவரை நான் என்ன தப்பு பண்ணாலும் உடனே உடனே பேசி தீர்ப்பது தான் என் பழக்கம். மனசுல ஒன்னு வைத்து வெளியில் ஒன்னு பேசுவது எனக்குப் பிடிக்கவே பிடிக்காது. எதாவது பெரிய தப்பு பண்ணி இருந்தாலும் காரணம் சொல்லிட்டுத் தண்டனை கூடக் கொடுடா! இப்படி முகத்தைத் தூக்கி வச்சுக்காதே."

"கண்டிப்பா காரணம் சொல்லணுமா?"

"100%... யெஸ். ஆமா, சொல்லியே ஆகணும்."

மூச்சை இழுத்து விட்ட அபிராம்,

"சரி சொல்றேன். நான் நினைப்பது தப்பா கூட இருக்கலாம். பட், இருந்தாலும் காரணத்தைச் சொல்றதுக்கு முன்னாடி ஒரு சின்னச் சாரி சொல்றேன்."

"மிஸ்டர் அபிராம், இன்னும் நீங்க காரணம் சொல்லல."

"இன்னிக்கு நீ இன்டர்வியூ எடுத்த கான்செப்ட் (Concept) எனக்குப் பிடிக்கல. ஒரு பப்ளிக் பிளேஸ்ல கேட்கிற கேள்வியாடி இது..? இதில் பசங்க நீ கேள்வி கேக்குறதுக்கு முன்னாடி பார்த்த பார்வை வேற, நீ கேள்வி கேட்ட பிறகு பார்த்த பார்வை வேற. பொண்ணு தானே நீ! அவங்க பார்க்கும் பார்வை வைத்து வித்தியாசம் கூடவா உனக்குத் தெரியாது? ச்சீ! எனக்கு நினைக்க நினைக்க உடம்பெல்லாம் எரியுது!"

என்னதான் அவன் கோபமாகச் சொல்ல முயன்றாலும், மோகினியின் கண்ணுக்கு அங்கே 28 வயது அபி அல்லாமல் 5 வயது குழந்தை அபியாகத் தெரிந்தான். 'எப்படி என் பொம்மை மேல் மற்றவர்கள் கண் வைக்கலாம்? அந்தப் பொம்மை எனக்கு மட்டும் தான் சொந்தம்!' என்கிற மாதிரி அவனின் பேச்சு இருந்தது.

"அபி... அபி... என் மேல அம்புட்டு பாசமா டா! இங்க பாரு என் உடல் உன் பாசத்தால் சிலிர்த்து போச்சு." என்றாள் மோகினி கேலியாக.

"ஓய்! கடுப்பு ஏத்தாம ஏன் அப்படியெல்லாம் கேள்வி கேட்ட சொல்லு." என்று கேட்டான் அபிராம் இன்னும் தன் கோபத்தை விடாது.

"ஹ்ம்ம்... சொல்லலாமே அதுக்கு முன்னாடி அதே கேள்வி உனக்கு, நீ வர்ஜினா? இல்லயா? எப்ப எந்த வயசுல உன்னோட வெர்ஜினிட்டி போச்சு?" என்று

கேட்டாள் மோகினி.

காஃபி குடித்துக் கொண்டே கேட்டவனோ உடனே புரை ஏறி இரும்பினான். அவனின் தலையைத் தட்டிவிட்டு அதே கேள்வியை அவள் திரும்பி கேட்க,

"ஏன்டி இப்படிப் படுத்துற? என்னைப் பார்த்தா பாவமா இல்லயா? இப்படியே போச்சுன்னா ஒரு நாள் இல்லாட்டி ஒரு நாள் உன்னாலே நான் பைத்தியம் பிடித்துச் சுத்த போறேன்!"

"நான் கேட்ட கேள்விக்கு இது பதில் இல்லயே."

"தான் பிடித்த முயலுக்கு மூன்று கால் எனப் பிடிவாதம் பிடிப்பியே! சரி, சொல்றேன். நான் வெர்ஜின் தான். இதுவரை நான் சைட் மட்டும் தான் அடிச்சிருக்கேன். எந்தப் பொண்ணு கூடவும் படுக்கை பகிர்ந்து கொண்டது இல்ல! இல்ல!"

"ஓ! உங்க பாஷையில் வர்ஜினிட்டி போறதுனா செக்ஸ் வைத்துக் கொள்வது மட்டும் தானா?"

"ஆமா! ஆமா!"

"சரி, ஓகே. காபி குடிச்சு முடி. கிளம்பலாம்." என்ற மோகினி சூடான தன் காஃபியை ஒரே மடக்கில் குடித்து முடித்தாள்.

"ஹே... வெயிட்! வெயிட்! நான் எதாவது தப்பா சொல்லிட்டேனா?" என்று கேட்ட அபிராம், மோகினி சூட்டை மறந்து காஃபி குடித்த விதத்திலேயே அவளின் கோப மனதை உணர்ந்தான்.

"இல்லயே! உன்னைப் பொறுத்தவரை வர்ஜினிட்டி வெர்ஜினிட்டி என்றால் என்னன்னு சொல்லிட்டே.. உன் கருத்து அது. அவ்வளவு தான் அதற்கு நான் எப்படிக் கோபப்பட முடியும்?"

"சரி! சரி! என் கருத்தை விடு. உன் கருத்து என்ன? உன்னை மாதிரி, 'நீ வெர்ஜினா? இல்லயா? எப்போ எந்த வயசுல உன்னோட வெர்ஜினிட்டி போச்சு?' என்றெல்லாம் கேட்க மாட்டேன். உன்னைப் பொறுத்தவரை வெர்ஜின் (கற்பு) என்றால் எது? வெர்ஜினிட்டி (கன்னித்தன்மை) எப்படிப் போகும்?"

"ஹ்ம்ம்... சொல்ல மாட்டேன். அதைக் கேட்கும் மன பக்குவம் உனக்கு இல்ல. விடு."

"பிசாசு, ரொம்பச் சீன் போடாத. பதிலே சொல்லு."

"சரி சொல்றேன். வெர்ஜின் வெர்ஜினிட்டி எல்லாம் மனதை பொறுத்தது. வெர்ஜினிட்டி என்பது கன்னித்தன்மை எனவும், வெர்ஜின் என்பதைக் கற்பு எனவும் தமிழில் சொல்வாங்க. உடலில் தான் கற்பு இருக்கு என்பது சுத்த பொய்! ஒரு பெண்ணின் உடலை தன் உடல் பலம் கொண்டு ஓர் ஆணால் அடைய முடியும். ஆனா, அவளோட மனசை? எனக்குத் தெரியும் உனக்குக் காதலில் நம்பிக்கை இல்ல.

காதல் என்றாலே அது உடலை அடைய எல்லோரும் பயன்படுத்தும் குறுக்கு வழி என்பது உன் எண்ணம். அந்த எண்ணம் தப்பு என நான் சொல்ல மாட்டேன். உண்மையில் துரதிர்ஷ்டவசமா பல ஆண்கள் பெண்கள் காதல் என்ற பெயரில் விபச்சாரம் தான் செய்யுறாங்க. அவங்க செய்யும் தப்பான காதலை... காமம் என்ற கண்ணோட்டத்தில் பார்ப்பதால் உண்மையான காதலின் புனிதம் போச்சு! கற்பில் சிறந்தவள் சீதை என்ற உலகமே அவளின் கற்பை சோதிக்கத் தீயில் இறங்கி நடக்க விட்ட உலகம் தானே இது? சீதையைப் போல ராமனும் அவளை அந்தக் காலகட்டத்தில் பிரிந்து தானே இருந்தார்?

அவரை யாருமே அவரின் கற்பை நிரூபிக்கத் தீயில் இறங்க சொல்லல. ஏன்? கற்பு பெண்களுக்கு மட்டுமே பொது என்பது காலங்காலமாகச் சொல்லப்பட்டுப் பெண்கள் மேல் திணிக்கப்படும் அந்நீதி! நான் ஆண்களைக் குறை சொல்லல. பெண்களைப் போல அவங்களுக்கும் கற்பு என்பது இருக்கு என்பதை உணர தான் சொல்றேன். அப்பறம் இன்னொரு விஷயம் நான் வெர்ஜின் இல்ல! பதினெட்டு வயசிலேயே என் வெர்ஜினிட்டி போச்சு! அதைப் பறித்தவன் நீ தான்! எப்ப உன் மேல் காதல் கொண்டு உன்னிடம் அதைச் சொன்னேனோ, அப்போவே என் கற்பை உன்கிட்ட கொடுத்துட்டேன்.

ஆனா, என்ன காதல் மேல் நம்பிக்கை இல்லாம நீ தான் அதனை வாங்காது விட்ட. இதுவரை என்னோட கற்பு உனக்காகத் தான் காத்திருக்கு, அபி. அதை உன்னைத் தவிர வேறு யாருக்கும் நான் தர மாட்டேன். இதான் என்னோட காதல்! என் கற்பு! என்னுடைய வெர்ஜினிட்டி உன்னால் மட்டும் தான் போகும்! அதை வாங்க நீ தயாரா?" என்று தன் காதலை இன்று வேறு விதத்தில் சொன்னாள் மோகினி.

அவள் சொன்னதைக் கேட்டவன் மனதில் பல ரசாயன மாற்றம் வந்தபோதிலும், அதனை வெளிக்காட்டிக் கொள்ளாமல், "நல்ல விளக்கம். வா, போலாம்." எனச் சொல்லிவிட்டுக் காஃபிக்கான பணத்தைச் செலுத்திவிட்டு, தன் காரை நோக்கி சென்று விட்டான். இங்கே மூச்சுப் பிடிக்கப் பேசிய மோகினியோ,

'அடப்பாவி! இங்க ஒருத்தி வெட்கத்தை விட்டு இப்பவும் நான் உன்னைத் தான் காதலிக்கிறேன் என்பதை வேற விதமாகச் சொன்னா, அதைக் கூடப் புரிஞ்சுக்காம போற! அக்கா அன்று சொன்ன மாதிரி கடைசி வரை இவன் கூட நமக்குக் காதல் இல்லாத வாழ்க்கை தானா? ஒருவேளை முன்னால் காதலி நினைத்து நம் மேல் காதல் கொள்ள முடியாமல் தவிக்கிறானா? பேசாம அந்த டைரி விஷயத்தை இப்பவே சொல்லி விடுவோமா?' என யோசித்த மோகினி, அந்த முடிவை சொல்ல தள்ளி போட்டாள்.

வீட்டிற்கு வந்ததிலிருந்து ஐஷ்வர்யா தன் அறையை விட்டு வெளியில் வராமல் இருந்தாள்.

சிவராமின் ஒதுக்கம் அவளை ரொம்பவே பாதித்து இருந்தது. அவன் தன் வாழ்க்கைக்குள் திரும்பி வர கூடாது நினைத்ததும் அவள் தான், அதே நேரத்தில் அவன் தன்னை நேருக்கு நேர் பார்க்காமல் போனது நினைத்து கவலை கொண்டு ஒரு மூலையில் உட்கார்ந்து அழுவதும் அவள் தான்.

அதே நிலையில் தான் சிவராமும் அவன் வீட்டில் இருந்தான். ஆனால் அவளைப் போல் அவன் குழப்பம் கொள்ளவில்லை. சில முன்னேற்பாடுகள் எல்லாம் செய்துவிட்டு அதனை அவளிடம் சொல்ல உடனே அவளுக்கு ஃபோன் போட்டு விட்டான். அவனிடம் இருந்து வந்த ஃபோன் கால் பார்த்தவள் ஒரு பக்கம் சந்தோசம் கொண்டாலும் இன்னொரு பக்கம் தன் மகளைப் பற்றிய உண்மை தெரிந்து விட்டதோ என்ற பயத்தில் போனை எடுத்தாள்.

"சொல்லு, ராம்."

"உனக்கு ஒரு பொண்ணு இருக்குற விஷயத்தை ஏன் மறைச்சே?"

"சொல்லணும் தோணல."

"அதான் ஏன்? நீ விவாகரத்து வாங்கினே விஷயம் தெரிந்த போதே உன் வாழ்க்கைக்குள் வராமல் இருந்தேன். அப்படி இருக்கும்போது உனக்கு ஒரு பொண்ணு இருக்குற விஷயம் தெரிந்தால் எப்படி வருவேன் நினைச்ச?"

"ப்ளீஸ்! இப்போ எதுக்குத் தேவையில்லாம பேசிக்கிட்டு இருக்க? என்ன சொல்ல வந்தியோ சொல்லிட்டு போ!"

"ஐஷ்வர்யா, இப்போது கூட ஒண்ணும் கேட்டு போகல. நீ என்னை இன்னும் மறக்கல மட்டும் சொல்லு. உடனே என் அம்மா அப்பாகிட்ட பேசி உன்னைப் பொண்ணு கேட்க வரேன். சஞ்சனா நம்ம பொண்ணாகவே வளரட்டும். அவளைப் பார்த்ததிலிருந்து என் கண்ணுக்குள்ளேயே அவ இருக்கா. உன்னைக் காதலித்த போதே உன் தங்கச்சி மோகினியை என் மகளாக நினைத்து நீ பிரித்துப் போன பிறகு கூட அந்த எண்ணம் மாறாமல் இருக்கேன்.

அந்த உரிமையில் தான் அவளை அன்னிக்கு அடித்தேன். அப்புறம் ஒரு நிலை புரிந்து ஒருவேளை நீ சொன்னா கேட்பா என நினைத்து உன்னை மிரட்டி அவளை அடிக்க அன்னிக்கு சொன்னேன். ப்ளீஸ்! ஒரு வார்த்தை சரி சொல்லு உன்னை என் ஐச்சுவா மாற்றிக் காட்றேன்!"

"சாரி ராம், என்னால் முடியாது. நீ இன்னும் ராமனாக என்னை நினைத்துக் கொண்டு இருக்கலாம். ஆனா, உன் கூற்றுப்படி விபச்சாரியான... இல்ல! சில காலம் அப்படி வாழ்ந்த நான் உனக்கு மனைவியாக முடியாது! அது நடக்கவும் நடக்காது!"

"வேணாம் டி! எப்போதோ எதோ ஒரு கோபத்துல சொன்ன வார்த்தையை இன்னும் பிடிச்சுக்கிட்டு நிற்காத! எப்போ எந்தச் சூழ்நிலையில் அதை நான் சொன்னேன் என உனக்கும் தெரியும் எனக்கும் தெரியும். பொதுவா நான் சொன்னதை நீ உனக்குச் சொன்னதாக நினைத்து என்னைக் காயப்படுத்த நினைக்கிற மட்டும் புரியுது."

"உன்னை நான் எங்கடா காயப்படுத்தினேன்? நான் பல வருஷமா கல்யாணம் என்ற பெயரில் வாழ்ந்த வாழ்க்கையை நினைத்து தினம் தினம் என்னை நானே காயப்படுத்துகிறேன்!"

"அப்போ என்ன மண்ணுக்கு இன்னொரு கல்யாணம் பண்ற யோசனையில் இருக்குற மாதிரி அன்னிக்கு அந்தப் பெரியவர்கிட்ட சொன்ன?"

"அந்தப் பெரியவர்?"

"அவர் நம்ம ஸ்ரீகிருஷ்ணாவின் அப்பா நந்தன் தான். இதுல ஒரு காமெடி தெரியுமா? உனக்கும் எனக்கும் ஏற்கனவே சம்பந்தம் இருக்கு என்று தெரியாமலேயே உன்னை எனக்குப் பொண்ணு கேட்கும் முடிவில் இருக்கார். அவர் எனக்குப் பார்த்தா சொன்ன பொண்ணு நீ எனத் தெரிந்தவுடன் நானும் சரி என்று சொல்லிட்டேன். அதையும் சேர்த்து சொல்லலாம்னு தான் ஃபோன் பண்ணேன். இங்க பாரு உன் பழைய காதலன் என்ற எண்ணத்துல நான் இந்த முடிவுக்கு வரல! சஞ்சனாவை பார்த்ததிலிருந்து, 'என் பொண்ணு அவ!' அப்படின்னு மனசசுல ஃபிக்ஸ் பண்ணிட்டேன். அவளைப் பிரிந்திருக்க முடியாதுன்னு புரிந்தது.

நீ தெரிந்து அந்தப் பெயர் வச்சியோ? இல்ல, தெரியாம வச்சியோ? மொத்தத்தில் அவ நம்ம ரெண்டு பேருக்கும் சேர்ந்து பொண்ணு என்கிற மாதிரி பெயர் வச்சுட்டே! நாளைக்கு ரெடியா புதுக் கல்யாண பொண்ணு மாதிரி மேக்கப் எல்லாம் போட்டு அழகா இரு... வெயிட்! வெயிட்! வேணாம்! இந்தக் கல்யாணம் உனக்காக நடக்கல, என் பொண்ணு சஞ்சனாகாக நடக்குது! அவளை அலங்காரம் பண்ணி வை என் அம்மா தன் பேத்தியை பார்க்க ஆசைப்படுவாங்க."

"நான் முடியாது எனச் சொன்னா என்னடா பண்ணுவே..?"

"நீ இப்படிச் சொல்வே எனக்கு முன்னாடியே தெரியும்டி! இங்க பாரு இந்தக் கல்யாணத்துக்கு மட்டும் நீ சம்மதம் சொல்லல சஞ்சனா உண்மையில் நீ பெத்த பொண்ணு இல்ல என்ற உண்மையை இந்த உலகத்துக்கே சொல்லிடுவேன்!" என்று கூறி மிரட்டினான் சிவராம்.

"ராம்... உனக்கு... உனக்கு... எப்படி... இந்த உண்மை தெரியும்..?" என்று பயத்தில் குரல் நடுங்க கேட்டாள் ஐஷ்வர்யா.

"எப்படின்னு கேக்காத! இப்போ நீ சொல்ல வேண்டிய பதில் இந்தக் கல்யாணத்துக்கு ஓகே தான்."

"ராம், உண்மை தெரிந்தும் கூடவா நீ இப்படிப் பேசுற..?"

"எஸ்.." என்ற சிவராம் அதற்கு மேல் எதுவும் பேசாமல் ஃபோனை வைத்து விட்டான்.

இங்கே ஐஷ்வர்யா பித்துப் பிடித்தது போல உட்கார்ந்திருந்தாள்.

"ராம், எப்படி டா? இவ்வளவு நடந்த பிறகும் என்னைக் கல்யாணம் பண்ணிக்கணும் நினைக்கிற? ஆனா, என்னால் சரி கூடச் சொல்ல முடியலயே! எப்படியும் அந்தச் சைக்கோ அபி இந்தக் கல்யாணத்தை நடக்க விட மாட்டான்! என் வாழ்க்கையைக் கெடுப்பதே தன் வாழ்நாள் லட்சியமா வைத்திருப்பவன் அவன்!"

இப்படி அவள் குறை கூறும் அதே அபி தான் சிவராமிடம் பேசி இந்தக் கல்யாணத்திற்கே ஏற்பாடு செய்தான் என்ற உண்மை அவளுக்குத் தெரிய வந்தால் என்ன ஆகும்..?

ஐஷ்வர்யாவிடம் பேசிவிட்டு ஃபோனை வைத்த சிவராம் தன் எதிரில் மொபைலில் கேம் விளையாடிக் கொண்டிருந்த அபிராமின் தலையில் ஒரு கொட்டு கொட்டி விட்டு, "அடேய்! அவனவன் என்னென்ன பிரச்சனையில் இருக்கான், நீ என்னடா என்றால் மொபைல் கேம் விளையாடி கொண்டிருக்க?" என்று கேட்டான்.

"வேற என்ன பண்ணும் சொல்ற? நீங்க பழைய காதலர்கள் ரொமான்டிக்கா எதாவது பேசிக்கிட்டு இருப்பீங்க அதெல்லாம் கேட்டு என் குழந்தை மனசு கெட்டு போகவா? போடா! போடா!" என்றான் அபிராம்.

"ஹே... நானே செம்ம காண்டுல இருக்கேன்! நீ தேவையில்லாம என் வாயை கிளராத! ஃபோன்ல அவ என் மனசை புண்படுத்துற மாதிரி பேசினா... அதெல்லாம் கேட்டும் கேட்காத மாதிரி இருந்து எப்படியாவது அவளைக் கல்யாணம் பண்ணிக்க நான் நினைக்கும் போது காமெடி பண்றேன் என்ற பெயரில் உன்னை நீயே குழந்தைன்னு சொன்னே.. அப்புறம் உனக்குக் குழந்தையே வராத மாதிரி அந்த இடத்திலேயே மிதி மிதி என மிதித்துடுவேன்."

"வேணாம் டா! அப்புறம் உன் செல்ல பொண்ணு மோகினி தான் பாவம், என்னை நினைத்து மெழுகாய் உருகும் அவ வாழ்க்கை என்னாவது..?"

"அந்த ஒரு காரணத்துக்காகத் தான் உன்னைச் சும்மா விடுறேன். எதோ சின்னப் பொண்ணு தெரியாம உன்னைக் காதலித்த பாவத்துக்கு என்னால் முடிந்த உதவி."

"சரி, அப்புறம் நாளைக்கே உன் ஐச்சு வீட்டுக்குப் போய்க் கல்யாணம் பேச போற. ஹ்ம்ம்... நீ கலக்கு டா... கலக்கு! அப்படியே உங்க கல்யாணத்தோடு என் கல்யாணத்தையும் சேர்ந்து வைத்தால் நல்லா இருக்கும். இன்னிக்கு போன இடத்துல அவ வெர்ஜினிட்டி பற்றி விளக்கம் ஒன்னை கொடுத்து என்னையே காதல்

உண்மை என நம்ப வைத்திருப்பா! பயங்கரமான வாய் அவளுக்கு!" என்றான் அபிராம் உடல் நடுங்க.

"அப்போ இன்னும் காதலே நம்பாம தான் என் கல்யாணத்துக்கு உதவி பண்றேன் சொன்னியா?" என்று கேட்டான் சிவராம்.

"என்னடா பண்றது, நான் அப்போவே இந்தக் காதல் எல்லாம் மாயை சொன்னேன், கேட்டியா? இப்போ சில வருஷம் அவளை நினைத்து நீ படும் கஷ்டம், அப்புறம் இப்போ மோகினி திடீர் வரவு எல்லாம் சேர்த்து உனக்கு உதவி செய்கிற முடிவுக்கு வந்தேன். இருந்தாலும் உன் கல்யாணம் முடியும் வரை என்னோட பழிவாங்கும் முறையைத் தொடர்ந்து காட்ட தான் போறேன்! அவளால் என் நண்பன் பட்ட கஷ்டத்துக்கு என்னால் முடிந்த சின்னப் பதிலடி!"

"அபி, பாவம் டா அவ! இது தேவையா? அவ இதனை நாள் பட்ட கஷ்டம் போதும் டா!"

"சிவா, இல்லடா அந்தக் கஷ்டங்கள் அவ அப்பாவால் அவள் பட்டது. இது உனக்காக அவ அன்று பேசாமல் விட்டதுக்கு! என்னதான் சந்தர்ப்ப சூழ்நிலையா இருந்தாலும் அன்னிக்கு நீ பட்ட அவமானத்தை அவ நினைத்திருந்தா தடுத்திருக்க முடியும். ஒரு வார்த்தை ஃபோன் பண்ணி சொல்லியிருந்தா நீ அன்னிக்கு அவங்க வீட்டுக்கு போய் இருக்க மாட்டே! உனக்கே தெரியும் என்னைத் தொட்டால் கூட மன்னித்துடுவேன், எனக்கு நெருக்கமானவர்களைத் தொட்டால் நான் சும்மா இருக்க மாட்ட! அது என் உயிர் தோழியா இருந்தாலும் சரி! என் அக்காவாக இருந்தாலும் சரி!"

"அபி, இருந்தாலும்..."

"வேற எதாவது பேசணும்னா பேசு. இல்லன்னா, நான் கிளம்பி போறேன்."

"சரி! சரி! இதுக்கு மட்டும் பதில் சொல்லு. அந்தக் குழந்தை சஞ்சனாவின் உண்மையான அப்பா அம்மா யார்? அந்தக் குழந்தை எப்படி யாருக்குமே தெரியாம ஐஷ்வர்யாவின் சொந்த மகளா வளருறா."

"அந்த உண்மை தெரிந்து நீ என்ன பண்ண போற..?"

"இல்லடா, சும்மா தெரிந்து கொண்டால் நல்லதுன்னு நினைச்சேன்."

"சிவா, இங்க பாருடா சில உண்மைகள் வெளியில் வராமல் இருப்பதே எல்லோருக்கும் நல்லது. நீ நினைக்கிற மாதிரி அந்தக் குழந்தையை யாருமே சொந்தம் கொண்டாடி கொண்டு வர மாட்டாங்க. அவளின் அப்பா அம்மா இருவருமே எப்போதோ இறந்துட்டாங்க. அது மட்டும் உனக்குத் தெரிஞ்சா போதும். இதுக்கு மேல் ஒருவேளை அந்தக் குழந்தை உன் கல்யாணத்துக்கு இடைஞ்சல் நீ நினைத்தா, சொல்லு அப்போ நீ கேட்ட கேள்விக்குப் பதில் சொல்றேன்." - அபிராம்

"சே! சே! இல்லடா, வேணாம். எதாவது சூழ்நிலையில் குழந்தையைப் பிரிய வேண்டுமோ பயத்துல தான் கேட்டேன். மற்றப்படி அவ இப்போ இந்த நிமிடம்

முதல் எங்க குழந்தை. நானும் ஐஷ்வர்யாவும் தான் அவளோட அப்பா அம்மா." என்றான் சிவராம் உறுதியான குரலில்.

"தட்ஸ் குட்." என்ற அபிராம் உடனே கிளம்பி விட்டான். போகும் வழியில் முதியோர் இல்லத்தில் இருக்கும் தன் அம்மாவுக்கு ஃபோன் செய்தவன், "அம்மா, கூடிய சீக்கிரம் உங்க பேத்தியே பார்க்க தயாராக இருங்க." எனச் சொல்லிவிட்டு மற்ற திட்டங்கள் எல்லாம் பேசிவிட்டு ஃபோனை வைத்து விட்டான்.

சிவராம் ஃபோன் பேசி முடித்தவுடன், "அடுத்த நாள் என்ன செய்வது? சிவ-ராம் தன்னைப் பெண் கேட்க வந்தால் அடுத்து என்ன நடக்கும்? அபிராம் ஏதா-வது பிரச்சினை செய்வானா? அப்படிச் செய்தால் தன்னால் அதனை எப்படித் தடுக்க முடியுமா?" எனப் பல கேள்விகள் அவளுக்குள்.

அப்போது தண்ணீர் தாகம் எடுக்க, அவள் தண்ணீர் குடிக்கக் கிச்சன் அருகே செல்லும் போது தான் கவனித்தாள் மோகினியின் அறையில் இரவு 12 மணி ஆகியும் இன்னும் லைட் அணைக்காமல் இருப்பதை.

"இந்தச் சனியனுக்கு எத்தனை தடவை சொல்றது தூங்க போறதுக்கு முன்னாடி ரூம் லைட்டே அணைத்து விட்டு தான் தூங்கணும்னு... 25 வயது ஆகியும் இன்னும் அவளுக்குப் பொறுப்பு வந்த மாதிரி தெரியல." என்று முணுமுணுத்துக் கொண்டே லைட்டை அணைக்க மோகினி அறைக்குள் சென்றவள், அங்கே நாற்-காலியில் உட்கார்ந்த விதத்திலேயே மோகினி தூக்கியவாறு இருப்பதைப் பார்த்த-வள், தன் தங்கையின் கையில் இருக்கும் டைரியை கவனித்தாள்.

அதைப் பிரித்து அவள் படிக்கவும் உடனே அவளின் கைகள் நடுங்கியது!

"அதே டைரி.. அதே டைரி.." எனக் கண்ணீர் வரும் கண்களோடு அதனைப் பார்த்தவள் உடனே வந்த தடம் தெரியாது விதத்தில் தன் அறைக்குள் சென்று விட்டாள்.

ஆனால் தன் அறைக்குள் வந்தவளுக்குப் பழைய நினைவுகள் ஒன்று ஒன்றாக அவள் மனதை ஆக்கிரமித்தது.

"ராம், எந்த டைரி உன் மேல் எனக்குக் காதல் வர காரணமாக அமைந்ததோ, எந்த டைரி நம்ம காதலை பிரிக்கக் காரணமாக அமைந்ததோ, அதே டைரி இப்போ என் தங்கச்சியின் கையில்!" என்றவள், தன் அறை பரணில் இருந்த ஒரு பழைய பெட்டியை எடுத்தவள் தன் 20 - 23 வயது வரை எழுதிய நான்கு டைரியே எடுத்து பார்க்க ஆரம்பித்தாள்.

அபிராம் இடத்தில் ஆரம்பித்த அதே டைரிகள் அபிராம் இடத்திலிலேயே முடிந்தது.

***நினைவு புத்தகம் இன்னும் திருப்பப்படும்.***

# 7

# ஐஷ்வரியாவின் நினைவு புத்தகம் : அபி - ஐஷ்வர்யாவின் நட்பு

**வணக்கம் என் பெயர் ஐஷ்வர்யா.**

இப்போ நீங்க படிக்கும் இந்த டைரி.. நினைவு புத்தகம்.. என் நண்பன் அபி.. அபிராம், எனக்குப் பரிசாகக் கொடுத்தது.

உண்மையில் எனக்கு டைரி எழுதும் பழக்கம் எல்லாம் இல்லங்க. டைரி மட்டும் இல்ல எதுவாக இருந்தாலும் எழுதுவதில் நான் சோம்பேறி. அதனால் இந்தப் பேச்சுத் தமிழ், எழுத்துத் தமிழ் எல்லாம் எனக்கு வராது. நமக்கு வருவது எல்லாம் இஷ்ட தமிழ் தான்.

நான் ஒரு ஃபோன் அடிக்ட் (Addict). ஃபோன் ல எவ்வளவு நேரம் டைப் பண்ண சொன்னாலும் டைப் பண்ணுவேன். ஆனா, எழுத சொன்னால், "முடியாது போ!" எனச் சொல்லிட்டு ஓடிவிடுவேன். ஹ்ம்ம்... என்ன பண்றது? என் அப்பா சுந்தரத்தின் புண்ணியத்தால் பி.டெக் (B.Tech) எடுத்துட்டேன்.

அட படிப்பா அது! எப்ப பார்த்தாலும் எதையாவது படிச்சிட்டே இருக்கணும்! எழுதிக்கிட்டே இருக்கணும்! நல்லவேளை பிராக்டிகல் லேப் சொல்லி கம்ப்யூட்டர் ல வேலை செய்ய விடுறாங்க, இல்ல கோபத்தில் காலேஜ் கூடப் பார்க்காமல் கத்திருப்பேன்!

முதல் ரெண்டு வருஷ காலேஜ் வாழ்க்கை நல்லவே போகல. ஸ்கூல்ல நான் படித்ததை விட இங்க ரொம்பப் படிக்க வேண்டியதா இருக்கு பா! அதை நினைச்சு கண்ணு வேர்க்குது பா! ஐம் பாவம்! பாப்பா பாவம்! பாப்பான்னு சொன்னது என்னைத் தான்.

எப்படியோ அடிச்சு 80% - 90% கிட்ட எல்லாச் சப்ஜெக்ட்லயும் வாங்கிட்டேன். இந்த நேரத்தில் என் தங்கச்சி மோகினிக்கு பத்தாவது, பதினொன்றாவது எக்ஸாம் வேற வந்ததால் நான் கூட மாட உதவி செய்ய வேண்டியதா போச்சு. தப்புத் தப்பா சொல்லி கொடுத்து அடி வாங்கியதெல்லாம் தனிக் கதை. யப்பா! என்ன அடி... என்ன கடி... பிசாசு! பிசாசு! அபி சரியாவே அவளுக்கு அந்தப் பெயரை வச்சிருக்கான்.

ஐயோ! அபி.. அபி.. சொல்லிட்டு அவன் யாருன்னு இன்னும் நான் சொல்லவே இல்ல பாருங்களேன். அபி.. அபிராம்.. என் உயிர் நண்பன். ரொம்பவே கோபக்காரன்! அப்படி அவனை அவனே சொல்லிப்பான். ஆனா, உண்மை அதில்ல. குழந்தை மனசு அவனுக்கு. கொஞ்சம் இல்ல ரொம்பவே பிடிவாதக்காரன், முதலில் அவனை யார் பார்த்தாலும் திமிர் பிடித்தவன் என்று தான் நினைப்பாங்க. நானே அப்படித்தான் முதல்ல நினைச்சேன். ஆனா, உண்மை அதில்ல. அவன் புது ஆட்களிடம் பேச ரொம்பச் சுச்சப்படுபவன்.

இவ்வளவு ஏன் என்கிட்ட பேசவே அவனுக்கு மூணு வருஷம் ஆச்சு. எல்லாம் என் தங்கச்சி புண்ணியம். அன்னிக்கு ஒரு துணி கடைக்குப் போனோமா.. அங்கே..

"அக்கா, இந்த டாப்ஸ் எப்படி இருக்கு? அக்கா இந்தச் சுடி எப்படி இருக்கு? அக்கா இந்த ஜீன்ஸ்? இந்தச் சாரீஸ்?" இப்படியே எல்லாம் குறைந்த வாய்ஸ்ல கேட்டவ உடனே, "அக்கா, இந்த உள்ளாடை எப்படி இருக்கு? செம்ம ல, இப்படிக் கலர் கலரா போடணும்னு எனக்கு ரொம்ப நாள் ஆசை!" எனக் கடையே அதிர மாதிரி சத்தம் போட்டு கேட்டாள்.

ஐயோ.. லூசு! லூசு! ஏண்டி இப்படி? சே! சே! எனக்கு வேற ரொம்ப அசிங்கமா போச்சு. நல்ல வேளை அந்தக் கடையில் கூட்டம் எனச் சொல்ற அளவுக்குப் பெருசா யாரும் இல்ல. அதோடு அது பொண்ணுங்க செக்சன் அதனால் யாரும் பெருசா எடுத்துக்கல. அப்படி நான் நினைத்துக் கொண்டு இருக்கும் போது ஓர் ஆணின் சிரிப்புச் சத்தம் கேட்டது. அதுவும் என்னையும் என் தங்கச்சியையும் பார்த்த மாதிரியே அவன் சிரித்தான்.

ரொம்ப அவமானமா இருந்தது. சொன்னது என் தங்கச்சி, அதுவும் சின்னப் பொண்ணு, வெளியுலகம் அதிகமா பழக்கம் இல்லாதவ, அவளுக்கு அந்தச் சிரிப்புச் சத்தம் பெருசா தெரியல. டிரஸ் ட்டியல் (Trial) பார்க்க போய்ட்டா. ஆனா, சிரித்த அவனைச் சும்மா விடக் கூடாது என்ற முடிவில் திரும்பி நின்றவனின் முதுகை நான் தட்டி,

"ஹலோ... மிஸ்டர்! என்ன கொழுப்பா? ஏதோ சின்னப் பொண்ணு தெரியாமல் சத்தமாகச் சொல்லிட்டா... அதுக்குப் போய் எவ்வளவு நேரம் சிரிப்பே..?" என்று கேட்டேன்.

அப்ப தான் அவன் திரும்பினான். திரும்பியவனைப் பார்த்தா என் கிளாஸ் ல படிக்கும் அபி! அவனைப் பார்த்தவுடன் என் மனசுல, 'ஐயோ! இவனா? இவன் சரியான சிடுமூஞ்சி ஆச்சே! இந்த ரெண்டு வருஷத்துல இவனோட குரலை கூட யாருமே அதிகம் கேட்டது இல்ல. இதுல இவன் கிட்டயே சண்டைக்கு வந்துட்டோமே!' எனப் பயத்தில் பார்த்தேன். ஆனா, அவனோ,

"சா.. சாரி.. ஐஷ்.. ஐஷ்வர்யா, ஏதோ கடையே அதிர மாதிரி உன் கூட வந்த பொண்ணு சத்தமா பேசியதுல. என்.. என்னை மீறி.. சிரி.. சிரிப்பு வந்து.. விட்.. விட்டது. ஐம்.. சோ.. சோ.. சாரி!" என்றான்.

அப்ப தான் எனக்குத் தெரியும் அவனுக்குத் திக்கும் பிரச்சினை இருப்பது பத்தி. அந்தக் காரணத்தால் தான் அதிகம் அவன் பேசியது இல்ல போல. எப்போதெல்லாம் டென்ஷன் பயம் ஓர் அளவுக்கு மேல் வந்தாலும் அவன் பேசும் போது திக்க ஆரம்பித்து விடுவான் என்பதே தெரிந்தது.

"ஓகே... ஓகே.. பரவால்ல! தப்பு என் தங்கச்சி மேலும் என் மேலும் இருக்கு. அவளாவது கொஞ்சம் கட்டுப்பாடு வைத்து குரலை குறைந்து பேசி இருக்கணும். ஐம் சாரி.."

"ஓ! உனக்குத் தங்கச்சியா அவ? அவளோட பெயர்..?"

"மோகினி."

"மோகினி.. ஹ்ம்ம்.. படத்தில் வரும் மோகினி பிசாசின் பெயர். அவளின் செல்ல பெயர் கூடப் பிசாசு தானே, சரியா?"

"அட! இது கூட நல்ல ஐடியாவா இருக்கே. இனி அவ ரொம்ப வம்பு பண்ணா 'பிசாசு பிசாசு' எனக் கூப்பிட வேண்டியது தான்."

"உன் தங்கச்சி உன் உரிமை."

"ஏன்டா இப்படிச் சொல்ற. உனக்குக் கூடப் பிறந்தவங்க யாரும் இல்லயா?"

"இல்ல. என் அம்மா அப்பாவுக்கு ஒரே பையன் நான். அதோ அங்க பாரு என்னோட அம்மாவே வந்துட்டாங்க." என்று அவன் கை காட்டிய திசையில் அவனின் அம்மா வர, அவங்களை எனக்கு அறிமுகம் செய்ய ஆரம்பித்தவன்,

"இவங்க தான் என்னோட அம்மா விமலா, என்னோட ஒன்லி ஒன் கேர்ள் ஃப்ரெண்ட்! அம்மா, நான் அடிக்கடி சொல்வேன்ல, சீதா அக்காவை நினைவு படுத்துற மாதிரி ஒரு பொண்ணு என் கிளாஸ்ல இருக்கானு, அந்தப் பொண்ணு இவ தான், பெயர் ஐஷ்வர்யா. எங்க டிபார்ட்மெண்ட் ல முதல் பத்து ரேங்க் ல இவளுக்கு என ஒன்னு கண்டிப்பா இருக்கும். அந்த அளவுக்குப் புத்திசாலி!" என்று அவன் பாராட்டி சொன்னதைக் கேட்க எனக்குச் சுச்சமா இருந்தது.

உண்மை சொல்லனும்னா என்னை இந்த அளவுக்குப் பாராட்டும் அவன் தான் எங்க டிபார்ட்மெண்ட் ஃபர்ஸ்ட்! நானோ அடிக்கடி பிட்டு அடித்து ஃப்ரெண்ட்ஸ் பார்த்து காப்பி அடித்து முதல் பத்து ரேங்க்ல வர்றவள். அதை எப்படி நான்

அவனோட அம்மா முன்னாடி சொல்ல முடியும்? நான் காப்பி அடித்த விஷயம் அவனுக்கு ஏற்கனவே தெரிந்திருந்தும் என்னைக் கிண்டல் பண்ற மாதிரி பாராட்டி அறிவுரை சொன்னான் போல. அவன் குணத்தில் அதுவும் ஒன்னுதான். நேரடியா எதுவும் சொல்லவே மாட்டான். எதாவது அதிரடியாகச் செய்து அடுத்தவங்க செஞ்ச தப்பை அவங்களுக்கே உணர்த்துவான்.

அப்புறம் என்னைச் சிரித்த முகத்தோடு பார்த்த அவனின் அம்மா விமலாவிடம் நான்,

"அம்மா, அவன் சொல்வதை நம்பாதீங்க! நான் அந்த அளவுக்குப் புத்திசாலி எல்லாம் இல்ல, ஏதோ அப்பப்போ டைம் கிடைக்கும் போது கொஞ்சம் படித்தது அப்புறம் கொஞ்சம் கதை கட்டி மார்க் வாங்கிட்டேன். அதைப் போய் ரொம்பவே டெவலப் பண்ணி சொல்றான்." என்றேன்.

"என் பையனை பத்தி எனக்குத் தெரியாதா? அவன் ஒரு வார்த்தை சொன்னாலும் சரியாகச் சொல்வான். அதை விடு மா, எனக்குத் தெரிந்து இதுவரை எந்தப் பொண்ணு கிட்டயும் இவன் பேசியது இல்ல. உன்னைப் பத்தி கூட எதோ பேச்சு வாக்கில் ஒரு தடவை சொல்லியிருக்கானே தவிர நீ இவனுக்கு ஃப்ரெண்ட் மாதிரி சொன்னதே இல்ல." என்றார் அவர்.

"ஆமாம் மா, உண்மை சொல்லனும்னா அபி என் கிட்ட மட்டும் இல்ல யார்கிட்டயும் அதிகம் பேசியது இல்ல. ஏன் மா அப்படி?"

"அது வந்து மா, அதுக்கு நான் தான் காரணம்... அடிக்கடி எதாவது லூசு மாதிரி புலம்புவது, இவனைக் காரணமே இல்லாமல் திட்டுவது அடிப்பது எனக் கொடுமை பண்ணுவேன். அதனாலேயே ஃப்ரெண்ட்ஸ் என்ற பெயரில் யாராவது வந்து ரொம்பவே உரிமை எடுத்து ஏமாத்தி விடுவாங்களோ பயம் அபிக்கு." - விமலா

உடனே அவர் பேச வந்ததைத் தடுத்த அபி,

"அம்மா, நீங்க கொஞ்சம் சும்மா இருக்கீங்களா? ஐஷ்வர்யா, என்னோட அம்மா சொல்றது சுத்த பொய்! எனக்குத் திக்குவாய், பேசுவதில் கூச்சம் அதன் ஃப்ரெண்ட்ஸ் என யார் கூடவும் பேசுறது இல்ல. அதே மாதிரி என்னோட அம்மாவுக்கு எந்தப் பிரச்சனையும் இல்ல. அடிக்கடி மாத்திரை ஒழுங்கா சாப்பிட மாட்டாங்க. தூக்கம் சரியா வராமல் கொஞ்சம் புலம்பல் இருக்கும். அதைப் போய்ப் பெருசா சொல்றாங்க. சரி, நேரம் ஆச்சு. நாளைக்குக் காலேஜ்ல பார்க்கலாம். பாய்! பாய்!" என்று வேகமாகச் சொன்னவன், தன் அம்மாவுடன் கிளம்பி போய்ட்டான்.

அவன் சொன்ன மாதிரி அவனுக்குத் திக்கிற பழக்கம் இருக்கு, கூச்சச் சுபாவம் கூட. ஆனா, அதுக்கு ரெண்டு வருஷமா யார் கூடவும் ஒன்னு ரெண்டு வார்த்தைக்கு மேல் பேசாமல் இருப்பானா? ஒருவேளை அவனோட அம்மா

சொன்ன மாதிரி அவங்களின் பிரச்சனை தன் மூலம் யாருக்கும் தெரிந்து வர கூடாது என்ற காரணத்தால் தான் ஃப்ரெண்ட்ஸ் என யார் கூடவும் பேசாமல் இருந்தான் போல.

நான் இதெல்லாம் நினைத்துக் கொண்டு இருக்கும் போது, "ட்ரயல் பார்த்த டிரஸ் எல்லாம் ஓகே." எனச் சொல்லி கொண்டே மோகினி வர, அவள் பார்த்த டிரஸுக்குப் பில் போட்டு கிளம்பிட்டோம். அடுத்த ரெண்டு நாள் அபி காலேஜ்ல என்னை அடிக்கடி திரும்பி பார்த்தும் பார்க்காத மாதிரி இருப்பதில் சந்தேகம் கொண்டு நான் யாரும் கவனிக்காத நேரத்துல அவனுக்கு மட்டும் கேட்கும் குரலில், "அபி, காலேஜ் முடிஞ்சதும் காலேஜ் கிரவுண்ட்ல வெயிட் பண்ணு, உன் கிட்ட தனியா பேசணும்." எனச் சொல்லிட்டு வந்துட்டேன்.

நான் சொன்னதுக்கு, "சரி" எனத் தலையை மட்டும் ஆட்டினான் அவன். அதே மாதிரி காலேஜ் முடிஞ்சதும் சரியா நான்கு மணிக்குக் காலேஜ் கிரவுண்ட்ல ஓர் ஓரத்தில் அவனுக்குக் காத்திருந்த என் அருகே வந்தவன், "சொல்லு, ஐஷ்வர்யா. என்ன என்கிட்ட பேசணும்?" என்று கேட்டான்.

"அதை நீ தான்டா சொல்லணும்! நீ தான் ரெண்டு மூணு நாளா என்னை அடிக்கடி திரும்பி பார்ப்பதும் பார்த்தும் பார்க்காத மாதிரி இருப்பதுமா இருந்த. என்ன விஷயம்னு நீ சொல்லு?" என்று அந்தக் கேள்வி கேட்டபோது எனக்குத் 'தீக்! தீக்!' என்று தான் இருந்தது. ஒருவேளை காதல் என்கிற மாதிரி ஏதாவது சொல்லிவிடுவானோ என்று பயந்தேன். அவன் அப்படிச் சொல்லி இருந்தாலும் எனக்குப் பிரச்சினையா இருந்திருக்காது. ஏனென்றால் அவன் அழகில், அறிவில் அவன் கூட ஒரு நிமிடமாவது பேசணும்னு கிறுக்கு மாதிரி சுற்றும் பெண்களில் நானும் ஒருத்தி. அவன் மேல் காதல் என்ற ஃபீலிங் இல்ல என்றாலும் "க்ரஷ் (Crush)" என்கிற ஃபீலிங் இருந்தது.

கொஞ்ச நேரம் தயங்கியவன் பின் பேச ஆரம்பித்தான், "ஐஷ்வர்யா, அன்னிக்கு என்னோட அம்மா உன்கிட்ட பேசியது எதையும் தப்பா எடுத்துக்காத. அவங்களுக்கு வெள்ளந்தி மனசு, யாரைப் பார்த்தாலும் சகஜமா மனசுல இருக்குறது எல்லாம் பேசிடுவாங்க. ப்ளீஸ்! அவங்களைப் பத்தி காலேஜ்ல யார்கிட்டயும் சொல்லாத. ப்ளீஸ்! ப்ளீஸ்!" என்று கெஞ்சினான்.

எனக்கு ஒரே ஷாக்! நான் வேற ஏதோ சொல்லுவான் நினைத்தால்... அவன் பேசியதை கேட்க கேட்க எனக்குச் சிரிப்புதான் வந்தது. அதே சிரிப்புடன், "என்னமோ நீ காதல் கீதல் என ஏதோ சொல்லுவே நினைச்சுட்டு நான் பயத்துடன் இருந்தா, நீ வேற எதோ சொல்ற. ஏன்டா இப்படி..?" என்று கேட்டேன்.

"ஐயோ! அப்படிலாம் இல்ல. நீ எனக்கு நல்ல ஃப்ரெண்ட். உன்னைப் போய் அப்படிலாம் என்னால் நினைக்க முடியாது." என்றான் பதட்டமான குரலில்.

"ஏன் நான் பார்க்க அழகாக இல்லையா? எனக்கு என்ன குறைச்சல்."

"யம்மா தாயே! ஆளை விடு... பேச்சு எங்கேயோ போகுது... தயவு செய்து என்னை நீ அன்னிக்குக் கடையில் பார்த்த விஷயத்தையும், இப்போ நீ என்னைப் பார்த்து பேசும் விஷயத்தையும் யார்கிட்டேயும் சொல்லாத. இந்த உதவி மட்டும் பண்ணு போதும்." என்றான் கையெடுத்து வணங்கி.

அப்பறம் நான் அவனைச் சமாதானம் செய்து,

"சாரி டா அபி, சும்மா விளையாட்டுக்கு சொன்னேன். நீயே உன் வாயால் என்னை ஃப்ரெண்ட் எனச் சொன்ன பிறகு நான் எப்படி உன்னைப் பத்தி எல்லார் கிட்டயும் குறை சொல்வேன். இந்த ஐஷ்வர்யாவுக்குத் துரோகம் பண்ண தெரியாது. அதே மாதிரி உன்னோட அம்மாவை பத்தி நான் எதுவும் தப்பவே நினைக்கல. அவங்களின் அன்பான பார்வை, அன்பான பேச்சு நினைத்து தினம் தினம் நீ எவ்வளவு அதிர்ஷ்டக்காரன் என நினைத்திருக்கேன் தெரியுமா? அப்படிப்பட்ட அவங்களைப் போய் நான் ஏன் குறை சொல்ற மாதிரி மத்தவங்க கிட்ட சொல்லணும்." என்றேன்.

அவன் என்ன நினைத்தானோ உடனே என்னைக் கட்டிக் கொண்டு அழ ஆரம்பித்து விட்டான். அவன் அணைப்பில் ஒரு குழந்தையின் ஏக்கம் தான் எனக்குத் தெரிஞ்சது. கடந்த ரெண்டு வருஷமா நாங்க காலேஜ்ல பார்த்த அபியா அவன் அப்போ இல்ல.

நாங்க திமிர் என நினைத்த பார்வையில் அர்த்தமே வேற. எங்கே எங்க கூடப் பேச ஆரம்பித்து விட்டால் தன் மனதில் இருக்கும் பரத்தை தன்னை அறியாமல் அழுது வெளிப்படுத்தி விடுவோம் என அவன் ஒதுங்கி போனதை திமிர் என நினைத்திருந்தோம்.

நாங்க சப்ஜெக்ட்ல டவுட் என அவன் கிட்ட பேச வந்த போதெல்லாம் அவன் அதனை விளக்கி சொல்லாமல் எழுதி மட்டும் காண்பித்தது அவன் தலை கனம் இல்ல, அவன் கூட்டத்தைப் பார்த்து டென்ஷனில் பயத்தில் திக்கும் தன் பழக்கத்தை மறைக்க, அவன் தன் எழுத்தால் மட்டும் உதவி செய்துவிட்டுப் போனான் புரிஞ்சது.

அன்னிக்கு அவன் அழுது முடித்த பிறகு, அவன் அணைப்பில் இருந்து விலகிய என்னைப் பார்த்து, "சாரி ஐஸூ! தப்பா நினைக்காதே. என் கூடப் பிறந்ததா சொல்ற மாதிரி அக்கா தங்கை என யாரும் எனக்கில்ல. என் பெரியப்பா பொண்ணு சீதா மட்டும் தான் அக்கான்னு கூப்பிடுற விதத்துல இருக்காங்க. என்னை விட ரெண்டு வயசு பெரிய பொண்ணு அவங்க. எனக்கு இன்னொரு அம்மா மாதிரி.

சென்னைல அவங்க இருந்திருந்தா, என் கஷ்டத்தை அவங்க மடியில் தலை வைத்து படுத்து அழுது சொல்லி இருப்பேன். ஆனா, அவங்க எம்பிபிஎஸ் (MBBS) படிக்க டெல்லிக்கு போயிட்டாங்க. இப்போ அவங்க ஃபைனல் இயர்.

அடுத்து மேல் படிப்புப் படிக்கப் பாரின் போய்டுவேன் சொல்லிட்டாங்க. அவங்களுக்கு அடுத்து இப்போ உன்னைத் தான் என் அக்காவா நினைத்து பேசிட்டு இருக்கேன். என்னை விட நீ ஏழு மாசம் பெரிய பொண்ணு, அந்தக் காரணத்தால் உன்னை அக்காவா நினைத்து தான்.."

"வெயிட்! வெயிட்! இப்போ எதுக்கு என்னைப் போய் அக்கான்னு சொல்ற?"

"இல்ல, நான் கட்டிப்பிடித்து அழுதத தப்பா எதாவது நீ நினைத்து..."

"ஐயோ! விடு டா... பொண்ணுங்க எங்களுக்கு ஒருத்தரின் பார்வை வைத்தே அவங்க மனசுல எங்களைப் பத்திய எண்ணம் என்னன்னு தெரியும். ஆனா, என்ன இந்த ரெண்டு வருஷம் எங்க என்னைப் பார்த்து நீ பேசியிருக்க? எப்போ பார்த்தாலும் ஒன்னு நீ கிளாஸ் ஃபோர்டே பார்ப்ப, இல்ல லைப்ரரில போய் யார் கண்ணிலும் படாத இடத்துல உட்கார்ந்து விடுவ! அதெல்லாம் திமிர், கொழுப்பு நினைத்த ஆட்களில் நானும் ஒருத்தி தான்.

இப்போ தான் என்கிட்ட நேருக்கு நேர் பேசியே இருக்க. யப்பா டேய்! தயவு செய்து என்னை அக்கா என மட்டும் கூப்பிடாத... என் மனசு அந்த அதிர்ச்சியே தாங்காது! நம்ம நல்ல ஃப்ரெண்ட்ஸா இருக்கலாம். ஓகே? நீ கட்டிப்பிடித்தது கூட எதோ ஒரு மன கஷ்டத்துல என நினைச்சுப் போனால் போகட்டும் என மன்னித்து விடுறேன். இப்போ சொல்லு, உன் அழுகைக்குக் காரணம் என்ன? விருப்பம் இருந்தா சொல்லு. எதோ நீ என்னை அக்காவா நினைக்கிற சொல்லிட்டே அந்த அக்கா என்ற வார்த்தை பிடிக்கல என்றாலும் உன்னை ஒரு விதத்துல தம்பியாக நினைத்து... அப்படி நினைக்க எனக்குப் பிடிக்கல தான், இருந்தாலும்... சொல்லு விருப்பம் இருந்தா சொல்லு.." என்றேன் உடைந்த இதயத்துடன்.

அப்பறம் அவன் தயக்கம் இல்லாமல் எல்லாம் சொன்னான். என் டைரில அவன் குடும்ப விஷயத்தை எல்லாம் என்னால் விலாவாரியாகச் சொல்ல முடியாது. சுருக்கமாகச் சொல்லணும்னா,

அவன் அப்பா விமல் மற்றும் அம்மா விமலா காதல் திருமணம் செய்தவங்க, அதுவும் தங்கள் குடும்பத்தை எதிர்த்து. அதுல அவங்களோட குடும்பம் அவங்களை ஒதுக்கப் போய்த் தனிமை, குற்ற உணர்வு இப்படிப் பல காரணங்களால் அப்பப்ப சரியான தூக்கம் இல்லாத காரணத்தால் அவனின் அம்மாவுக்கு மனம் கலங்கும். சைக்காலஜிஸ்ட்டே (Psychologist - மனநல மருத்துவர்) மாசத்துக்கு ஒரு தடவை பார்த்து மருந்து மாத்திரை எடுத்துக் கொள்ளும் அளவுக்கு நிலைமை.

கடந்த நான்கு வருஷமா அவனோட பெரியப்பா பொண்ணு சீதாவின் அறிவுரைப்படி அவனோட அம்மாவை டாக்டர்கிட்ட போய்க் காட்டுறாங்க. தினமும் சரியான நேரத்துல மாத்திரை, தூக்கம் மற்றும் சாப்பாடு சரியாக இருக்கும் வரை பிரச்சனை இல்ல. அப்படி எதாவது தவறும் நேரத்துல யாராவது துணை அவங்க-

ளுக்குத் தேவை. பல நேரத்துல அபி தான் ஸ்கூல், காலேஜ் என லீவ் எடுத்துட்டு அம்மாவை கூடவே இருந்து கவனித்துக் கொள்வான்.

அவங்களுக்குச் சாப்பாடு ஊட்டுவது, சில சமயம் குளிப்பாட்டி விடும் நிலை கூட வந்தது உண்டுன்னு சொன்னான். இதன் காரணத்தால் அவனுக்கு அவன் அப்பா அம்மா, பெரியப்பாவின் குடும்பம் தவிர நெருக்கம் என யாரும் இல்ல.

அவன் பெரியப்பா பெண் எனச் சொல்லும் சீதா கூட அவனோட அப்பாவின் கூடப் படித்த காலேஜ் சீனியரோட பொண்ணு தான். அதைத் தவிர அவங்களுக்குக் கூடப் பிறந்தவங்க யாராவது இருக்காங்களா? என்று கூட அபி சொல்லல. அபி கூட ரொம்ப அதிகமா சீதாவின் குடும்பத்தைப் பத்தி சொல்லல. இவ்வளவு தான் அவனைப் பத்தி அவன் குடும்பத்தைப் பத்தி அவன் சொன்னது.

இப்படி ரெண்டு மாசம் எங்க நட்பு போய்க் கொண்டே இருந்தது. திடீரென ஒரு நாள் ரொம்ப வருத்தமாக இருந்தான்.

"காதல் என்றால் பொய்! அது உடலை மட்டும் தான் பார்க்கிறது! அதில் அன்புக்கு மதிப்பு எதுவும் இல்லை!" எனச் சொல்லி கொண்டே இருந்தான்.

"ஒருவேளை அவனுக்குக் காதல் தோல்வியா?" என்ற சந்தேகம் எனக்கு வந்தது. கொஞ்சம் யோசித்துப் பார்த்த போது அப்படி இருக்க வாய்ப்பு இல்லன்னு தோணியது. அப்படி ஒரு காதல் அவன் வாழ்க்கையில் இருந்திருந்தா கண்டிப்பா என்கிட்ட சொல்லி இருப்பான் ல? அவன் வாழ்க்கையில் இதுவரை மூணு பெண்களுக்கு மட்டும்தான் இடம் கொடுத்திருக்கான்.

அவன் அம்மா விமலா, அவன் கூடப் பிறக்காத அக்கா சீதா, அப்பறம் அவனின் ஒரே தோழி நான் ஐஷ்வர்யா. ஆனா என்ன, இந்த உறவுகளில் அவன் ரொம்பப் பொஸசிவ் (Possessive).

"யாருக்காகவும் எதுக்காகவும் இந்த மூவரை விட்டு கொடுக்க மாட்டேன்!" என்று சொல்லி இருக்கான். இந்தக் காரணத்தால் சொல்றேன், கண்டிப்பா அவனுக்குக் காதலி என்ற ஒருத்தி இல்லன்னு அடித்துச் சொல்வேன்!

எது எப்படியோ என்னுடைய மூன்றாவது வருட காலேஜ் வாழ்க்கை புது நண்பன் அபி (காதலித்தால் நல்லா இருக்கும் நினைத்தவன் எனக்கு ஒரு தம்பியாக அமைந்து விட்டான். சரி! சரி! நம்ம விதி அப்படித் தான் இருக்கும்), சில கொடுமையான சப்ஜெக்ட் (சாவு பயத்தைக் காட்டிய கொடுமைகள்), தங்கச்சியின் +2 எக்ஸாம் எனப் பல விஷயங்கள் நடந்து முடிந்தது.

ஹ்ம்ம்... என்ன பண்றது, இந்தக் காதல் என்ற தென்றல் இன்னும் என் வாழ்க்கையில் விச வில்லை. அது கூட நல்லது தான், எதோ ஒரு காரணத்தால் என் அபி செல்லத்துக்கு (தம்பி எனக் கமிட் ஆய்ட்டான்.. அப்போ செல்லம் தானே?) காதல் பிடிக்கல.

நான் மட்டும் யாரையாவது காதலிக்க ஆரம்பித்தேன்... கண்டிப்பா அபி என்னைக் கொலையே செய்துடுவான்.. அந்த அளவுக்கு அவன் என் மேல் பொசசிவ்வா (Possessive) இருக்கான். இதை நினைத்து நான் சந்தோஷம் கொள்வதா? இல்ல, ரொம்பப் பண்றானே எனத் தலையில் அடித்துக் கொள்வதா?

அன்பு வைத்த நபர் கிட்ட ரொம்பவே உரிமை எடுத்து பழகும் குழந்தை அவன். கோபமும் சரி அன்பும் சரி அளவுக்கு மீறி அவர்கள் மீது காட்டுப்பவன். ஹ்ம்ம்... இப்ப ஒன்னு என் மனசுல தோணுது. ரொம்ப நாளா இந்த மோகினி சனியன் வேற நான் அடிக்கடி அபியை பத்தி புகழ்ந்து பேசவதை பார்த்து அவனை ஒரு தடவையாவது நேர்ல பார்த்து பேசணும், முடிஞ்சா அவனை நாலைந்து அடி அடித்து என்னால் அவனின் புகழ் கேட்டு வந்த காது ரத்துக்காகப் பழி வாங்கனும் என்ற கோபத்துல இருக்கா!

அபி கூட அப்பப்ப மோகினி பத்தி சில நேரம் நலம் விசாரிப்பான். அவனைப் பொறுத்தவரை மோகினி ஒரு சுட்டி பெண், ஐஷ்வர்யாவின் தங்கை அதுக்கு மேல் அவன் மனசுல அவளுக்கு வேற இடம் இருக்குற மாதிரி தெரியல. இல்லாத இடத்தை நாமளே உருவாக்கிவிட்டால் என்ன? பையன் ரொம்பவே நல்லவன், அன்பு வைத்தால் அவங்களுக்காக உயிரையே கொடுப்பவன். என்ன காதல் என்றால் மட்டும் அவனுக்குப் பிடிக்காது, மத்தப்படி கல்யாணம் திருமணம் என்ற விஷயத்துல அவனுக்குச் சில கனவுகள் இருக்கு.

அவனோட வாழ்க்கை துணைவி எப்படி இருக்கணும்னு தன் எதிர்பார்ப்பு அவன் சொன்னதை வைத்து பார்த்தவரை மோகினி பல விஷயத்துக்குச் சரிப்பட்டு வருவா. ரெண்டு பேரையும் கோர்த்து விட்டால் என்ன? சூப்பர் ஐடியா தானே? என்ன மாமா வேலை என்கிற மாதிரி இது மாமி வேலை! இருந்தாலும் நாலு பேருக்கு நன்மை என்கிற விதத்துல எதுவும் தப்பு இல்ல.

யாரும்மா அந்த நாலு பேர் என்றால், நான் (ஐஷ்வர்யா), நான் காதலிக்கப் போறவன் (அடேய் எங்கடா இருக்க? சீக்கிரம் வாடா!), என் செல்லக்குட்டி அபி, அப்புறம் அந்த மோகினி சனியன். நாலு பேர் கணக்கு ஓகே வா?

இந்த டைரி இத்துடன் முடிகிறது. நாள் குறிப்பா நான் எழுதுவது இல்லங்க. அப்பப்ப தோணும் போது எழுதுவேன், அவ்வளவு தாங்க.

இப்படிக்கு,
உங்கள் ஐஷ்வர்யா

***நினைவு புத்தகம் இன்னும் திருப்பப்படும்.***

# 8

# மோகினி அபியிடம் காதல் சொல்வதும், அவன் மறுப்பதும்

ஹாய் செல்லம்ஸ்!

இன்னிக்கு செம்ம பிளான் எல்லாம் போட்டு என் தங்கச்சி சனியனையும், என் செல்லக்குட்டி அபியையும் மீட் பண்ண வைக்கப் பார்த்தால்... ஐயோ அபி! ஏன்டா இப்படிப் பண்ண? என்ன நடந்தென்ன நீங்களே கீழே படிங்க மக்களே! படிங்க!

அபியை எப்படியாவது மோகினி கூடக் கோர்த்து விட என் மூளையெல்லாம் கசக்கி ஒரு பிளான் பண்ணேன். அதனைச் செயல்படுத்த அபிக்கு ஃபோன் செய்தேனா...

"அபி, என் தங்கச்சி +2 ல 1100/1200 வாங்கி இருக்கா டா.." என்றேன். அதுக்கு அவன் உடனே சந்தோஷத்தில், "அட ஐஸ்.. செம்ம டி.. இதுக்கு நீ ட்ரீட் கொடுத்தே ஆகணும்." என்று கேட்டான்.

"ட்ரீட் தானே? கொடுத்தா போச்சு. அதைப் பத்தி சொல்ல தான் ஃபோன் பண்ணேன். நாளைக்கு ஏதாவது பேய் படத்துக்குப் போவோமா?"

"அடியே! என்னைக் கொல்ல பிளானா பண்றே? உனக்கே தெரியும்ல நான் சாயங்காலம் ஆறு மணிக்கு மேல் இருட்டில் வெளியே போகவே ரொம்பப் பயப்படுவேன். இதுல பேய் படத்துக்கு வேற போலாம் சொல்ற.. எனக்கு ரொம்பப் பயம்.. போ! நான் வரல.. உன் ட்ரீட்டே எனக்கு வேணாம்!"

"அடேய் பயந்தாகொள்ளி! உன்னை வச்சுக்கிட்டு என்னடா பண்றது? சரி விடு, நீயே சொல்லு எந்தப் படத்துக்குப் போலாம்."

"நம்ம தெலுங்கு சூப்பர் ஸ்டார் நடித்த படம் ஒன்னை தமிழில் ரீமேக் பண்ணி வந்து இருக்கு. அந்தப் படத்துக்குப் போலாமா?"

"ஓகே, போலாம். அப்படியே உனக்கு ஒரு சர்ப்ரைஸ் இருக்கு."

"என்ன சர்ப்ரைஸ்..? எனக்குப் பானிபூரி வாங்கித் தர போறியா?"

"நீ நாளைக்கு வாடி செல்லம் தெரியும்."

"ஓகே."

அடுத்த நாள் சினிமா தியேட்டரில் நானும் மோகினியும் அவனுக்காக வெயிட் பண்ணி இருந்தோம். தெலுங்கில் ஏற்கனவே ஹிட்டான படம் என்றாலும், தமிழில் ரீமேக் செய்து நமக்குத் தெரிந்த நடிகர்கள் நடித்துத் தந்த இந்தப் படம். இதைக் குறை சொல்ற அளவுக்கு ஒன்னும் இல்ல. என் தங்கச்சிக்கு கூடப் பிடித்திருந்தது (சும்மாவா அவளுக்குப் பிடித்த ஆக்டர் நடித்த படம் ஆச்சே!). அட! இதைச் சொல்லலையே நான் அவன் கிட்ட சொன்ன சர்ப்ரைஸ் என் தங்கச்சி தான். அவ மார்க் வாங்கியதற்கு ட்ரீட் தரேன். அதுல அழ இல்லாம எப்படி? (அப்படிச் சொன்னால் தான் அபிக்கு என் மேல் சந்தேகம் வராது. சரிதானே?).

மூணு டிக்கெட் வாங்கிட்டு நான் காத்திருக்க, ரொம்பக் காத்திருக்க வைக்காம அஞ்சு நிமிஷத்துல அவன் வந்துட்டான். எங்க அருகே வந்தவன் முதல்ல என் தங்கச்சியைப் பார்த்துட்டு, "ஹே... உன் தங்கச்சி மோகினி பிசாசை கூட அழைத்து வந்துட்டியா?" என்று சத்தமா அவ காதுல நல்லா விழும்படி கேட்டான்.

ஐயோ... சுத்தம்! நாங்க தனிமையில் அவளுக்குப் பட்டப்பெயர் வைத்து கிண்டல் பண்ணும் பெயரை சரியாக அவ:முன்னாடியே சொல்லிட்டானே! இதான் அபி கிட்ட இருக்கிற கெட்ட பழக்கம்! சரியா தப்பான நேரத்துல நமக்குப் பல்பு வாங்கிக் கொடுத்துடுவான். "இதைத் தெரிந்து பண்றானா? இல்ல, தெரியாம பண்றானா?" எனப் புரியாத அளவுக்குப் பண்ணுவான். பண்றது எல்லாம் பண்ணிட்டு ஒன்னும் தெரியாத பாப்பா மாதிரியே ஒரு லூக் வேற கடைசியில் விடுவான் பாருங்க!

'என்னைக் கோபமாக முறைத்துக் கொண்டு இருக்கும் இந்த மோகினி சனியனை வேற சமாளிக்கணும். பேசாம சொன்னது விட ரெண்டு ஐஸ்கிரீம் கூடச் சேர்த்து வாங்கித் தர வேண்டியது. ஹ்ம்ம் அதான் சரி!' என்று நினைத்து நான், "மோகினி குட்டி... என் செல்லமே.." என்று அவளைக் கொஞ்சினேன்.

"ஹ்ம்ம்.. சொல்லு." என்றாள் அவள் அனல் மூச்சு காற்று விட்டு.

'ஐயோ.. ரொம்பக் கோபமா இருக்கா போலயே! சரி.. சரி.. சமாளிப்போம்.. வேற வழி...' என்று நினைத்து நான், "அது இல்லடி... இவன் சொன்னதைப் பெரிசா எடுத்துக்காத... அது சும்மா உலலலிக்கு... விளையாட்டுக்கு... அதுக்காக உன் கோபம் போக அக்கா நான் சொன்னது விட ரெண்டு ஐஸ்கிரீம் கூடச் சேர்த்து வாங்கித் தரேன்டி! பிளீஸ்... பிளீஸ்... இதை மனசுல வைத்து வீட்டில் மட்டும் நம்ம படத்துக்கு வந்ததைப் போட்டு கொடுக்காதே டி!" என்று கெஞ்சி-

னேன்.

கொஞ்ச நேரம் முறைத்தவளோ உடனே அபிக்கு ஹைபை (hifi) கொடுத்து சிரிக்க ஆரம்பிச்சுட்டா! எனக்கோ ரொம்ப ஷாக்! "இங்க என்னடா நடக்குது?" என்று பார்த்துக்கிட்டே இருந்தேன். அவங்களோ படம் முடிந்த பிறகு சொல்-றோம்னு உள்ளே என்னைஇழுத்துக் கொண்டு போயிட்டாங்க.

படத்தில் இன்டர்வல் வரும்வரை எனக்கு எதிலும் கவனம் இல்ல. படத்தின் கதை என்னமோ சூப்பர் தான். ஆனா, என்ன பண்றது இங்க இந்த ரெண்டு லூசுங்க அதெல்லாம் என் கவனத்துக்கு வராத மாதிரி மூளையை ஒரு வழி பண்-ணிட்டாங்க. நான் இங்க குழப்பத்தில் இருக்க, அதெல்லாம் கவனிக்காம அதுங்க ரெண்டும் படத்துல வர ஹீரோ ஹீரோயின்ஸ் டான்ஸ் மூவ்மெண்ட் எல்லாம் பார்த்துக் கமென்ட் அடித்து, சிரித்துக் கொண்டு இருந்தாங்க.

இன்டர்வெல் வர, "அப்பாடா இனி இவங்க கிட்ட கேட்கலாம்!" என வாயை திறந்தால் அதுக்குள் என் செல்லம் அபியே, "ஐஸூ, எனக்கு ஒரு மசாலா பாப்கார்ன் மற்றும் ஒரு சாக்கோபார் ஐஸ்கிரீம். அப்புறம் பிசாசு (மோகினியை) உனக்கு என்ன? ஓகே.. ஓகே.. ஆல்ரெடி உன் லிஸ்ட்டே ஃபோன் ல சொல்லிட்-டேல, அவளுக்கு ரெண்டு வெண்ணிலா ஐஸ்கிரீம், ஒரு சீஸ் (cheese) பாப்-கார்ன். அப்பறம் வேற என்ன பிசாசு?

ஓகே.. மிச்சத்தைப் படம் முடிந்து ஓட்டலுக்குப் போய்ச் சாப்பிட போறியா? சரி.. சரி.. அதுவும் நல்லது தான்." என்று அவன் பேச பேச என்னை விட இப்போ அவன் என் தங்கச்சிக்கு தான் க்ளோஸ் என்கிற மாதிரி இருப்பதில் பொறாமையாகக் கூட எனக்கு இருந்தது. நான் ஆசைப்பட்டது கூட அதான் என்றாலும் அது என் மூலமாக நடக்கணும் ஆசைப்பட்டேன். ச்சே! ச்சே! எல்லாம் போச்சு! நைட் எல்லாம் சரியா கூடத் தூங்காம நான் போட்ட பிளான்! இவங்-களுக்கு ஒருத்தரை ஒருத்தர் முன்னாடியே எப்படித் தெரிந்தது கூடப் புரியாமல் மண்டை எல்லாம் வெடிக்கிற மாதிரி எனக்கு அப்போ இருந்தது.

அவங்க கேட்டது எல்லாம் என் ஒரு மாச சேமிப்பில் வாங்கிட்டு வந்தேன். போச்சு! போச்சு! பல நாளா நான் கஷ்டப்பட்டு அப்பா அம்மாவை ஏமாத்தி சேர்த்த பணம் கொஞ்சம் கொஞ்சமாகக் கரைந்தது! படம் போனால் யூஸ் ஆகும்னு நினைத்து சேர்த்த பணமா இருந்தாலும் நம்மை விட்டுப் பணம் போகும் போது இருக்குற எண்ணம் தான்.

அவங்க கேட்டது எல்லாம் வாங்கிட்டு வந்தால் ஒரு பேச்சுக்கு கூட, "நீயும் எடுத்துக்கோ, ஐஸ்.." என்று இருவரில் ஒருத்தர் கூடச் சொல்லல. என் அபி செல்லம் இன்னும் ஒரு படி மேலே போய் வாங்கிக் கொடுத்த நானே அவன் கிட்ட பிடிங்க போற மாதிரி மறைச்சு மறைச்சு வேற சாப்பிட்டான். நான் என்ன அவ்வ-ளவு மோசமானவளா? யெஸ்! யெஸ்! உண்மை தான்! அந்த நேரத்துல அதுக்குத்

தான் பிளான் பண்ணேன். பயபுள்ள எஸ்கேப் ஆகிட்டான்!

எப்படியோ படம் முடிந்த பிறகு ரெண்டு பேரையும் பிடி பிடியேன பிடித்து, உங்களுக்கு எப்படி அறிமுகமானது?" எனக் கேட்டேன். அதுக்கு உடனே பதில் சொல்ல ஆரம்பித்த என் தொங்கச்சி (தங்கச்சி), "அடியே... மை லூசு அக்கா.. அதுக்கு நீ தான் காரணம். +2 பப்ளிக் எக்ஸாம் (Exam) வருது மேக்ஸ் (Maths), கம்ப்யூட்டர் சயின்ஸ் ரெண்டையும் பாஸ் ஆகும் அளவுக்குச் சொல்லிதா கேட்டா, 'லாஸ்ட் ஃபைவ் இயர்ஸ் கொஸ்டீன் பேப்பர் (Last five years question paper) பார்த்து படி, அதுவே போதும்' என்று சொல்லிட்டே. சரி, அதெல்லாம் பார்த்து சிலதுக்குச் சந்தேகம் கேட்டா, ரொம்ப ஓவரா சீனே போட்ட!

அதனால்தான் நீ அடிக்கடி சொல்ற உன் அறிவாளி ஃப்ரெண்ட்.. இந்த அபியின் ஃபோன் நம்பரே உன் ஃபோன் ல இருந்து சுட்டு, என் பெர்சனல் தேவைக்கு அப்பா வாங்கித் தந்த ஃபோன்ல கேட்டேன். முதலில் இவன் ஒன்னு ரெண்டு வார்த்தை மீறி பேசாதவன், அப்புறம் எப்படியோ பேச ஆரம்பித்து இவனே எனக்காகவே நேரம் ஒதுக்கி எனக்குச் சந்தேகம் இருக்கும் கணக்கை எல்லாம் எழுதி வாட்ஸப்ல ஃபோட்டோ வா அனுப்பி ஃபோன் வழியாக விளக்கி சொன்னான்.

சும்மா சொல்ல கூடாது உண்மையாவே பையன் அறிவாளி தான்! எங்க மேக்ஸ் மிஸ்ஸே ஒரு வருஷம் முழுக்க என் மண்டையில் ஏத்த முடியாத கணக்கை எல்லாம் ஒரு மணி நேர ஃபோன் காலில் சூப்பரா சொல்லி கொடுத்தான்! சான்ஸே இல்ல! சூப்பர் இவன்! நீயும் தான் இருக்கியே சுத்த வேஸ்ட்!" என்று என்னைப் போக்கை செய்தாள் அவள்.

அவள் சொன்னதைக் கேட்டு எனக்கு, "ஷேம் ஷேம் பப்பி ஷேம்". நானா சொல்லி தர மாட்டேன் சொன்னேன்? சத்தியமாவே எனக்குப் புரியல. நாலு வருஷம் ஆச்சுல, கணக்கு எல்லாம் மறந்து போச்சு. காலேஜ் ல கூட மேக்ஸ் பேப்பர் வந்தாலே கண்டிப்பா பிட்டு தான். ச்சே! கணக்கா அது... எதோ ராக்கெட் சயின்ஸ் மாதிரி கண்ட கண்டதை கேட்டால் நாங்க என்ன பண்ணுவோம்? என்ஜினீயரிங் உண்மையாவே கடுப்புங்க!

எப்படியோ எதோ விதத்துல அபி மோகினி இருவருக்கும் அறிமுகம் ஆச்சு. அந்த அறிமுகம் எனக்கும் அபிக்கும் நடுவில் இருந்த நட்புக்கு எந்த விரிசலும் தரல. அதுக்கு அபி அனுமதிக்கல. அவன் அப்படித் தான். யார் வந்தாலும் சரி நமக்குப் பிடித்தவங்களுக்குக் கொடுக்கும் முக்கியத்துவத்தைக் குறைக்காத மாதிரி பார்த்து கொள்வான். படத்துக்குப் போன போது கூடச் சும்மா விளையாட்டுக்கு என்னை என் தங்கச்சி கூடச் சேர்ந்து அவோய்டு பண்ணான்.

ஆனாலும் படம் முடிந்த பிறகு எல்லாத்துக்கும் சேர்த்து எனக்குப் பிடித்த ஐட்டம் எல்லாம் ஹோட்டலுக்குக் கூட்டி போய் வாங்கித் தந்தான். அது என் அபி செல்லம்! சும்மாவா அவனை என் செல்ல குட்டின்னு சொல்றேன்! அவ-

வளவு சீக்கிரம் யார் மேலையும் அன்பு வைக்க மாட்டான், அப்படி வைத்தால் அவங்களே அவனை விட்டு விலகி போனாலும் அவன் விலகி போக மாட்டான்! அந்த அளவுக்கு அன்பு கட்டுவதில் பைத்தியக்காரன்! அந்த அன்பு என் தங்கச்சி மேலும் அவனுக்கு இருக்கு. அதை எப்படியாவது காதல் பைத்தியமாக மாற்றிட்டேன் என்றால் என் நண்பன் எங்க குடும்பத்திலேயே ஓர் உறவா இருப்பான்! அவன் ஆசை கூட அதானே? என் நட்பு வாழ்க்கை முழுவதும் தொடரணும், யாருக்காகவும் எதுக்காகவும் அது உடைய கூடாது என்பது தான் அவன் ஆசையும்.

சரி, நான் ரொம்பக் கனவு காணாமல் என் தங்கச்சி மனசுல என்ன இருக்குன்னு பார்க்கிறேன். இது இரு உள்ளங்கள் பற்றிய விஷயம், என் ஆசைக்காக அவளைத் தொல்லை செய்யக் கூடாது ல? கூடாதுதான்! கூடாதுதான்! இருந்தாலும் அபி விட அவளுக்கு யாரு சூப்பரா கிடைக்கப் போறாங்க?

எங்க அம்மா அப்பாவுக்கு அபி என்ற ஒரு நண்பன் எனக்கு இருக்கான் என்றே தெரியாது. அது கூட நல்லது தான், அபி என் நண்பன் என்பதைத் தாண்டி மோகினியின் காதலன் மற்றும் வருங்காலக் கணவன் என்பது போலத் தெரிவது தான் நல்லது. அதான் சரியும் கூட. அப்படி இருந்தால் தான் பிரச்சனை வந்தாலும் கூட இங்க இருந்து அவங்களுக்கு நான் உதவி செய்ய முடியும்.

ச்சே! ச்சே! நான் ஒரு லூசு... இன்னும் அவங்களுக்குள் காதல் என்பதே வரல, நான் போய் ரொம்பக் கனவு காண்றேன்.

இன்னிக்கு நான் ரொம்பச் சந்தோசமாக இருக்கேன். ஏன் தெரியுமா? என் அன்பு சனியன் அதான் என் கூடப் பிறந்த பிசாசு... மோகினி... அவளுக்கு அபி மேல் இருந்த காதலை அவ வாயாலேயே ஒத்துக் கொண்டாள். சத்தியமா நான் எதுவும் கேட்கல, அவளே பயந்து பயந்து வந்து சொன்னது தான். இதோ கீழே இருக்கு நாங்க பேசியதெல்லாம்.

"அக்கா, இப்போ நீ ஃப்ரீயா? கொஞ்சம் மொட்டை மாடிக்கு வரீயா? உன் கிட்ட தனியா பேசணும்." என்றாள் அவள்.

"கொஞ்சம் என்றால் எவ்வளவு?" எனக் கிண்டல் பண்ணனும் என்று தான் நினைத்தேன். ஆனா, என்ன பண்றது பல நாள் தூங்காத கண்களோடு எந்த நேரத்திலும் கண்ணீர் விழும் படி என்கிட்ட தனியா பேசணும்னு சொன்னவளின் பார்வை என் மனசை ஏதோ பண்ண, அவ கூடவே மொட்டை மாடிக்கு போனேன்.

அங்கே போன பிறகு சுற்றி யாராவது பார்க்கிறார்களா எனப் பார்த்தவ, அப்படி யாரும் பார்க்கல என்பதை உறுதி செஞ்சவ, என்னைக் கட்டிக்கொண்டு அழு-தாள்.

எனக்கு ஒரே ஷாக்! என்னடா ஆச்சு இவளுக்கு? ஏன் இப்படி லூசு மாதிரி அழுறா? எல்லோரையும் அழ வைத்து வேடிக்கை பார்ப்பவளின் அழுகையைப் புரியாமல் பார்த்த நானோ, ஒரு பாசமான அக்காவா... ஹலோ... ஹலோ... நம்புங்க.. நம்புங்க.. எனக்கு அவ மேல் பாசம் எல்லாம் இருக்கு. என்ன, அதை அவ்வளவு சீக்கிரம் காண்பிக்க மாட்டேன். அவ்வளவுதான். ஓகே, அக்கா என்ற முறையில் அவள் தலையை நான் தடவி, "என் பட்டுக்குட்டிக்கு என்னாச்சு? ஏன் என் குட்டி அழுது?" என்று கேட்டேன்.

"அக்கா, நான் ஒரு தப்பு பண்ணிட்டேன்."

"எனக்குத் தெரியும்! தெரியும்! அந்த ப்ரிட்ஜ் ல அப்பா எனக்கு வாங்கிய ஸ்வீட்ஸ் எல்லாம் முழுங்கியது நீ தானே? அடியே... சாப்பாட்டு ராமி! இது துரோ-கம்! அநியாயம்!" என்றேன் கோபத்தில்.

அவளோ பதிலுக்கு என்னை முறைக்க, 'சரி ரைட்! ரைட்! வேற எதோ ஒன்னு இருக்கு.' என நினைத்து நான், "சரி, நீயே சொல்லு." என்றேன்.

"அது வந்து... அது வந்து... நான் ஒருத்தரை சின்சியரா லவ் பண்றேன்." என்றாள் அவள்.

ஐயோ! இதைக் கேட்கும் போது எனக்கு நெஞ்சு வலிக்கிற மாதிரி இருந்தது. அவளை வைத்து என்னவெல்லாம் கனவு கண்டேன்! அப்போ என் அபி செல்-லத்தின் வாழ்க்கை போச்சா! போயே போச்சா! இந்த முரட்டு சிங்கிள் ஐஷ்வர்யா-வின் சாபம் அவளைச் சும்மாவே விடாது! விடாது! எனப் பல விதமான சாபங்கள் மனதில் கொடுத்து விட்டு,

"ச்சே! இந்த வயசுல என்னடி உனக்கு லவ்! என்னைப் பார் என் பின்னாடி எத்தனை பசங்க ரோஸ் எடுத்துக் கொண்டு என் பின்னாடி நாய் மாதிரி காதலை பிச்சை கேட்டு சுற்றினாங்க தெரியுமா? (ஹி.. ஹி.. சும்மா அடிச்சு விடு-வோம்! யாருக்கு உண்மை தெரிய போகுது?) எனக்குத் தங்கச்சியா பிறந்து செய்ற வேலையா இது? சீ.. சீ.." என்றேன் பல்லை நறநறவென்று கடித்துக் கொண்டே.

"அக்கா... சாரி கா.. நான் வேணும்னே லவ் பண்ணல.. முடிந்தவரை இது வெறும் ஈர்ப்பு தான் என ஸ்ரீராம ஜெயம் மாதிரி எழுதி கூடப் பார்த்தேன்... மனசு மாறல. என்னோடது காதல் தான் எனப் பல அறிகுறிகள். ஆனா, என்னால் என் ராமை மறக்க முடியாது கா.. ஐ லவ் ஹிம் சோ.. சோ.. சோ.. மச்!"

"யாருடி அந்த ராம், உன்னை மயக்கியவன்? அவன் மட்டும் என் கையில் கிடைத்தால் கொன்றுவ!"

"அக்கா, அவன் மேல தப்பு இல்ல... நான் தான் அவனை லவ் பண்ற. எனக்கு இப்படி ஓர் எண்ணம் இருப்பது கூட அவனுக்குத் தெரியவே தெரியாது."

"நான் அவன் யாருன்னு கேட்ட?" என்று கேட்ட எனக்கோ செம்ம கோபம்! எவனோ ஒருவனால் என் கனவு பாதிக்கப்படுவதா? விட மாட்டாள் இந்த ஐஷ்-வர்யா! என் செல்ல அபியின் உயிர் தோழி நான்... அவன் முகத்தில் எப்போதும் அந்த அழகிய சிரிப்பு இருப்பதே என் லட்சியம்! என் லட்சியம்! அவன் அம்-மாவால் அவன் எவ்வளவோ சின்ன வயதில் இழந்திருக்கான். இனிமேல் அவன் ஆசைப்பட்டது எல்லாம் கிடைக்கணும்! அது கிடைக்க அவன் வாழ்க்கை மொத்-தம் கூடவே இருந்து அன்பு தொல்லை பண்ற பொண்ணா என் தங்கச்சி அவன் கூடவே இருக்கணும்! மோகினியின் ஒன்னுக்கும் உதவாத காதலை விட என் அபியின் சந்தோசம் எனக்கு முக்கியம்! ரொம்பவே முக்கியம்!

கொஞ்ச நேரம் தயக்கம் கொண்ட என் அன்பு தங்கச்சி பேச ஆரம்பிச்சா,

"அது உன் உயிர் நண்பன் அபி... அபிராம் தான் கா. முதல்ல உன்னுடைய நண்பன் என்கிற விதத்தில் தான் பேசினேன், கொஞ்சம் கலாட்டா கூடப் பண்ணி உங்க இருவரையும் சேர்த்து வச்சு கூட நீ அறியாம அவன் கிட்ட பேசி இருக்-கேன். ஆனா, அவன் உன்னைத் தனக்கு இன்னொரு அம்மா போலன்னு சொன்-னதைக் கேட்டு அவன் மேல் தனி விருப்பமே வந்துடுச்சு.

நீயே பாரு உன் கிட்ட எத்தனையோ தடவை மரியாதை இல்லாம பேசியி-ருக்கேன், சண்டை போட்டிருக்கேன். அப்போதெல்லாம் நான் உன் தங்கச்சி என்ற காரணத்தால் என்னை நீ மன்னித்து இருக்க. ஆனா, அவனுக்கு என்ன தலை-யெழுத்து? வாய்ப்பு கிடைக்கும் போது எல்லாம் விளையாட்டுக்கு அவனை அடித்-துக் கூட இருக்கேன்.

அப்போதெல்லாம் கூடச் சேர்ந்து வலிக்காத மாதிரி நடிப்பானே தவிர என்னை அவன் திட்டியது இல்ல. அவன் கூட இருக்கும் போது எதோ தனி உலகத்தில் நானும் அவனும் இருக்குற மாதிரியே இருக்கும் தெரியுமா?

இது பெயர் தான் காதலா தெரியல. ஆனாலும் எனக்கு அது பிடித்திருக்கு. அவனுக்கும் என்னைப் பிடிக்குமா? அதாவது காதல் என்ற விதத்துல..."

எனக்கு அப்போ என்ன சொல்றது எனத் தெரியல. தேடி போன தேவாங்கு... ச்சே! தெய்வம் நம்மைத் தேடி வந்தது போல நான் ஆசைப்பட்ட விஷயம் அதுவே தானாக நடப்பது கண்டு ஒரே குஷி! அந்தக் குஷியில் என்ன செய்றேன் என்றே தெரியாம என் தங்கச்சியின் கன்னத்தில் மாறி மாறி முத்தம் கொடுத்துட்டேன். சுமார் எத்தனை முத்தம் கூட எண்ணி பார்க்கல. எண்ணிக்கையா முக்கியம்? எதோ விதத்துல என் சந்தோசத்தை வெளிப்படுத்திட்டேன்ல, அது போதும்.

ஆனால் என்னை மாதிரி என் தங்கச்சி நினைக்கல போல. என்னைத் தள்ளி-விட்டு, "அடச்சீ! சீ! உனக்கு என்ன பைத்தியமா பிடித்துவிட்டது? சீ... என் கன்-

னம் முழுவதும் எச்சி! ரொம்ப வருஷமா என் ராம்.. இல்ல வேணாம்.. அப்படிச் சொன்னா நீ வேற யாரோ மாதிரி பார்க்கிற. என் அபிக்காக இந்தக் கன்னத்தை எதோ எதோ கிரீம் எல்லாம் போட்டு பளபளன்னு வைத்திருந்தா... இப்படிப் பண்ணிட்டே... போ.. கா.." என்றாள் அவள் தன் கன்னத்தைத் தேய் தேய்மான தேய்த்துக் கொண்டே.

திரும்பி பக்கத்தில் போனால் கையில் கிடைத்ததைக் கொண்டு என் மண்டையை உடைச்சுடுவா பயந்து நானோ,

"சாரிடி.. சாரிடி.. நீ வேற யாரையோ லவ் பண்றே நினைத்துப் பயந்துட்டேன் டி! ஆனா, நீ லவ் பண்றது அபி தான் தெரிந்த சந்தோசத்துல தான்... சரி.. சரி.. விடு.. இனி என்ன பண்ண போற? உன் காதலை அவன் கிட்ட சொல்ல போறியா? இங்க பாரு, இந்த விஷயத்துல அவனே வந்து சொல்லுவான் நினைக்காதே. அது நடக்கவே நடக்காது. அவனுக்குக் காதலில் நம்பிக்கை இல்ல. காரணம் என்னன்னு இதுவரை உயிர் தோழி என்கிட்ட கூடச் சொல்லல. ஒருவேளை நீயே உன் காதலை சொன்னா தான் நம்பிக்கை வருமோ என்னவோ." என்றேன்.

"அக்கா, உனக்கு உண்மையாவே நான் அவனைக் காதலிப்பத்தில் கோபம் இல்ல தானே? ஏன் என்றால் அவன் உன்னை இன்னொரு அம்மா மாதிரி பார்க்கிறேன் எனச் சொல்லி இருந்தாலும்... நீ ஒருவேளை அவன் மேல்... ஏதாவது.." என்று அவள் முழுதாகச் சொல்லாது இழுத்தாள்.

"முத்தம் கொடுத்த கன்னத்தில் பளார் என அடி கொடுக்க வேணாம் பார்க்கிறேன்." என்ற நான் அவளை முறைத்து பார்த்து, "நீ என்ன நினைக்கிற?" என்று கேட்டேன்.

அவள் பயத்தில் என்னைப் பார்க்க, நானோ சிரித்துக் கொண்டே அவளை நெருங்கி அணைத்து, "ஆச்சோ! சும்மா சொன்னேன் டி. நீ நினைத்தது சரி தான், ஒரு காலத்துல அவன் மேல் எனக்கு ஈர்ப்பு இருந்தது உண்மை தான். அது வெறும் ஈர்ப்பு தான், போகப் போக அது நல்ல நட்பு என்ற விதத்துல முடிந்தது. உனக்குத் தெரியாத ஒன்னை சொல்லவா? உன் கிட்ட என்னை இன்னொரு அம்மா எனச் சொன்னவன் என்கிட்ட நான் அவனுக்கு ஓர் அக்கா மாதிரி சொல்லியிருக்கான்.

அப்போவே என் மனதில் நீ தாண்டி வந்த, நீ மட்டும் அவன் வாழ்க்கையில் வந்துட்டா கண்டிப்பா அவன் ரொம்பவே சந்தோசமாக இருப்பான்னு நினைத்தேன்டி. அவனைப் பத்தி உனக்குத் தெரியாத எத்தனையோ விஷயம் இருக்கு. முதல்ல அவனுக்கும் உன் மேல் காதல் வரட்டும் அப்புறம் எல்லாம் சொல்றேன்."

"எனக்குத் தெரியும். அவனோட அம்மாவை பத்தி தானே?"

"உனக்கு எப்படி..?"

"தெரியும். அவன் ஏற்கனவே சொல்லி இருக்கான். அவன் அம்மா கிட்ட கூட ஃபோன் ல நான் பேசி இருக்கேன்."

"இன்னும் என்னவெல்லாம் மறைத்து இருக்க? அது என்னடி அவன் விஷயத்துல மட்டும் என்கிட்ட அதிகம் மறைக்குற? நம்ம ரெண்டு பேரும் அக்கா தங்கச்சி தாண்டி நெருங்கிய தோழிகள் மாதிரி தானே பழகுறோம்? அப்புறம் ஏன் டி இப்படிப் பண்ற?"

"சாரிக்கா, என்னன்னு தெரியல அபி விஷயத்துல மட்டும் என்னால் என்னையே நம்ப முடியல. அதன் உன்கிட்ட கூடச் சொல்லல. அவன் அம்மாவை பத்தி நீ என்கிட்ட ஏற்கனவே சொல்லி இருப்ப எண்ணத்துல அவன் என்கிட்ட ஏதோ சொல்ல போய் நானா துருவி கேட்டு எல்லாம் தெரிஞ்சுக்கிட்டேன். அது ஒன்னு தான் அவனை நான் காதலிக்கக் காரணம் இல்ல.

உண்மையைச் சொல்லணும்னா, அவன் கிட்ட இருக்கும் போதும் என் கட்டுப்பாட்டை நானே இழந்து போறேன். நீ சொல்ற மாதிரி அவன் அவ்வளவு சீக்கிரம் யார் கூடவும் பழகுவது இல்ல தான். ஆனா, பழகிட்டா அவர்களில் அவன் ஒருவனாக மாறிடுவான். அதான் அவன் மேல் நான் காதல் கொள்ளக் காரணம்." என்றாள் அவள்.

அவ சொன்னதை முழுசா கேட்ட எனக்கு முழு நம்பிக்கை வந்தது. கண்டிப்பா என் அபிக்கு மோகினி ஏற்றவள்! என் தங்கச்சி என்பதைத் தாண்டி அவ குணம் எனக்குத் தெரியும். விளையாட்டுப் பெண் தான். ஆனா, யாரையும் எந்தக் காரணத்துக்காகவும் மனசு வருந்துற மாதிரி செய்ய மாட்டா.

"சரி, நாளைக்கே அவன் கிட்ட போய்ப் பேசு. இந்த விஷயத்துல அதிரடி தான் சரியான தீர்வு. நீ போய் உன் காதலை சொல்ற விதத்துல அவன் படிப்பை முடித்த ஒரே வருஷத்துல நம்ம வீட்டிற்கு வந்து உன்னைப் பொண்ணு கேட்கணும். புரியுதா?"

"கண்டிப்பா! அதுக்கு இந்த மோகினி... இல்ல! இல்ல! என் அபியின் இந்தப் பிசாசு பொறுப்பு."

நாளைக்கு என்ன நடக்கப் போகுதோ பார்ப்போம். கண்டிப்பா என் அபி செல்லம் அவளின் காதலை புரிந்து கொள்வான் என்கிற நம்பிக்கை எனக்கு இருக்கு. நம்பிக்கை தானே எல்லாம்?

போச்சு! எல்லாம் போச்சு! நான் ஆசைப்பட்டது எல்லாம் போச்சு! எல்லாம் பிளான் பண்ணி செய்தால் அந்த அபி மனசில் என்ன இருக்குப் புரியாமல் நான் செய்த முட்டாள்தனம், சும்மா இருந்த பொண்ணோட மனசில் வேற ஆசையை வளர்த்துட்டேன்!

என் பேச்சை கேட்டு அவ அபியை தனியாகச் சந்தித்துத் தன் காதலை சொன்னா, அப்போ நடந்தது என்னன்னு நீங்களே படிச்சு பாருங்க.

"அபி, ப்ளீஸ்! ப்ளீஸ் டா! நான் சொல்றதை கேளு. உண்மையாவே உன்னை நான் ரொம்பவே லவ் பண்றேன் டா! நீ ஏன் என் காதலை ஏற்றுக்கொள்ள மாட்டேன் சொல்ற?" என்று கண்ணில் நீர் வழிய கேட்டாளாம்.

"ப்ளீஸ் பிசாசு! இந்தக் காதல் கன்றாவி எல்லாம் வேணாம் டி! உனக்குச் சின்ன வயசு, இப்போ தான் காலேஜ் வந்திருக்கே. நானோ பி.டெக் (B.Tech) முடிச்சுட்டு அடித்து எம்பிஏ (MBA) சேர போறேன். இது வெறும் வயசு கோளாறு தான். இன்னும் காதல் என்றால் உண்மையில் என்னன்னு கூடத் தெரியாத வயசு உன்னோடது. படத்தில் வரும் காட்சிகளை எல்லாம் காதல் நினைத்து பேசாத புரியுதா?" என்றானாம் அவன் பொறுமையான குரலில்.

"அப்போ கண்டிப்பா நீ என்னைக் காதலிக்க மாட்டியா?" எனத் தன் கைக்குட்டையால் சளியை சிந்தி கொண்டே கேட்டாளாம். அவளின் தலையில் வலிக்காத மாதிரி கொட்டியவன், "அடியே மை ஸ்வீட் பிசாசு! இவ்வளவு நேரம் அதானே சொல்றேன். உன்னை மட்டும் இல்ல யாரையுமே காதலிக்க மாட்டேன். காதல் என்றாலே எனக்கு வெறுப்பு தான்." என்றான்.

"ஏன்..? என்னாச்சு..? எனக்கே தெரியாது உனக்கு ஏதாவது காதல் தோல்வியா?"

அதுக்கு அவன் பதில் சொல்லாது சென்று விட்டானாம். மோகினி அழுகையுடன் எனக்கு ஃபோன் செய்தவ,

"அக்கா, அவன் என்னைக் காதலிக்கவே மாட்டேன்னு சொல்லிட்டான். போதாத குறைக்கு, 'இது வயசு கோளாறு, இன்னும் காதல் என்றால் உண்மையில் என்னன்னு கூடத் தெரியாத வயசு உனது. படத்தில் வரும் காட்சிகளை எல்லாம் காதல் நினைத்து பேசாதே புரியுதா?' எனச் சொல்லிட்டான். நான் அதிகம் சினிமா பார்ப்பேன் தான். அதுக்கு நிஜம்.. கனவு.. ரெண்டுத்துக்கு வித்தியாசம் தெரியாத பொண்ணா நான்?

அக்கா, கண்டிப்பா அவனுக்கு எதோ ஒரு காதல் தோல்வி இருக்கும், இல்ல, நமக்கே தெரியாத எதோ ஒரு ரகசியம் அவன் வாழ்க்கையில் ஒளிந்து இருக்கும். எனக்கு என்னமோ அவனுக்கு ரொம்பப் பிடித்த உனக்கே தெரியாத யாரோ ஒருத்தருக்குக் காதலால் எதோ ஒன்று நடந்து இருக்கணும். அதனால் அவனுக்குக் காதலில் வெறுப்பு வந்திருக்கும். கண்டிப்பா கடைசியா நான் சொன்னது தான் "

"அதுக்கு வாய்ப்பே இல்லடி! எனக்கு நல்லா தெரியும். அவனோட அப்பா, அம்மா, அவன் கூடப் பிறக்காத அக்கா சீதா, நான், அப்பறம் நீ... இவ்வளவு தான் அவனுக்குப் பிடித்த ஆட்களின் எண்ணிக்கை. அதுக்கு மேல் யாரும்

இல்ல."

"அப்ப ஒண்ணு அவங்க அப்பா அம்மா காதலால் அவங்க குடும்பத்தைப் பிரிந்தது, இல்லன்னா, நீ சொன்ன அவன் அக்கா சீதா விஷயத்துல கூட எதோ ஒரு காதல் கதை மறைந்திருந்து அதுல எதாவது பிரச்சினை வந்து அவன் காதலை வெறுத்திருக்கணும்."

அவள் சொன்னது கூட உண்மையாக இருக்குமோ? அவனோட அப்பா அம்மா விஷயம் கூட முக்கியக் காரணமா இருக்கலாம். அவனோட அக்கா சீதா விஷயத்தைப் பத்தி அவன் ரொம்பச் சொன்னது இல்ல. அவன் சொல்லியும் கேட்காமல் டெல்லிக்குப் படிக்கப் போன அவன் அக்கா மேலே அவனுக்குக் கோபம், அதனால் கடந்த சில வருஷமா அவங்க கிட்ட கூட அவன் சரியா பேசலன்னு சொல்லி இருக்கான்.

சரி நாளைக்கே இதுக்கு ஒரு முடிவு கட்டுவோம். பாவம் மோகினி! எப்படியாவது அவன் வாழ்க்கைக்குள் அவளைக் கொண்டு வரணும்.

அப்பாடா! இப்பதான் நிம்மதியா இருக்கு. எப்படியோ கஷ்டப்பட்டு அபி வாயால் கல்யாணம் ஒன்று பண்ணிக்க எண்ணம் கொண்டால் அவனின் முதல் சாய்ஸ் மோகினி என்பதைச் சொல்ல வைச்சுட்டேன்.

இதோ நடந்தது,

"அபி, உண்மையாவே உனக்கு மோகினியை பிடிக்கலயா டா." என்று நான் கேட்க, அவன் முதலில் பதில் சொல்லாமல் என் தலையில் நாலு கொட்டு கொட்டி விட்டான். யப்பா! என்ன ஒரு கொட்டு! இப்போ நினைத்தாலும் தலை வலிக்குது.

"டேய்! ஏன்டா கொட்டின..?" என்று அவன் கொட்டிய என் தலையைத் தேய்த்துக் கொண்டே கேட்டேன்.

"நீ பண்ண வேலைக்கு உன்னைக் கொலையே பண்ணி இருக்கணும்! ஏண்டி சின்னப் பொண்ணு அவளுக்குப் போய்க் காதல் என்ற கண்ட கருமத்தை சொல்லி கொடுத்திருக்க! அவ காதலை சொன்ன போது எங்க அக்கா கிட்ட பர்மிஷன் கேட்டுட்டேன் எனச் சிரித்துக் கொண்டு சொன்னா தெரியுமா? ச்சே! கேட்கவே கேவலமாக இருந்தது! நீ இப்படிப் பண்ணுவ என நினைக்கவே இல்லடி!"

"அப்படி நான் என்னடா பண்ணிட்டேன்? எதோ கூடப் பிறந்த தங்கச்சி ஆசைப்பட்டுக் கேட்டாலே..."

"என்ன.. என்ன.. வேணாம்டி! வேணாம்! என்னை அசிங்கமா பேச வைக்காத! அவ ஆசைப்பட்டுச் சாக்லேட் ஐஸ்கிரீம் கேட்டா வாங்கிக் கொடு, அதை விட்டு.. நான் என்னடி பொருளா, அவ கேட்டானு நீ வாங்கித் தர? உனக்கே தெரியும்

எனக்கு இந்தக் காதல் மேல் நல்ல அபிப்பிராயம் இல்ல. நீ இன்னும் அவளைத் துண்டி விட்ட வை, நட்பு மேல் இருந்த மரியாதை கூடப் போய்டும்."

"சரி, சரி, சாரி! கோபப்படாதே. இந்த விஷயத்துல மட்டும் உண்மை சொல்லு, உனக்கு ஏன் காதல்னா பிடிக்கல?"

"இதே கேள்வியைத் தான் அந்தப் பிசாசு கூடக் கேட்டா. இங்க பாரு ஐஸு, சில விஷயங்கள் ரகசியமாக இருப்பதே நல்லது. அது சொன்னாலும் உனக்குப் புரியாது. சில சமயங்களில் சொந்த விஷயங்களைத் தாண்டி நமக்குப் பிடித்தவர்கள் வாழ்க்கையில் நடக்கும் சில சம்பவங்கள் கூட நம்ம வாழ்க்கையை மாற்றிடும்."

அவன் சொல்றது மர்மமாகவே இருந்தது. சரி, நமக்கு நம்ம தங்கச்சி விஷயம் தான் இப்போ முக்கியம். பாவி மக! காதலித்துத் தொலைத்து விட்டாளே! அக்கா என்ற முறையில் நான் அது நிறைவேற ஏதாவது பண்ணியே தீரணும்.

"சரி, உண்மையில் நட்பை தாண்டி மோகினி மேல் உனக்கு எந்த ஃபீல்லும் உனக்கு இல்ல, என் மேல் சத்தியம் பண்ணி சொல்லு?"

"ஏய்.. என்னடி சொல்லுற மாதிரி சத்தியம் எல்லாம் கேட்கிற? சரி, சரி, அவ மேல் எனக்குச் சின்ன ஈர்ப்பு இருப்பது என்பது உண்மை தான். அது வெறும் ஒரு பையனுக்குப் பொண்ணுங்க மேல் வரும் சாதாரண ஈர்ப்பு தான். அங்கே பாரு, ஒரு பொண்ணு செம்மையா என்னமா நடந்து போறா... அதைப் பார்த்து ஒரு டிஃபரண்ட் ஃபீல்ல? அதே மாதிரி உன் தங்கச்சி குழந்தைத்தனமான செயல்களை நான் ரசித்திருக்கேன். அதுக்குப் பெயர் காதல் எல்லாம் இல்லடி.

நமக்கு முன்னாடி சின்னக் குழந்தை பண்ற சேட்டைகளைப் பார்த்து ரசிக்கிற ரசிப்பு தான் அதன் பெயர். பொண்ணுங்க நீங்கள் கடவுள் படைத்த அற்புத படைப்பு, எல்லாருக்கும் ஒரு தனிச் சிறப்பு இருக்கு. நான் எல்லாப் பெண்ணுங்களையும் ரசிப்பேன். அதை நீ காதல் என்று சொன்னால் இதுவரை நான் காதலித்த பெண்களின் எண்ணிக்கை ஒரு லட்சத்தைத் தாண்டும்." என்றவனின் முகத்தில் அப்படியொரு சிரிப்பு.

இதுக்கு மேல் என்ன பேசுறது புரியாமல் முழித்தேன். அவன் சொல்றது உண்மை தானே? சைட் அடிக்குற எல்லாரையும் காதலிக்கிறேன் சொல்ல முடியுமா? நான் கூடத் தான் எத்தனையோ பசங்களைச் சைட் அடித்திருக்கேன். அதைக் காதலுன்னு சொல்ல முடியுமா? அந்தந்த வயசுக்கு வர ஃபீலிங் தானே? ஐயோ... வேணாம்! வேணாம்! நான் இப்படியே இதே மாதிரி யோசித்தால் என் தங்கச்சி காதல் கூட அதில் ஒன்று எனச் சொன்னாலும் சொல்லி டுவேன்.

"அபி, நீ எனக்கு ஒரு சத்தியம் பண்ணு. ஒருவேளை சில வருஷத்துக்குப் பிறகு நீ கல்யாணம் செய்து கொள்ள வேணும்னு முடிவுக்கு வந்தால் அப்போ உன் முதல் தேர்வு என் தங்கச்சியா தான் இருக்கணும்."

"சரி, சத்தியம் பண்றேன். ஆனா, அந்த நேரத்துல மோகினி வாழ்க்கையில் காதல் என இன்னொருவன் இல்லாத பட்சத்தில், அவளுக்கு அதே சமயத்தில் என் மேல் என்னைக் கல்யாணம் செய்து கொள்ள விருப்பம் இருந்தால், அவ தான் என் மனைவி! அப்போ நீயே தடுத்தாலும் கேட்க மாட்டேன், தூக்கிட்-டுப் போய்த் தாலி கட்டிடுவேன்!" என்று அவன் என்னமோ சிரித்துக் கொண்டே சொன்னாலும் அதில் உறுதி இருந்தது.

அதோட நான் ஏன் அவன் மோகினியை கல்யாணம் பண்ணிக்க நினைக்கும் போது தடுக்கப் போறேன்? நானே தாலி எடுத்து கொடுத்து, "கட்டுடா! கட்டு! அவ கழுத்தில் தாலியை!" என்று சொல்வேன் ல? கண்டிப்பா சொல்வேன்! சொல்வேன்!

ச்சே! எங்க காலேஜ் வாழ்க்கை முடிந்தது. இனிமேல் தினம் தினம் அபியை பார்க்க முடியாது. இந்த நேரத்தில் பெங்களூரில் கேம்பஸ் இன்டர்வியூல ஏதோ வேலை கிடைத்தது என்று அப்பா அங்க போகச் சொல்லிட்டார். சரி, கொஞ்ச நாளைக்குச் சுதந்திர பாவையாகச் சுத்துவோம். இங்க மோகினி தான் என் மேல் கோபத்துல இருக்கா. அன்னிக்கு கடைசியா அபிகிட்ட அவ பேசியதுதான். அதன்பிறகு அபி அவளுக்கு ஒரு ஃபோன் கூடச் செய்யல. இவளும் எதோ ஓர் ஈகோல அப்படி இருந்துட்டா.

என்னத்த சொல்றது! இந்தக் காதல் விஷயத்துல ஈகோ பார்த்தா வேலைக்கே ஆகாது! இதைச் சொன்னா நம்ம சாப்பாட்டில் அவள் விஷம் வைத்து கொல்-றாலும் கொல்வா! நாம நம்ம வாயை மூடியே இருப்போம். இந்த அபி நினைத்து போல எம்பிஏ (MBA) சேர்ந்துட்டான். ஆனா, இந்தத் தடவை யாரோ ரெண்டு பசங்க கூட ரூம் எடுத்து தாங்கி இருக்கான் போல, கேட்டா வீட்டில் அம்மாவின் தொல்லை தாங்க முடியல சொல்றான்.

பாவம்! கொஞ்ச நாள் நிம்மதியாக இருக்கட்டும், இருந்தாலும் அதிகம் பழக்கம் இல்லாத பசங்க வேற, இவன் வேற புது ஆட்களிடம் பேச ரொம்பவே கூச்சமா ஃபீல் பண்றவன், அதைப் புரியாது அவங்க வேற இவனைத் தப்பாக நினைத்து விட்டா என்ன பண்றது? ஹ்ம்ம்... பார்போம்... பார்போம்.. ஹா.. ஹா.. ஒரே வாரத்தில் இடம் செட் ஆகாமல் வீட்டுக்கு ஓட போறான். ச்சே! இந்த டைரி இதோடு முடிய போகுது. சரி, அடுத்த டைரியில் பார்போம். டா! டா!

**இப்படிக்கு,**

**உங்கள் ஐஸூ**

***நினைவு புத்தகம் இன்னும் திருப்பப்படும்.***

# 9

# ஐஷ்வர்யா "ஐச்சு" ஆன விதம்.

**ஹாய் செல்லம்ஸ்!**

இந்த அபி... இந்த அபி... இருக்கானே சரியான டாஷ்! டாஷ்! ச்சேசே! உயிர் நண்பன் என்ற காரணத்தால் கெட்ட வார்த்தையால் கூடத் திட்ட முடியல.

இன்னியோட ரெண்டு மாசம் ஆச்சு, தினமும் மறக்காமல் ஃபோன் பண்றான், பழைய மாதிரி தான் இருக்கான் அதில் ஓர் எந்த மாற்றமும் இல்ல. ஆனா, இப்போ அவனின் நெருங்கிய வட்டத்துக்குள் இருவர் வந்து இருக்காங்க. அக்கா, அம்மா, தோழி எனச் சில உறவுக்கு மட்டும் அதுவும் பெண்களுக்கு மட்டும் தான் நெருங்கிய வட்டத்துக்குள் விட்டவன், இப்போ அவனின் ரூம்மேட்ஸ் மற்றும் எம்-பிஏ கிளாஸ்மேட்ஸ் (MBA Classmates) ஆகிய இருவருக்கும் அந்த வாய்ப்பை கொடுத்திருக்கான். அதெப்படி தெரியல.

குறும்புக்காரி என்னுடைய தங்கச்சிக்கே ரெண்டு மாசம் எடுத்தது. ஆனா, இந்த இருவருக்கும் ஒரே வாரத்தில்... என் கணக்குப்படி ஒரு வாரம் தான், என்ன மாயமோ? மந்திரமோ? க்ளோஸ் ஃப்ரெண்ட்ஸ் லிஸ்ட் ல வந்துட்டாங்க.

இன்னும் அவங்க பெயர் சொல்லல பாருங்க,

**சிவராம் மற்றும் ஸ்ரீகிருஷ்ணா.**

முதலில் அந்த ஸ்ரீகிருஷ்ணா பத்தி சொல்றேன். பேசவே காசு கேட்பான் போல! அபி கூட நான் வீடியோ கால் பண்ணும் போதெல்லாம் ஐயா புத்தகம் கையுமாய்த் தான் இருப்பார், ரொம்பப் படிப்பாளி நினைப்பு! அடேய்... எங்க அபி விடவா படிச்சிட போற? போடா! போடா! நீ தலைகீழா நின்னு தண்ணி குடிச்-

சாலும் எங்க அபி தாண்டி ஃபர்ஸ்ட்! பரவால்ல ஆள் பார்க்க பெயருக்கு ஏற்ற மாதிரி கிருஷ்ணன் மாதிரி தான் இருக்கான்.

அவனுக்கு ஏற்ற ராதையோ, ருக்மினியோ எங்க இருக்கங்களோ! ரொம்பவே பாவம் இப்படிப்பட்ட ஓவர் படிப்பாளி கட்டி என்னென்ன கஷ்டம் அனுபவிக்கப் போறளோ? இவனைப் போய் அந்த அபிக்கு எப்படிப் பிடித்தது தான் தெரியல. ஒரு வேலை ரொம்பப் பையன் அவனை மாதிரி அமைதி என்றதால் பிடித்து இருக்குமோ?

அடுத்து இந்தச் சிவராம் பத்தி சொல்றேன். அவனை எந்த லிஸ்ட்ல சேர்குறது தான் தெரியல. என் அபியை விட ஆள் ரொம்ப மர்மமாக இருக்கான்! அடிக்-கடி டபுள் மீனிங் வார்த்தைகள் எல்லாம் பயன்படுத்துறான்! தெரிந்து சொல்றானா? இல்ல, தெரியாம சொல்றானா? கூடத் தெரியல. இப்படித் தான் ஒரு நாள் அபி கூட வீடியோ கால் ல பேசிக்கிட்டு இருந்தேன் அப்போ என்ன நடந்தது தெரி-யுமா?

"அபி, இன்னொரு காலேஜ் வாழ்க்கை எப்படி இருக்கு? நம்ம காலேஜ் போல இங்கேயும் எத்தனை பொண்ணுங்க ஃபாலவர்ஸ்? எதாவது ஒன்றாவது தேறுமா? என்னுடைய தங்கச்சி அளவுக்கு அழகி கண்டிப்பா இந்த உலகில் இல்லன்னு தெரியும், இருந்தாலும் கேக்குறேன் சொல்லு! சொல்லு! மோகினி அளவுக்கு யாராவது உன் காலேஜ்ல, இல்ல, பக்கத்து வீட்டில் இருக்காங்களா..?" என்று கேட்டேன் வீடியோ காலில்.

அவனோ காதில் புகை வராத குறையாக, "அடியே! இன்னுமா என்னைச் சந்தேகப்படுற? நான் தான் சொன்னேன் ல, காதலில் எனக்கு விருப்பம் இல்ல, அதே மாதிரி நம்ம பிசாசு அளவுக்கு என்னை இம்ப்ரஸ் (Impress) பண்ண பொண்ணை நான் இன்னும் பார்க்கல. அதனால் சொல்றேன், எனக்குக் கல்யா-ணம் ஒன்னு நடந்தால் அது உன் தங்கச்சி கூட, அதுவும் அப்போ அவளுக்கு யார் கூடவும் கல்யாணம் ஆகாத பட்சத்தில், அவ வாழ்க்கையில் இன்னொருத்தன் இல்லாத பட்சத்தில் தான்." என்றான் என் செல்லக்குட்டி அபி.

"இப்போ நீ தான் அவளோட காதலை சந்தேகப்படுற! என் தங்கச்சியைப் பத்தி எனக்குத் தெரியும், அவ ஒரு முடிவு எடுத்தா என்ன ஆனாலும் மாறவே மாட்டா! மாட்டா!"

"ஐஸு, காலங்கள் எப்படிப்பட்ட மனிதனின் எண்ணத்தையும் மாற்றிடும். இன்-னும் அவ சின்னப் பொண்ணு தான், வெளியுலகம் அதிகம் தெரியாத பொண்ணு தான். இனி அவ போகப் போக நிறைய ஆட்களைச் சந்திப்பா, அப்போ அவளுக்கு என் மேல் இருந்த காதல் என நீ சொல்லும் மாயம் மாறினாலும் மாறும். பார்க்கலாம், இப்போதைக்கு எனக்கு இந்தக் காதல், கல்யாணம், பொண்-ணுங்களைச் சைட் அடிப்பது என்கிற விஷயங்களில் நேரம் இல்ல.

நல்லா படிக்கணும், அப்புறம் படிச்சு முடிச்சு சின்னதா ஒரு பிசினஸ், அப்புறம் இப்போ எங்க அப்பா அம்மா இருக்குற வீட்டை விடப் பெரிய வீட்டை வாங்கனும். உங்க வீட்டை விற்குற யோசனை இருந்தால் சொல்லு நானே சம்பாதித்து வாங்கிக்கிறேன்."

"போ தம்பி! போ! அதுக்குச் சான்ஸே இல்ல! இந்த வீடு என் உயிர் போல யாருக்காகவும் இந்த வீட்டை விட்டு தர மாட்டேன்! என்னுடைய சிறுவயது நினைவுகள் எல்லாம் இங்க புதைத்து இருக்கு! எனக்கு எங்க கல்யாணம் பண்ணி வைத்தாலும் வரதட்சணையாக இந்த வீட்டை தான் கேட்க சொல்ல போறேன், அந்த அளவுக்கு எனக்கு ரொம்பப் பிடிக்கும்!"

"அப்போ உன் தங்கச்சிக்கு..?"

"அவளுக்குத் தான் நீ இருக்கியே! உன் மூஞ்சிக்கு எல்லாம் வரதட்சணை ஒரு கேடு! ஒரு நயா பைசா கூடத் தர விட மாட்டேன் டா! அவளைக் கல்யாணம் பண்ணிக்கப் போற நீ தான் எங்களுக்கு வரதட்சணை தரணும்!"

"ஹ்ம்ம்.. நீ திருந்த மாட்டே, ரொம்பக் கனவு காணாமல் இருக்கப் பாரு, முக்கியமா உன் தங்கச்சி மற்றும் என் விஷயத்தில் ரொம்பவே எதிர்பார்ப்பு வைக்காம இருக்கப் பாரு! அது எல்லாருக்கும் நல்லதும் கூட."

"முடியாது போடா! நீ வேணும்னா பாரு, நீயே ஒரு நாள் இல்லாட்டி ஒரு நாள் என் காலில் விழுந்து, 'ஐஷ்வர்யா தயவுசெய்து உன் தங்கை மோகினியை எனக்குக் கல்யாணம் செய்து தர சம்மதம் சொல்லு!' எனக் கேட்டு கெஞ்சுவே."

அப்போ பார்த்து அந்தச் சிவராம் முண்டம் அபியின் பின்னாடி வெறும் ஜட்டியோடு நடந்து வந்தவன்,

"மச்சி, இப்படி வீட்டுக்குள் அடிக்கடி ஃப்ரீயா நடந்து போறதே ஒரு தனிச் சுகம் டா! வெறும் ஜட்டிக்கே இந்தச் சுகம்னா, அந்த ஆதாம் ஏவாள் மாதிரி ஒன்னும் போடாம நடந்தா எவ்வளவு சுகமா இருக்கும்? ஹ்ம்ம்... நம்ம அந்தக் காலத்துல பிறந்திருந்தா, எவ்வளவு நல்ல இருந்திருக்கும்." என்றான்.

ஓர் ஆண் வெறும் ஜட்டியோடு நிற்கும் காட்சியை நான் பார்ப்பது ஒண்ணும் புதுசு இல்லதான். திருட்டுத்தனமா எத்தனையோ 18+ வீடியோஸ் பார்த்திருக்கேன். அதோடு இப்போதெல்லாம் சாதாரணமாக எல்லாப் படத்திலும் ஹீரோஸ் இந்த மாதிரி நிற்பது எல்லாம் காட்டி கொண்டு தான் இருக்காங்க.

ஆனா, படத்தில் பார்ப்பது வேற, நிஜ வாழ்க்கையில் நமக்குத் தெரிந்தவர்கள் இந்த நிலையில் பார்ப்பது வேற. அதன் என்ன பண்றது புரியாமல் வீடியோ காலை கட் பண்ணிட்டேன். அப்படியிருந்தும் மனசில் சின்னக் குறுகுறுப்பு! அதென்ன ஆதாம் ஏவாள் மாதிரி ஒன்னும் போடாமல் இருப்பது? சீ! சீ! கேவலம் பசங்க புத்தி ஏன் இப்படிப் போகுது? அடேய் சிவராமா! ஏன்டா இப்படி எல்லாம் பேசுற? உன்னால் என் அபி செல்லத்தின் மனசு கெடவா?

இன்னொரு விதத்தில் யோசித்தா, அவன் சொல்றது கூடச் சரிதானே? இந்தக் காலத்துல தான் உடை மானத்தை மறைக்கும் கருவி. அதுவே ஆதாம் ஏவாள் காலம் என்றால் நமக்குக் காம பொருளாகத் தெரியும் அங்கம் எல்லாம் அவங்களுக்கு வெறும் சதைகள் தான். அந்தச் சிவராம் இந்த விதத்தில் கூடச் சொல்லி இருக்கலாம்.

ஐயோ! நான் எதுக்கு இப்போ அந்த முண்டத்துக்கு ஆதரவா பேசிக்கிட்டு இருக்கேன்? அவன் என் எதிரி! என்னை விட என் அபி செல்லத்துக்கு ரொம்ப க்ளோஸாகக பார்க்கிற சாத்தான்!

வரேன் டா! இந்த வார கடைசியில் உன் இடத்துக்கே வந்து உன்னை அடி அடியென அடிக்கிறேன்! நான் அடிக்கிற அடியில், "யம்மா! தாயே! இனி உனக்கும் அபிக்கும் நடுவில் நான் வரமாட்டேன்!" எனச் சொல்ல வைக்கிறேன்!

இன்னிக்குச் சிவராமை இருந்த இடத்திலேயே போய்ப் பார்த்தேன். என் வாழ்க்கையே மாற்றிய சம்பவங்கள் எல்லாம் நடந்தது.

என்ன நடந்தது என்றால்,

வர கடைசிக் காரணத்தால் ஸ்ரீகிருஷ்ணா மற்றும் அபி ரெண்டு பேரும் அவங்கவங்க வீட்டுக்கு போய்ட்டாங்க. ஆனா, இந்தச் சிவராம் தடியன் மட்டும் ஏதோ ஒரு காரணத்தால் போகல.

அது போதும் எனக்கு! அவன் தங்கியிருந்த வீட்டுக்கு போனேன். அவன் வீட்டில் இருப்பதை உறுதி செய்ய ஜன்னல் வழியாக உள்ளே பார்த்தேன். உள்ளே பார்ப்பதுக்கு முன்னாடியே கடவுளை வேண்டி கொண்டேன், "திரும்பி ஜட்டியை மட்டும் போட்டுக் கொண்டு உள்ளே உட்காந்திருந்தா, அந்த அசிங்கத்தை வேற திரும்பி பார்க்கணுமா? யார் கண்டா அது கூட இல்லாமல் ஃப்ரீயா கூட இருப்பான்." என்று நினைத்தேன். என்ன பண்றது, என் செல்லக்குட்டி அபியை இந்த முண்டதுக்குக் கிட்டயிருந்து காப்பாத்த என்னவெல்லாம் செய்ய வேண்டியதாக இருக்கு? எல்லாம் என் தலையெழுத்து!

உள்ளே பார்த்தேனா, அட! நல்லவேளை அவன் குறை சொல்ற அளவுக்குக் கேவலமான டிரஸ்ல இல்ல. எல்லா டிரஸும் போட்டு தான் இருந்தான். அதுவரை ஓகே. ஆனா, எதையோ ஃபோன் பார்த்துச் சிரித்துக் கொண்டிருந்தான்.

'ஹ்ம்ம்.. என்னவாக இருக்கும்?' என நினைத்து கதவை தட்டினேன். கதவை பொறுமையாகத் திறந்தவன் என்னைப் பார்த்து ஆச்சரியப்பட்டு, "அட! ஐச்சு, நீயா? வா! வா! உள்ளே வா!" என்றவனின் 'ஐச்சு' என்ற அழைப்பு இதுவரை என்னை யாரும் கூப்பிடாத அழைப்பு.

‘ ஹ்ம்ம்.. நல்ல தான் இருக்கு, இருந்தாலும் இவனுக்கு என்னைச் செல்ல பெயர் வைத்து கூப்பிட என்ன உரிமை இருக்கு? ஃப்ரெண்ட்ஸ் என்ற உறவு கூட இல்ல. சரி, சரி ஐஸூ, பொறுமை பொறுமை இதுக்கு இவனைத் தனியா பழி வாங்கிப்போம்.’ என எனக்கு நானே சமாதானம் செய்து விட்டு, உள்ளே அவன் காட்டிய நாற்காலியில் அமர்ந்தேன். எனக்கு முன்னாடி உட்கார்ந்த அவன், "சொல்லுங்க, ஐச்சு. என்ன விஷயமா வந்திருக்கீங்க..?" என்று கேட்டான்.

‘திரும்பி அதே செல்ல பெயரா? அடேய் உன் சாவு என் கையில் தான் டா’ என்று மனதில் இருந்த கோபத்துடன், "சும்மா இந்தப் பக்கமாக வந்தேன். சரி, அபி இல்லையா?" என்று கேட்டேன்.

"அவனா? அவன் அவனின் வீட்டுக்கு போய் இருக்கான். இது வார கடைசி இல்லயா, அதன் அவங்க குடும்பத்தோடு டைம் ஸ்பென்ட் பண்ண போய் இருக்கான். இந்தக் கிருஷ்ணா கூட அவன் குடும்பத்தைப் பார்க்க போய்ட்டான்."

"அப்போ நீ?"

"இல்ல, போகல. படிக்க நிறைய இருக்கு. நான் ஒன்னும் நம்ம அபி மாதிரியோ, ஸ்ரீகிருஷ்ணா மாதிரியோ இல்ல, ஐச்சு. படிப்பில் சும்மர் தான். அவங்களை மாதிரி பக்கம் பக்கமாகப் படிக்க எனக்கு வராது, நம்ம டார்கேட் (Target) எப்போவும் 60/100 தான். அதுக்கு எவ்வளவு படிக்கணுமோ அவ்வளவு படிப்பேன்."

"ஓ! அது சரி, நான் வரத்துக்கு முன்னாடி ஃபோன் ல என்ன பார்த்திட்டு இருந்த?"

"அது வந்து... அது வந்து.. விடு.. ஐச்சு, எதுக்கு?"

"சரி, குடிக்கத் தண்ணீர் கொடு. ரொம்பத் தாகமா இருக்கு." என்று சொல்லி அவனை உள்ளே அனுப்பிய நான், அவன் உள்ளே போன போதும், அவனுக்குத் தெரியாமல் அவன் போனை எடுத்தேன். லூசு! லூசு! எந்த லாக்கும் ஸ்பெஷல்ல போடாமல் வைத்திருந்தான்.

‘இவனை மாதிரி பசங்களைப் பத்தி எனக்கா தெரியாது, ஃபோன் ல என்னென்ன கருமத்தை வச்சு கிட்டு இருப்பாங்க என?’ என்று இப்படி எல்லாம் நினைத்து தான் பார்த்தேன்.

நான் நினைத்தது விடப் பையன் ரொம்பவே மோசம்! மோசம்! போயும் போயும் கார்ட்டூன் வீடியோஸ் எல்லாம் பார்த்திருக்கான். அப்படியும் ஏதாவது சீக்ரெட் ஃபைல் இருக்கா எனத் தேடி பார்த்தேன், ஒன்னும் இல்ல. உண்மையாவே இவன் இந்தக் காலத்துக்குப் பையன் தானா? ஒரு பிட்டுப் படம் கூட இல்லாத ஃபோனா? சீ! சீ! இவன் உயிர் வாழவே லாயக்கு இல்லாதவன்.

அப்போ தான் யாரோ என்னைப் பார்த்துக்கிட்டே இருக்குற மாதிரி இருந்தது. தலையைத் தூக்கி பார்த்தால் அவன் தான், அந்தச் சிவராம் தான் ஒருவித கேலி

பார்வையுடன் கொஞ்சம் சில பற்கள் தெரியும் சிரிப்புடன் கை கட்டி சுவரில் சாய்ந்த விதத்தில் என்னைப் பார்த்துக் கொண்டு நின்றான்.

நான் அசடு வழிந்து கொண்டே, "சாரி! ராம், எதோ ஓர் ஆர்வத்தில் உன் ஃபோனை பார்த்துட்டேன்." என்றேன்.

அவன் ஒன்னும் சொல்லாமல் ஒரு கிளாஸ் ல தண்ணீர் மட்டும் எனக்குத் தந்துட்டு திரும்பி என்னைப் பார்த்த மாதிரி உட்கார்ந்தான்.

எனக்கு என்ன பண்றதுன்னு தெரியல. அவன் வாய் திறந்து ஏதாவது திட்டி இருந்தா கூட நிம்மதியாக இருந்திருக்கும். ஆனா, அப்போ அவனின் எடை போடும் பார்வை என்னை என்னமோ செய்தது.

'ச்சே! பார்வையா அது, நினைக்க நினைக்க, இல்ல! இல்ல! அப்படி நினைக்-காதே! அது தப்பு! அது தப்பு! இந்த எண்ணம் மட்டும் அபிக்குத் தெரிந்தது அறிவுரை என்ற பெயரில் என்னைக் கொன்னே போட்டுடுவான்! இருந்தாலும் இப்போ இந்த ராமின், வெயிட்! வெயிட்! இதனை நாள் சிவராம்.. சிவராம்.. எனச் சொல்லி கொண்டிருந்தேன். இப்போ கொஞ்ச நேரமா என்னையே அறியா-மல் பெயர் சுருக்கம் எனச் செல்ல பெயர் எல்லாம் வைக்கிறேன். ஏன்?

ஐயோ! திரும்பி நம்ம மனசு ஏன் இப்படி எல்லாம் யோசிக்குது? போயும் போயும் இவன் மேலயா காதல் என்கிற உணர்வு வரணும்? என்னது காதலா..? அப்படி ஏன் திடீரென நினைக்குறேன்? இல்ல! இல்ல! அப்படி இல்ல! இவனை இப்போ தான் நேரில் பார்க்கிறோம், அப்புறம் எப்படிக் காதல் என்ற உணர்வு வரும்? அதுவும் பொண்ணு நமக்கு ஏன் பசங்களை மாதிரி கண்டதும் காதல் வந்-திருக்கும்?

கண்டதும் காதலா? இல்லயே அடிக்கடி அபியிடம் வீடியோ காலில் பேசும் போதும் இவனை அடிக்கடி இங்கங்க என நகரும் போது பார்த்திருக்கேன். ஒன்னு ரெண்டு தடவை அதே காலில் கொஞ்ச நேரம் பேசி கூட இருக்கேன். அப்பவே எதாவது ஈர்ப்பு வந்திருக்குமா? அந்த ஈர்ப்பை தான் கடந்த ஒரு மாதமா கோபம், அபியை என்கிட்ட இருந்து பிரிக்கும் முயற்சி என நினைத்து இருந்தேனா?'

இப்படிப் பலவாறு நான் யோசித்துக் கொண்டிருக்க, என் காது அருகில் வந்து ஒரு கத்துக் கத்தினான், அந்த ராம், இல்ல! என் ராம்!

"ஹலோ... நவகிரக முகப் பாவனைக் காட்டும் அழகியே! கொஞ்சம் கனவு உலகில் இருந்து நிஜ உலகிற்கு வாருங்கள்." என்றான் மிகவும் சத்தமாக.

நான் உடனே என் நிலைக்குத் திரும்ப, இந்தத் தடவை அவன் சிரிக்காமல், "மிஸ் ஐஷ்வர்யா சுந்தரம், உங்களுக்கு என்னதான் ஆச்சு? இப்படி வித விதமாக உங்களுக்கு நீங்களே பேசிக்கிட்டிருந்தா, பார்க்குறவங்க பைத்தியம் எனச் சொல்-லுவாங்க. நீங்க ஒன்னும்..."

அவன் என்னைப் பைத்தியம் எனச் சொல்ல வருவதுக்கு முன்னாடி அவன் வாயை என் கையால் முடினேன், கையால் தான் முடினேன், வீண் கற்பனை வேணாம், சொல்லிட்டேன்! அதோட அவன் என்னை "ஐச்சு" எனக் கூப்பிட்ட வாயால், "மிஸ் ஐஷ்வர்யா சுந்தரம்" என்று முழுப் பெயர் வைத்து எதோ ரொம்ப மரியாதையா அழைக்கிற அழைப்பு எனக்குப் பிடிக்கல.

'கொஞ்ச நேரத்துக்கு முன்னாடி என்னைச் செல்ல பெயர் வைத்து கூப்பிடும் உரிமை இவனுக்கு இல்லன்னு நினைத்த நானே, இப்போ யாரோ ஒருத்தர் மாதிரி ரொம்ப மரியாதை வைத்து பேசுவதைக் கேட்க செம்ம கண்டா இருக்க!' என்று நினைத்துப் பதில் பேசாமல் இருந்தேன்.

"ஹலோ மேடம்! உங்கள் கனவில் இருந்து வெளியே வாருங்கள்! வாருங்கள்!" என்றான் இன்னும் சத்தமாக.

"சாரி... சாரி..." என்றேன் நான்.

"இந்தச் சாரி எதுக்கு என் அனுமதி இல்லாமல் போனை பார்த்ததுக்கா? இல்ல, உங்க கனவு காதலன் நினைவில் இவ்வளவு நேரம் ஒரே இடத்தில் பலவிதமான முகப் பாவனைக் காட்டி என்னை எரிச்சல்பட வைத்ததுக்கா..?"

"ரெண்டுக்குமே."

"இட்ஸ் ஓகே, முதல் விஷயம் என் ஃபோன் ல நீங்க நினைக்கிறது எதுவும் இல்ல, ஐம் மொரட்டு சிங்கிள்! சோ, அதனால் எல்லாமே லேப்டாப் ல மட்டும் தான்! அதாவது ஸ்டடி மெட்டீரியல்ஸ் (Study Materials). அப்பறம் ரெண்டாவது உன்.. உங்க முகப் பாவனைப் பார்க்க நல்லா தான் இருந்தது. எதாவது பரதநாட்டியம் போறியா? சாரி! போறீங்களா?"

'இவனுக்கு என்னாச்சு சில நேரம் மரியாதை கலந்து பேசுறான், சில நேரம் ரொம்ப உரிமை எடுத்துப் பேசுறான். எனக்கு இவன் மரியாதை கலந்து பேசுறது கண்டால் பிடிக்கலயே! ஹ்ம்ம்.. ஐஸு, என்னடி ஆச்சு உனக்கு? நேரம் போகப் போக' என்று என்னை நானே சந்தேகப்படும் அளவுக்கு அவன் பார்வை என்னை ஏதோ செய்தது.

"பரதநாட்டியம் மேல எனக்கு ஆர்வம் எல்லாம் இல்ல. ஆனா, எங்க அம்மாவுக்குப் பரதநாட்டியம் நல்லா தெரியும்." என்றேன்.

"ஓகே." என்றவன் இன்னும் என்னைப் பார்த்துச் சிரித்தான்.

அதற்கு மேல் என்ன பேசுறது புரியாமல் நான் முழிக்க, அப்பறம் ரெஸ்ட் ரூம் எங்க எனக் கேட்டு அவன் காட்டிய அறைக்கு நான் போனேன்.

அப்போ ஒரு டேபிள்ல டைரி ஒன்றை பார்த்தேன், எதோ ஓர் ஆர்வத்தில் முதல் பக்கத்தைப் படித்தால்,

"அறிவு கெட்ட முண்டம்! மற்றவர்கள் டைரி படிப்பது கேடுகெட்ட எச்ச பழக்கம் எனத் தெரியாதா? இதுக்கு மேல் நீ படிக்கணும் என்றால் படி அப்புறம் உன்

இஷ்டம்!" என்ற முதல் வாக்கியமே எனக்கு ஓர் ஆர்வத்தைத் தந்தது.

இன்னும் படிக்க ஆரம்பித்தேன்.

"வணக்கம் என் பெயர் ராம்.

முழுப் பெயர் வேண்டாம்! இங்கே தேவையில்லாதது. இதை எழுதும் இந்த நேரத்தில் என் வயது இருபது.

இப்பொழுது நான் எழுதுறது என் டைரி! என் நினைவு புத்தகம்!

இதில் என் முடிந்து போன திரும்பவே கிடைக்காத காதல் பற்றி, காதலியே பற்றி எழுதியுள்ளேன்."

அதுக்கு மேல் படித்தால் ராம் உள்ளே வந்தாலும் வந்துடுவான் என்பதைப் புரிந்து அந்த டைரியை என் கைப்பையில் மறைந்து கொண்டேன். நான் வெளியே வந்ததும், "என்னமா எல்லாம் நல்லபடியா முடிந்ததா?" என்று கேட்டான் அவன்.

நான் ஒன்னும் புரியாமல் முழிக்க, அவனோ இன்னும் சிரிப்புடன், "அட! ஐஷ்வர்யா, உன்.. உங்களுக்கு ரெண்டு அழகிய... கண்ணு.. பாருங்க ஒவ்வொரு நொடியும் எத்தனை அபினாயங்கள் காட்டுது.. ரியலி ஐ லவ் யூ.. வர் ஐஸ்.." என்றான்.

அப்போ அவன் இழுத்த இழுப்பில் என்னிடம் அவன் காதலை சொன்னது போலவே கேட்டது. இப்பவும் சொல்றேன், அவனை எந்த லிஸ்ட்ல சேர்கிறது என்றே தெரியல. என் அபியை விட ஆள் ரொம்ப மர்மமா இருக்கான்! அடிக்கடி டபுள் மீனிங் வார்த்தைகள் எல்லாம் பயன்படுத்துறான்! தெரிந்து சொல்றானா? இல்ல, தெரியாம சொல்றானா? என்றே தெரியல. ஆனா, உடம்பு முழுவதும் கொழுப்பு! கொழுப்பு! திமிர்! திமிர்!

ஆனா, எனக்குப் பிடிச்சிருக்கு! அப்போ என் மனசில் இருந்தது ஒன்றே ஒன்னுதான். எனக்கு ஏன் சீதை பெயர் குறிக்கும் பெயரை எங்க அப்பா அம்மா வைக்கல? அப்படி வைத்திருந்தா, ராம்.. சிவராமுக்கு ஏற்ற பெயர் போல இருந்திருக்கும் ல?

ராம் கேட்ட கேள்விக்குச் சின்னச் சிரிப்பை மட்டும் பதிலா தந்து வந்துட்டேன். இப்போ என் கையில் இருக்கும் டைரியே படிக்கணும். என் மனசு என்னமோ இது என் ராம்.. சிவராம் பத்திய டைரி போலவே ஒரு ஃபீலிங்! கண்டிப்பா இது அபியின் டைரியா தெரியல. முழுவதும் படித்துப் பார்த்து சொல்றேன்.

*****************

படிச்சுப் பார்த்தேன்! என்ன சொல்றது தெரியல. எனக்குச் சில சந்தேகம் எல்லாம் இருக்கு.

1. அந்த வீட்டில் இருப்பது ஒரு ராம் இல்ல, ரெண்டு ராம்: அபிராம் மற்றும் சிவராம். கண்டிப்பா அது ஸ்ரீகிருஷ்ணா இல்ல. அவன் பெயரில் ராம் இல்ல. ஒருவேளை அவனாகக் கூட இருக்கலாம்.

2. அபிராம் பற்றி எனக்குத் தெரியும். அவனுக்குக் காதல் மேல் வெறுப்பு இருந்தாலும் அவன் வாழ்க்கையில் காதல் ஒன்னு இருந்தது என்பதை நான் நம்ப மாட்டேன். அந்த வெறுப்புக்கு வேற எதாவது காரணம் இருக்கணும்.

3. கடைசி மூணு பக்கம் கிழிந்திருக்கு. ஏன்? அதில் ஏதாவது ரகசியம் இருக்-குமா? சில பக்கங்களில் ஏன் கண்ணீர் துளிகள்? ஒருவேளை இந்த டைரி எழுதிய ராம் எழுதும் போதே அழுது இருப்பானோ?

4. அப்பா அம்மா பெயரில் பொருத்தம். அம்மாவுக்கு அப்பப்ப மனம் குழம்பி போகும் பழக்கம் இருக்கு.

5. சிறு வயதில் ஆரம்பித்த நட்பு காதலாக மாறி... அந்தப் பெண்ணுக்கும் இவனுக்கும் இருபது வயது அதாவது சரியாக ரெண்டு வருஷத்துக்கு முன்னாடி அவளுக்கு வேற ஒருத்தன் கூடக் கல்யாணம் ஆச்சு. அப்போதிலிருந்து இவனுக்-குத் தற்கொலை செய்யும் எண்ணம் இருக்கு. ஆனா, ஏதோ காரணத்தால் அதனைத் தள்ளி போட்டவன், ரெண்டு புது நண்பர்கள் கிடைத்த பிறகு அந்த எண்ணத்தை விட்டிருக்கான். அப்படியிருந்தும் ஏதோ காரணத்தால் திரும்பி அந்த எண்ணம் வந்திருக்கு. ஏன்?

இந்த எல்லாத்துக்கும் பதில் தெரிந்து கொள்ளச் சிவராமிக்கு ஃபோன் செய்-தேன்! என் ராமா அவனை மற்ற ஃபோன் செய்தேன். இன்னிக்கு தான் அவனுக்கே தெரியாம என் போனுக்கு மிஸ்டு கால் கொடுத்து நம்பரே சேமித்து வைத்தேன்.

கண்டிப்பா இந்த டைரி என் அபியோடது இல்ல! தற்கொலை என்ற முடிவை அவன் எப்போதும் எடுக்க மாட்டான்! அதே நேரத்துல கடந்த ரெண்டு வருஷத்-துல என் நட்பை பத்தி எழுதி இருக்கணும் ல? இல்லயே! அப்போ அவனோட டைரி இதில்ல.

என் ராமிக்கு ஃபோன் செய்தேன்.

"ராம்." என்றேன் அவன் ஃபோன் எடுத்ததும்.

"எவன்டா இந்த நேரத்துல.. நடுராத்திரியில் போய் ஃபோன் பண்ணி தொல்லை எல்லாம் பண்றது. அப்புறம் என் பெயர் சிவராம்.. வெறும் ராம் இல்ல." என்றான் அவன் தூங்க கலக்கத்தில்.

"ஐஷ்வர்யா டா.. உன் ஐச்சு."

"உன் ஐச்சு." எனச் சொல்லும் போது எனக்குக் காற்றில் பறக்கிற மாதிரி இருந்தது. இந்த மாதிரி மட்டும் நான் ராம்.. சிவராம் விஷயத்தில் ஃபீல் பண்றது தெரிந்தது அபி ஒரே அடியாக, "இது வெறும் ஈர்ப்பு! காதல் ஒரு மாயை! வயசு கோளாறு! ஹார்மோன் பிராப்ளம்!" என்று இப்படி எதையாவது சொல்லி இருப்-

பான்.

நானே அனுமதி கொடுத்த சந்தோசத்தில் என் ராம், "ஐச்சு, என்னமா இந்த நேரத்தில்? இன்னிக்கு வந்த போது ஏதாவது விட்டுட்டு போய்ட்டியா?" என்று கேட்டான் அவன்.

'என் மனசு டா! என் இதயம் டா!' எனச் சொல்ல நினைத்து அப்படியே தொண்டையில் வைத்துக் கொண்டேன். இன்னும் எனக்குத் தெரிய வேண்டியது நிறைய இருக்கு.

"ராம், உன் அப்பா அம்மா பெயர் என்ன?"

"அப்பா பெயர் சாந்தன், அம்மா பெயர் சாந்தி. இந்தக் கேள்வி இப்ப எதுக்குக் கேக்குற, ஐச்சு?"

"வெயிட்! வெயிட்! இன்னும் நான் சொல்லி முடிக்கல. இதைக் கேக்குறேன் என வருத்தமோ கோபமோ படாத. உன் அம்மாவுக்கு மனநல பிரச்சினை... வெயிட் தப்பா நினைக்காத! சில சமயத்துல மனசு கலங்கி உன்னை அடித்து இருக்காங்களா?"

"ஒன்னா ரெண்டா... ஏகப்பட்ட அடிகள்! சில வீர தழும்புகள் கூட உடலில் இருக்கு. சரி மா, அதெல்லாம் எதுக்கு இந்த நேரத்துல கேட்கிற?"

"இன்னும் இருக்கு. உன் அப்பா அம்மா திருமணம் காதல் திருமணமா?"

"ஆமா, ஊர் உலகத்தை எதிர்த்து செய்த காதல் திருமணம் தான். அதனால் இன்னும் எங்க உறவுகள் எங்களைச் சேர்த்து கொள்ளல"

"அப்புறம் இன்னும் சில கேள்விகள். உனக்கு இதுவரை காதல் தோல்வி வந்திருக்கா?"

"ஹ்ம்ம்... பி.டெக் (B. tech) மூன்றாவது வருடத்தில் ஒரு காதல் தோல்வி. நான் காதலித்த பொண்ணுக்கு அவங்க அப்பா அம்மா பார்த்த பையன் கூடத் திருமணம் நடந்தது. இதில் கொடுமை என்னன்னா, நான் காதலித்த விஷயம் அந்தப் பொண்ணைத் தவிர யாருக்குமே தெரியாது. விடு மா, இப்ப எதுக்கு அதெல்லாம்? முடிந்து போன விஷயம் பேச வேணாமே!"

"ஓ! ஓகே. அப்புறம் அப்போ அந்த நேரத்துல உனக்குத் தற்கொலை செய்யும் எண்ணம் ஏதாவது வந்ததா?"

"ஹ்ம்ம்.. வந்தது! வந்தது! முதல் காதல் தோல்வி ல, கொஞ்சம் பெருசா பாதிப்பு இருந்தது. அப்புறம் நமக்காக அப்பா அம்மா இருக்காங்க என அதில் இருந்து மனசை மாற்றிக் கொண்டேன். அப்புறம் ரெண்டு மாதமாக நம்ம கிருஷ்ணா மற்றும் அபியின் நட்புக்கு பிறகு அந்த எண்ணம் சுத்தமா போச்சு. ஒரு நல்ல நட்பு கிடைத்தால் எப்படிப்பட்ட வலி கூடப் போய்டும்."

"ஹ்ம்ம்.. திரும்பி தற்கொலை செய்யும் எண்ணம் வரல?"

"என்னன்னு தெரியல, ரொம்ப அதிசயமாக ஃபோன் எல்லாம் பண்ணி பேசுற, என் நம்பர் கூட உனக்கு எப்படிக் கிடைத்தது தெரியல. சரி! சரி! ஏதோ கேட்கிற சொல்றேன். கடந்த ஒரு வாரமா என்னால் கிருஷ்ணா மற்றும் அபியின் படிப்புக்கு இடைஞ்சல் போலத் தோணியது. அதனால் ஒரு நொடி தற்கொலை கூடச் செய்து கொண்டால் இருவருக்கும் என்னால் தொல்லை தானோ என்கிற ஓர் எண்ணம் வந்தது கூட உண்மை தான். அப்புறம் சரி இந்த வார விடுமுறையில் வீட்டுக்குப் போகாமல் படிப்போம் என உட்கார்ந்துட்டேன்." - சிவராம்

"ஓ! ஓகே. அப்புறம் உனக்கு டைரி எழுதும் பழக்கம் இருக்கா?"

"ஹ்ம்ம்.. இருக்கு. தினமும் எழுத மாட்டேன், எப்போதாவது ரொம்ப மனசு கஷ்டமா இருந்தால் எழுதுவேன். என்னன்னு தெரியல அந்த டைரியே எங்க வைத்தேன் தெரியல. ரொம்ப நேரமா தேடிட்டு கொஞ்ச நேரத்துக்கு முன்னாடி தான் தூங்க போனேன்."

"ராம், காதல் மேல் இப்போதைக்கு உனக்கு வெறுப்பு ஏதாவது இருக்கா?"

"இல்லயே! இப்போ கூட நல்ல பொண்ணு கிடைத்தால் லவ் பண்ற ஐடியா ல தான் இருக்கேன். அபிக்கு மட்டும் தெரியாம பண்ணனும், இல்ல, நாரதர் கலகம் பண்ணி கெடுத்துடுவான்!"

"ராம், நான் நல்ல பொண்ணு தானே?"

"ஆமா, நல்ல பொண்ணு தான். இப்போ எதுக்கு இதைப் போய் இப்போ என்கிட்ட கேட்கிற?"

"சிவராம். நீ சிவாவாக இருந்தால் நான் தான் உன் சக்தி! நீ ராமனாக இருந்-தால் நான் தான் உன் சீதை! மொத்தத்தில் உன் வாழ்க்கையில் நான் சரிபாதியாக இருக்க நினைக்கிறேன்!"

"சத்தியமா புரியல! கொஞ்சம் எனக்குப் புரிகிற மாதிரி சொல்லேன். நான் வேற நல்ல தூக்க கலகத்தில் இருக்கேன்."

"லூசு! லூசு! இதுக்கு மேல் ஒரு பொண்ணு எப்படிடா சொல்றது? இப்போ சொல்றேன் கேட்டுக்கோ!

இங்கிலீஷ் - ஐ லவ் யூ! (I love you!)

தமிழ் - நான் உன்னைக் காதலிக்கிறேன்.

மலையாளம் - நான் நின்னே சிநேகிகுனு! (Nan ninne snehikkunnu!)

ஹிந்தி - மே தும்சே பியார் கர்டா ஹூன்! (main tumase pyaar karata hoon!)

தெலுங்கு - நெனு நின்னு பிரேமிஸ்தனு! (Nenu Ninnu Premisthanu!)

கன்னட - நானு நின்னன்னு பிரிதிசுத்தினே! (Nanu ninnannu pritisuttene!)

என்னால் முடிந்தவரை கூகுள் உதவியில் உன் மேல் இருக்கும் காதலை சொல்லிட்டேன். இனி நீயே முடிவு பண்ணிக்கோ, டா! டா! குட் நைட்! ஸ்வீட் ட்ரீம்ஸ்..! நல்லா தூங்கு!" என்ற நான் உடனே ஃபோனை வைச்சுட்டேன்! இனி அவனுக்குத் தூக்கம் என்பதே இல்ல!

ஆனா, என்ன இந்த விஷயத்தை அபிக்குத் தெரியாமல் பார்த்துக்கணும். தெரிந்தா, எனக்கு எல்லாத்துக்கும் அவசரம் எனச் சொல்வான்.

காதலை பத்தி அவனுக்கு என்ன தெரியும்! அதனை உணராமல் குறை சொல்லும் சைக்கோ! கல் நெஞ்சம் கொண்டவன்! ச்சே! காதல் என்ற ஒன்னு வந்ததிலிருந்து நம்ம செல்லக்குட்டி அபியையே தூக்கி போடுற அளவுக்கு வந்துட்டோமே!

சாரி அபி! உன் அக்காவை மன்னித்துவிடு!

சரி, இனி காலையில் எழுந்து பார்ப்போம். நம்ம ராம் கண்டிப்பா ஒரு நல்ல முடிவுக்கு வந்திருப்பான் நம்பிக்கையில் தூங்க போலாம்.

**இப்படிக்கு**

**உங்கள் ஐஸு**

***நினைவு புத்தகம் இன்னும் திருப்பப்படும்.***

# 10

# ராம் ஐச்சுவின் காதலுக்கு சம்மதம் சொல்தல்.

ஹாய் செல்லம்ஸ்!

எப்படியப்பா! இந்த ராமை நம்ப வைப்பதற்குள் உயிர் போய் உயிர் வந்துவிட்-டது.

நான் காதலே எதோ விளையாட்டா நினைத்து சொன்னதா நினைச்சுட்டான் அத்த இடியட்! இடியட்! இதுல விளையாட்டு என்ன வேண்டி கிடக்கு? ச்சே! ச்சே! இப்படித்தான் சின்ன விஷயத்தை கூட யோசிக்க தெரியாதவனை கட்டிக்-கிட்டு நான் என்ன பண்ண போறேனோ தெரியல!

ரொம்ப நாள் ஃபோனில் கேட்டுட்டு இன்னிக்கு திரும்பி அவன் வீட்டுக்கு போய் இருந்தேன்.

"இப்போ சொல்லுடா, உன் காதலை.." என்று கேட்டேன்.

"ஓய் ஐச்சு.. காமெடி பண்ணாத எனக்கு நல்லா தெரியும் நீ விளையாட்டுக்கு தான் சொன்னேனு. பிளீஸ்! என்னை வச்சு காமெடி கீமெடி பண்ணாமல் போ." என்றான் அவன்.

"அட போடங்கு..." என்று என்னென்ன கெட்ட வார்த்தை எனக்கு சின்ன வயசுல இருந்து தெரியுமோ எல்லாத்தையும் சொல்லி திட்டி கிட்டே இருந்தேன். நான் திட்டுவது எல்லாம் அவன் பேந்த பேந்த விழித்து பார்ப்பதை கண்டு கோபத்தை குறைத்துக் கொண்டு திரும்பி பேச ஆரம்பித்தேன், "ராம், ப்ளீஸ்.. புரிஞ்சுக்கோ.. ஐ ரியலி லவ் யூ! ப்ளீஸ்.. நம்பு! நம்பு! நான் விளையாட்டுக்கு சொல்லல." என்றேன்.

அவன் திரும்பி நம்ப மாட்டேன் என்று சொல்ல வேறு வழி தெரியாம அன்-னிக்கு அபி கூட பேசிட்டு இருந்த போது ராம் வெறும் ஜட்டியோடு நடந்து போன வீடியோவை, எப்போதும் போல ரெக்கார்டு பண்ணும் பழக்க தோஷத்தில் அது என்கிட்ட இருந்தது. அதை அவனிடம் காட்டி, "இந்த வீடியோவை இதோட நான் நூறு தடவைக்கு மேல் பார்த்திருப்பேன். நீயும் ஒரு தடவை பார்." என்றேன்.

என்ன எதுன்னு கேஷுவலா ஃபோனை வாங்கி பார்த்தவன் அதிர்ச்சியில், "அடியே! எதையெல்லாம் ரெக்கார்ட் பண்ணனும் விவஸ்தை இல்ல! இதென்ன நீல படமா தினமும் மூடு வருவதற்கு பார்க்க? அதுவும் நீ ஒரு கன்னி பெண்! குடும்ப பெண்! நீ போய் இப்படி.."

"ஹலோ! ஹலோ! என் உயிர் காதலா! எப்படியும் நம்ம கல்யாணத்துக்கு பிறகு இதை விட இன்னும் பல விதத்தில் பல போஸ்ல ஒருத்தரை ஒருத்தர் பார்த்துக்க தானே போறோம்? அப்புறம் என்ன வெட்கம்?"

"வேணாம் ஐச்சு.. என் நிலைமையை புரிஞ்சுக்க, நான் உனக்கு செட்டே ஆக மாட்டேன். நாங்க கொஞ்ச கொஞ்சம் காசு சேர்த்து பிரியாணி வாங்கி சாப்பி-டும் மிடில் கிளாஸ் ஃபேமிலி! ஆனா, உங்க ஃபேமிலி அப்படி இல்ல, நினைத்த நேரத்துல மூன்று வேளையும் வகை வகையாக சாப்பிடும் பணக்கார குடும்பம்! நான் வேற வீட்டுக்கு ஒரே பையன், இந்த காதல் நமக்கு செட் ஆகாது. காதல் செய்ய தைரியம் வேணும்!

அதே நேரத்துல ஆசைப்பட்ட பெண்ணுடைய கையை அவளின் பெற்றோர் சம்மதத்துடன் கல்யாணத்தில் பிடிக்க கொஞ்சமாவது வசதியும் வேணும்! நான் சொன்ன ரெண்டுமே என்கிட்ட இல்ல! சோ, புரிஞ்சுக்க தேவையற்ற ஆசையை வளர்த்துக்காத! அப்புறம் இதை நினைச்சு நினைச்சு வாழ்க்கை ஃபுல்லா நீ தான் ஃபீல் பண்ணனும்."

"எனக்கு நம்பிக்கை இருக்கு என் ராம் என்னை கைவிட மாட்டான். இப்போ எனக்கு தெரிய வேண்டியது ஒன்றே ஒன்றுதான். டூ யூ லவ் மீ ஆர் நாட்! ஜஸ்ட் சே யெஸ் ஆர் நோ! (Do you love me or not!. Just say yes or no!"

"இங்க பாரு, உன்னை எனக்கு பிடிக்கும். ஆனா, காதல் என்று சொல்லும-ளவுக்கு இல்ல."

"சரி ராம், கொஞ்ச நாள் பழகி பார்ப்போம். போக போக உனக்கே என் மேல் காதல் வந்துடும். எனக்கு அந்த நம்பிக்கை இருக்கு. அதுவரை இந்த விஷயம் அபிக்கு தெரிய வேணாம், பொறாமை பிடித்தவன்.. நம்மை பிரிச்சுடுவான்."

"வேணாம், ஐச்சு. இது வாழ்க்கை சம்பந்தப்பட்ட விஷயம் ரிஸ்க் எடுக்காத." என்றவனை நான் அதுக்கு மேல பேச விடல, பேசிய வாயிலேயே.. ஹலோ! ஹலோ! ஓவரா நீங்க கற்பனை பண்ற அளவுக்கு ஒன்னும் அங்கே நடக்கல! அவன் வாயிலேயே என் கையால் மூடி, "ப்ளீஸ்.. நான் சந்தோஷமான மூட்ல

இருக்கேன், அதை கெடுக்குற மாதிரி எதுவும் பேசாத! இன்னும் கொஞ்ச நாள் பழகி தான் பாரேன்... எனக்காக ப்ளீஸ்.." என்றேன் கண் சிமிட்டி.

அப்புறம் எனக்கு அவன் காபி போட போன இடைப்பட்ட நேரத்தில் அவன் ரூம்ல எடுத்த டைரியே பரண் மேல் போட்டுட்டு வந்துட்டேன். இனி அவன் தேடி-னாலும் என் மேல் சந்தேகம் வராது. இப்போ நான் ஒரு முடிவில் இருக்கேன், அவனின் பழைய காதல் கதை பத்தி நான் பேச போறது இல்ல. அன்னிக்கு ஃபோனிலேயே அவன் சொன்னான், "அந்த காதல் முடிந்து போன கதை!" என்று, அதான் பேசி தேவையற்ற மனஸ்தாபங்கள் வேணாம் விட போறேன்.

இப்ப அவனுக்கு டைம் கொடுத்தது கூட அவன் முன்னால் காதல் பாதிப்பில் இருந்து வெளியே வரத்தான்.

இன்னிக்கு எனக்கு மறக்க முடியாத நாள்,

யெஸ்! யெஸ்! ராம் என் காதலை ஏற்றுக் கொண்டான்! அதுவும் சும்மா இல்ல காலம் முழுவதும் மறக்க முடியாத அளவுக்கு நீண்ட ஒரு உரை கொடுத்து என்னை வார்த்தையால் சொந்தமாக்கிக் கொண்டான்! இப்படி ஒரு நேரத்தில் ஒரு விதத்தில் இதுவரை யாராவது காதலை சொல்லி இருப்பாங்களா? தெரியல. ஆனா, அவன் சொன்னான்.

இப்போ கூட உடல் சோர்வில் கண்ணு கலங்க இதை எழுதி கொண்டு இருக்-கிறேன். இந்த நொடி என் உயிர் பிரிந்தாலும் அவன் காதலை கேட்ட சந்தோ-சத்தில் செத்தாலும் பரவால்ல.. வெயிட்! வெயிட்! நான் ஏன் சாகணும்? என் ராம் கூட பல வருடங்கள் அவன் கூடவே இருந்து அணுஅணுவா காதல் பருக வேண்டும்! "அப்படி இவளுக்கு என்னாச்சு? ஏன் உடல் சோர்வு?" என்பதுதான் உங்கள் கேள்வி?

பெண்ணாக பிறந்தாலே மாத மாதம் நாங்க படும் வலி தான். ஆமா, மாத-விடாய்.. பீரியட்ஸ்..! சிலருக்கு வலி குறைவு, சிலருக்கு வலி அதிகம். ஆனா, மூன்று - ஐந்து நாட்களுக்கு எங்களோட உடல் மனசு ரெண்டும் பலவிதங்களில் சோர்வு அடைந்திருக்கும். இந்த நேரத்தில் யாராவது அக்கறையா பேச மாட்டீங்-களா என இருக்கும். அப்படியே பேசினாலும் ஒரு பக்கம் எரிச்சலாவும் இருக்-கும். எனக்கு இந்த நேரங்களில் வயிற்று வலி, ரத்த போக்கு அதிகமா இருக்கும். என்ன பண்றது, ஒவ்வொரு பெண்ணும் ஒவ்வொரு விதத்தில் அனுபவிக்கும் வலி!

உண்மையை சொல்ல போனா, இந்த நேரத்தில் என் மனசு என் அம்மாவின் மடியை தான் எதிர்பார்க்கும். இப்போ நான் வேலை செய்து கொண்டிருக்கும் இடமோ பெங்களூரு! நேத்தூஉ தான் வீட்டுக்கு போயிட்டு இங்க வந்தேன், வந்-ததும் பீரியட்ஸ் ஸ்டார்ட் ஆச்சு! இன்னும் ஐந்து நாட்கள் காத்திருந்தால் தான்

வார கடைசி வரும்!

ஆபீஸ் கூட லீவ் போட்டுட்டு நான் தங்கி இருக்கும் ரூமில் தனியா இருக்கேன். இந்த நேரத்துல சாப்பாடு கூட சாப்பிட முடியல! அந்த அளவுக்கு சோர்வு, கண்ணில் கண்ணீர் விடாமல் வருது, அந்த அளவுக்கு வலி! இப்போ அம்மாவுக்கு ஃபோன் செய்தால் அவங்க வேற ரொம்ப என்னை நினைச்சு கஷ்டப்படுவாங்க. அப்போ நான் தினமும் அனுப்பும் குட் மார்னிங் மெசேஜ் வரல்ல என்ற கவலையில் ராம் ஃபோன் செய்தான்.

இதான் அவன் எனக்கு அவனே அழைக்கும் முதல் ஃபோன் கால்! எப்பவும் நான் தான் அவனுக்கு நேரம் காலம் பார்க்காமல் ஃபோன் செய்து தொல்லை செய்வேன். இப்போ முதல் முறை அவன் என்னிடம் இருந்து ஒரு அழைப்பு கூட வராத கவலையில் ஃபோன் வைத்திருக்கான். உடல் வலியை மீறி அவன் அழைப்பு என் முகத்தில் சிரிப்பை தந்தது. ஃபோனில் என் வலி தெரியக்கூடாது என முடிந்தவரை குரலை சாதாரணமாக வைத்து பேச ஆரம்பித்தேன்.

"சொல்லு, ராம். இன்னிக்கு என்ன காற்று அதிசயமா என் பக்கம் வீசுது? ஃபோன் பண்ணாதவங்க ஃபோன் பண்ணி இருக்கீங்க..?"

"ஐச்சு, ஆர் யூ ஆல்ரைட்? காலையிலிருந்து மனசு என்னமோ மாதிரி இருக்குடி. காரணம் தெரியல. அதுக்கு ஏற்ற மாதிரி உங்கிட்ட இருந்து வேற ஒரு ஃபோன் இல்ல, ஒரு மெசேஜ் இல்ல. ரொம்பவே பயந்து போயிட்டேன்டி! உனக்கு ஒன்னும் இல்லயே..?"

ஒரு பையன் ஒரு பொண்ணை 'டி' போட்டு பேசுவதில் இருக்கும் உரிமை, அதே மாதிரி பொண்ணுங்க ஒரு பையனை 'டா' போட்டு பேசுவதில் இருக்கும் உரிமை, அன்பு, நெருக்கம் வேற லெவல்! இப்போ என் ராம்.. அதிசயமாக "டி" போட்டு பேசியிருக்கான். அபி கூட என்னை அப்படி கூப்பிடுவான் தான். ஆனா, இது வேற! இந்த வலியில் நான் இப்படி நினைப்பது கூட தப்பா இருக்கலாம். ஆனா, அப்படி இல்லன்னு அவன் தொடர்ந்து பேசியதில் தெரிந்தது.

"அடியே! என்னடி ஆச்சு? என் மேலே எதாவது கோபமா? அதான் மெசேஜ் கால் எதுவும் எனக்கு நீ பண்ணலயா?" என்று கேட்டான் என் ராம்.

கோபமா? எனக்கா? அதுவும் அவன் மேல்? எப்படி வரும் நீங்களே சொல்லுங்க? அவன் பண்ண ஒரே ஃபோன் காலில் உடல் வலி பாதி போன மாதிரி ஃபீலிங். அதுக்கு மேல் என்னால் என் கண்ணீரை கட்டுப்படுத்த முடியல, அதனால், "ராம், ரொம்ப வலிக்குது டா! வயிறு வலியில் உயிரே போயிடும் போல இருக்கு! ஏன்டா இங்க தனியாக வேலைக்கு வந்தோம்னு இருக்கு! துணைக்கு கூட யாரும் இல்ல. ரூம் மேட்ஸ் எல்லாம் அவங்கவங்க வேலை பார்க்க போயிட்டாங்க!" என்றேன்.

"ஐச்சு, அப்படி என்ன வலி உனக்கு? எதாவது உடம்புக்கு ஒத்துக்கொள்ளாத உணவு சாப்பிட்டியா? அதன் வயிறு வலியா?" என்று கேட்டவனிடம் எப்படி சொல்றது தெரியல! இதை போய் சொன்னால் என்னை என்ன நினைப்பான்? அப்படி இருந்தாலும் என்னை ரொம்பவே கட்டாயபடுத்தி கேட்க, காரணத்தை சொன்னேன்,

அதை கேட்டவன், "ஐச்சு, வீடியோ கால் பண்றேன்... அட்டெண்ட் பண்ணு." என்றான்.

ஃபோனை கட் செய்துவிட்டு வீடியோ கால் பண்ணான். நான் வேற வெறும் நைட்டி ல இருந்தேனா... மேக்கப் வேற இல்லயா.. 'இந்த முகத்தோடு எப்படி?' என யோசிக்க, அவன் தொடர்ந்து ஃபோன் பண்ணிக்கிட்டே இருந்தான். பின் எப்படியோ முகத்தை துப்பட்டாவால் மறைந்து ஃபோனை எடுத்தேன்.

"சொல்லு ராம்."

"துப்பட்டாவே எதுக்கு முகத்தில் போட்டு இருக்க? முன்னாடி எல்லாம் வெளியில் போகும் போதும் முகத்தை மறைச்சிங்க, சரி. இப்போ வீட்டுக்குள் இருக்கும் போது கூடவா? இல்ல, நீ பேசுறதை ரெக்கார்ட் பண்ணுவேன் என்கிற பயமா..? நான் ஒன்னும் நீ இல்ல, எப்போ பார்த்தாலும் யார் பேசினாலும் ரெக்கார்ட் பண்றதுக்கு.."

"ஓய்! ஓய்! நிறுத்து! நான் ஒன்னும் அதனால் மறைக்கல. மேக்கப் போடல.. சாதாரணமாகவே உனக்கு என் மேல் இன்டர்ஸ்ட் இல்ல, இதுல மேக்கப் இல்லாம வேற என் முகத்தை பார்த்து அந்த அதிர்ச்சி தாங்காமல் நீ சாகவா..?"

"அடச்சீ.. அந்த முகமூடியை எடு! இவ பெரிய... அழகி.. மேக்கப் இல்லாம யாரும் இவளை பார்க்க மாட்டாங்க.. இப்போ மட்டும் நீ அதை எடுக்கல இதான் நீயும் நானும் பேசுற கடைசி பேச்சு!"

வேற வழி தெரியாமல் அதை எடுத்தேன்.

"ஹ்ம்ம்.. இப்போ தான் என் ஐச்சு பார்க்க அழகாக இருக்கா!" என்று சொல்லி நொடி என்னை கண் சிமிட்டாமல் பார்த்தவன், "உனக்கு அழகே உன் இயற்கை தோற்றம் தாண்டி! அதை போய்.. இங்க பார் நீ எப்படி இருந்தாலும் எனக்கு பிடிக்கும். அதுக்கு எதுக்கு முக சாயம் எல்லாம்?"

"இப்போ நீ சொன்னதுக்கு அர்த்தம் என்ன தெரியுமா?"

"எல்லாம் தெரியும்.. தெரியும்... கடைசி வரை உனக்கு நான்.. எனக்கு நீ... நமக்கு நம்ம காதல். அந்த காதலுக்கு எதுக்கு அலங்காரம் எல்லாம்? அடியே! என்னாச்சு, திரும்பி வயிற்று வலியா? அதன் அழுறியா?"

"அந்த வலி ஒரு பக்கம் இருந்துட்டு தான் இருக்கு. இப்போ அதுக்கு நான் அழல.. கிட்டத்தட்ட எட்டு மாசமா உன் வாயால் நீ என்னை காதலிப்பதை கேட்க காத்திருந்தேன்.. தெரியுமா?"

"சாரி! ஐச்சு, இன்னிக்கு தான் நானே உன் மேல் இருந்த காதலை முழுசா உணர்ந்தேன். இவ்வளவு நாள் பயம்.. எங்க காதலில் விழுந்து அது கைகூடாமல் போய் விடுமோ என்ற பயம். அதே போல எனக்கு என்று சொல்லிக்கொள்ளும் படி எதுவும் இல்ல... நாளைக்கே எதாவது பிரச்சினைனா கூட உடனே உன்னை கல்யாணம் பண்ணி முடியாது. என் கொள்கையே காதல்னா அது கண்டிப்பா கல்யாணத்தில் தான் முடியனும், இல்ல, காதலிக்கவே கூடாது.

இப்போ ஒரு தைரியம் வந்திருக்கு, 'என்ன ஆனாலும் சரி உன்னை விட்டு போக கூடாது' என. காலையில் இருந்து உன் குரலை கேட்காம நாளே ஓடல.. ஒரு கஸ்டமர் கேர் ஃபோன் வந்தாலும் கூட அது நீ தான் என எந்த வேலை இருந்தாலும் ஓடி வரேன், தெரியுமா? யாருக்காகவும் இல்லாமல் உனக்காகவும் உன்னை உங்க அப்பாவை போலவே எந்த குறையும் இல்லாத மாதிரி பார்த்து கொள்ளவேண்டும் என்கிற வெறியே வந்து விட்டது. எனக்கு படிப்பின் பெரிய ஆர்வம் இருந்தது இல்ல.

அதே மாதிரி வாழ்க்கையில் லட்சியம் சொல்ற அளவுக்கு எதுவும் இருந்தது இல்ல. இப்போ இருக்கு ஐச்சு! இருக்கு! உன் அப்பா அளவுக்கு இல்லனாலும் உன்னை சந்தோசமாக வைத்து கொள்ள பெரிய வேலைக்கு.. இல்ல.. இல்ல.. அபி ஏற்கனவே சொன்ன மாதிரி அவன் கூட சின்னதா ஒரு பிசினஸ் ஆரம்பிக்கனும். ஸ்ரீகிருஷ்ணா கூட எங்க கூட பிசினஸ் ல சேர்ந்து கொள்கிறேன் சொல்லி இருக்கான். அடுத்த வருஷம் படிப்பு முடித்தவுடன் எங்க டிகிரி சர்டிஃபிகேட் வைத்து கொண்டு கிடைக்கும் காசில் பிசினஸ் ஆரம்பிக்கலாமா யோசிச்சிட்டு இருக்கோம்.

கடவுள் புண்ணியத்தில் அது நல்லபடியா வரும்! கண்டிப்பா வரும்! என்னை மாதிரி அபி வெறும் கனவு காண்பவன் இல்ல, நினைத்ததை நடத்தி முடிப்பவன்! அவன் இருக்கும் போதும் எங்க ஆசை கூட கண்டிப்பா நிறைவேறும்."

"அபி" என்ற பெயர் கேட்ட பிறகு திரும்பி குற்றவுணர்வு எழுந்தது. முதலில் நான் ராமை காதலிப்பது அவனுக்கு தெரிய கூடாது தானீ நினைத்தேன். இப்போ அவன் கூட ராம் பிசினஸ் பண்ற அளவுக்கு யோசிக்கும் போது இப்ப போய் எங்க காதல் விஷயம் தெரிவது எங்க ரெண்டு பேருக்குமே நல்லது இல்ல என்று தோன்ற, இப்போதும் எங்க காதலை அவனிடம் மறைக்க சொன்னேன். அதிசயமாக ராம் ஒன்றும் சொல்லாமல் "சரி" என தலையை மட்டும் ஆட்டினான்.

அப்புறம் என்னை பிளாக்மெயில் எல்லாம் பண்ணி சாப்பிட வைத்தான். அப்புறம் அபிக்கு தெரியாம ராம் அடிக்கடி வீடியோ காலில் பேசி என் தனிமையை போகினான்.

ஒரு பெண் பீரியட்ஸ் நேரத்தில் தேடும் உறவில் முதல் இடம் அம்மாவுக்கு என்றால் அடுத்து அவள் கணவனுக்கு தான். இப்போ அந்த இடத்தில் என் ராம்

இருக்கான். தாலி தான் அவன் இன்னும் காட்டல மற்றப்படி, திரும்பி கற்பனை வேணாம்! வேணாம்! நான் சொல்ல வந்தது என் மனதில் பேரும் இடத்தை ஏற்கனவே பிடித்து விட்டான். கனவிலே எங்களுக்கு கல்யாணம் எல்லாம் நடந்து விட்டது. ரொம்ப கனவு காணுவது போல தான் இருக்கு. என்ன பண்றது, காதல் என்று வந்தாலே இந்த மாதிரி பல கனவுகள் கூட வந்துடும் போல. அப்பறம் மோகினி கிட்ட கேட்கணும், அவளுக்கும் அபி பற்றிய கல்யாண கனவுகள் இருக்கா? இல்லயன்னு?

ஹ்ம்ம்.. கேட்கவே வேணாம்... அவ கேடி! அன்னிக்கு மட்டும் அவன் ஒரு வார்த்தை ஓகே சொல்லி இருந்தான், அன்னிக்கே எதாவது மாத்திரை கலந்து கொடுத்தாவது அவனை மயக்கி எதாவது சில்மிஷம் பண்ணியிருப்பா! அந்த அளவுக்கு அபி மேல் அவளுக்கு மயக்கம்! நமக்கும் நம்ம ராம் மேல் மயக்கம் இருக்கு தான் இருந்தாலும் கல்யாணத்துக்கு முன்னாடியே... இல்ல! இல்ல! நான் ஏன் இப்படி யோசிக்கிறேன்? அதுவும் இந்த நேரத்துல.. ச்சேசே! இந்த ராம் மேல் இருக்கும் பித்து என்னை எப்படி எல்லாம் யோசிக்க வைக்குது!

ஆபீஸ் வேலை மற்றும் கூட வேலை செய்யும் ஃப்ரெண்ட்ஸ் ல சிலருக்கு கல்யாணம் என கடந்த ரெண்டு மாசமா சென்னைக்கு போக முடியல. எங்க இருவரின் காதல் ஃபோன் ல மட்டும் தொடர்கிறது. நல்லவேளை அபிக்கு இன்னும் சந்தேகம் வரல, எனக்கே ரொம்ப ஆச்சரியம் தான்! நம்ம அபி குட்டிக்கு என்னாச்சு? ஒருவேளை எங்க விஷயம் தெரிந்து இருக்குமா? இல்ல.. இல்ல.. அதுக்கு வாய்ப்பே இல்ல. அப்படி தெரிந்திருந்தா, இந்த நேரத்துல "கச்முச்" என கத்தியிருப்பான்! அவனுக்கு தான் காதல் என்றாலே படிக்காதே! இதுல கொஞ்ச நாளா அவனுக்கும் அவன் அக்கா சீதாவுக்கும் எதோ சண்டை என்கிற மாதிரி சொன்னான். ஆனா, முழு காரணம் என்னன்னு சொல்லல. அவன் ஶ்ரீகிருஷ்ணா ஏதோ விதத்தில் காரணம் மட்டும் தெரியுது.

ராம் கிட்ட கேட்டா, சீதாஶ்ரீ அக்காவுக்கு ராதாஶ்ரீ என்ற தங்கச்சி இருப்பது போலவும், அவளை ஶ்ரீகிருஷ்ணா காதலிப்பது போலவும் சொன்னான். ஹ்ம்ம்.. அதான் சங்கதி! அதான் அபி அந்த காதலை பிரிக்க பார்க்கிறான் போல. தன் தங்கச்சியின் காதலுக்கு சீதா அக்கா ஆதரவாக இருந்திருப்பாங்க, அதுக்கு அபி சண்டைக்கு வந்திருப்பான்! தங்கச்சி காதலுக்கே சம்மதம் சொல்லாதவன், ஃப்ரெண்ட் என் காதலுக்கா உதவ போறான்?

இருந்தும் ஒரு சந்தேகம், அவனுக்கு சீதாஶ்ரீ என்ற அக்கா இருப்பது தெரியும், ஆனால் ராதாஶ்ரீ என்ற ஒரு தங்கச்சி இருப்பது தெரியாதே.. ஒருவேளை அவன் சொல்லி நாம தான் நினைவு வைத்து கொள்ள வில்லை போல. சரி, என்

ராம் ஆசையாக வீடியோ கால் பண்றான், பேசுவோம்.

"ஐச்சு, இப்படியே எத்தனை நாளுக்கு உன்னை வெறும் ஃபோன்ல மட்டும் பார்க்குறது. முடியல டி! தினம் தினம் உன்னை நினைத்து நினைத்து குளிக்கும் போது..." என்று முழுதும் சொல்லாமல் வார்த்தை இழுத்தான் என் ராம்.

"குளிக்கும் போது..?" என்று கேட்டேன் என் மனம் படபடக்க.

"ஃபீல் பண்ணி அழுகை வருது சொல்ல வந்தேன். நீ என்ன நினைச்சே..?"

"ஹி.. ஹி.. நான் என்னமோ நினைச்சேன். அது எதுக்கு இப்ப? அப்பறம் என் அருமை நண்பன் என் அபி குட்டி என்ன பண்றான்..?"

"ஹ்ம்ம்... கொஞ்ச நேரத்துக்கு முன்னாடி தான் ஐயா ஓவரா, 'காதல் என்றால் பொய்! காதல் என்றால் மாயை!' என்று குடிகாரன் மாதிரி குடிக்காமலே உளறிட்டு இருந்தான். அதன் சின்னத் தண்டனை கொடுத்து ஒரு மணி நேரம் தலைகீழாக நிற்க வெச்சுட்டேன். இனி எதாவது பேசினா வாயிலேயே சூடு வைக்க வேண்டியது."

"அச்சோ! பாவம் டா குழந்தை."

"ஏது அவன் குழந்தையா? கொஞ்சம் விட்டால் காலேஜ் ல இருக்குற எல்லாப் பொண்ணுக்கும் குழந்தை கொடுத்துடுவான்.. கேடி! கேடி..! அந்த அளவுக்கு அவன் மேல பைத்தியமா பல பொண்ணுங்க எங்க காலேஜில் இருக்காங்க என்றால் பாரேன். ஏதோ நான் அவன் ஃப்ரெண்ட்டா கூட இருக்கப் போய்ப் பல பெண்களின் கற்பு என்னால் காப்பாற்றப்பட்டது." என்றான் சிவராம் பெருமையாக.

நான் பதில் எதுவும் பேசாமல் ஒரு முறைப்பை மட்டும் பதிலாகக் கொடுத்தேன். பொறுத்து பார்த்த அவன்,

"ஓய்! என்னடி மாமன் மேல அவ்வளவு லவ்வா..? இப்படி ஆளை விழுங்கும் அளவுக்குப் பார்க்கிற? சீ... போ! உன் பார்வை என்னை ஏதோ ஏதோ பண்ணுது. பார் எனக்கே வெட்க வெட்கமா வருது." என்று முகத்தை மூடிக் வெட்கம் கொள்வது போல் நடித்தான்.

"அடிங்! *******" என இப்படியே அவள் அரை மணி நேரம் தனக்குத் தெரிந்த கெட்ட வார்த்தைகள் கேட்ட வார்த்தைகள் என எல்லாம் சேர்த்து அவன் மேல் இருந்த அளவுக்கு அதிகமான காதல் கொண்டு இனிமையான சங்கீதம் போல வழங்கி கொண்டு இருந்தாள்.

"அட சீ..! போதும்... நிறுத்து..! இப்போ நான் என்ன சொல்லிட்டேன் எனச் செத்து போன என் கொள்ளு பாட்டியை கூட விடாமல் திட்டுற?"

"பின்ன என் செல்லம் அபியை பத்தி என்கிட்டேயே தப்பா சொன்னா கோபம் வருமா? வராதா?"

"நான் பொய் எதுவும் சொல்லல மா, உண்மையில் அவன் பின்னால் பத்து பதினைந்து பெண்கள் கொண்ட கூட்டமே சுத்துது. அதையெல்லாம் பார்த்தா, எங்-

களுக்குக் காண்ட் ஆகுமா? ஆகாதா?"

"ஒரு சின்னத் திருத்தம். அவன் பின்னால் ஏதோ சில பெண்கள் போய்த் திரியுறாங்க காரணத்தால் என் அபி செல்லம் தப்பானவன் இல்ல, புரியுதா? அவனா எதாவது ஒரு பொண்ணு பின்னாடி போய்ப் பார்த்திருக்கியா?" என்று ஐஷ்வர்யா கேட்டாள்.

"இல்லை" எனச் சிவராம் சொல்ல, மீண்டும் ஐஷ்வர்யா தொடர்ந்தாள்.

"அது.. அது.. அதான் என் அபி! ரெண்டு வருஷத்துக்கு முன்னாடி என் தங்கச்சி அவன் கிட்ட லவ் சொன்ன போதே அதுவும் என் கிட்ட பெர்மிஷன் கேட்டு அவ லவ் சொன்ன போதே, 'இது வெறும் ஈர்ப்பு!' எனச் சொல்லி விட்டு இதுவரை நான் எவ்வளவோ கேட்டும் கூட அவளைப் போய்ச் சந்திக்காமல் இருக்கான். இத்தனைக்கும் அவ... அதான் என் தங்கச்சி, அவன் காதலை அடைய என்ன வேணும்னாலும்... எது... என்ன வேணும்னாலும் செய்யத் தயாராக இருந்தாள் என்றால் பாரேன். இத்தனைக்கும் என் தங்கச்சி நல்ல அழகியும் கூட. அப்படிப்பட்ட பொண்ணு காதல் சொல்லி மயங்காதவன் இப்போ போயா மயங்க போறான்?"

"ஹ்ம்ம்... ஆச்சரியம் தான். உண்மையில் அவன் உடலில் எதாவது கோளாறா? அவன் ஏன் இப்படி இருக்கான், முக்கியமா இந்தக் காதல் விஷயத்தில்?"

"சரியா தெரியல டா. காலேஜ் மூணாம் வருஷத்துல தான் எனக்கே அவன் பழக்கம். அதுவரை சும்மா ஒரு மூலையில் தான் உட்கார்ந்திருப்பான். எங்க காலேஜிலேயே மனம் விட்டு அவன் பேசிய முதலும் கடைசிப் பொண்ணும் நான் தான். அதுவும் என்னைப் பார்த்தா அவனின் பெரியப்பா பொண்ணு சீதா நினைவு வருது என்று தான் பேசினான்."

"ஹ்ம்ம்.. நமக்கே தெரியாது அவனுக்கு எதாவது லவ் ஸ்டோரி இருக்குமா? நீ என்ன நினைக்கிற ஐச்சு...?"

"இருந்தாலும் இருக்கலாம், ராம். கொஞ்ச நாளாகவே எனக்கும் அதே டவுட் இருக்கு. சரியா அந்த மூணாவது வருஷ காலேஜ் லைஃப்ல ரொம்பவே டிஸ்டர்ப்பா இருந்தான். அந்த நேரத்துல தான் எதோ நடந்திருக்கு. மே பீ லவ் ஃபெயிலியரா கூட இருக்கலாம்."

"இருக்கும்! இருக்கும்! நல்லவேளை நம்ம காதல் விஷயத்தை ரகசியமாக வெச்சிருக்கோம், இல்ல, நமக்கு டைவர்ஸ் (Divorce) வாங்கிக் கொடுத்துட்டு தான் அவன் வேற வேலை பார்த்திருப்பான். சரி, அந்த நாயை பத்தி இப்போ என்ன? எப்படியும் நாம சில வருஷத்துல வீட்டில் பெருசா சண்டை போட்டாவது கல்யாணம் பண்ணிப்போம். அப்போ நமக்குப் பிறக்கும் பெண் குழந்தைக்கு என்ன பெயர் வைக்கலாம்..?"

"ஹ்ம்ம்... ஏன் பையன் பிறந்தா குழந்தையே வேணாம்னு சொல்வியா?"

"சே! சே! அப்படி இல்ல, ஐச்சு. நமக்குப் பிறக்கும் குழந்தையில் அட்லீஸ்ட் முதல் குழந்தையாவது பொண்ணா இருக்கணும் டி! யோசித்துப் பாரு உன் முக ஜாடையில் ஒரு குழந்தை நினைக்கவே சூப்பரா இருக்கு ல?" என்று கண்களில் காதல் மின்ன கேட்டான் சிவராம்.

"சூப்பரா தான் இருக்கு! உன்னை மாதிரி இருந்தா இன்னும் அழகா இருக்கும்! சரி, இவ்வளவு யோசித்த நீ பெயர் கூட முடிவு பண்ணியிருப்ப, சொல்லு! சொல்லு!"

"சஞ்சனா... நிரஞ்சனா.. இரண்டில் எந்தப் பெயராக இருந்தாலும் ஓகே, ஐச்சு."

"இந்தப் பெயருக்கு எதாவது அர்த்தம் இருக்கா?"

"யெஸ்! இருக்கு. சொல்றேன்... சொல்றேன். சஞ்சனா என்பது வாழ்க்கையில் நம்ம சந்திக்கப் போகும் பல சஞ்சலதை தீர்க்க வந்தவள் எனப் பொருள். நிரஞ்சனா என்ற பெயர் அன்னை துர்காதேவியே குறிக்கும். எதாவது காரணத்தால் நம்ம மனசோ உடலோ அசுத்தம் ஆச்சுன்னா, அதனைச் சுத்தப்படுத்தித் தூய்மை ஆகுப்பவள் எனப் பொருள்."

"சூப்பர் டா, செம்ம! நீ சொல்றதை கேட்க கேட்க நூறு முத்தம் கொடுக்கணும் போல இருக்கு. ஆனா, என்ன பண்றது நீ எங்கயோ நான் எங்கயோ இருக்கோம்."

"அதுக்கு ஒரு யோசனை இருக்கு. நீ நிலவை பார்த்துப் பிளையிங் கிஸ் (Flying kiss) கொடு, அதை நான் அந்த நிலவு கிட்டயே வாங்கிக்கிறேன்."

"செருப்பு பிஞ்சிடும்! எனக்குப் போட்டியா அந்த நிலவே வந்தாலும் ஓட ஓட அடிப்பேன்!" என்ற நான் உடனே கோபத்தில் ஃபோனை வைத்தேன். ஆனா, கொஞ்ச நேரத்துல திரும்பி கால் பண்ணி அவன் கூட சென்சார் போடுற அளவுக்கு எங்க பேச்சு போனது. அதையெல்லாம் இங்க எழுத முடியாது போங்க! எனக்கு வெட்க வெட்கமா இருக்கு!

இப்படிக்கு
ராமின் ஐச்சு

***நினைவு புத்தகம் இன்னும் திருப்பப்படும்.***

# 11

# சிவராமின் பிறந்தநாள், அபிராமின் கோபம்.

ஹாய் செல்லம்ஸ்!

இன்னிக்கு பெங்களூர் டூ சென்னை போயிட்டு இருக்கேன். "ஏன்? ஏன்?" என்று நீங்க கேட்டா, என் நாயகனுக்கே தெரியாமல் சென்னைக்கு டிரான்ஸ்ஃபர் வாங்கிவிட்டேன். நாளைக்கு என் ராமின் பிறந்த நாள். மை ராம் குட்டி, வரேன் டா! உன் ஐச்சு பஸ்ல வந்துட்டே இருக்கேன்!

இன்னிக்கு பெரிய சம்பவம் இருக்கு. மோஸ்லி, என் அபி செல்லத்துக்கு எங்க காதல் கதை தெரிந்தாலும் தெரிய வரலாம். அட! தெரிந்தால் தான் என்ன இப்போ..? அந்தத் திருட்டுக் கஸ்மாலம்... எப்போதும் ஊமை ஸ்ரீகிருஷ்ணா அபி-யின் தங்கச்சி ஸ்ரீயே காதலிக்க மட்டும் ஓகே சொல்லிட்டான். அப்போ எங்க காதல் மட்டும் என்ன கொக்கா?

நான் கூடப் போய்ச் சொல்வேன், "நானும் ராமும் லவ் பண்றோம்! உன்னால் முடிந்ததைப் பார்த்துக்கோ டா! அதுக்கு மீறி ஏதாவது பேசின.. என் தங்கச்சியை உனக்குக் கட்டி தர மாட்டேன் போடா!" என்று சொல்லிடுவேன். அப்புறம் பையன் நம்ம வழிக்கு தான் வரணும். எப்படி என்ன மூளை? ஐஸூ, நீ அறிவாளி டி!

இப்போ கூடப் பாருங்க இந்த ராம் காக ஆபீஸ் டிரான்ஸ்ஃபர் எல்லாம் கேட்டு வாங்கி விடிய காலை பஸ்ல ஏறி அதுவும் ஸ்லீப்பர் கிடைக்காமல் உட்கார்ந்து வரேன். இவன் தொடர்ந்து ஃபோன் பண்ணிக்கிட்டே இருக்கான். இன்னும் நான் குட் மார்னிங் சொல்லலயாம், அதான்.

இப்போ மட்டும் நான் ஃபோன் எடுத்தேன் நம்ம சர்ப்ரைஸ் என்னாவது? அடேய் ராம்! எடுக்க மாட்டேன்.. போடா! உனக்கு வேணும்னா மெசேஜ் பண்ணு, கருணை அடிப்படையில் பதில் மெசேஜ் அனுப்புற. நான் என் லவ் ஸ்டோரி

டைரில எழுதணும், வரலாறு ரொம்ப முக்கியம் அமைச்சரே! இப்போ கூட ஒரு பாட்டு பாட தோணுதே! வேணாம்! வேணாம்! நம்ம கழுதை குரல் கேட்டால் பக்கத்துச் சீட் பொண்ணு ஜன்னல் வழியா குதித்து விடும். நம்மால் ஏன் ஒரு உயிர் சேதம் ஆகணும்?

நான் பாட்டை மட்டும் எழுதுறேன்.. பாடல் வரிகள் மறந்து போச்சே! சரி, ஜெய் கூகிள் ஆண்டவா! எப்படியோ கூகுள் உதவி மூலம் பாடலை கண்டு பிடித்தேன். இதோ அந்தப் பாடல்,

*"ஏன் ஆள பாக்க போறேன்*
*பாத்து பர்த்டே விஷ் சொல்ல போறேன்..*
*ஏன் ஆள பாக்க போறேன்*
*பாத்து பர்த்டே விஷ் சொல்ல போறேன்..*
*அவன் லிப்லயே கிஸ் அடிக்கப் போறேன்*
*அவன் வாயை என் வாயால் தைக்கப் போறேன்*
*நானே ...*
*கிஃப்ட்......*
*தர போறேன்.......*
*ஏன் ஆள பாக்க போறேன்*
*பாத்து பர்த்டே விஷ் சொல்ல போறேன்*
*பெங்களூர் விட்டு வந்துட்டேனு சொல்ல போறேன்*
*இனி இங்க தான் சொல்ல போறேன்*
*இதுதான் எதிர்பார்த்து*
*நான் கிடந்தேன் உயிர் வேர்த்து*
*எனச் சொல்லி ஆசையில் அல்லாடுவான்*
*மனம் துள்ளி காதலில் தள்ளாடுவான்*
*அத நான்..........*
*பார்த்தே .......*
*அழ போறேன் .......*
*ஏன் ஆள பாக்க போறேன்*
*பாத்து பர்த்டே விஷ் சொல்ல போறேன்*
*உன்னாலதான் தூங்கலன்னு சொல்லப் போறேன்*
*பிஸ்ஸா பர்கர் சேரலன்னு சொல்லப் போறேன்*
*அபியே தூக்கி போட்டு மிதித்து*
*எப்ப நீ எனக்குப் பொஞ்சாதியா*
*ஆகப் போகுறனு அப்பாவியா*

நானே ...
கேட்டு....
வரப்போறேன்.....
ஏன் ஆள பாக்க போறேன்
பாத்து பர்த்டே விஷ் சொல்ல போறேன்..
அவன் லிப்லயே கிஸ் அடிக்கப் போறேன்
அவன் வாயை என் வாயால் தைக்கப் போறேன்
நானே ...
கிஃப்ட்......
தர போறேன்........."

ஆ.. ஆஹ.. நம்ம கூட ரீமிக்ஸ் பாட்டு நல்ல எழுதுறோம் ல? ஐஸூ, உன் திறமைக்கு அளவே இல்லடி! ராம் ரொம்பக் குடுத்து வச்சவன் டி!

இதை எழுதி முடித்த பிறகு ராமை பார்க்க தான் கிளம்பப் போறேன்.

வீட்டுக்கு பெட்டி படுக்கை எல்லாம் எடுத்து வந்தால் என் அப்பா சந்தோஷப்படாமல்,

"எதுக்கு நீ வந்த? பெங்களூரு நல்ல இடம் நல்ல நல்ல பிராஜக்ட் எல்லாம் இருக்கும். சென்னை ல என்ன இருக்கு..? உன் கேரியர் என்ன ஆவது? வர வர உனக்குப் பொறுப்பே இல்ல! போ! போய் ரெஸ்ட் எடு. மிச்சத்தை அப்புறம் பேசிக்கலாம்." என்றார் சுந்தரம், எனதருமை அப்பா.

நீங்களே பாருங்க மக்களே! பாருங்க! அவர் பேசுவதில் என்ன நியாயம்? பொம்பள பிள்ளை நான் ரொம்பவே அப்பாவி.. (நம்மை நாமளே அப்படிச் சொல்லி கிட்டால் தான் உண்டு).

நான் திரும்பி சென்னைக்கு வந்த முக்கியக் காரணம் ராம் தான். அதில் எந்த மாற்றுக் கருத்து இல்ல. அதுக்கு என் அப்பா, அம்மா, அப்பறம் அந்தச் சனியன் மோகினியை பிடிக்காமல் இருக்குமா, சொல்லுங்க? ராம் முன்னாடி இவங்க தான் என் உறவுகள். ராம் போல இவங்களும் எனக்கு முக்கியம் தான்.

என்னைப் பார்த்த சந்தோசத்தில் என் அம்மா எனக்குப் பிடித்த பல சாப்பாட்டு ஐட்டம்ஸ் செய்து தந்தாங்க. நானும் வயிறு முட்ட முட்ட சாப்பிட்டேன். அந்தக் களைப்பில் தூங்க போனால் அந்த மோகினி சனியன் நான் வந்த தகவலை என் அம்மா மூலம் அறிந்து எப்படியோ வந்துடுச்சு! சரி! சரி! அதுவும் நல்லது தான். அப்போ தானே அபி பற்றி இன்னும் மோகினியின் எண்ணம் என்னன்னு தெரிந்து கொள்ள முடியும்?

"அக்கா, அம்மா சத்தியமா இனிமேல் இங்க தானே இருக்கப் போற?"

"ஆமா! ஆமா! இனி எனக்குக் கல்யாணம் என்ற ஒண்ணு ஆகும் வரை இங்க தான் இருப்பேன்."

"அப்போ ஓகே. உன்னைக் காரணமாக வைத்து அம்மா இனி அடிக்கடி விதவிதமா சமைத்து போடுவாங்க. நானும் பழைய மாதிரி கொஞ்சம் சதை போடுவேன்.."

ஆமா, முன்னாடி எல்லாம் சரியா சொல்லணும் என்றால் அபியிடம் இவ காதலை சொல்வதற்கு முன்னாடி நல்லா கொழுகொழு தான் இருப்பா. அப்புறம் அவன் காதலை மறுத்த பிறகு எல்லாத்திலும் இவளோட கவனம் குறைந்தது. படிப்பில், சாப்பாட்டில் மற்றும் மற்றவர்களிடம் பேசுவதில் கூட முன்னாடி மாதிரி இல்ல. அபி சொல்ற மாதிரி வெறும் ஈர்ப்பு என்றால் இந்த அளவுக்குப் பாதிப்பு இருக்காதே!

அப்படி இருந்தாலும் கிட்டத்தட்ட ரெண்டு வருஷம் ஆகியும் இவ இன்னும் மாறாமல் இருப்பதே அவன் மேல் இன்னும் இவ அதே எண்ணத்தோடு இருப்பது தானே காரணம்? இத்தனைக்கும் அன்று கடைசியா இருவரும் நேருக்கு நேர் பார்த்தது தான். அதன் பிறகு அபியை பற்றி இவ வாய் திறந்து கேட்பதே இல்ல, நானே அவனைப் பற்றிப் பேச வந்தாலும் இவளே என் வாயை மூடி, "அது மட்டும் பேச வேணாம்!" எனச் சொல்லிடுவா.

ஹ்ம்ம்.. எல்லாம் காதல் படுத்தும் பாடு! நமக்கு அதானே?

"திரும்பி சதை போட்டு என்னடி பண்ண போற? இப்போ தான் பார்க்க அழகா இருக்கே." என்றேன் நான்.

"அட.. நீ போ கா! என் கஷ்டம் எனக்குத் தான் தெரியும்! டிரஸ் எல்லாம் ரொம்ப லூசா போச்சு." என்றாள் அவள்.

"ஹி.. ஹி.. இதில் என்னடி ஆச்சரியம்.. நீயே ஒரு லூசு உன் டிரஸ் லூசா தானே இருக்கும்."

"அக்கா..!"

"சரி! சரி! அம்மா கிட்ட சொல்லி இன்னும் பல விதமா சமைக்கச் சொல்றேன். இல்ல, நானே சமைத்து தர்றேன்."

"ஓ! உனக்குச் சமைக்கத் தெரியுமா? இங்க இருந்தவரை சமையலறை பக்கமே நீ போனது இல்ல, ஒருவேளை பெங்களூரு ல ஃப்ரெண்ட்ஸ் கூடச் சேர்ந்து சமைக்கக் கத்துகிட்டியா?" என்று அவள் கேட்ட நான், "ஆமாம்" என்பது போல் தலையாட்டினேன்.

ஆனா, உண்மை என்னவென்றால் சென்னை ல இருந்து ராம் அடிக்கடி வீடியோ காலில் பல சமையல் குறிப்பு சொல்லி தருவானா.. அந்தப் பக்கம் அவன் சமைக்க இந்தப் பக்கம் நான் சமைக்க.. கடைசியில் இருவருமே ஒருவர் முகத்தை

ஒரு பார்த்தவாறே சாப்பிடுவோம்.

எங்களுக்கு அது ஒரு விதமான சந்தோசம். பக்கத்தில் இருக்க முடியல என்றாலும் இப்படிச் சில சமயம் எங்களுக்குத் தோன்றிய லூசு தனத்தை எல்லாம் செய்து பார்ப்போம். அது கூட ஒரு விதமான இன்பம் தானே?

அப்புறம் மோகினி கிட்ட கெஞ்சி கேட்டு தூங்க ஆரம்பித்தேன். என்ன பண்றது நைட் ராமின் பர்த்டேவை கொண்டாட போகணும். இப்போ தூங்கி எழுந்தால் தான் அங்கே போய்த் தூங்க மாட்டேன்.

கொஞ்ச நேரத்துக்கு முன்னாடி தான் தூக்கத்தில் இருந்து எழுந்தேன். தூங்க போறதுக்கு முன்னாடி, "நைட் ஃப்ரெண்ட்ஸ் வீட்டுல பர்த்டே பார்ட்டி இருக்கு அங்கே நைட் தாங்க போறேன்." எனச் சொல்லிட்டு தான் வந்தேன்.

நல்லவேளை எந்த ஃப்ரெண்ட் எனக் கேட்கல. வீட்டில் பொய் சொல்வது என்னமோ மாதிரி தான் இருந்தது, அப்படியிருந்தும் காதலுக்குச் சில பொய்கள் சொல்லி தானே ஆகணும்? சாரி அப்பா! சாரி அம்மா! என்ன பண்றது, இன்னும் என் செல்லக்குட்டி அபி கிட்ட, என் கூடப் பிறந்த அந்தச் சாத்தான் மோகினி கிட்ட கூடச் சொல்லல. எல்லாம் என் ராமின் நல்லதுக்குத் தான்.

இன்று இரவு முழுவதும் அவன் தோளில் சாய்ந்து பேசணும் போல இருக்கு. ஹ்ம்ம்... கண்டிப்பா அந்த அபி தடியன் அதுக்கு விட மாட்டான். அது எனக்கே நல்ல தெரியும்.

அடேய் அபி! இன்னிக்கு நீயா? நானா? பார்போம் டா!

ஏன் அபி இப்படிப் பண்ண..? உன்னை நல்ல ஃப்ரெண்ட்டா தானே பார்த்தேன்! அப்படி என்னடா என் காதல் மேல்.. என் மேல் உனக்குக் கோபம்? ஏன் இந்த உண்மையைச் சொன்ன? ஏன் சொன்ன? இதை நீ சொல்லாமலே இருந்து இருக்கலாம்ல!

ஐயோ...! இந்த உண்மை ராமை நான் முதல் முதலில் சந்திப்பதற்கு முன் தெரிந்து இருக்கக்கூடாதா?

இப்ப நான் என்ன பண்ணுவேன்? எது பண்ணுவேன்? என்னால் அவனை மறக்க முடியாது! அவன் என் ராம்! எனக்காகவே என்னை ஆழ பிறந்தவன்!

அபி அப்படி என்ன சொன்னான் தெரியுமா? படிங்க! அங்க என்ன நடந்ததுன்னு படிச்சு பாருங்க!

சாயங்காலம் வீட்டில் இருந்து கிளம்பி இரண்டு படங்களை மாலை 6.30 ஷோ மற்றும் 9 டூ 11 மணி ஷோ பார்த்து விட்டுச் சரியாக 11.45 மணிக்கு ராமின் வீட்டுக்கு முன்னாடி போய் நின்றேன்.

காலிங் பெல் அடித்தால் ஸ்ரீகிருஷ்ணா காதலிக்கும் பெண் ராதாஸ்ரீ கதவை திறந்தாள்.

ஏற்கனவே ஒரு தடவை ஸ்ரீகிருஷ்ணா மற்றும் அவன் காதலியுடன் இருக்கும் ஃபோட்டோவை ராம் எனக்கு அனுப்பியிருந்தான். அதனால் கதவு திறந்த பெண் தான் ஸ்ரீகிருஷ்ணாவின் காதல் என்று எனக்குத் தெரியும்.

அவள் பார்க்க அவளோட அக்கா மாதிரி அப்படியே அச்சு அசலாக ஒரே மாதிரி இருப்பானு ஒரு தடவை ராம் சொல்லி இருந்தான்.

ம்ம்.. அதெப்படி என்று தான் தெரியல.. இதுவரை அபி கூடச் சீதா அக்காவின் போட்டோவை காண்பித்தது இல்ல. அவங்க மேல என்ன கோபம் கூட அவன் முழுசா என்கிட்ட சொன்னது இல்ல.

ம்ம்.. இதே யோசனையில் இருந்த எனக்கு அப்பதான் ஒன்று மண்டையைக் குடைந்தது, "இந்தப் பொண்ணு இந்த நேரத்துல இங்க எப்படி?" என்று. அதே யோசனையில் உள்ளே பார்த்தால், என் ராம் முன்னால் ஒரு பெரிய பிளாக் ஃபாரஸ்ட் (Black forest) கேக் வைக்கப்பட்டு இருந்தது.

நான் உள்ளே வரும் வரை முகத்தில் ஒரு சொட்டுச் சிரிப்பு கூட இல்லாது இருந்தான் என் ராம். என்னைப் பார்த்த பிறகு சுற்றி யார் இருக்கிறார்கள் எனக் கூடப் பார்க்காமல் ஓடி வந்து என்னைக் கட்டிகொண்டான்.

என்ன பண்றது, நான் வருவது தெரிய கூடாது காலையில் இருந்து அவன் ஃபோனே நான் எடுக்கல. பெங்களூர் டூ சென்னை வரும் பஸ்ஸில் மெசேஜில் மட்டும் அப்போ அப்போ பதில் மெசேஜ் அனுப்பிக் கொண்டிருந்தேன். வீட்டுக்கு போன பிறகு அதுவும் இல்ல, சாயங்காலம் கூட நான் பேசவே இல்ல, அதில் என் டார்லிங் மனசு உடைந்து போச்சு போல.

அப்போ சுற்றிப் பார்த்தேன்.. ஸ்ரீகிருஷ்ணா, ராதாஸ்ரீ, அபி எல்லோரும் எங்களையே பார்த்துக் கொண்டிருந்தார்கள். நான் என்னதான் சொல்லி சமாளிக்க முடியும்? என்னைக் இறுக்கி கட்டிப்பிடித்துக் கொண்டிருந்த ராமே அவன் வாயால் உளறி விட்டான்.

"ஐச்சு, ஏண்டி இப்படிப் பண்ண... நான் ரொம்ப நேரமா உன்கிட்டயிருந்து ஒரு ஃபோன் கால், மெசேஜ் கூட இல்லயேன்னு எப்படிப் பதறிப் போயிட்டேன் தெரியுமா? செத்து போய்ட்டான் டி! கிட்டத்தட்ட நேரில் நீ வராமல் இருந்திருந்தால் நெஞ்சு வெடித்துச் செத்திருப்பேன்." என்றான் அவன்.

அவ்வளவுதான் எனக்குச் செம கோவம் வந்துடுச்சு! செத்திருப்பேன் சொல்றான்..! நான் இருக்க எப்படி அவனைச் சாக விட்டிருப்பேன்? கொஞ்சம் கூட

அறிவில்லாம சொல்லிட்டான்! அவன் மேல எவ்வளவு காதல் வெச்சுகிட்டு உயிர்-வாழ்ந்த கிட்டிருக்கேன்! அவன் இப்படிச் சொல்லலாமா, தப்பில்லையா?

அதன் அவன் கன்னத்தில் பளாரென்று ஓர் அறை விட்டேன். லூசு! லூசு! அதைக் கூடச் சிரிச்சுக்கிட்டே வாங்கினான். சிரிப்பு என்றால் சிரிப்பு அப்படி ஒரு சிரிப்பு! ஏதோ அவார்டு வாங்கினவன் மாதிரி முப்பத்திரண்டு பல்லு தெரிய சிரித்-தான்!

"அடிங்க! இங்க என்ன கோல்கேட் விளம்பரமா போகுது? இப்படிப் பல்ல காட்டுற, கொன்றுவேன்! அடச்சீ! வாய மூடு." என்றேன் நான்.

"சும்மா, ஐச்சு. உன்னை நேரில் பார்த்த சந்தோஷம், அதான் இப்படி.."

"சரி, போதும்! போதும்! இங்க என்ன நடக்குது அதைச் சொல்லு முதல்ல."

ஸ்ரீகிருஷ்ணாவின் காதலி ராதாஸ்ரீ முன்னாடி வந்து பேச ஆரம்பித்தாள்.

"அது ஒன்னும் இல்ல, அண்ணி. சிவராமுக்கு இன்னும் கொஞ்ச நேரத்துல பர்த்டே வருதுல, அதான் கேக் வெட்டி கொண்டாடலாம் என்று தான் ரூம் முழுக்க அலங்காரம் பண்ணியிருக்கோம். ஆமா, பெங்களூர்ல தானே வேலை செஞ்சுகிட்டு இருக்கீங்க? இப்ப என்ன திடீரென்று இங்க?"

அவள் அண்ணி எனச் சொன்ன போதே எங்க லவ் மேட்டர் இப்போ நடந்த கூத்தில் தெரிந்து விட்டது எனத் தெரிந்தது. சரி, நம்மளே வேற கடும் கோபத்-தில் அபி முறைத்துக் கொண்டு இருக்கான், எப்படியாவது அவனைச் சமாளிக்க வேண்டுமே. நமக்கு ராமோட காதலும் முக்கியம், அதைப் போல அபியின் நட்பும் முக்கியம். இரண்டில் ஒன்று இல்லை என்றால் கூட என்னால் தாங்க முடியாது.

என் பதிலுக்கு ராதாஸ்ரீ காத்துக் கொண்டிருப்பதை உணர்ந்த நான் அபியை பார்த்தவாறு அவளுக்குப் பதில் சொன்னேன்.

"நேத்துதான் பெங்களூர் டூ சென்னைக்கு ட்ரான்ஸ்பர் கிடைச்சது. எல்லோ-ருக்கும் அது சர்ப்ரைஸா இருக்கட்டும்னு யாரிடமும் சொல்லல. இப்ப இங்க வந்-தது கூட.. என் கூடப் படிச்ச ஒரு பொண்ணுக்கு பர்த்டே அதைச் செலிபரேட் பண்ண நைட் ஸ்டே பண்ண போறதா பொய் சொல்லிட்டுத்தான் வந்தேன். இங்க வந்து ராமுக்குச் சர்ப்ரைஸ் பண்ணலாம்னு நினைச்சா.. இப்போ எனக்குத் தான் சர்ப்ரைஸா இருக்கு!"

அப்போ கூட என்கிட்ட பேச விருப்பம் இல்லாத அபி, "இப்ப வெட்டிப்பேச்சு எதுக்கு? இன்னும் கொஞ்ச நேரத்துல 12 மணி ஆகப்போகுது எல்லோரும் தயா-ராக இருங்க. சிவா, கத்தியை கையில் எடுத்து தயாராகுது, கேக்கே வெட்டணும்." என்றான்.

12 மணியாக, சரியாகக் கேக்கை வெட்டிய ராம் முதல் பீஸ் எனக்குத் தான் ஊட்டிவிட்டான். நானும் சும்மா இல்லாமல் எனக்குக் கொடுத்த கேக்கில் கொஞ்-சம் அவனுக்கு ஊட்டி விட்டு மிச்சத்தை அவன் முகத்தில் அப்பி விட்டேன்.

அதனையெல்லாம் பார்க்க விருப்பம் இல்லாதவன் போல அபி முகத்தைத் திருப்பி இருந்தான்.

அப்புறம் ராம் வெட்டிய கேக் பீஸ்ல இரண்டை தட்டில் வைத்து அபியின் கையில் போய்க் கொடுத்தேன். அதனை வாங்க மறுத்தவன், "சாரி ஐஸ்வர்யா! தப்பா நினைச்சுக்காதீங்க, எனக்குக் கேக் சாப்பிட பிடிக்காது. சாரி!" என்றான்.

எனக்கு அப்போ பலவிதமான அதிர்ச்சி.

ஒன்று, அவன் என் மேல ரொம்பக் கோபமா இருக்கும் சமயத்தில் மட்டும்தான் என் முழுப் பெயர் சொல்லி கூப்பிடுவான். மற்ற சமயத்தில் "ஐஸ்.. ஐஸு.." என்றுதான் கூப்பிடுவான்.

இரண்டு, அவனுக்குக் கேட் கண்டால் உயிர்! முக்கியமா பிளாக் பாரஸ்ட் கேக் என்றால் ரொம்பப் பிடித்து ரசித்துச் சாப்பிடும் குழந்தை! அப்படிப்பட்டவன், "கேக் வேணாம்!" என்று சொல்வதைப் பார்த்தால் கஷ்டமாகத் தானே இருக்கும்?

மூன்று, முன்னாடியெல்லாம் கோபமா இருந்தா என்னை நான் தலையில் நாலைந்து கொட்டு கொட்டியாவது அவன் கோபத்தை என்னிடம் காண்பிப்பான். இப்ப முகம் பார்த்து பேச பிடிக்காத அளவுக்கா என் மேல கோபம்..?

காதலிப்பது அவ்ளோ பெரிய பாவமா? அவனின் தங்கச்சியின் காதலையே ஏற்றுக்கொண்ட அவனுக்கு என் காதலை ஏற்றுக் கொள்வதில் என்ன பிரச்சனை?

சரி, என்கிட்ட தான் கோபத்தைக் காமிக்கிறான் என அவனோட தங்கச்சி ராதாஸ்ரீ கிட்ட கொடுத்து அனுப்பினால், என்கிட்ட காண்பித்த கோபத்தை விடப் பத்து மடங்கு கோபத்தை அவளிடம் காண்பித்தான்.

"அட.. ஒருதடவை சொன்னா புரியாதா? எத்தனை தடவை சொல்வது, படிச்ச பொண்ணு தானே நீ? எனக்குக் கேக் பிடிக்காது சொல்றேன் ல, போ! போய் உன் காதலனுக்கே ஊட்டிவிடு! உனக்கு அவன் தானே முக்கியம்? நான் இல்ல தானே? ச்சே! ஒருத்தி தோழி என்கிற பெயரில் முதுகில் குத்தினாள்! இன்னொருத்தி சகோதரி என்ற பெயரில் முதுகில் குத்தினாள்! மொத்தத்தில் நான் யாருக்குமே வேண்டாதவன்!" என்றான் அவன்.

"ப்ளீஸ்! அபி, சிவவின் மனசு ஃபீல் பண்ணும் ல? இன்னிக்கு அவனோட பர்த்டே வேற, பிளீஸ்!" என்றாள் ராதாஸ்ரீ.

"சொல்லிக்கிட்டே இருக்கேன்... இன்னும் என்ன..?" என்றவன் கோபத்தில் ராதாஸ்ரீ கையில் இருந்த தட்டை பிடுங்கி சுவற்றில் தூக்கி எறிந்தான். அதில் இருந்த கேக் துண்டுகள் எல்லாம் சுவரில் சாணி மாதிரி ஒட்டியது.

அவனுக்கு மட்டும் தான் கோபம் வருமா? எங்களுக்கு வராது? அவன் கோபத்தை அவன் தங்கை ராதாஸ்ரீ பொறுத்துக் கொள்ளலாம். நான் ஏன் பொறுத்து கொள்ளணும்? என் மேல் இருக்கும் கோபத்தை அவன் தங்கச்சி மேல் போய்க் கட்டினால் எல்லாம் சரியாகி விடுமா..?

"டேய்! இப்போ உனக்கு என்ன தான் பிரச்சனை? உனக்கு இந்தக் கேக் எவ்வளவு பிடிக்கும் என்று எங்களுக்குத் தெரியும். சும்மா நடிக்காத..! ஆமாம் டா! நான் ராமே லவ் பண்றேன்! உன் ஃப்ரெண்ட் சிவராமே லவ் பண்றேன்! அதுக்கு என்ன இப்போ? உனக்கு லவ் பிடிக்கலையா, போ! போய்ச் சாவு! எங்க காதலில் ஏன்டா வயிறு எரிக்கிற..?"

"ஐஷ்வர்யா, கொஞ்சம் பார்த்து பேசு. இங்க என்ன நடக்குது என்று உனக்குத் தெரியாது.? உண்மையில் என் கோபம் உன் மேல் இல்ல ராதா மேல் தான்."

உண்மையில் அப்போ அவன் சொல்லும் காரணங்களைக் கேட்க நான் தயாராக இல்லை. எனக்குத் தெரியும் அவனுக்கு நானும் ராமும் காதலிப்பது பிடிக்கல. அதை நேரடியா சொல்ல பயந்து ஏதோ ஏதோ காரணம் சொல்றான். அப்படித் தான் முதலில் நினைத்தேன்.

ஆனா, பிரச்சினை என்னவென்றால் அவனுக்கு ஸ்ரீகிருஷ்ணா மற்றும் ராதாஸ்ரீ காதலிப்பது பிடிக்கல.

அவங்களோட காதலுக்கு அவன் சம்மதம் சொல்லவே இல்ல! ஸ்ரீகிருஷ்ணா இல்ல அபி, இருவரில் ஒருவரின் உறவு தான் தொடரும் என்கிற கண்டிஷன் போட்டான்.

அதற்கு ராதாஸ்ரீ, "எனக்குக் கிருஷ்ணா தான் வேணும்!" என ஒரே வார்த்தையில் பதில் சொல்லி விட்டாள். அதில்தான் அவளின் உறவை வெட்டினான்.

இப்போ ராதாஸ்ரீ அந்த வீட்டுக்குள் வந்தது கூடச் சிவாவின் பர்த்டேவை கொண்டாடிவிட்டு இரவோடு இரவாக வீட்டுக்குப் போறதா பிளான் பண்ணி தான்.

ஸ்ரீகிருஷ்ணா மற்றும் சிவராமின் கட்டாயம் பெயரில்தான் கேக் வெட்டும் வரை காத்திருந்தான். அந்த நேரத்தில் தான் நான் உள்ளே வந்தேன். ராமின் கட்டிப்பிடி வைத்தியத்தால் எங்கள் காதல் விஷயமும் அவன் கண்ணுக்கு வந்து விட்டது.

அந்தக் கேக் வாங்கியது கூட ராதாஸ்ரீ தான். அதனால் தான் அதைத் தொட கூட அவன் விரும்பல. அப்படியிருந்தாலும் ஏதோ ஒன்று இடிக்குது. எனக்கு அப்போவும் சரி, இப்போவும் சரி ஒன்னும் புரியல. காதலிப்பது அவ்வளவு பெரிய தப்பா? இவன் ஏன் இப்படி இருக்கான்?

ச்சே! சரியான காதல் சைக்கோ! இந்த விஷயத்தை எல்லாம் ஸ்ரீகிருஷ்ணா மற்றும் ராம் தான் சொன்னாங்க. அபி வேற கோபத்தில் மொட்டை மாடிக்கு சென்று விட்டான். நான் போய்ச் சமாதானம் செய்ய முயலும் போது,

"ஐஸூ, பிளீஸ்! என்னைத் தனியாக விடு. அவளை மாதிரி நீயும் ஒரு ஏமாற்றுக்காரி தான். ரெண்டு பேருமே பொய்யான ஒரு விஷயத்தைக் காதல் என்ற மாயை கொண்டு பார்க்கிறீர்கள். இதில் நீங்க சந்திக்கப் போகும் தடங்கல் மற்றும் பிரச்சினைகள் எதுவும் யோசிக்கத் தயாராக இல்ல. யாராவது சொன்னாலும் கேட்க தயாராக இல்ல. பின்ன நான் எதுக்கு உங்களுக்கு? ஃப்ரெண்ட் நீயும் என்-

னைப் புரிஞ்சுக்கல! அவ.. ராதா.. அவளை என் கூடப் பிறக்காத சகோதரி மாதிரி தானே பார்க்குறேன்? அவளும் நான் சொன்னதைக் கேட்கல!"

"அபி, உன் தங்கச்சி விஷயம் என்னன்னு எனக்குத் தெரியாது. ஆனா, எங்க காதல் உண்மை டா.. நம்பு!"

"எப்படி நம்பச் சொல்ற..? உங்களின் திருட்டுத் தனம் தான் காதலா..? இப்போ கூடப் பார் வீட்டில் பொய் சொல்லிட்டு இங்க வந்து இருக்க. இதுக்குப் பெயர் என்ன புனித காதலா? பெற்ற அப்பா, அம்மா எல்லாரிடமும் பொய் சொல்லி விட்டு காதலன் கூடச் சுத்தும் போது, அவனைத் தனிமையில் பார்க்கும் போது, ஏதோ பெரிதாகச் சாதித்தது போலத் தான் இருக்கும்.

உங்க அம்மா அப்பாவை ஏமாற்றுவதில் சந்தோஷம் கொள்ளும் போது உனக்-குத் தெரியாது உண்மையில் ஏமாறுவது நீதான் என. இப்போதெல்லாம் பல பெண்-கள் ஏதோ ஏதோ காரணத்தால் எங்க அப்பாவுக்குப் பிடிக்கல.. அம்மாவுக்குப் பிடிக்கல.. எனச் சொல்லிவிட்டுக் கண்ணைக் கசக்கி கொண்டு போய் விடுறாங்க. அப்புறம் இங்க பசங்க தேவதாஸ் மாதிரி அவங்களே நினைத்துக் கொண்டு இருக்-காங்க. உண்மை தானே?"

"ஏய்! பொண்ணுங்களை மட்டும் சொல்லாத.. பசங்களும்.."

"ஹ்ம்ம்.. நீ என்ன சொல்ல வரேன்னு புரியுது எல்லாப் பொண்ணுங்களையும் குறை சொல்லாதே.. பசங்க கூடச் சில இடத்தில் ஏமாற்றுபவர்களாகத் தான் இருக்காங்க. ஒரே நேரத்தில் பல பெண்களைக் காதலித்து ஏமாற்றுபவர்கள், நினைத்தது அடைந்தவுடன் அந்தப் பொண்ணைத் தூக்கி போட்டு போறாங்க. அது தப்பு இல்லயா? என்பது உன் வாதம். ஐயோ.. ஐஷ்வர்யா! நான் எப்போவும் ஒரே இனத்தை மட்டுமே குறை வைத்துச் சொன்னது இல்ல. நான் எப்பவும் சொல்றது தான்.

எனக்குக் காதல் பிடிக்காது காரணம் காதல் பொய் என்பது இல்ல, காதலிப்-பவர்கள் பொய் என்பது தான். உங்களுக்கு ஒன்று வேண்டுமா? அதைக் காதல் என்ற பெயரில் ஏமாற்றி வாங்காமல் உண்மை காரணத்தைச் சொல்லி வாங்க பாருங்க. அட்லீஸ்ட் ஆணோ.. பெண்ணோ.. யாருமே பொய்யை நினைத்து ஏமாற மாட்டாங்க. இதைப் பொதுவாகச் சொன்னேன்."

"உன் பொதுவை தூக்கி தூர போடு! எனக்கும் ராமுக்கும்.. உன் ஃப்ரெண்ட் சிவராமே தான் சொல்றேன்... எங்க காதலுக்கு என்ன சொல்ற?"

"நான் சொல்ல என்ன இருக்கு? அது உன் இஷ்டம். உன் தலையெழுத்து எப்படியோ அப்படித் தான் நடக்கும். என்னைப் பொறுத்தவரை அது காதல் இல்ல. உனக்கு அது காதல் என்றால் நான் ஒண்ணும் பண்ண முடியாது. நீங்கள் காதல் என நினைக்கும் உறவின் முடிவில் யாருமே ஏமாறாமல் இருக்கும் வரை நல்லது."

"எங்க காதலில் ஏமாற்றம் என்பது எதுவும் இல்ல. நாங்க ரெண்டு பேருமே எந்த விஷயத்தையும் ஒருவருக்கு ஒருவர் மறைத்தது இல்ல. பின்ன என்ன ஏமாற்றம் வரும்?"

"கண்டிப்பா தெரியுமா? எதுவும் மறைக்கல என்பது? ஏன் கேட்கிறேன் என்றால் சிவராம் பற்றி உனக்குத் தெரியாத பல விஷயங்கள் இருக்கு."

"எனக்கு எல்லாம் தெரியும்! அவனே என்கிட்ட சொல்லிட்டான். நானும் ஒரு தடவை அவன் டைரியை படித்திருக்கேன். அவனின் முதல் காதல் தோல்வி கூட எனக்குத் தெரியும்."

"முதல் காதல் தோல்வியா? ஓ! நீ அதைச் சொல்றியா? அது காதலே இல்ல வெறும் ஈர்ப்பு. எங்க ரூம்ல வந்த கொஞ்ச நாளில் அதை அவனே புரிந்து கொண்டான்."

"அது கூட எனக்குத் தெரியும்."

"அவனின் அம்மா, அப்பா, வசதி.."

"தெரியும்... தெரியும்..."

"அவன் வயசு..?"

"வயசுல என்ன? என்னை விட ஆறு மாசம் பெரியவன். இன்றோடு அவனுக்கு 23 வயசு ஆகுது."

"என்னது..? ஆறு மாசம் பெரியவனா..? ஐஷ்வர்யா.. ஐஷ்வர்யா.. நீ இன்னும் சின்னக் குழந்தையாகவே இருக்கியே.. உன்னை விட அவன் ஆறு மாசம் சின்னவன்! இன்றோடு அவனுக்கு 22 வயசு தான் ஆகுது."

"இல்ல! நீ பொய் சொல்ற, நான் நம்ப மாட்டேன்!"

"நான் ஏன் பொய் சொல்லணும்..?"

"உனக்கு எங்க காதலை பார்த்து பொறாமை."

"எனக்கு வேற வேலை இல்ல? போயும் போயும் உங்களைப் பார்த்து நான் எதுக்குப் பொறாமை படனும்? உன் காதலன் பொய் சொன்னனோ? உண்மை மறைத்தனோ? இல்ல, என் மூலமாக உனக்கு ஏற்கனவே தெரிந்து கூட இருக்கலாம் நினைத்தானோ? யாருக்கு தெரியும், பொண்ணுங்க நீங்களே உங்க பிறந்த தேதி கேட்கும் போது மாசம் மற்றும் நாள் மட்டும் தானே சொல்வீங்க.

எப்போதாவது வாய் திறந்து வருசம் சொல்லி இருக்கீங்களா? அதே மாதிரி பசங்க நாங்களும் அதிகமா சொல்றது இல்ல. அப்படி அவனின் பிறந்த மாசம், தேதி மட்டும் சொன்னவன் வருடத்தைச் சொல்ல மறந்து இருப்பான். போ! போய் அவனேயே போய்க் கேளு! எனக்குத் தூக்கம் தூக்கமா வருது! நான் போய்த் தூங்கிறேன்!" என்று கொட்டாவி விட்ட வார்டு தூங்கச் சென்றவன், என் தூக்கத்தைத் தான் கெடுத்து விட்டான்.

கீழே போய் ராம் கிட்ட கேட்டால்,

"ஆமா, ஐச்சு. உண்மை தான். உன்னை விட நான் ஆறு மாசம் சின்னவன் தான். இன்றோடு எனக்கு 22 வயசு தான் ஆகுது. ஏன் உனக்கு இது முன்னாடியே தெரியும் சொன்னியே? என் டைரியில் கூட எழுதி இருப்பேன். நீ ஏற்கனவே அதைப் படித்து விட்டாதா சொன்ன?"

நான் சத்தியமாக அந்த டைரியில் அவன் பிறந்த வருடத்தைப் பார்க்கல. ஒருவேளை அந்தக் கடைசிக் கிழிந்த மூன்று பக்கத்தில் இருந்திருக்குமோ?

என்னை விட ஆறு மாசம் சின்னப் பையனை போய் லவ் பண்ணி இருக்கேன். ஐயோ! ஏன்? ஏன்?

இந்த அபி இந்த உண்மையைச் சொல்லாமலே இருந்திருக்கலாம்! அப்படி அவனுக்கு என் காதல் மேல், என் மேல் என்ன கோபம்?

இப்போ கூடப் பாருங்க நடந்தது நினைத்துக் கண்ணில் கண்ணீர் வருது. எல்லாம் தெரிந்து காதலித்து இருந்தாலும் பரவால்ல. இப்போ போய் இந்த உண்மை ஏன் தெரியணும்?

என்னையும் ராமையும் பிரிக்கவே அபி பண்ற சதி திட்டம் தானே இது? அவனுக்கு யார் காதலித்தாலும் பிடிக்கல? முக்கியமா அவனுக்கு நெருக்கமானவங்க காதலில் விழுந்தால் பிடிக்கவே பிடிக்கல. எங்கே நாங்க அவனை விட்டு போய்டுவோம் பயம்! தேவை இல்லாத பயம்!

இப்போ கூட அவனின் சின்னத் தனமான செயல் பார்த்துச் சிரிப்பு தான் வருது. எப்படி இந்தத் திடீர் உண்மையில் இருந்து நான் வெளியே வருவது? ராம் மேல் எந்தத் தப்பும் இல்ல. இந்த விஷயம் எனக்கு ஏற்கனவே தெரியும் என நினைத்து தான் அவன் சொல்லல. இது என்ன சிரித்துச் சிரித்துச் சொல்ற விஷயமா? எல்லாரும் கேலி கிண்டல் பண்ற விஷயம் ஆச்சே!

இப்போ இதைப் பற்றிப் பேச நம்மை விடப் பெரியவங்க துணை வேண்டுமே! ஹ்ம்ம்.. யார் இருக்காங்க? ஆஆ.. ராதாஸ்ரீயின் அக்கா சீதாஸ்ரீ.. அவங்க கிட்ட கேட்கலாம்.

இப்போ ராதாஸ்ரீயும் நானும் அபியின் அறையில் தான் தூங்கிட்டு இருக்கோம்.

அபி எங்களை இங்க தூங்க சொல்லிவிட்டு அவன் ஹால்ல உட்கார்ந்து ஏதோ படித்துக் கொண்டிருக்கான். அங்கேயே தூங்க போறேன் சொல்லியிருக்கான். பக்கத்து ரெண்டு அறையில் ஸ்ரீகிருஷ்ணா மற்றும் ராம் இருக்காங்க.

கடைசி நேரத்தில் அபியே ராதாஸ்ரீயை நைட் நேரத்தில் வெளியே போக வேண்டாம் சொல்லி இங்கேயே தாங்க சொல்லிட்டான். எனக்கும் சேர்த்து தான் அது சொல்லப்பட்டதும் கூட.

காலையில் முதல் வேலையா ராதாஸ்ரீ கிட்ட அவளின் அக்காவின் நம்பர் இல்ல, அட்ரஸ் வாங்கணும். அப்பறம் அபி பற்றி.. நம்ம ராம் பற்றி.. பேசி ஒரு தெளிவுக்கு வரனும்.

பேய்! பிசாசு! இதெல்லாம் சுற்றும் நேரத்தில் இப்படிப் புலம்ப வச்சிட்டியே டா! அடேய் அபி! கண்டிப்பா என் தங்கச்சி உனக்கு இல்லடா! ரோட்ல போற பிச்சை காரனுக்குக் கூட அவளைக் கட்டி கொடுப்பேன்! உன்னை மாதிரி காதல் சைக்-கோவிக்குக் கட்டி தர மாட்டேன்! போடா!

இப்படிக்கு

ராமின் ஐச்சு (கொஞ்சம் டவுட் தான்)

***நினைவு புத்தகம் இன்னும் திருப்பப்படும்.***

# 12

# சீதாவை ஐஷ்வர்யா சந்திப்பதும், குழப்பம் கொள்வதும்.

ஹாய் செல்லம்ஸ்!

என்னத்த எழுதுவது? எதை எழுதுவது?

நம்ம அபி இருக்கானே.. வர வர சைக்கோ மாதிரி நடந்துட்டு இருக்கான்.

அவனுக்கு ஒரு விஷயம் புரியவில்லை. அவனுக்கு ரொம்பப் பிடிச்சவங்க யாரு? நான் (ஐஸு), அவனோட அம்மா விமலா, அவனோட அப்பா விமல், மோகினி (என் தங்கச்சி), சீதாஸ்ரீ (அவன் அக்கா), ராதாஸ்ரீ (அவன் தங்கச்சி), ராம் (சிவராம்) மற்றும் ஸ்ரீகிருஷ்ணா.

அவனைப் பொறுத்தவரை நாங்க யாருமே அவனை விட்டுப் போகக் கூடாது. அப்போ அதற்கு ஒரே வழி ஜோடி சேர்ப்பது தான்.

அவனோட அப்பா அம்மா ஏற்கனவே ஒரு ஜோடி. அப்புறம் அந்த அபி மண்டே மேல் நாலு கொட்டு கொட்டி என் தங்கச்சி கழுத்தில் தாலி கட்ட வைத்து விடுவேன். மிச்சம் இருக்கும் ஆட்களில் நானும் ராமும் ஒரு ஜோடி மற்றும் ஸ்ரீ-கிருஷ்ணாவும் ராதாஸ்ரீயும் ஒரு ஜோடி. சீதா அக்காவிக்கு ஏற்ற ஒரு ஸ்ரீராம் இல்லாமல் போகப் போறாரா? எனக்குச் சந்தேகம் என்னவென்றால் அவர் ஏற்கனவே அவங்களில் வாழ்க்கையில் வந்து விட்டாரா? இல்லயா?

ஐயோ.. அவங்களை நேரில் பார்த்த கதை சொல்லல பாருங்க. சொல்றேன்! சொல்றேன்!

இன்னிக்குக் காலையில் எழுந்த போது அபியின் ரூம்ல இருந்தேன். நேற்று இரவு ராமோட பிர்த்டை பார்டிக்கு வந்தேன், அப்படியே இங்கே நைட் ஸ்ரே பண்ணிட்டேன், நானும் ஸ்ரீயும் அபியின் ரூம்ல தங்கிட்டோம், அபி ஹால்ல தூங்கிட்டான்.

ச்சே! நான் பண்ண பிளான் எல்லாம் மண்ணா போச்சு! அபிக்குத் தெரியாமல் நைட் ஃபுல்லா என் ராம் கூடவே பேசிக்கிட்டு இருக்கலாம் நினைத்தேன். அதற்குத் தடையா அபி முன் அறையில் இருந்திட்டான். போதாத குறைக்கு நல்லா இருந்த என் மூளையை எங்களோட வயசு, மாசம் வித்தியாசத்தைச் சொல்லி குழப்பி வேற விட்டான்.

பக்கத்து பக்கத்து அறையில் இருந்தும் கூட இந்த அபி முண்டம் பண்ண சதியால் எல்லாம் போச்சு! இங்க பர்த்டே டெக்கரேஷன் பண்ண களைப்பில் ஸ்ரீகிருஷ்ணா ராதாஸ்ரீ இருவருக்குமே பேச கூட நேரம் இல்லாமல் தூங்கிட்டாங்க.

காலையில் ஐந்து மணிக்கே அபியின் அப்பா விமல் அவனுக்கு ஃபோன் செய்து, அவனின் அம்மா திரும்பி மாத்திரை சரியாக எடுத்து கொள்ளாத காரணத்தால் புலம்பல் ஆரம்பித்து அவனை நேரில் பார்க்க வேண்டும் ஒரே பிடிவாதம் பிடிப்பதாகச் சொல்ல, அதில் சரியான தூக்கம் கூட இல்லாமல் அவன் வீட்டுக்கு கிளம்பி போய்ட்டான்.

இதைக் கூட எனக்கு முன்னாடி எழுந்த ராதாஸ்ரீ தான் சொன்னாள். ராதாஸ்ரீ கூட அபி மாதிரி தான், காலையில் எழுந்த முதல் வேலையா யோகா தியானம் எல்லாம் செய்வாள்.

அபி ஒரு தடவை சொல்லி இருக்கான், சின்ன வயசில் ஓவர் பிடிவாதம் கோபத்தோடு அவன் இருக்கும் போது எல்லாம் சீதாஸ்ரீ அக்கா கண்டித்துச் சில யோகா ஆசனங்கள் சொல்லி தந்ததாக. இவனுக்குச் சொல்லி தந்தவங்க கூடப் பிறந்த தங்கச்சிக்கு சொல்லி தராமல் இருப்பாங்களா?

இப்படிப்பட்ட அக்கா தங்கச்சி இருக்கும் போது அதுவும் ஒரே உருவத்தில் இருக்கும் போது அபி ஏன் சீதாஸ்ரீ அக்காவை பற்றி மட்டும் சொன்னான்? ராதாஸ்ரீ கிட்ட இதுவரை நான் பேசியவரை நல்ல பொண்ணு தான். சீதாஸ்ரீ அக்கா ரொம்பக் கோபக்காரி, பொய் யாராவது சொன்னால் எவ்வளவு நெருங்கியவர்கள் என்றாலும் மன்னிக்கவே மாட்டாங்களாம். எங்க காலேஜிலயே கெத்து அபி தான்! அவனையே பல தடவை கை நீட்டி அடித்து இருக்காங்க. அப்படிப்பட்ட அவங்களை நேரில் பார்த்து பேச போறேன். நம்ம கன்னம் நல்லா இருக்குமா..? அவங்களின் செல்ல தம்பியை பற்றிக் குறை சொல்லி பேச போறேன் அதைக் கேட்டுக் கோபத்தில் அடிச்சுட்டாங்க என்றால்..?

எங்க தளபதி ஆக்டர் விஜய், அவர் தன்னை விட ஒரு வருசம் பதினோரு மாசம் பெரிய பொண்ணான சங்கீதாவை தான் கல்யாணம் பண்ணார்.

அப்புறம் அபிஷேக் பச்சன், நம்ம உலக அழகி ஐஸ்வர்யா ராய், ரெண்டு பேருக்கும் ரெண்டு வருசம் பத்து மாசம் வித்தியாசம்.

நம்ம சச்சின் டெண்டுல்கர் மற்றும் அவரின் மனைவி அஞ்சலி டெண்டுல்கர். அங்கே கூட வயசு வித்தியாசம் இருக்கு. ஐந்து வருடம் ஐந்து மாதம்.

இப்படிப் பல பிரபலங்கள் இருக்காங்க. அவர்களின் வயசு வித்தியாசத்தைக் கொண்டு பிரச்சினை வந்தது இல்ல.

எனக்கும் ராமுக்கும் வெறும் ஆறு மாசம் தானே வித்தியாசம்? இட்ஸ் ஓகே! இனி ராமின் செல்ல பெயர் கூட "சின்னப் பையா" தான்.

பரவால்ல இந்தக் காதல் கூட நல்ல தான்யா இருக்கு! சரி! சரி! முதல்ல ராதாஸ்ரீ கிட்ட சீதா அக்காவின் ஃபோன் நம்பர் அப்பறம் அவங்களை எப்போ நேரில் பார்த்துப் பேசினால் நல்லா இருக்கும் என்பதை எல்லாம் கேட்போம்.

"ராதாஸ்ரீ.. ஸ்ரீ செல்லம்.. உங்க அக்காவின் நம்பர் வேண்டுமே.."

"தரலாமே.. காரணம்?"

"உன் அண்ணன் அபியை நாலு போடு மண்டையில் போட சொல்லணும். அப்புறம் பார் பையன் நம்ம வழிக்கு வந்து தானாகவே நம்ம காதலுக்கு உதவி செய்வான்."

"நடக்காத காரியம். உன் ஆசையை விடு ஐஸு."

"நடக்குமா? நடக்காதா? என்பதை நானும் உங்க அக்காவும் பேசிப்போம். நீ இதில் தலையிடாதே! பெரியவங்க எங்களுக்குத் தெரியும்! நீ சின்னப் பொண்ணு நீ சும்மா இரு!"

"சின்னப்பொண்ணு..? நானு..? சரி, இதோ அவளின் நம்பர் நோட் பண்ணிக்கோ. இப்போ அவள் கிட்ட பேசாதே வேலையா இருப்பா."

"ஓ! அவங்க டாக்டர்ல அதான் ஹாஸ்பிடல் ல வேலையா இருப்பாங்க போல."

"அப்பா அம்மா இறந்த பிறகு பிசினஸ் எல்லாம் இப்போ சீதா தான் பார்த்துக்கிட்டு இருக்கா. மூன்று பேர் செய்யும் வேலை இப்போ அவள் தலையில். குடும்பத் தொழில் விட முடியல, அதை நம்பி பல குடும்பங்கள் இருக்கு. அவர்களுக்காக எம்பிபிஎஸ் படித்தும் டாக்டரா சேவை செய்யாமல் ஒரு கம்பெனிக்கு முதலாளியாகச் சேவை செய்றா."

"கவலை விடு! அதான் அக்காவுக்குத் துணையா இங்கேயே மூன்று தம்பி இருக்காங்களே! அபிராம், சிவராம் அப்பறம் உன் ஆள் ஸ்ரீகிரு.."

அப்போ என் வாயை முடியவாள், "என் கிருஷ்ணாவை மட்டும் தம்பி லிஸ்ட் ல சேர்காதே! " என்று சொன்னவள் கண்ணில் அப்படி ஒரு கொலைவெறி! ஒரு பூவுக்குள் ஒரு சந்திரமுகி! ஹ்ம்ம்.. புரியுது.. புரியுது.. அக்காவுக்கு அவன் தம்பி என்றால் இவளுக்கு அண்ணன் முறை வரும் எனப் பயம் போல?

சரி! சரி! அவள் கொள்கை.. அவள் இஷ்டம்.. ரத்த சொந்ததைத் தாண்டி அன்பில் பல சொந்தங்கள் அமைப்போம். அதுதான் நம்ம கொள்கையும்.

அங்கிருந்து கிளம்புவதற்கு முன்னாடி ராமோட ரூம்க்கு போனேன். என் நேரம் துண்டை கட்டி கொண்டு குளித்து முடித்து வெளியே வந்தவன், என்னைப் பார்த்தவுடன் ஷாக் அடித்து நின்றவன், "ஐச்சு.. என்ன சொல்லாமல் கொள்ளாமல் உள்ளே வந்திருக்க? இது ரொம்பவே தப்பு மா!"

"சின்னப் பையா, இந்தப் போஸ் ல பார்க்க செம்மையா இருக்கே டா! என் கண்ணே பட்டுடும் போல. இப்படியே பார்க்க பார்க்க என்ன என்னமோ பண்ணுது டா..!"

"பிளீஸ்.. சொன்னால் கேளு டி.. என் மூடு வேற மாற்றாமல் போய்டு! அப்புறம் இங்க என்ன நடந்தாலும் அதற்கு நான் பொறுப்பு இல்ல.. சொல்லிட்டேன்.."

"பர்த்டே பேபி என் பயப்புடுது..?"

"என் பயம் சொன்னாலும் உனக்குப் புரியாது.. ப்ளீஸ்.. போ.."

"இல்ல! இல்ல! அன்னிக்கு மாதிரி உன்னை ஜட்டியோடு பார்க்கணும். அந்த ரெக்கார்டு பண்ண வீடியோ ல பார்த்து பார்த்து போர் அடிச்சு போச்சு! இப்போ நேரில் பார்க்கணும்!"

அவன் துண்டை உருவ பக்கத்தில் போனால், அந்தத் துண்டை இறுக்கி பிடித்தவன்,

"அடியே..! இப்போ மட்டும் இதை உருவினே பைத்தியக்கார ஹாஸ்டலுக்குத் தாண்டி போவ! நீ நினைக்கிற மாதிரி உள்ளே ஒன்னும் போடல டி! பர்த்டே பாய் இப்போ அதே பர்த்டே போஸ் ல தான் இருக்கேன். ஒரு துண்டு என் மானத்தைக் காப்பாற்றிக் கொண்டிருக்கு!"

அப்பறம் வெட்கத்தில் வெளியில் ஓடி வந்து விட்டேன். இல்லன்னா, என்ன ஆகி இருக்கும்?

ச்சே! ச்சே! நான் ஒரு லூசு.. அவன் அப்பவே போகச் சொன்னான், நான் தான் வெட்கமே இல்லாமல் அங்கேயே இருந்தேன்.

நல்லவேளை ராம் டிரஸ் மாற்றி வெளியே வருவதற்குள் ராதாஸ்ரீயே அவளோட காரில் கொண்டு போய் எங்க வீட்டில் விட்டாள். அவன் கண்ணில் பட்டிருந்தால் ஷேம் ஷேம் பப்பி ஷேம் (Shame Shame Puppy Shame) ஆகி இருக்கும்.

இன்னும் ராதாஸ்ரீ பாப்பாவுக்குக் கோபம் போகல போல? தெரிய தனமாக ஸ்ரீகிருஷ்ணாவே அவள் அக்காவுக்குத் தம்பி எனச் சொல்லிட்டேன். இல்ல.. இல்ல.. சொல்ல வந்தேன். அதற்குள் வாயை முடிவிட்டாள்.

சரி, நம்ம கையில் இருக்கும் நம்பருக்கு ஃபோன் பண்ணுவோம். நமக்கு நம்ம கடமை முக்கியம்.

ராதாஸ்ரீ கிளம்பி போன ஒரு மணி நேரம் கழித்துச் சீதா அக்காவின் நம்பருக்கு ஃபோன் பண்ணேன், அவங்க எடுத்தவுடன், "சொல்லு ஐஷ்வர்யா, நான் என்ன உதவி பண்ணனும்?"

யப்பபடி.. ராதாஸ்ரீயோட குரல்! ஆனா, கம்பீரமாக. இப்போ நான் ஃபோனில் பேசுவது யார் சீதாஸ்ரீ அக்காவா? இல்ல, அவங்க தங்கச்சி ராதாஸ்ரீயா?

"ஹலோ, நீங்க சீதா அக்கா தானே?"

"ஜஸ்ட் கால் மீ சீதா! யெஸ், நான் சீதா தான் பேசுறேன்."

"நான் ஃபோன் பண்ணுவேன் என உங்க தங்கச்சி சொல்லிட்டா போல? சொல்லி இருப்பா! சொல்லி இருப்பா! நான் உங்களை நேரில் மீட் பண்ணனும். எப்போ உங்களுக்கு நேரம் இருக்கும் சொன்னால்..?"

"இன்னிக்கு மதியம் ரெண்டு மணிக்கு திநகர்ல இருக்கும் ராயல் இந்தியானா (Royal Indianaa) ரெஸ்டாரன்ட் வா. டேபிள் நம்பர் 12 புக் பண்ணி இருக்கேன்."

"ஓகே."

"வேற ஏதாவது சொல்லணுமா?"

"இல்ல."

"குட்! அப்போ சரி, எனக்கு வேலை இருக்கு. போனை வைக்கிறேன்."

என்று என் பதிலை கூடக் கேட்காமல் போனை வைத்து விட்டார். ம்ம்.. பல கோடி பெறுமானம் உள்ள பிசினஸ் பார்த்துக்கிட்டு இருக்காங்க, இருக்கிற வேலை எல்லாம் விட்டு மதியம் 2 மணிக்கு எனக்காக நேரம் எல்லாம் ஒதுக்கி மீட் பண்ண வர்றாங்க, அதைப் பற்றி யோசிக்காமல் சாதாரண ஃபோன் கட் பண்ணதை போய் யோசிக்கிறேன்.

ஆமா, இவங்க எப்போ டேபிள் எல்லாம் புக் பண்ணாங்க. காலையில் தானே ராதாஸ்ரீ கிட்டயே பேசினேன். அவ சொன்ன ஒரே காரணத்துக்காக இவ்வளவு வேகமாவா இருப்பாங்க..? ஹ்ம்ம்.. ஏதோ ஒன்னு அதைப் பற்றி நாம ஏன் யோசிக்கணும்?

சரியாக இரண்டு மணிக்கு ராயல் இந்தியானா (Royal Indianaa) ரெஸ்டாரன்ட்டிற்குச் சீதா அக்கா வந்தாங்க. அப்போ தான் எனக்குத் தெரிந்தது இன்னிக்கு ஒரு நாள் முழுக்க இந்த டேபிளை அவங்க புக் பண்ணி இருப்பது. "என்ன காரணம்?" எனச் சீதா அக்காவே சொன்னால் தான் தெரியும்.

எனக்கு முன்னாடி இருந்த சீதா அக்கா, சிவப்பு புடவை கட்டி, தலையில் போலீஸ் பெண்களைப் போல ஒரு கொண்டை போட்டுக் கொண்டு, காதில் மயில் வண்ண தோடு, கண்ணில் என்னை எடை போட்டுக் கொண்டு, செம்ம டெரர்

லூக் தந்தாங்க. அவங்களைப் பார்த்து என் கை கால் எல்லாம் நடுக்கம், காரணம் அப்படி ஓர் ஊசி பார்வையில் என்னை அவங்க பார்த்தது.

ராதாஸ்ரீ மாதிரி முகம்.. இல்ல! இல்ல! அவ இவங்களை விடச் சின்னப் பொண்ணு.. இவங்களைப் போலத் தான் ராதாஸ்ரீ.

ராதாஸ்ரீக்கு எப்போதும் சிரித்த முகம், குறும்பு கண். ராம் சொல்லி இருக்கான் அவ எப்போதும் மாடர்ன் டிரஸில் தான் இருப்பாளாம். ஒரு தடவை ராமே அவளைப் பார்த்து,

"ராதா, ஒரு தடவை புடவை கட்டிக்கிட்டு வந்தால் என்ன?" எனக் கேட்க, அவளோ ஒரே அடியா, "சிவராம் ப்ரோ, புடவை எல்லாம் ஓல்டு பேஷன்! நமக்கு மாடர்ன் டிரஸ் தான் பிடிக்கும்."

எனச் சொன்னவள் எங்கே..? இப்போ என் கண் முன்னால் கை எடுத்து கும்பிடும் அளவுக்கு இருக்கும் சீதா அக்கா எங்கே? நல்லவேளை டிரெஸ்ஸிங் வித்தியாசம் இருந்தது. இல்லன்னா, அக்கா தங்கச்சி இருவருக்கும் வித்தியாசம் தெரியாமல் போய் இருக்கும்.

"ஐஷ்வர்யா, நீ என்ன பேசணுமோ உடனே பேசு. எனக்கு நேரம் இல்ல. ஐ ஹவ் சம் பிசினஸ் மீட்டிங்ஸ்! (I have some business meetings!)"

"சீதா அக்கா, நீங்களும் ராதாஸ்ரீயும் பார்க்க ஒரே மாதிரி இருக்கீங்க!"

என்னைக் கொன்று விடும் வெறியில் பார்த்தவங்க,

"இதைச் சொல்ல தான் என் டைம் வேஸ்ட் பண்ணி வர சொன்னியா? டூ யூ ரியலி நோ த வல்யு ஆஃப் டைம்? டூ யூ ஹவ் எனி சென்ஸ்? யூ ஆர் மேட் ஆர் வாட்? (Do you really know the value of time? Do you have any sense? You are mad or what?)"

என அபிக்கு அக்கா என்பது சரி என்பது போல அப்படி ஒரு கோப குரல்! இவருக்கு வர போற புருஷன் ரொம்பவே பாவம்! யார் பெற்ற பிள்ளையோ? யப்பா ராசா! எதுக்கும் கையில் எப்போதும் ஒரு பஞ்சை வச்சுக்கோ பா! எங்க அக்கா பேசுற இங்கிலீஷ் எனக்கே சுத்தமா புரியல!

"அக்கா.. அக்கா.. சாரி கா.. நோ, கோபம். பிளீஸ்.. மீ பாவம்!"

உடனே சாந்தம் ஆகியவங்க,

"நான் ஏற்கனவே ஃபோன் ல சொன்னேன், டோண்ட் கால் மீ அக்கா, ஜஸ்ட் கால் மீ சீதா! (Don't call me akka, just call me Seetha!) வார்த்தையில் இருக்கும் மரியாதை விடச் செயலில் இருக்கும் மரியாதை தான் எனக்குப் பிடிக்கும்."

"சரி.. சரி.. அக்.. சீதா அப்படினே கூப்பிடுறேன்."

"ஹ்ம்ம்.."

"நீங்க கொஞ்சம் உங்க தம்பியை அடக்கி வைக்கணும்... ரொம்பவே கொடுமை பண்றான்! அப்படி என்ன காதலில் வெறுப்பு? அவனைப் போல யாருமே காதலிக்கக் கூடாது சொல்றான். இதில் ஏதாவது லாஜிக் இருக்கா, சொல்லுங்க? சரியான காதல் சைக்கோ!"

"அவ்வளவு தான் அவனைத் திட்ட முடிந்ததா? இன்னும்.. இன்னும்.. திட்ட-லமே.. இங்க பார் ஐஷ்வர்யா, உனக்கு அவனை நாலைந்து வருஷமா தெரியுமா? எனக்கு அப்போ மூன்று வயது, கை குழந்தையா இருக்கும் அவனை என் மடியில் உட்கார வைத்து பால் புட்டி வைத்து பால் குடுத்திருக்கேன். அவன் அவனோட அப்பா அம்மா மடியில் இருந்தது விட என் மடியில் தான் அதிகம் இருந்திருக்-கான். கிட்டதட்ட எனக்கு அவன் ஒரு பிள்ளை மாதிரி! அந்தக் காரணத்தால் என்னவோ என் பல குணங்கள் என்னை விட அவனுக்கு ஒட்டி விட்டது."

இவ்வளவு நேரம் கம்பீரமாக இருந்த சீதா அக்கா திடீரென அபியை குறை சொன்ன பிறகு துடிச்சு போய்ட்டாங்க! பெற்ற பாசத்தை விட வளர்த்த பாசம் பெருசு சொல்வாங்களே, அது மாதிரி தான் போல. என்னதான் அபி இவங்களை அக்கா எனச் சொல்லிக்கிட்டு இருந்தாலும் இவங்க அவனைத் தன் குழந்தையா-கத் தான் பார்க்கிறாங்க போல.

"சீதா, உங்களுக்கு ராதாஸ்ரீயே விட அபியை தானே ரொம்பப் பிடிக்கும்?"

"என் உயிரை விட அவனை ரொம்ப.. ரொம்ப.. பிடிக்கும்! அவனைப் பற்றி உனக்குத் தெரியாத எத்தனையோ ரகசியங்கள் எனக்குத் தெரியும். ஹ்ம்ம்.. உன் தங்கச்சி மோகினி பற்றிக் கூடச் சொல்லி இருக்கான், அவளின் பட்டப்பெயர் கூடப் பிசாசு எனச் சொன்னான்."

"இதோ பாருடா! இன்னும் மோகினி அவன் மனசில் ஒரு மூலையில் இருக்கா போல."

"ரொம்பக் கனவு காணாத! உன் தங்கச்சி அவளின் காதலை சொன்ன அன்று தான் அவளைப் பற்றி அவன் கடைசியா என்கிட்ட சொன்னது. மற்றபடி எந்த ஃபீலிங்க்கும் அவனுக்கு மோகினி மேல இல்ல."

"அப்போ அவன் பண்ண சத்தியம்? என் தங்கச்சி தான் அவன் பொண்-டாட்டி... அப்படி இப்படிச் சொன்னது எல்லாம் பொய்யா?"

"ஹலோ.. ஹலோ.. அவன் பண்ண சத்தியம் என்ன? 'ஒருவேளை கல்யாணம் பண்ணிக்க ஆசை வந்தால் அந்தச் சமயத்தில் மோகினி வேற யாரையும் கல்-யாணம் பண்ணிக்காமல், அவள் மனசில் வேற யாரும் இல்லாத பட்சத்தில் அவளுக்கு என்னைக் கல்யாணம் பண்ணிக்க விருப்பம் அப்பவும் இருந்தால் சரி.' எனச் சொன்னான். அதையே உனக்கு ஏற்ற மாதிரி கற்பனை பண்ணிட்டே போல."

"நீங்க பேசுவதைப் பார்த்தால் உங்களுக்கும் காதல் பிடிக்காது போல..?"

"இல்லயே.. அப்படி இல்லயே.. நானும் உன்னை மாதிரி ஒருத்தரை காத-லிக்கிறேன். அவர் தான் என் வாழ்க்கை என்கிற அளவுக்குக் காதலிக்கிறேன். என்னோட அப்பா அம்மாவின் இறப்பு நேரத்தில் கூட என் கண் சாய்ந்து அழ அவரின் தோளை தான் தேடியது."

"அட பாருடா! உங்க பெயருக்கு ஏற்ற ஸ்ரீராமன் எங்கே..? சரி.. சரி.. அவரை விடுங்க.. உங்க காதல் பற்றி அபிக்கு தெரியுமா? தெரிந்து என்ன சொன்னான்?"

"யெஸ்! அவனுக்குத் தெரியும். உண்மையைச் சொன்னால் என் காதல் சேர்-வதற்கு உதவி செய்வதில் அவனும் ஒருவன். ஆனாலும் அவனுக்குப் பிடிக்கல. தினம் தினம் இதனால் எங்க இருவருக்கும் சண்டை தான்."

"ஐயோ.. ஐயோ.. இதெல்லாம் அநியாயம்! உங்களுக்கு மட்டும் உதவி பண்-றான்.. எனக்கு ஏன் பண்ணல? உங்க தங்கச்சிக்கு ஏன் பண்ணல?"

"வேண்டிய அளவுக்கு ஏற்கனவே அவன் உதவி பண்ணிட்டான். உனக்குத் தான் அது தெரியல. போகப் போகத் தெரிஞ்சுக்கத் தான் போற."

அவனா? அப்படி என்ன உதவி பண்ணான்? நேற்று எங்களைப் பிரிக்கவே அந்த வயசு வித்தியாசத்தைச் சொன்னானே.. இதானா உங்க ஊரில் உதவியா? தெரியாமல் தான் கேட்கிறேன், படத்தில் அவனவன் நண்பர்கள் காதலுக்கு என்ன மாதிரி உதவி எல்லாம் பண்ணுவாங்க. பத்து பதினைந்து பேரை அடி அடியென அடித்துக் காதலை சேர்த்து வைப்பாங்க. இவன் அதையா பண்றான்?

சீதா அக்காவின் முன்னாடி நடிக்கிறான் போல.. அவன் நடிப்பை இவரும் நம்பி பேசுறாங்க.

"எனக்குத் தெரியல, பார்போம்.. அப்படி என்ன பண்ணி இருக்கான் பார்ப்-போம்.

அப்போ அவருக்கு ஒரு மெசேஜ் வர, அதைத் தன் ஃபோனில் பார்த்தவங்க கண்ணில் ஒரு மின்னல்! ஒரு வெட்க புன்னகை! அதுவரை கண்ணில் இருந்த கர்வம் மறைந்து தன் காதலனை பார்க்க போகும் ஒரு காதலியின் துள்ளல் இருந்-தது. அதென்ன மெசேஜ் என நான் எட்டி பார்த்தேனா.. தன் உதட்டை கூடக் கடித்துக் கொண்டு அவங்களும் பார்த்துக்கிட்டே இருந்தாங்க.

*"பாலைவன*
*மணலாய் இருந்த*
*என்னை*
*மழை கொண்டு*
*பூக்க வைத்தாய் நீ...*
*மறந்துப்போன*
*மகிழ்ச்சியை*
*மறுபடியும்*

மலர
வைத்தாய் நீ...
பிரிந்துப்போன
காதலை
தந்து உயிர்
பிழைக்க
வைத்தாய் நீ...
யார்
பாதையையும்
தொடராத என் விழிகளை
உன் காலடி பாதையை
தொடர
வைத்தாய் நீ...
எனக்கு
பிடித்ததையெல்லாம்
நீ ரசிப்பதால்
உனக்கு
பிடிக்காததையெல்லாம்
நான் தவிர்க்கிறேன்..
உன்னருகில்
உன் நினைவில
மட்டுமே
என் மகிழ்ச்சியெல்லாம்...
பயணிப்போம்
ஒரு பயணம்
கரம்பற்றி
களைப்பாகும்
வரை
காதல் தேசத்தில்...
காதலனாய்
அல்ல
உன் கை பற்றும்
கணவனாய்..!" - உன் இதயத் திருடன்

யம்மாடியோவ்! இதயத் திருடனாம்.. நம்ம சீதா அக்காவின் இதயத்தைக் கொள்ளை கொண்ட அந்தத் திருடன் யாரோ? பெயரை கூட "என் இதயத் திரு-

டன்" என்றுதான் போட்டு இருந்தாங்க.

இங்க பாருடா! இன்னும் ஃபோனையே பார்த்துக்கிட்டு இருக்காங்க. கொஞ்சம் விட்டால் பாரின் செட் எல்லாம் போட்டு டியட் கேப்பாங்க போல.

"சீதா, என்ன உங்க ஸ்ரீராமன் கவிதை எல்லாம் எழுதி இருக்கார். அவருக்குச் செல்ல பெயர் இதயத் திருடனா?"

கொஞ்ச நேரத்துக்குப் பிறகு தன் கனவு உலகில் இருந்து வந்த சீதா அக்கா,

"என்ன கேட்ட?" என்று கேட்டாங்க.

"போச்சு.. உங்க காதலனின் செல்ல பெயர் இதயத் திருடனா?"

"ஹ்ம்ம்.. நான் தனிமையில் அப்போ அப்போ அழைக்கும் பெயர்களில் இது-வும் ஒன்று."

"ஹ்ம்ம்.. உண்மையான பெயர் தான் என்ன?"

அதற்குப் பதில் சொல்லாமல் அவங்க சிரிக்க மட்டும் செஞ்சாங்க.

"ஏன் சொல்ல மாட்டிங்களா?"

"எனக்கு நேரம் ஆச்சு, நான் கிளம்புறேன். அப்பறம் நேரம் இருந்தால் கால் பண்றேன்."

கடைசிவரை அவங்களின் காதலன் பெயர் மட்டும் சொல்ல மாட்டேன் சொல்-லிட்டாங்க. ஆனா, அவங்க கிளம்பும் போது கடைசியாகச் சொன்னது,

"ஐஷ்வர்யா, அப்பறம்... ஸ்ரீகிருஷ்ணா இப்பவும் சரி! எப்பவும் சரி! எத்தனை ஜென்மம் எடுத்தாலும் சரி! அவனுக்கும் எனக்கும் இருக்கும் உறவே வேற." என்று சொல்லி கண்ணடித்து விட்டுச் சென்றார்கள்.

என்னடா இது? இங்க என்ன நடக்குது? ஒருவேளை அந்த ராதாஸ்ரீ நான் சொன்னதை எல்லாத்தையும் அவங்க அக்கா கிட்ட சொல்லிட்டாளோ? சரியான ஓட்ட வாய்!

'சரி, திநகர் வந்துவிட்டோம். ரங்கநாதன் தெரு போய்ச் சில டிரஸ் எடுப்போம். மோகினி ரொம்ப நாளாக ஒரு டிசைன் காண்பித்து அதே டிசைன்ல சுடி கேட்டு இருந்தா. அதைப் போய் வாங்குவோம்.' என்று நினைத்து டிரஸ் வாங்க போனேன்.

யப்பாடா! கடைசியில் ரெண்டு மணி நேரம் அழைத்துத் திரிந்து அந்தச் சனி-யன் கேட்ட சுடி வாங்கினேன். இனி வீட்டுக்குப் போலாம் நினைப்பில் வந்த வழி-யில் வந்தா,

என்னது, நான் போன ரெஸ்டாரன்ட் ல ஸ்ரீகிருஷ்ணா நின்று கொண்டிருந்-தான். அவன் பக்கத்தில் கிரீன் டாப்ஸ், ப்ளூ ஜீன்ஸ் (Blue jeans) ல நம்ம ராதாஸ்ரீயா இருப்பது..? ஐயோ.. அதே மயில் டிசைன் தோடு! இதே தோடு தானே சீதா அக்காவின் காதில் இருந்தது?

ஒருவேளை ஒரே மாதிரி ரெண்டு டிசைன் வாங்கி அக்கா தங்கச்சி பிரித்து இருப்பாங்களோ? இருக்கும்! இருக்கும்! ஒருவேளை அந்த டேபிள்ல நாள் முழுக்-

கப் புக் பண்ணது ராதாஸ்ரீகாகத்தான் போல.

நல்ல அக்கா தான் அவங்க! தன்னோட தங்கச்சியின் காதலுக்கு என்னவெல்லாம் பண்றாங்க! நாம மட்டும் சும்மாவா? நம்ம மோகினிக்கு நம்மால் முடிந்த உதவி செய்து கொண்டு தானே இருக்கேன்? இருந்தாலும் அபி மனதில் மோகினி எந்த இடத்தில் இருக்குறா என்று தான் தெரியல.

இப்படிக்கு

ராமின் ஐச்சு

**_நினைவு புத்தகம் இன்னும் திருப்பப்படும்._**

# 13

# ஐஷ்வர்யா சஞ்சனாவின் அம்மாவான நிகழ்வு

ஹாய் செல்லம்ஸ்!

கடைசி ரெண்டு நாளா அபிக்கு ஃபோன் பண்ணா அவன் எடுக்கவே இல்ல. ராம் கிட்ட கேட்டாலும் சரியான பதில் வரல. ஒருவேளை நம்ம மேல் ரொம்பக் கோபமா இருக்கானோ? ஏன் டா காதலிப்பது அவ்வளவு பெரிய தப்பா?

அபி, என் ராம் ரொம்ப நல்லவன், உன்னோட உயிர் நண்பன் கூட. நீயே சொல்லி இருக்க, "என் இரு நண்பர்களான ஸ்ரீகிருஷ்ணா மற்றும் சிவராம், ரெண்டு பேருமே சொக்கத் தங்கங்கள்!" என. அப்படி இருக்க ஏன்டா இப்படிப் பண்ற?

உன்னைப் பற்றிக் குறை சொன்னால் அந்த ராம் தடியனுக்கு வேற கோபம் வருது. எல்லாம் என் தலையெழுத்து!

அபி... அபி... அபி...

கண்டிப்பா உன் சாவு என் கையில் தான் டா! எனக்குத் தெரியும்.. நீ தான்.. நீ தான் எங்க அப்பா கிட்ட என்னோட காதல் விஷயத்தைச் சொல்லி இருப்ப! ராமும் நானும் காதலிப்பது தெரிந்த ஆட்களே குறைவு தான்.

நான், ராம், நீ (அபி), ஸ்ரீகிருஷ்ணா, ராதாஸ்ரீ, சீதா அக்கா. இந்த ஆறு பேருக்கு மட்டும் தெரிந்த விஷயம் எங்க அப்பாவுக்கு எப்படித் தெரிந்தது? சொல்-லுடா! சொல்லுடா!

இதுவரை விளையாட்டுக்கு கூட அடிக்காத எங்க அப்பாவை பெல்ட் எடுத்து என்னை அடிக்க வச்சுட்ட ல! உன்னை நல்ல நண்பனாகத் தானே பார்த்தேன்? நீ போய் எப்படி எனக்கு இப்படி ஒரு துரோகம் பண்ணலாம்? சொல்லுடா! சொல்லுடா!

உனக்குக் காதல் பிடிக்கலன்னா, போய் ரோட் ல அடிப்பட்டுச் சாவு! அதை விட்டு போறவன் வர்றவன் காதலில் எல்லாம் ஏன் கும்மி அடிக்கிற?

உன் மேல் வைத்த அன்புக்காக நட்புக்காக என் தங்கச்சிக்கும் உனக்கும் மாமி வேலை செய்யும் அளவுக்கு இறங்கினேன் பார்... என் புத்தியை செருப்பால அடிக்கணும்! அடிக்கணும்!

ராம்.. ராம்.. முடியல டா! அப்பா அடிச்ச அடியில் உடம்பெல்லாம் வலிக்குது டா!

இந்த நேரத்தில் போய் மோகினி ஏதோ காலேஜ் டூர் சொல்லி பத்து நாள் ஊர் சுற்ற போய் இருக்கா.. அம்மா கூட முகம் கொடுத்து பேசல.. ரூம் ல அடைச்சு வச்சிருக்காங்க!

அவசர அவசரமா மாப்பிள்ளை பார்க்குறாங்க.. பயமா இருக்குடா.. என்னால் கடைசி வரை உன் கூடச் சேர முடியாமல் போய்டுமோ பயமா இருக்குடா.. ஐ லவ் யூ டா! லவ் யூ! ப்ளீஸ்.. இங்கிருந்து என்னைக் கூட்டிக்கிட்டு போய்டு!

கண்ணில் இருந்து கண்ணீர் வந்துகிட்டே இருக்குடா! பசிக்கு சாப்பாடு கூடத் தரல டா.. ரொம்பப் பசிக்குது டா.. நீ அடிக்கடி சொல்வே ல, "என்ன ஆனாலும் சரியான நேரத்தில் சாப்பாட்டை மட்டும் விடக் கூடாது!" என, ரெண்டு நாள் ஆச்சு டா.. பச்ச தண்ணீர் கூடத் தரல!

"கல்யாணத்துக்குச் சம்மதம் சொன்னால் தான் சோறு!" என்று சொல்லிட்டாங்க. பரவால்ல ஒருவேளை சோற்றுக்காக என் காதலை விட மாட்டேன்! இன்னும் எத்தனை நாள் ஆனாலும் இப்படியே இருக்கப் போறேன்! பெற்ற பொண்ணுக்காக அவங்க இறங்கி வந்து தான் ஆகணும்! இத்தனை வருஷமா அவங்க சொன்னதைக் கேட்டு தானே வாழ்ந்தேன், அப்பறமென்ன?

முடியாது! முடியாது! கல்யாணம் என் இஷ்டம்! வாழ போறது நான்.. சின்னக் கேப் கிடைத்தாலும் ஓடி வந்துடுவேன்! எங்கயாவது போய்க் கல்யாணம் பண்ணிக்கிட்டுச் சந்தோசமாக இருப்போம்!

நமக்கு யாரும் வேணாம் உனக்கு நான்! எனக்கு நீ! அவ்வளவு தான் வேற யாருமே வேணாம்!

அபி வேணாம்! அவன் காதல் சைக்கோ! பொறாமை பிடித்தவன்! கல் நெஞ்சக்காரன்! எல்லாம் வேஷம்! அவனோட நட்பு, அன்பு எல்லாம் வேஷம்!

நல்லவேளை அவன் பண்ண நல்ல காரியம் என் தங்கையை வேணாம் சொன்னது. அவன் சொன்னது போல என் தங்கச்சி போகப் போக அவனை

மறந்து விடனும். அதான் எனக்கு வேணும். அவனால் என் தங்கச்சியின் வாழ்க்கை பாழாய்ப்போக விட மாட்டேன்!

நான் ராமை காதலிப்பது உண்மை என்றால் அவனுக்கு அவன் கேட்கும் அன்பு ஜென்மத்துக்கும் கிடைக்கவே கூடாது! அவன் திரியணும்! பைத்தியம் போலத் திரியணும்!

ஏண்டா இந்த ஐஷ்வர்யாவின் காதலை கெடுக்கப் பார்த்தோம் சொல்லி தினம் தினம் கதறி அழனும்!

நேற்று இரவே எங்க அப்பாவும் அம்மாவும் இரவோடு இரவா எங்க பெரியப்பாவின் வீட்டுக்கு அழைத்து வந்து விட்டனர். இன்னும் இருபது நாளில் எனக்கும் ஏதோ ஓர் அமெரிக்கா மாப்பிள்ளைக்கும் கல்யாணமாம்! இதில் வேடிக்கை என்னவென்றால் அவன் பேர் கூடச் சிவராம் தான்.

சிவராம் எனப் பெயர் வைத்தவன் எல்லாம் என் ராமா ஆக முடியுமா?

எப்படியோ யாருக்கும் தெரியாமல் பெரியப்பாவின் ஃபோன் மூலம் ராமுக்கு ஃபோன் பண்ணேன்.

ரெண்டு மூணு முயற்சிக்கு பிறகு ராம் ஃபோன் எடுத்தான்.

"ஹலோ.. ஹலோ.. ராம், நான் உன் ஐச்சு பேசுறேன் டா.. நம்ம விஷயம் எங்க அப்பாவுக்குத் தெரிஞ்சு போச்சு.. என். என்னைக் கட்டாயப்படுத்தி எங்க பெரியப்பாவின் வீட்டில் அடைத்து வச்சுசிருக்காங்க.. ப்ளீஸ்.. வந்து என்னைக் கூட்டிக்கிட்டுப் போடா.."

"ஐச்சு.. ஐச்சு.. அழாதடி.. கொஞ்சம் பொறுமையா சொல்லு என்னடி ஆச்சு? ஒரு வாரமா உன்னைக் கண்டாக்ட் பண்ண பார்த்தேன்.. எப்படி நம்ம விஷயம் தெரிந்தது..?"

"எல்லாம்.. எல்லாம்.. அந்த அபி பண்ண வேலையா தான் இருக்கும். நம்மளை பிரிக்கவே எங்க அப்பா கிட்ட வந்து சொல்லி இருப்பான். முதல்ல அவனை விடு வாடா! அவன் கூட நீ இருக்குற ஒவ்வொரு நிமிடமும் நம்ம ரெண்டு பேரின் உயிருக்கு தான் ஆபத்து! கண்டிப்பா நம்மளை பிரிக்க அவன் கொலை செய்யும் அளவுக்குக் கூடப் போவான்! அந்த அளவுக்கு அவன் ஒரு சைக்கோ! சைக்கோ! காதலை பிடிக்காத காதல் சைக்கோ"

ஒரு நிமிடத்திற்குப் பயங்கர அமைதி.

"ராம்.. ராம்.. பதில் சொல்லுடா இருக்கியா.. பேசுடா.."

"ஐச்சு, நீ தேவை இல்லாமல் அவனைச் சந்தேகப்படுற. அவனைப் பத்தி என்னை விட உனக்கு நல்லா தெரியும். நிதானமாக உட்கார்ந்து யோசித்தால் உனக்கே புரியும்."

"இல்ல.. இல்ல.. எனக்குத் தெரியும்.. நாங்க ரெண்டு பேருமே ஒண்ணா.. ஒரே காலேஜ் ல படிக்கும் போதே பல பேரில் காதலை பிரித்த பெருமை அவனையே போய்ச் சேரும். அவனே சொல்லி இருக்கான், 'காதல் விடக் காதலிப்பவர்களைக் கண்டால் எனக்குப் பிடிக்காது! அப்படிப்பட்டவர்களைக் கண்டால் பிரிக்காமல் விட மாட்டேன்!' என்று சொன்னவன் நம்மளோட காதலை பிரிக்காமல் இருப்பானா, சொல்லு?"

திரும்பி சில நொடிகள் அமைதி. நானும் என்னடா யோசிக்கிறான் பார்த்தால், கொஞ்ச நேரத்தில் ஃபோன் ல பதில் சொன்னான்.

"ஐச்சு, இப்போ என்ன பண்ணனும் சொல்ற..?"

"நீ வா.. வந்து என்னைக் கூட்டிக்கிட்டு போ.. நம்ம எங்கயாவது கண் காணாத இடத்துக்குப் போய்க் கல்யாணம் பண்ணிப்போம்."

"இல்லடி, அதெல்லாம் செட்டாகாது.. நான் இன்னும் படிப்பை முடிக்கல.. வெறும் இன்ஜினியரிங் டிகிரி வச்சு கிட்டு ஒண்ணும் பண்ண முடியாது. உன்னை மாதிரி எனக்குக் கம்ப்யூட்டர் தட்ட எல்லாம் வராது. எம்பிஏ முடிச்சேன் என்றால் இன்னும் நல்ல வேலை, பெரிய சம்பளம் எல்லாம் வரும். உன் அப்பா அளவுக்கு இல்லனாலும் உன்னை ஓர் அளவுக்கு நல்லா வச்சுக்கணும் டி! நம்ம அவசரப்படாம பொறுமையா யோசிச்சு முடிவு பண்ணலாம்."

"இதுக்கு மேல் என்னடா பொறுமை வேண்டி கிடக்கு.. சொல்லு.. இன்னும் இருபது நாளில் எங்க வீட்டில் கல்யாண ஏற்பாடு செய்து இருக்கார் எங்க அப்பா... ஏதோ அமெரிக்கா மாப்பிள்ளையாம்... கை நிறையச் சம்பளம், கார், வீடு எனப் பெருசா சொல்றார்."

"ஐச்சு, ஃபீல் பண்ணாதே டி! நான் வேணும்னா உங்க அப்பா அம்மா கிட்ட போய் ஒரு தடவை பேசட்டுமா?"

"டேய்.. நம்ம உடனே கல்யாணம் பண்ணிக்கலாம் சொல்றேன், நீ என்னடா வீட்டில் போய்ப் பேசுறேன் சொல்ற! அதெல்லாம் ஒன்னும் வேணாம்.. நீ நாளைக்குக் காலையில் குன்றத்தூர் முருகன் கோவிலுக்கு வா.. அந்த முருகன் முன்னாடியே கல்யாணம் பண்ணிப்போம்."

"இல்ல, நீ என்ன சொன்னாலும் எனக்கு இது தப்புன்னு தான் தோணுது. ஒருதடவை பேசி தான் பார்ப்போமே. ஒருவேளை அவர் சம்மதம் சொல்லல என்றால் நமக்கு எது சரி எனத் தோணுதோ அதைப் பண்ணுவோம்."

"சரி, இந்த விஷயம் அந்தக் கல் நெஞ்சக்காரன் அபிக்கு தெரிய வேணாம். அப்புறம் நம்மளை பிரிக்க என்ன வேணும்னாலும் செய்வான்."

"ஐச்சு, திரும்பி சொல்றேன்.. அபி.."

"ப்ளீஸ்! அவனைப் பத்தி மட்டும் பேசாதே! அவன் மட்டும் என் முன்னால் வந்தால் கொலை பண்ற அளவுக்குக் கோபத்தில் இருக்கேன்."

"நான் சொன்னாலும் நீ கேட்க போவதில்ல.. விடு நாளைக்கே போய் உங்க அப்பா அம்மா கிட்ட பேசுறேன்."

"ஐ லவ் யூ டா.."

"ஐ லவ் யூ, ஐச்சு.."

அப்புறம் அவன் ஃபோன் வைக்க நான் எடுத்த இடத்திலேயே எங்க பெரியப்பாவின் ஃபோனை வைத்தேன். அவனின் நம்பரே மறக்காமல் அழித்து விட்டேன்.

ராமோட முயற்சி எல்லாம் வீண்! நான் அப்பவே சொன்னேன்.. அவன் எங்கே என் பேச்சை கேட்டான்? இன்னிக்கு போய் நல்லாவே அவமானம் பட்டு வந்தான்!

என் அப்பா எனக்கு ஃபோன் பண்ணி கிண்டலா வேற பேசினார்.

"என்னடி உன்னை என் பொண்ணு எனச் சொல்லவே வெட்கமா இருக்கு! போயும் போயும் உனக்குக் காதலிக்க எவனும் கிடைக்கல? அவனும் அவன் மூஞ்சியும்! உன்னை எப்படியெல்லாம் வளர்த்தேன்? ஒரு பிச்சைக்கார குடும்பத்தில் இருக்கிறவனைப் போய்க் காதலிச்சு இருக்க! நம்ம கௌரவம் என்ன? ஸ்டேட்டஸ் என்ன? உன்னைக் கட்டிக்கப் பல பணக்கார பசங்க எல்லாம் போட்டி போட்டுக் கொண்டு இருக்கும் போது.. ச்சே! உன் புத்தி ஏன் தான் இப்படிப் போச்சு தெரியல."

"அப்பா...!"

"கத்ததே! கத்ததே! உன் பிச்சைக்கார காதலனும் அவன் ஃப்ரெண்ட் என இன்னொருத்தனும் இன்னிக்கு நம்ம வீட்டுக்கு வந்தாங்க. அதுவும் பழைய ஓட்ட வண்டி எடுத்துக்கொண்டு.. நானும் மரியாதையா வீட்டை எல்லாம் சுற்றிக் காண்பித்தேன். கழிவறை கூட விட்டு வைக்கல. எல்லாம் காட்டி சொன்னேன், 'இங்க பாரு உன் தகுதிக்கு எங்க வீட்டுக்குக் கக்கூஸ் கழுவ கூட லாயக்கு இல்ல.

இதில் எப்படி என் வீடு பொண்ணை உனக்குக் கட்டி கொடுப்பேன் நினைக்கிற? போதாத குறைக்கு உன் அம்மா வேற மனநலம் சரியில்லாதவ! சொத்து எனச் சொல்ல ஒரு படுக்கையறை வீடு மட்டும்.' அப்படித் தான் கேட்டேன். உன் காதலன் கூடச் சும்மா தான் இருந்தான். ஆனா, அவன் கூட வந்தவன் தான் என் காலை பிடித்துக் கெஞ்சினான். ச்சே! என் பேன்ட் கசங்கியது தான் மிச்சம்! நம்ம வாட்ச்மேன் வைத்து அடித்துத் துரத்தி விட்டேன். பிச்சைக்கார பசங்க.. அவங்களுக்கு என் பொண்ணு கேட்குதா?"

என்னால் முடியல! அதுக்கு மேல் என் அப்பா அவனைத் திட்டுவதைக் கேட்க முடியல! அவன் என்னைக் காதலித்தது தவிர வேற என்ன தப்பு பண்ணான்?

ஏற்கனவே அவனோட ஒரு காதல் தோல்வி காரணமா தற்கொலை முடிவு வரை போய் வந்தவன். இப்போ நானும் அவனை விட்டுப் போனால் அவனால்

தாங்கவே முடியாது! இதயம் வெடித்துச் செத்தாலும் செத்துடுவான்!

இல்ல.. இல்ல.. ஏதாவது பண்ணனும்.. ஏதாவது பண்ணனும்.. இப்போவே அவனுக்குக் கால் பண்றேன். இன்னும் என் அப்பா கிட்ட பேச எங்க பெரியப்பா கொடுத்த ஃபோன் என் கையில் தான் இருக்கு. இப்பவே ராமுக்கு ஃபோன் பண்றேன்! இல்ல.. இல்ல.. வேணாம்? சீதா அக்கா கிட்ட பேசுறேன்! அதான் சரி! அதான் சரி!

நான் செய்த ஃபோன் கால் உடனே எடுத்தார், சீதா அக்கா.

"ஹலோ.. சீதா.. நான் ஐஷ்வர்யா பேசுறேன். சிவராமின் லவ்வர்.. அன்னிக்கு கூட ரெஸ்டாரன்ட்ல மீட் பண்ணி பேசினோம் ல, அதே ஐஷ்வர்யா தான்."

"சொல்லு, ஐஷ்வர்யா. எனக்கு நல்லா நினைவு இருக்கு. என்ன விஷயம்?"

"சீதா, எங்க லவ் மேட்டர் என்னோட அப்பா அம்மாவுக்குத் தெரிஞ்சு போச்சு. வீட்டில் பெரிய பிரச்சனை! இன்னும் இருபது நாட்களில் எனக்குக் கல்யாண ஏற்பாடு வேற நடக்குது. இந்த நேரத்தில் என் தங்கச்சி கூடப் பக்கத்தில் இல்லாம காலேஜ் டூர் போய் இருக்கா. அடுத்த வாரம் தான் வருவா போல.. இப்போ என்ன பண்றது கூடத் தெரியல.. பயமா இருக்கு.."

"ஹ்ம்ம்.. கேள்விப்பட்டேன். சிவராம் சொன்னான்.."

"ஆமா, இன்னிக்கு எங்க அப்பா அம்மாவிடம் பேச அவனும் அவன் ஃப்ரெண்ட் யாரோ கூடப் போனாங்க போல. எனக்குத் தெரிந்து அது ஸ்ரீகிருஷ்ணாவாகத் தான் இருக்கணும். அபிக்கு ராம் அங்க போறது தெரியாது. நான் அவன்கிட்ட சொல்ல வேணாம்னு ராம்கிட்ட சொல்லிட்டேன்."

ஸ்ரீகிருஷ்ணா காலில் விழுந்த விஷயத்தை நான் சொல்லல. என்ன இருந்தாலும் அவன் சீதா அக்காவின் தங்கையே கல்யாணம் பண்ண போறவன். இந்த விஷயம் தெரிந்தால் அவங்க மனசு கஷ்டப்படும். அதே போல ராம் கூடத் தன் நண்பன் காலில் விழுந்த விஷயத்தைச் சொல்லியிருக்க மாட்டான். அவனுக்கு அவனின் நண்பர்களில் மானம் முக்கியம்.

"ஸ்ரீகிருஷ்ணா அவன் கூடப் போனானா? இது எனக்குத் தெரியாதே..? சிவராம் போனது மட்டும் தான் தெரியும். சரி, இப்போ என்ன முடிவு பண்ணி இருக்க?"

"முடிந்தவரை என் தங்கச்சி டூர் முடிந்து வந்தவுடன் அவளிடம் என் காதல் விபரம் எல்லாம் சொல்லி எங்க வீட்டுக்குத் தெரியாமல் ராமை கல்யாணம் பண்ணிக்கப் போற வழியைப் பார்க்க போறேன்."

"குட்! நல்ல முடிவு! நான் அதுக்குத் துணையா இருப்பேன்."

"அது தெரியும், சீதா. அப்புறம் ராமுக்கு எங்கே என்னைக் கல்யாணம் பண்ண போய்ப் படிப்பில் கவனம் போய் விடுமோ என்கிற பயம். அதே நேரத்தில் எம்பிஏ முடித்தால் தான் நல்ல வேலை கிடைக்கும் என்கிற பயம் வேற. அதன் உங்க

கம்பெனிலயே அவனுக்கு ஒரு வேலை.."

"அந்தக் கவலை நீ விடு. ஏற்கனவே நம்ம ஸ்ரீகிருஷ்ணா, அபி மற்றும் சிவா மூன்று பேரையும் உதவிக்குக் கூப்பிடலாம் இருக்கேன். கம்பெனி ல நாளுக்கு நாளுக்கு வேலை ஏறிக்கிட்டே போகுது. இன்னும் ரெண்டு மாசத்துல அவங்களுக்குச் சம்மர் விடுமுறை ஆரம்பித்து விடும். அதன் பிறகு இன்டர்ன்ஷிப் (Internship) என்கிற மாதிரி ஏதாவது கம்பெனியில் அவங்க வேலை செய்யணும். அந்தக் கம்பெனி என் கம்பெனியா இருக்கும் பட்சத்தில் சந்தோஷம்தான். ஒரு வருடம் பகுதி நேரமாக வேலை செய்தவுடன் என் கம்பெனிலயே முழு நேர வேலையில் சேரலாம்."

"ரொம்ப நன்றி, சீதா!"

"சரி.. சரி.. எனக்கு இப்ப வேலை இருக்கு. அப்புறம் பேசலாம்."

எப்படியோ நம்ம ராமுக்கு இருந்த இடத்திலிருந்து ஒரு வேலையை ஏற்பாடு செய்துட்டோம். கூடவே அபியும் சேர்கிற மாதிரி சொல்றாங்க. சரி ஒரு காலத்தில் அவனும் நமக்கு நண்பன் தானே? அவனும் வாழ்ந்துட்டு போகட்டும். ஆனா, அவன் நட்பு இனி கட் தான்! மொத்தமா கட் தான்!

ரகசியமா எவ்வளவோ திட்டம் போட்டு கூட எங்க கல்யாண ஏற்பாடு விஷயம் எங்க வீட்டுக்கு தெரிந்து போச்சு.

இப்போ கூட அந்த அபி தான் சொல்லி இருப்பான். எனக்குத் தெரியும் என் வாழ்க்கை அழியவே அவன் தான் காரணம்!

நேற்று இரவு தான் மோகினி வீட்டுக்கு வந்தா. இன்னிக்குக் காலையில் எனக்கும் ராமுக்கும் கல்யாண ஏற்படும் தயாராக இருந்தது. விதி எங்களை விடல! என்னை மிரட்ட எங்க அப்பாவுக்கு என் தங்கச்சியின் உயிரை பணயம் வைத்திருக்கார். ஆமா, என்னால் குடும்ப மானம் போகக் கூடாது என அவர், அம்மா, மோகினி மற்றும் என் சாப்பாட்டில் நேற்று இரவு விஷம் கலந்தார்.

ஒன்னும் தெரியாத மோகினி வீட்டுக்கு வந்தவுடன் பசியில் அதனைச் சாப்பிட்டு விட்டாள். கொஞ்ச நேரத்தில் அவள் நிலை மோசம் ஆக,

"அப்பா.. சீக்கிரம் வாங்க பா.. இவளை ஹாஸ்பிடல் கொண்டு போவோம்.. உயிருக்குப் போராடிக்கொண்டு இருக்கா பாருங்கப்பா.."

அவரோ கால் மேல் கால் போட்டுக் கொண்டு,

"எதுக்கு? அவளைக் காப்பாற்ற நாங்க ஒரு பக்கம் கவனம் சிதறும் போது நீ அப்படியே எஸ்கேப் ஆகி உன் காதலனை கை பிடிக்கவா? அடியே! சாப்பாட்டில் விஷம் கலந்ததே நான் தான்! குடும்பமா சாகலாம் என்கிற முடிவில் தான் கலந்தேன். மோகினி நமக்கு முன்னாடி முந்திட்டா! சரி வா, நாமளும் உடனே அதே

சாப்பாட்டைச் சாப்பிட்டு உயிர் விடுவோம். நம்ம மோகினி செல்லத்தை மட்டும் ஏன் தனியா விடணும்..?"

"அப்பா.. பிளீஸ் பா.. அவளைப் பாருங்க ரொம்பத் துடிக்கிறா.. தப்புச் செய்யப் பார்த்தது நான் தானே? என்னை வேணும்னாலும் கொல்லுங்க! ப்ளீஸ்.. அவளைக் காப்பாத்துங்க!"

"உனக்கு ரெண்டே வழிதான். ஒன்னு, சேர்ந்து சாவோம், இல்ல, அந்தப் பையனை மறந்து நான் பார்த்த பையனை கட்டிக்கிறேன்னு சொல்லு, உன் தங்கச்சியைக் காப்பாத்துறேன். நீ மட்டும் செத்து குடும்ப மானம் போவதில் எனக்கு விருப்பம் இல்ல."

எனக்கு வேற வழி தெரியல. என் தங்கச்சியின் உயிரை காப்பாத்த என் காதலை தியாகம் செய்யலாம் என்ற முடிவுக்கு வந்துட்டேன். அதையே அவர் கிட்ட சொல்ல,

"இங்க பார், இப்போ உன்னை நம்பி மோகினியை காப்பாத்துறேன். ஆனா, எல்லாம் முடிந்ததும் திரும்பி நீ எதாவது எனக்கு எதிரா யோசித்தால், என்னை ஏமாத்த பார்த்த உன்னையும், உன் காதலன், அவன் குடும்பம் எல்லாத்தையும் கொன்றுவிட்டு நாங்களும் செத்துடுவோம்!"

"இல்ல பா.. இனி மனசு மாற மாட்டேன்!"

அப்புறம் எப்படியோ அவளைக் காப்பாத்தி விட்டோம். மோகினியை பொறுத்தவரை ஏதோ டூரில் சாப்பிட்ட ஏதோ ஒன்றால் வந்த உடல்நிலை கோளாறு. அதையே தொடர்ந்தேன். மோகினிக்கு கடைசிவரை என் காதல் விஷயம் தெரிய வேணாம். அதே போல அபி தான் என் காதல் பிரிய காரணமானவன் தெரிந்தால் அவளால் தாங்க முடியாது. அபி மேல் அவள் வைத்த காதல் மற்றும் அன்பு பற்றி நல்லாவே எனக்குத் தெரியும்.

அதில் ஒன்று கூட மாற வேணாம். அபி பற்றிய அதே எண்ணம் அவள் மனதிலேயே இருக்கட்டும். எப்படியும் காதல் மேல் இருந்த வெறுப்பில் அபி இவளை தேடி வர போறது இல்ல. பின்ன என்ன பயம்?

இப்போ இதை நான் எழுதி கொண்டு இருக்கும் போது அங்கே கோவிலுக்கு நான் வரல என ராதாஸ்ரீ மற்றும் ராம், இருவரிடமும் இருந்து ஃபோன் வந்துக்கிட்டே இருக்கு.

இன்னிக்கு எனக்கு மட்டும் கல்யாண ஏற்பாடு பண்ணல. ஸ்ரீகிருஷ்ணா மற்றும் ராதாஸ்ரீக்கு கூடக் கல்யாணம் தான்.

எங்களுக்கு எல்லா ஏற்படும் செய்து விட்டு சீதா அக்கா ஏதோ பிசினஸ் பயணம் சொல்லி வெளிநாடு போய்ட்டாங்க. சொந்த தங்கச்சியின் கல்யாணத்தைக் கூட அவங்க பார்க்கல.

அவ்வளவு நிறையச் சொத்து, பணம் எல்லாம் இருந்தும் எதுக்கு அவங்க தங்கச்சிக்கு அவசர அவசரமாகக் கல்யாண ஏற்பாடு பண்றாங்க, அதுவும் கோவிலில்..?

நம்ம நிலையே இங்கே மோசமாக இருக்கு, இதில் இவங்களைப் பற்றி என்ன? எனக்குத் தெரிந்து கண்டிப்பா அபிக்கு பயந்து தான் இதுவும் நடக்குது போல.

என்ன ஒரு நடிப்பு? யப்பா! சான்ஸே இல்ல அபி! சூப்பர் போ!

என்னையும் என் ராமையும் பிரித்தது மட்டும் இல்லாமல் ஒண்ணும் தெரியாத மாதிரி எங்கிட்டயே உன் நடிப்பை காண்பிக்கிறாய்? அப்படித் தானே? வாவ்! வாவ்!

மோகினிக்கு மருந்து வாங்க நான் ஹாஸ்பிடல் விட்டு வெளியில் வந்தால் கண்ணு எல்லாம் கலங்கி போன மாதிரி நடித்துக் கொண்டே என்னை நோக்கி அபி வந்தான்.

"ஐஸு, நீ எப்படி இங்கே.? உனக்கு எதாவது பிரச்சனையா? உனக்காகச் சிவராம் அங்கே கோவிலில் காத்திருக்கான்."

"என்னடா, உன் நடிப்பை என்கிட்டேயே காண்பிக்குற? உனக்கு எதுவும் தெரியாது, அதை நான் நம்பனும், அதானே?"

"ஐஸு, நீ என்ன சொல்ற ஒன்னும் புரியல. கொஞ்ச புரிகிற மாதிரி சொல்லு, பிளீஸ்!"

கோபத்தில் சுற்றி எத்தனை பேர் இருக்காங்க என்று கூடப் பார்க்காமல் அவனை நான்கைந்து அறை விட்டேன்.

அதில் சுற்றி இருப்பவர்களைக் கண்டு அவன் அவமானம் கொண்டாலும் கோபத்தைக் கண்ணால் மட்டும் காட்டி,

"ஐஷ்வர்யா.. நீ அடிச்ச அடியை நான் பதிலுக்குக் கொடுக்க ரொம்ப நேரம் ஆகாது. நீ என்ன நினைச்சு இப்படிப் பண்ற தெரியல. ஒழுங்கா காரணத்தைச் சொன்னால் என்னால் முடிந்த உதவி பண்ண முடியும். நீ அங்கே வருவ நினைத்துக் கையில் தாலி வைத்துக் கொண்டு ஒருத்தன் பைத்தியம் மாதிரி இருக்கான்!"

"அதானே உனக்கு வேணும்? எங்களைப் பிரித்து அதில் குளிர் காய்வது தானே உன் எண்ணம்? உன்னால் மோகினியின் உயிருக்கு தான் ஆபத்து!"

"என்ன சொல்ற என் பிசாசுக்கு என்ன ஆச்சு? சொல்லு டி! சொல்லு!"

யப்பா! அப்போ அவனைப் பார்க்கணுமே ஏதோ தன் பொண்டாட்டிக்கு என்னமோ ஏதோ மாதிரி பயந்த அவன் முகத்தை! நடிப்பு! எல்லாம் நடிப்பு! இதே நடிப்பை தானே ஒரு காலத்தில் நம்பி என் தங்கச்சியை இவனுக்குக் கட்டி கொடுக்கும் அளவுக்கு யோசித்தேன்?

"ப்ளீஸ்.. உன்னைக் கெஞ்சி கேட்கிறேன்.. அவளுக்கு என்னன்னு சொல்லு."

"பாய்சன் சாப்பிட்டு விட்டாள் டா.. பாய்சன்.. விஷம்.. அதில் எங்க குடும்பமே சாக வேண்டியது.. எல்லாத்துக்கும் நீதான் காரணம்! சீ! என் மூஞ்சியில் முழிக்காதே! போடா.. போடா.. இங்கிருந்து போ! எப்படியோ அவளைக் காப்பாத்திட்டோம். இனி திரும்பி என் வாழ்க்கை.. என் தங்கச்சியின் வாழ்க்கை.. இருவரின் வாழ்க்கையில் வராத! இது மேல் என் உடம்பில் தெம்பு இல்ல!"

"சரி.. சரி.. போறேன்.. அதுக்கு முன்னாடி ஒன்றே ஒன்று... அவளுக்கு இப்போ ஒன்னும் இல்லல..?"

"இல்ல. நீ திரும்பி எங்க வாழ்க்கைக்குள் வராத வரை அவளுக்கு ஒன்னும் ஆகாது."

"கவலைப்படாதே அவளே என்னைத் தேடி வரும் வரை நான் அவள் கண்ணிலோ உன் கண்ணிலோ படவே மாட்டேன். இது நான் உயிராக நினைக்கும் எங்க அம்மா மேல் சத்தியம்!"

அப்படியெல்லாம் வசனம் சொன்னவன் ஹாஸ்பிடல் உள்ளே போகப் பார்க்க, "எங்க போற?" என்று கேட்டேன்.

"ஹ்ம்ம்.. பயப்படாதே, உன் தங்கச்சியைப் பார்க்க போகல. என் அம்மாவிக்கு உடல் நிலை சரியில்லாத காரணத்தால் இங்கதான் அட்மிட் பண்ணியிருக்கேன். இன்னும் ஒரு மணி நேரத்தில் டிஸ்சார்ஜ். அப்புறம் எனக்கு இங்கே வேலை இல்ல."

அவன் சொன்னதை நான் நம்பவில்லை. இருந்தாலும் அவனின் பல நாள் தூங்காத கண்கள் மற்றும் அழுது வீங்கிய முகம் எல்லாம் அதற்கு மேல் என்னைப் பேச வைக்கல. அது கூட நடிப்ப இருக்கலாம். என்னை வேற பலபேரின் தலை திரும்பி பார்த்துவிட்டு போக அங்கிருந்து கிளம்பினேன்.

அந்தச் சம்பவத்துக்குப் பிறகு ராம் எனக்கு ஃபோன் பண்ணிக்கிட்டே இருந்தான்.

ரெண்டு நாட்களுக்குப் பிறகு தான் ஃபோன் எடுத்தேன்.

"ஐச்சு, என்னமா ஆச்சு? உனக்கு எதாவது பிரச்சனையா? ஏதுவாக இருந்தாலும் சொல்லுமா.. பார்த்துக்கலாம்."

"மிஸ்டர் சிவராம், பிளீஸ்! என்னை மறந்து விடுங்க. சும்மா இருந்த உங்களின் மனதில் திரும்பி காதல் என்ற ஒன்றை விதைத்து ஏமாற்றியதுக்கு. எனக்கு வேற வழி தெரியல என்னால் என் குடும்பமே தற்கொலை செய்யும் எண்ணத்தில் இருக்கு. புரிந்திருக்கும் நினைக்கிறேன்."

"புரியுது, ஐச்சு.. சாரி ஐஷ்வர்யா. நீ.. சாரி.. நீங்க என்னோட முழுப் பெயர் வைத்து அழைக்கும் போதே எல்லாம் முடிந்து போச்சு புரியுது. ஹ்ம்ம்.. அடுத்து என்ன முடிவு பண்ணியிருக்கீங்க..?"

"எங்க அம்மா அப்பா பார்த்த பையனையே கல்யாணம் செய்து கொள்வது தான்."

"மனதில் ஒருத்தனை வைத்துக் கொண்டிருக்கும் பொண்ணு கல்யாணம் ஆன அடுத்த நாளே உடலை தீண்டும் ஒருவன் கூட இருப்பது விபச்சாரம் போல இல்லயா?"

"உன்னை.. உங்களை நம்ப வைத்து ஏமாற்றியதற்கு இதான் எனக்குச் சரியான தண்டனை என நினைக்கிறேன். அவன் என்னை ஒவ்வொரு தடவையும் கணவன் என்கிற உரிமையில் தொடும் போது நீ..ங்கள் தொடுற மாதிரி தான் இருக்கும். நீங்க சொன்னது போல மனதில் ஒருத்தனை வைத்துக் கொண்டு உடலை இன்னொருத்தனுக்குத் தருவது விபச்சாரம் தான்.. அப்போ நான் ஒரு விபச்ச.."

நான் முழுசா சொல்வதற்குள் அவன் ஃபோனை வைத்து விட்டான். ஹ்ம்ம்.. கடைசியில் எனக்கும் அவனின் முன்னால் காதலி மைதிலிக்கும் வித்தியாசமே இல்லாமல் போச்சு ல?

அவள் பணத்துக்கு ஆசைப்பட்டு அவனை விட்டு போனாள். நான் எங்க குடும்பத்தில் கௌரவத்தைக் காக்க என் தங்கச்சி மோகினியின் உயிரை மீட்க அவனை விட்டுப் போகிறேன்.

இனி அந்த அபி போல இவனும் காதலை வெறுப்பான்.

இன்றோடு எனக்குக் கல்யாணம் ஆகி ஒரு மாசம் ஆச்சு.

என்னைத் திருமணம் செய்தவன் ஒரு மிருகம்! காமகொடூரன்!

பல நில படங்களில் வரும் காட்சிகளை எல்லாம் பார்த்து, அதெல்லாம் எனக்குக் காட்டி அதில் வரும் ஆண் பெண்களைப் போல என்னையும் செய்யச் சொல்லி கட்டாயப்படுத்தி என்னை நாசம் செய்பவன்!

என் ராமின் பெயரை கொண்ட இவன் ஓர் இராவணன்! அரக்கன்! தினம் தினம் உடல் வலியில் நான் படும் கஷ்டங்கள் எல்லாம் யாருக்கு தெரியும்? மாதவிடாய் நேரத்தில் கூட இவனின் கொடூரம் ஓயாது!

ஆண் பெண் கலவை ஒரு புனிதமான ஒன்று அதை இவனால் வெறுக்கும் அளவுக்கு நான் தள்ளப்பட்டேன்! பணம், வீடு மற்றும் வசிதிகள் இருந்து என்ன பயன்..? அமெரிக்கா வாழ்வு எல்லாம் ஒரு வாழ்வா?

இந்த நேரத்தில் தான் ஒரு கடிதம் எங்க வீட்டுக்கு முகவரிக்கு இந்தியாவில் இருந்து வந்தது. அது டைப் பண்ணி அனுப்பிய கடிதம்.

அதைப் பிரித்துப் படித்தான் என் கணவன்.

"***வணக்கம் சிவராம் அவர்களே!***

*நான் யார் என்பது முக்கியம் அல்ல. நான் சொல்ல போவது தான் முக்கியம். உங்களின் கல்யாணத்துக்கு முன்னாடியே உங்கள் மனைவி ஐஸ்வர்யாவுக்கு ஒரு காதலன் இருந்தது தெரியுமா? அவனோடு அவள் பல காதல் வார்த்தைகள் பேசி சிரித்தது உங்களுக்குத் தெரியுமா? சந்தேகம் இருந்தால் அவளையே கேட்டுப் பாருங்கள்.*

***இப்படிக்கு,***

***உங்களின் நலன்விரும்பி,***

***ராம்.***"

இதை அனுப்பியது கூட அபியாகத் தான் இருக்கும்!

அதைப் படித்தவுடன் தான் என் கணவன் என்ற பெயரில் இருந்தவனின் ஆட்டம் இன்னும் மோசமானது! அடி உதை தான் தினமும், என் கண் முன்னால் தினம் தினம் பல பெண்களை அழைத்து வந்து உடலுறவு கொள்வான்! சில சமயம் என்னையும் சேர்த்து அந்தப் பெண்களோடு..

புரிந்து இருக்கும் நினைக்கிறேன். ஒரு வருடம் நான் பட்ட கஷ்டங்கள் ஒன்றா ரெண்டா அதெல்லாம் பற்பல. இதிலிருந்து நான் எப்படியோ தப்பித்து விவாகரத்து வாங்கினேன். என் உடல் காயங்கள், தழும்புகள் எல்லாம் வைத்து அவனிடம் இருந்து விவகாரத்து வாங்கினேன்.

முதலில் எங்க அப்பா இதில் விருப்பம் இல்லாமல் குதித்துச் சத்தம் போட்டார். திரும்பி குடும்பத்துக்கே விஷம் தருவேன் எனச் சொன்னார். நான் எதுவும் பேசாமல் அவர் கண் முன்னால் சாப்பாட்டில் விஷம் கலந்து, "வாங்க, எல்லாரும் இப்போதே சேர்ந்து சாப்பிடலாம்." எனக் கூறி அவர் வாயை மூட வைத்தேன்.

மோகினிக்கு பொறுத்தவரை என் கணவன் கொடுமைக்காரன், சைக்கோ. அதனால் நான் விவாகரத்து வாங்குகிறேன் என்பது அவளின் எண்ணம். என் காதல் விஷயம் அவளுக்கு இன்னும் தெரியாது, தெரியாமலேயே போகட்டும்.

விவாகரத்துக்குப் பிறகு வெளியூர் வேலைக்குப் போனேன். அங்குத் தான் மும்பை ரெட் லைட் ஏரியாவில் தப்பி ஓடி வந்த ஒன்பது மாத மைதிலியை பார்த்தேன். ஆமா, என் ராம் முன்னால் காதலித்த அதே மைதிலி தான்.

என் வீட்டில் சில நாள் அவள் தலை மறைவாகத் தங்கியவள், ஒரு நாள் என் லேப்டாப்பில் இருந்த ராமின் பிறந்தநாள் ஃபோட்டோ ஒன்றை பார்த்தவள் அதனால் வந்த அதிர்ச்சியோடு அவளுக்குப் பிரசவ வலியும் சேர்ந்து வந்தது.

ஆபரேஷன் அறைக்குள் அவள் போவதற்கு முன்னாடி என் கையைப் பிடித்-தவள்,

"ஐஷ்வர்யா.. உன் லேப்டாப் ல பார்த்த ஃபோட்டோ ல இருக்குற ராம் தான் நா.. நா.. காதலித்தவன்.. கண்டிப்பா நான் செ.. செத்து.. போய்டுவேன்.. ஆனா, இந்தக் குழந்தையை மட்டும் எப்படியாவது எங்க அப்பா அம்மா கிட்ட கொடுத்து விட்டு, ராமை பார்த்து சொல்லு, அவனுக்கு நா.. நா.. தெரிந்தும் தெரியாது பண்ண ஒரு துரோகத்தால் தான் நான் இத்தனை மாசம் கஷ்டப்பட்டேன் என்று."

அப்படிச் சொல்லிவிட்டு போனவள், பிரசவம் முடிந்து வெளியே இறந்த உடலாகத் தான் வந்தாள். அவளின் பெண் குழந்தை டாக்டர் என் கையில் கொடுத்தார்.

அப்போ ஒரு முடிவுக்கு வந்தேன், யாரும் அறியாமல் மைதிலியின் உடலை தகனம் செய்வது என்று. அப்புறம் யார் கேள்வி கேட்டாலும் இந்தக் குழந்தையை நான் தத்தெடுத்து விட்டதாகச் சொன்னேன்.

எங்க அப்பா, அம்மா, மோகினி பொறுத்தவரை இந்தக் குழந்தை என் தத்துப் பெண். பெயர் சஞ்சனா... ராமின் நினைவாக அவனின் முன்னால் காதலி மூல-மாக எனக்குக் கிடைத்த பொக்கிஷம்! இனி இவள் தான் என் வாழ்க்கை.

இப்படிக்கு,
சஞ்சனாவின் அம்மா,
ஐஷ்வர்யா

**நினைவு புத்தகம் இன்னும் திருப்பப்படும்.**

# 14

# அபிராம் மைதிலி, இருவரின் உறவுமுறை வெளிவந்தது.

தான் எழுதிய அந்த டைரியே படித்துப் பார்த்த ஐஷ்வர்யா கண்ணீரோடு தன் படுக்கையில் போய் விழுந்தாள். அவள் கண்ணில் தொடர்ந்து கண்ணீர் வந்து கொண்டே இருக்க, ஒரு கட்டத்தில் சோர்ந்து போய்த் தூக்கத்தைத் தழுவினாள்.

அடுத்தநாள் காலையில் ஒன்பது மணி ஆகியும் கூடத் தன் அக்கா ஐஷ்வர்யா வெளியே வரவில்லையே என ஐஷ்வர்யாவின் ரூமுக்குள் சென்று பார்த்தாள் மோகினி.

விடியற்காலை ஐந்து மணி வரை கண்ணீர் விட்டு அழுத களைப்பில் அடித்துப் போட்டது போல் ஐஷ்வர்யா தூங்கிக்கொண்டிருந்தாள்.

"இவளுக்கு என்னாச்சு? எப்பவுமே இப்படித் தூங்க மாட்டாளே. நேத்து நைட்டு கூட நல்லா தானே இருந்தா. ஒருவேளை சைனால சுத்திக்கிட்டு இருக்கும் கொரோனா இவள் உடம்பிலும் போச்சா..?"

என்றவள், பின் அந்த யோசனையைக் கைவிட்டு கட்டிலருகே விழுந்து இருந்த டைரி எல்லாம் பார்த்தவள்,

"நம்ம வீட்டில் நமக்குத் தெரியாமல் இத்தனை டைரி எல்லாம் எங்கிருந்து வந்தது? ஏற்கனவே ஒரு டைரி கண்ணில் பட்டு நான் படும் பாடு பத்தாதா? இதுல இது வேற!"

ஆனாலும் அதன் முதல் பக்கத்தைத் திருப்பிப் பார்த்தவள் அதிர்ச்சி அடைந்-தாள். ஏனென்றால் எல்லாமே ஐஷ்வர்யாவின் கைப்பட எழுதிய டைரிகள். நினைவு புத்தகங்கள்.

*“"வணக்கம் என் பெயர் ஐஷ்வர்யா.*

*இப்போ நீங்க படிக்கும் இந்த டைரி.. நினைவு புத்தகம்.. என் நண்பன் அபி.. அபிராம், எனக்குப் பரிசாகக் கொடுத்தது."”*

என ஆரம்பித்த டைரி போகப் போக மோகினியின் ஆர்வத்தைத் தூண்டியது. ஐஷ்வர்யா எழுந்து கொள்வதற்கு முன் அதை எல்லாம் தன் அறைக்கு எடுத்து சென்று யாரும் அறியாமல் கதவு மூடி தாழ்ப்பாள் எல்லாம் போட்டு படிக்க ஆரம்பித்தாள், மோகினி.

அவளின் அம்மா சுந்தரி காலை உணவு சாப்பிட அழைப்பதற்கு முன் ஒரு டைரியும் சாப்பிட்டு முடித்து வந்த பிறகு மதியத்துக்குள் மற்ற மூன்று டைரியும் படித்து முடித்தாள்.

அவளின் துப்பறியும் மூளை இதுவரை படித்தது எல்லாம் வைத்து வேக வேகமாகக் கணக்குப் போட்டது. ஏற்கனவே பரண்மேல் கிடைத்த டைரி அதை வைத்து சில தகவல்கள், இப்போது ஐஷ்வர்யா டைரி மூலம் கிடைத்த தகவல்கள் என எல்லாம் சேர்த்து மூளைக்குள் போட்டவள், மூன்று விதமான முடிவுக்கு வந்தாள்.

1. முதலில் கிடைத்த டைரியின் சொந்தக்காரன் அபிராம், சிவராம் அல்லது ஸ்ரீகிருஷ்ணா, மூவரின் யாராகவும் இருக்கலாம். ராம் என்ற பெயர் போலியான அல்லது வீட்டில் கூப்பிடும் பெயராகக் கூட இருக்கலாம்.

2. கண்டிப்பாக அபி ஐஷ்வர்யாவின் காதல் விஷயத்தில் துரோகம் செய்திருக்க மாட்டான். வேற ஏதோ நடுவில் நடந்திருக்கு. எந்த இடத்திலும் அபி நேரடியாக ஐஷ்வர்யாவின் காதல் விஷயத்தில் தலையிட்டுப் பிரச்சனை செய்தது போலத் தெரியவில்லை. ஐஷ்வர்யாவே நடந்த எல்லா விஷயத்திலும் அபியின் பங்கு இருந்தது போல் நினைத்து எழுதியது போல்தான் தெரிகிறது.

3. ஸ்ரீகிருஷ்ணா, ராதாஸ்ரீ மற்றும் சீதாஸ்ரீ இவர்கள் மூவர் விஷயத்தில் ஏதோ ஒரு மர்மம் உள்ளது. ராதாஸ்ரீ மற்றும் சீதாஸ்ரீ இரண்டு பேரும் ஒருவர் தான் என்கிற சந்தேகம். ஐஷ்வர்யாவின் டைரியில் எங்கேயும் அவர்கள் இருவரும் ஒரே நேரத்தில் ஒரே இடத்தில் பக்கத்துப் பக்கத்தில் பார்த்தது போல் ஐஷ்வர்யா எழுதவில்லை.

இதையெல்லாம் மனதில் வைத்து அபிக்கு ஃபோன் செய்து கேட்டால் அவன் பக்க நியாயத்தை அவன் சொல்வான் அதன் மூலம் ஒரு முடிவுக்கு வரலாம் என நினைத்தாள், மோகினி.

அவளின் ஃபோன் அழைப்பை எடுத்தவன், "சொல்லு, பிசாசு. என்ன விஷயம்?" என்று கேட்டான் அவன்.

"அபி, உன்னை நான் இப்போவே நேரில் பார்க்கணும். பார்த்து ஐஷ்வர்யா வாழ்க்கையில் நடந்த சில புரியாத மர்மமான சில கேள்விகளுக்கு விடை தெரிய-

ணும்." என்றாள் மோகினி.

"ம்ம்.. நீ கேட்பதில் இருந்து தெரியுது உனக்கு ஐஷ்வர்யா மற்றும் சிவராம் பற்றிய உண்மை தெரியும் என்பது. அதுவும் நல்லது தான். இன்னும் கொஞ்ச நேரத்தில் அவன் உன் சொக்கா.. சீ.. அக்காவை பெண் கேட்டு வருகிறான். நானும் அவன் கூட வருவேன். அப்போ நேரில் பேசுவோம்."

"ஐயோ! உன்னை இந்த இடத்தில் பார்த்தால் அவள் சாமி ஆடுவா. இன்னும் உன் மேல் இருக்கும் தப்பான எண்ணம் அவளுக்குப் போகல! வேணாம் டா, வராதே! பிளீஸ்!"

"அவ நினைப்பது எல்லாம் உண்மை தான். இவங்க இருவரின் காதலை பிரிக்க நினைத்தது நான் தான். நானே தான். இந்த அபி தான். இந்த அபிராம் தான். எப்போ? எப்படி? எங்கே? நினைத்தேன் என்பது எனக்கு மட்டும் தான் தெரியும்." என்று சொன்னவன் ஃபோனை வைத்து விட்டான்.

இங்கே மோகினியின் நிலையோ, "முடியை பிய்த்து கொள்ளலாமா?" என இருந்தது.

"என்னடா சொல்ற..? உன்னை ஹீரோ சொன்னாலே எனக்குச் சிரிப்பு சிரிப்பா வரும். இதில் நீயே உன்னை வில்லன் மாதிரி சொன்னால் எனக்குச் சிரிப்பில் வயிற்று வலி தான் வரும். சரி, சாயங்காலம் தான் வருவேல, அப்ப பார்ப்போம். அதுவரை நீயும் சிவராம் அத்தானும் வர போற விஷயத்தை நான் வாய் திறந்து சொல்லப்போறதில்ல."

என்று மோகினி அபியிடம் சொல்வது போல் சொல்லி கொண்டாள்.

**கருணை முதியோர் இல்லம்.**

"அம்மா, அப்பா, வாங்க.. உங்களின் பேத்தியே பார்க்க போலாம்." என்றான் அபிராம்.

"பேத்தி பார்ப்பது இருக்கட்டும். ஐஷ்வர்யாவை பழிவாங்கும் விஷயம் என்னாச்சு? அதைச் சொல்லு டா முதல்ல!" என்று கேட்டார் அம்மா.

"அதுக்கு முதல் படி தானே இன்னிக்கு ஆரம்பம். அவளால் நீங்க பட்ட மன வேதனையே போக்க என்னால் முடிந்த சின்ன உதவி." என்றான் அபிராம்.

"ரொம்பப் பெரிய தண்டனை வேண்டாம் டா மகனே! நீ கட்டிக்கப் போறவளின் அக்கா அவள். இந்த அப்பன் சொல்றேன் அப்புறம் நீ ரொம்பப் பண்ண போய் வருங்காலத்தில் கஷ்டப்படப் போற." என்றார் அப்பா.

"அதைப் பத்தி அப்புறம் பார்க்கலாம். நம்ம பையனுக்கு எப்போ அந்த மோகினியை பொண்ணு கேட்டு போவது?" என்று கேட்டார் அம்மா.

"இன்னிக்கே பேத்தியே பார்த்த அந்த நொடியில் நம்ம அபிக்கு அவளைப் பொண்ணு கேட்க வேண்டியது தான். என்னடா அபி உனக்கு ஓகே தானே?" என்று அப்பா கேட்க, அபிராம் எல்லாப் பல்லும் தெரியும் சிரிப்புடன், "எனக்கு ஓகே பா. உங்க வார்த்தையே என் வேதவாக்கு எனத் தெரியாதா?" என்று நல்ல பிள்ளை போல் முகத்தை வைத்துக் கொண்டான்.

"இப்படிச் சொல்லி சொல்லியே எனக்கு ஐஸ் வைக்கிற." என்று அப்பா அவனைக் கேலி செய்தார்.

"அப்புறம் அபி.. நம்ம சீதாவை கூட.." என்று அம்மா இன்னும் ஏதோ சொல்ல வந்து தயங்கினார்.

"கூட? சொல்லுங்க. தைரியமாகச் சொல்லுங்க. கத்த மாட்டேன் சொல்லுங்க." என்று வார்த்தையில் அமைதியை காட்டி, கண்ணில் கோபத்தைக் காட்டினான் அபிராம்.

"இல்லப்பா.. என்ன இருந்தாலும் அவ உன் அக்கா.. அவ மேலே நீ உயிரே வச்சிருக்க."

"அம்மா, அவ மேல் எனக்கு இன்னும் அதே அன்பு, பாசம் இருக்கு. ஆனா, அவ செய்த பாவங்களை நான் இன்னும் மறக்கல. மன்னிக்கல."

"அவ அன்னிக்கு பண்ணது எல்லாம் உன்னைக் காப்பாற்ற தான். அப்புறம் சம்பந்தப்பட்ட நாங்களே அதை மன்னித்து விட்டோம். உனக்கு என்னப்பா?"

"அம்மா, உங்க வயிற்றில் பிறந்த ஒரே பெண்ணின் கடைசிக் காரியம் கூட உங்களால் செய்ய விடாமல் செய்த பாவி அவள். அதோட.... அதோட... அவளால் தான் என்.. என்.." என்று முழுதாகச் சொல்ல முடியாது அவன் குரல் தழுதழுத்தது.

"தெரியும், அபி. ஆனா, என் தம்பி மகன் நீ அந்தச் சம்பவத்துக்கு அப்புறம் தானே எங்களுக்கு முழு மனதுடன் சொந்தம் ஆன? எங்க கூடப் பழசு எல்லாம் மறந்து விட்டு வந்து சேர்ந்த? ஒரு காலத்தில் என் தம்பி சொல்லி கூட என்னைப் 'பெரியப்பா..' எனக் கூப்பிடாதவன்.. இப்போ வார்த்தைக்கு வார்த்தை 'அப்பா.. அப்பா..' எனக் கூப்பிடுற?" என்று கேட்டார் அப்பா.

"என் அம்மாவின் கடைசி ஆசை உங்க கூட வந்து சேர்வது தானே பா? அதற்காக மனநலம் பாதிக்கும் அளவுக்கு அவங்க பட்ட கஷ்டத்தைக் கூடவே இருந்து பார்த்தவன் தானே நான்?" என்று கேட்ட அபிராம், தன் கண்ணீரை மறைக்க கருப்புக் கூலிங் கிளாஸ் மாட்டி கொண்டான்.

"அதுக்குத் தான் அவங்க இறந்த பிறகு அவங்க இடத்தில் நாங்க இருந்து உன் வாழ்க்கை நல்லா இருக்கணும் என்கிற எண்ணத்தில் பேசுறோம். உன் அம்மா என் கூடப் பிறந்த அக்கா மட்டும் இல்லப்பா, அவ என் சாமி! நான் ஆசைப்பட்-டேன் என்ற காரணத்தால் இவரைக் கல்யாண மேடையில் விட்டுட்டு இவரின் தம்-

பியை காதலிக்காமல் கூடக் காதலிக்கிறேன் என்கிற பொய் சொன்னவள்! என்னை இவருக்குக் கல்யாணம் செய்து வைத்து விட்டு ஆட்களால் இருவருமே அடித்து விடப்பட்ட அப்பாவி மனிதர்கள் பா அவங்க!" என்றார் அம்மா கண்களில் சில சொட்டுக் கண்ணீர் விட்டு.

"அம்மா, அது கூட ஒரு விதத்தில் நன்மை தான். உங்க காதலுக்கு எங்க அம்மா உதவி செய்யப் போய்த் தானே எங்க அப்பா காதலித்த அவங்களேயே கல்யாணம் பண்ண முடிந்தது?" என்று கேட்ட அபிராம், தன் கை குட்டையால் அவரின் கண்ணீரை துடைத்தான்.

"ஹ்ம்ம்.. இவ்வளவு சொல்ற நீ ஏன் பா காதலை வெறுக்கிற?"

"அம்மா.. அப்பா.. இப்பவும் சொல்றேன் எனக்குக் காதல் மேல் வெறுப்பு இல்ல.. அந்தக் காதலை அசிங்கப்படுத்தும் போலி காதலர்கள் மேல் தான் வெறுப்பு."

"அப்போ மோகினி மேல் உனக்கு இருப்பது?"

"கண்டிப்பா அது காதல் இல்ல. அதுக்கும் மேல். காதல் என்கிற ஒரு வார்த்தையில் அவள் மேல் எனக்கு இருக்கும் அன்பை சொல்ல முடியாது. எனக்கு நான் ஆசைப்பட்ட எல்லா உறவாகவும் அவளால் மட்டுமே எனக்காக இருக்க முடியும்."

"உன் எதிர்பார்ப்பு எல்லாம் சரி தான் பா.. அதே மாதிரி ஓர் எதிர்பார்ப்பு அவளுக்கு உன் மேல் இருந்தால்..?"

"கண்டிப்பா மா. அது தப்பு இல்ல. அன்பு ஒன்றும் ஒரு வழி பாதை இல்ல, பல வழி பாதை அது. காதலன் காதலி உறவு எப்படி என எனக்குத் தெரியாது. ஆனா, ஒரு கணவன் மனைவியின் அன்பை எவ்வாறு பெற வேண்டும் என்பது எங்க அப்பா சொல்லி இருக்கார். 'மனைவி என்பவள் நம்மைப் போல ஓர் உயிர், அவளுக்கும் ஆசைகள் இருக்கும். அதில் நம்மளின் தேவை இருக்கும்.' எனச் சொல்லி இருக்கார்.

எப்போ அவள் அவளின் காதலை என்கிட்ட சொன்னாளோ அப்போவே அவள் என் பாதி மனைவி! இனி உங்களின் கண் முன்னால், சொந்தங்களின் சம்மதம் கொண்டு தாலி கட்டி முழு மனைவி ஆக்கணும். அவ்வளவு தான். எனக்கு ரொம்ப அவசரம் இல்ல, அடுத்த வாரம் கூட ஒரு முகூர்த்தம் இருக்கு. அதைப் பேசி முடிந்தால் கூடப் போதும்."

"எதுக்கு டா அடுத்த வாரம் நாளைக்கே நல்ல நாள் தான் நாளைக்கே ஓகேயா?" என்று கேட்டார் அப்பா.

"டபுள் ஓகே!" என்றான் அவன் வெட்கத்தில்.

அவனின் வெட்கத்தைப் பார்த்த அப்பா தன் தலையில் அடித்துக் கொண்டு, "பாருடி! இதுக்குப் பெயர் தான் அலைவது! இவனுக்குப் பொண்ணு கேட்டால்

அந்த ஐஷ்வர்யா தான் முதலில் தடுக்க நிற்பாள். அந்த அளவுக்கு அவளின் காதல் பிரிய இவன் காரணம் என்கிற எண்ணத்தில் இருக்கா." என்றார்.

"அந்த விஷயத்தை நான் பார்த்துக்கிறேன். அவளை எப்படி நம்ம வழிக்குக் கொண்டு வருவது என எனக்குத் தெரியும். இன்னும் அவளுக்குள் அந்தப் பழைய ஐஸூ ஏதாவது ஒரு மூலையில் இருப்பா. அது போதும் எனக்கு." என்றான் அபி-ராம் நம்பிக்கையான குரலில்.

தற்போது அபிராமிடம் பேசிக் கொண்டிருந்தவர்கள் பெயர் சுரேஷ் சக்கரவர்த்தி மற்றும் வைஷ்ணவி.

சுரேஷின் தம்பி தான் விமலன் சக்கரவர்த்தி (விமல்), அபிராமின் அப்பா. அதே போல் வைஷ்ணவியின் அக்காவின் பெயர் விமலா, அபிராமின் அம்மா.

விமல் மற்றும் விமலா ஒரே கல்லூரியில் வேறு வேறு துறையில் படித்து நட்பு கொண்டவர்கள். படித்து முடித்து ஒரு நல்ல வேலைக்குப் போகும் வரை விமலா மேல் தனக்கு இருக்கும் காதலை சொல்ல வேண்டாம் என்கிற எண்ணத்தில் விமல் இருக்கே, விதி அங்கே தான் விளையாடியது.

சுரேஷ் அவர் இருந்த கிராமத்தின் பக்கத்து கிராம திருவிழா சென்றவர், அங்கே வைஷ்ணவியைப் பார்த்து காதல் கொள்ள, அதைக் கண் அசைவில் அவரிடம் தெரிவித்துப் பதில் காதல் பார்வை பெற்றார். அதே நேரத்தில் சுரேஷ், வைஷ்ணவியின் குடும்பப் பெயர் கேட்டவர், அவரின் பெயரை கேட்க தவறி, தன் அப்பாவிடம் பெண் கேட்க சொல்ல, அவரின் அப்பாவோ தங்கையைப் பெண் கேட்காது விட்டு, அக்காவை பெண் கேட்டுவிட்டு வந்தார்.

ஏற்கனவே பார்த்த பெண் தானே என்பதாலும், ஒரு வாரத்தில் கல்யாணம் என்பதாலும், கல்யாண வேலை பலது இருந்ததாலும் சுரேஷ் பெண்ணைப் பார்க்க திரும்பி செல்ல முடியாது போக, வைஷ்ணவி நடந்த குழப்பத்தைச் சரி செய்-யத் தெரியாது விழிக்க, கல்யாணத்திற்கு இரண்டு முன்னே இருவரும் சந்திக்-கும் வாய்ப்பு கிடைக்க, "தன் அக்காவின் வாழ்க்கை போய்டும்!" என்ற பயத்தில் வைஷ்ணவி, சுரேஷேயே விமலாவை திருமணம் செய்யச் சொன்னார்.

விமலா இதெல்லாம் தெரியாது, தன் அப்பா சொன்ன ஒரு வார்த்தைக்காகக் கல்யாணத்திற்குச் சரியென்றார். விதியின் செயலால் கல்யாணத்திற்குச் சரியாக ஒரு நாள் முன்பு வைஷ்ணவியின் டைரி மூலம் விமலாவிற்கு, சுரேஷ் - வைஷ்-ணவியின் காதல் விவரம் தெரிய, அதே நேரத்தில் தன் அண்ணனுக்காகப் பார்த்த மணப்பெண் தான் விமலா என்று தெரியாமல், சென்னையில் வேலை கிடைத்த சந்தோஷத்துடன் தன் அண்ணனின் கல்யாணத்தில் கலந்து கொள்ள ஊர் திரும்-பினார்.

தன் வீட்டிற்குச் செல்வதற்கு முன்பு விமலா இருக்கும் கிராமத்திற்கு வந்தார். அப்படி வந்தவர் விமலாவை ஊரின் எல்லை ஓட்டிய ஆற்றங்கரையில் பார்க்கவும், அதே நேரத்தில் கல்யாணத்தை நிறுத்த திட்டம் போட்டுக் கொண்டிருந்த விமலாவிற்கு உடனே ஒரு யோசனை தோன்றி, தன்னை உடனே திருமணம் செய்து கொள்ளச் சொல்லி அவர் கேட்க, "முடிந்தவரை வீட்டிற்குச் சொல்லி கல்யாணம் செய்து கொள்ளலாம்." என்ற விமலின் பேச்சு எடுபடாமல் போய், முடிவில் சரியென்றார் தன் காதல் சொல்லாமலே கிடைத்த சந்தோஷத்தில்.

ஆனால் விமலா நினைத்தது போல், சுரேஷ் - வைஷ்ணவியின் கல்யாணம் கடைசியில் நடக்க, இவர்களைத் தான் இரு குடும்பத்தினரும் அடித்து ஊரை விட்டு துரத்தி விட்டனர். அப்போது தான் விமல் - விமலா ஜோடிக்கு நடந்த குழப்பம் முழுதாகப் புரிந்தது. அப்படி இருந்தும், அவர்கள் சென்னையில் தன் நண்பர்கள் சிலரின் உதவியுடன் ஒரு வீட்டில் தங்கி தங்களின் வாழ்க்கையைத் தொடர்ந்தனர்.

என்னதான் அவர்கள் வாழ்க்கை ஒருவாறு சந்தோஷத்துடன் சென்ற போதும், விமலாவின் மனதில் குற்றவுணர்வு இருந்தது. அந்தக் குற்றவுணர்விற்குக் காரணம், "தன் சுயநலத்தால் விமல் தன் குடும்பத்தை இழந்து விட்டாரே!" என்பதுதான். விமல் அந்த நொடி முதல் முறை தன் காதலை சொல்லியும் விமலா தன்னை அவர் சமாதானம் செய்யவே இப்படிச் சொல்வதாக நினைத்தார்.

விமலை பொறுத்தவரை விமலா தான் தன் ஒரே உறவு, தன் உலகம். அப்படியிருக்க விமலா கர்ப்பம் தரிக்க, அடுத்த ஒன்பது மாதத்தில் அபிராம் பிறந்தான். 'தன் மனைவி இனி மகிழ்ச்சியாக இருப்பாள்!' என்று நினைத்த விமலின் எண்ணத்தைப் பொய்க்கவே விமலா, "நம்ம அபி பிறந்த செய்தி அனுப்பியும் நம்ம குடும்பத்தினர் நம்மளை பார்க்க வரல! எப்படிப்பட்ட இடத்தில் பிறக்க வேண்டிய நம்ம மகன், இப்படிச் சொந்தம் சொல்லிக்க நம்மளை தவிர்த்து யாரும் இல்லாத நிலையில் வளர்வது கொடுமை!" என்றார்.

அதே நேரத்தில் சுரேஷ் - வைஷ்ணவி தம்பதியினருக்கு மைதிலி பிறந்தாள். அவள் பிறந்ததும் அவர்கள் குடும்பச் சொத்து பலதை விற்றுச் சென்னையில் ஒரு வீட்டை வாங்கி, தங்களுக்கு ஒரு சிறு தொழிலும் ஏற்படுத்திக் கொண்டனர்.

இந்தச் செய்தி அறிந்த விமலாவிற்கு இன்னும் மன வலி வர, அவரின் கவலை, குற்றவுணர்வு நாளுக்கு நாள் ஏறிக் கொண்டே செல்ல, ஒரு கட்டத்தில் மனநலம் சிறிது பாதிக்கும் அளவுக்குச் சென்றார். மாதத்தில் பத்து நாட்கள் தன்னிலை மறந்து இருக்கும் நிலைக்குச் சென்றார்.

அந்த நேரத்தில் அபிராமை பார்த்துக் கொள்ளும் பொறுப்பை விமலாவின் கல்லூரி தோழி பூர்ணிமா எடுத்துக் கொண்டார். ஆண் குழந்தை இல்லாமல் இரண்டு வயதான பெண் குழந்தை சீதாஸ்ரீ வைத்திருக்கும் பூபாலன் - பூர்ணிமா,

இத்தம்பதியருக்கு அபிராம் பெறாத பிள்ளை போல்தான்.

அவர்களின் ஒரே பெண் சீதாஸ்ரீக்கு, கைக்குழந்தையாய் தன் வீட்டிற்கு அடிக்கடி வந்து செல்லும் அபிராமை தன் சொந்த தம்பியாய் நினைத்து அன்பு மழை பொழிவதும், அவனோடு விளையாடுவதுமாய் இருந்தாள். அவன் தன் வீட்டில் நிராந்தரமாய் இருக்கவே விமலாவிற்கு அடிக்கடி மனநல பிரச்சனை வர கடவுளை வேண்டும் அளவுக்குச் சென்றாள்.

வருடங்கள் ஓட, அவளின் பெற்றோர் ஒரு விபத்தில் இறந்த போது, சீதாஸ்ரீ தன் அப்பாவின் கம்பெனி பொறுப்பை ஏற்ற நேரத்திலும், அபிராம் மேல் அவள் வைத்த பாசம் குறைய வில்லை. அதுவும் அவள் வாழ்க்கையில் காதல் என்பது வரும் வரை, அபியின் பெரியப்பா மற்றும் சித்தி பெண் மைதிலி மூலம் ஸ்ரீகிருஷ்ணா என்கிற ஸ்ரீராம்.. ராம் ஏமாற்றப்படும் வரை.

விதியின் ஆட்டத்தில் பலரின் இணைகளின் அன்பு, காதல், துரோகம், வெறுப்பு என்கிற உணர்வின் வேறுபாட்டை அபிராம் அவர்களின் மூலம் உணர்ந்த வலி நிறைந்த அவனின் சிறு வாழ்க்கை பயணமும் கண்ணில் இரத்த கண்ணீர் வரவைக்கும் அளவுக்குக் கொடூரம் வாய்ந்தது தான்.

***நினைவு புத்தகம் இன்னும் திருப்பப்படும்.***

# 15

# சிவராம் மோகினியை பெண் கேட்டல்.

சுந்தரிக்கு (ஐஷ்வர்யா மற்றும் மோகினியின் அம்மா) கையும் ஓடவில்லை காலும் ஓடவில்லை. தன் மூத்த பெண் ஐஷ்வர்யாவை பெண் கேட்டு சிவராமும், அவனின் அப்பா அம்மாவும் வந்திருப்பதைப் பார்த்துச் சந்தோஷம் அடைந்தார்.

"வணக்கம், பெயர் சாந்தி. இவன் என் ஒரே பையன் சிவராம். கண்டிப்பா இவனைப் பார்த்து இருப்பிங்க. ஒரு காலத்தில் உங்க பொண்ணும் இவனும் காதலித்தது பற்றி எல்லாம் சொன்னான். இப்போ பழைய விஷயம் பேசி உங்களைக் குத்தி காட்ட நாங்க வரல. என்ன இருந்தாலும் நமக்கு நம்ம பிள்ளைகளின் வாழ்க்கை தானே முக்கியம்?

இன்னும் என் மகன் மனசுல உங்க பொண்ணு தான் இருக்கா. நானும் வெளியில் கேள்விப்பட்டேன் உங்க பொண்ணுக்கு இரண்டாம் கல்யாணம் பண்ண மாப்பிள்ளை பார்ப்பதாக. அந்த மாப்பிள்ளை ஏன் என் பையனா இருக்கக் கூடாது நினைத்து வந்துட்டோம். உங்களுக்குச் சம்மதம் என்றால் அடுத்து பேச வேண்டியதை பேசலாம்." என்றார் சாந்தி, சிவராமின் அம்மா.

"இதில் கேட்க என்னங்க இருக்கு? எனக்குப் பரிபூரணச் சம்மதம்! இவங்களோட காதலை பிரித்த பாவம் தான் இத்தனை நாளா நாங்க பட்ட கஷ்டத்துக்குக் காரணமா இருக்கும் போல. பலநாள் என் பொண்ணுக்கே தெரியாமல் இரவு எல்லாம் அழுதிருக்கேன். அவள் ஆசைப்பட்ட வாழ்க்கையை அமைத்துக் கொடுத்திருந்தால் அவளும் இந்த நேரத்தில் சந்தோஷமா இருந்திருப்பாள். இப்ப கூடக் கேட்டு போகல, அடுத்த முகூர்த்தத்திலேயே கல்யாணத்த வச்சிக்கலாம்." என்றார் சுந்தரி சந்தோஷத்துடன்.

ஐஷ்வர்யா அப்போது தான் வாய் திறந்தாள். "நான் கொஞ்சம் பேசலாமா?" என்று கேட்டாள்.

"கண்டிப்பா மா, என்னன்னு சொல்லு?" என்று அவள் பேச அனுமதி கொடுத்-தார் சாந்தன், சிவராமின் அப்பா.

"எனக்கு இந்தக் கல்யாணத்துல விருப்பம் இல்ல. உங்க பையனுக்கு வேற பொண்ணைப் பாருங்க." என்றாள் ஐஷ்வர்யா.

இந்தப் பதிலை முன்னாடியே எதிர்பார்த்தவன் போல் சிவராம் கால் மேல் கால் போட்டுக் கொண்டு, "ஏன்? காரணம்?" என்று கிண்டலாகக் கேட்டான்.

"ஒரு காலத்தில் உன்னைக் காதலித்தது உண்மை. இப்போ அந்த எண்ணம் எனக்கு இல்ல. காதலித்தேன் என்பது கூடப் பொய்! எதோ வயசுக்கோளாறு ஆசைப்பட்டேன், அதை இன்னும் காதல் எனச் சிவராம் நினைக்கிறான் போல. எனக்கு என் பொண்ணு போதும், இன்னொரு கல்யாணம் எதுவும் வேணாம். ப்ளீஸ்! உங்க எல்லாரையும் கை எடுத்து கும்பிட்டுக் கேட்கிறேன், என்னை விட்-டுடுங்க." என்றாள் ஐஷ்வர்யா கையெடுத்து கும்பிட்டு.

சுந்தரி தன் மூத்த மகள் அருகே வந்து அவளின் தோளை தன் புறம் கோப-மாகத் திருப்பி, "என்னடி நீ தானே கொஞ்ச நாளுக்கு முன்னாடி இன்னொரு கல்யாணத்துக்குச் சம்மதம் சொன்னே? இப்போ என்ன?" என்று கேட்டார்.

"ஐயோ அம்மா! புரிந்து கொள்ளுமா, அப்போ ஏதோ உன் தொல்லை தாங்-காத கோபத்தில் சரி எனச் சொன்னது. அதை இன்னும் நினைத்து பேசாதே?" என்று தன் அம்மாவிடம் சொன்ன ஐஷ்வர்யா, சிவராமின் அப்பா அம்மா பக்கம் அடுத்து திரும்பியவள், "ஆன்ட்டி, அங்கிள், சாரி உங்க மனச புண்படுத்த எதுவும் சொல்லல. என்னை விட அவன் மேல் உண்மையான காதலை காட்டும் பெண்-ணைப் பாருங்க! பிளீஸ்.. உங்க மகனின் நல்ல மனசுக்கு நான் செட்டே ஆக மாட்டேன்." என்றாள்.

அவளின் அருகே வந்த சிவராம் அவளின் கண்ணை நேருக்குநேர் பார்த்து, "அப்போ நீ என்னை உண்மையா காதலிக்கல?" என்று கேட்டான்.

"இல்ல." என்றாள் அவள்.

"என்னைப் பிரிந்தது உனக்கு வலிக்கல?"

"இல்ல."

"என்னைப் பற்றி எந்த நினைவும் உனக்கு இல்ல?"

"இல்ல."

"நான் வேற பொண்ணைக் கல்யாணம் பண்ணாலும் உனக்குப் பிரச்சினை இல்ல."

"இல்ல! இல்ல!"

"அப்பறம் பேச்சு மாறக் கூடாது. நீயே இனி கேட்டாலும் உன்னைத் திரும்பி கூடப் பார்க்க மாட்டேன். அதுக்குச் சம்மதமா?"

"சம்மதம்."

"வெல். இட்ஸ் ஓவர். சுந்தரி ஆன்ட்டி, உங்களோட இன்னொரு பொண்ணுக்கு எப்போ கல்யாணம் பண்ற ஐடியால இருக்கீங்க?"

அவனின் கேள்வி சுந்தரியை குழப்ப, ஐஷ்வர்யாவுக்கோ அதிர்ச்சி தந்தது.

'ஐயோ! நம்மை விட்டு மோகினியை கல்யாணம் பண்ணிக்கக் கேட்க போறானோ? இல்ல! இல்ல! என் ராம் அப்படி இல்ல! எப்போதோ எனக்குச் சத்தியம் பண்ணி இருக்கான். எனக்கும் அவனுக்கும் மோகினி முதல் பொண்ணு மாதிரி என.' என ஐஷ்வர்யா மனதில் நினைக்க, இங்கே சுந்தரியோ,

"ஏன்பா? என்னோட இன்னொரு பொண்ணைப் பொண்ணு கேட்கலாம் எண்ணமா? அப்படி என்றால் மோகினிக்கு இஷ்டம் என்றால் எனக்குக் கூடச் சம்மதம் தான்." என்றார்.

"எனக்கு இல்ல. என் நண்பனுக்கு. அவனுக்கு மோகினி என்றால் ரொம்பப் பிடிக்கும். எனக்கும் ஐஷ்வர்யாவுக்கும் கல்யாணம் நடந்த பிறகு உங்க ரெண்டாவது பொண்ணை அவனுக்குப் பேசலாம் நினைத்தேன். ஹ்ம்ம்.. என்ன பண்றது, நான் நினைத்தது நடக்காது போல. அவன் ஆசையாவது நடக்கட்டுமே தான். மோகினி, உனக்குச் சம்மதமா?" என்று தன் கடைசிக் கேள்வியை மோகினி பக்கம் திரும்பி கேட்டான்.

ஐஷ்வர்யாவிற்குத் தலையில் இடி இறங்கிய நிலை. என்னதான் தன் காதலை அபி பிரித்தான் என அவள் இன்றுவரை நினைத்துக் கொண்டிருந்தாலும், தன் தங்கைக்கு இன்னொருவனை ஜோடியாக இதுவரை அவள் நினைத்தது இல்லை.

மோகினி - அபி, இவர்கள் இருவரும் சேர வேண்டும் என்பதே அவளின் பல காலத்துக் கனவு. அதில் இப்போ அபிராம் மேல் கோபமும் சேர்ந்திருக்க, அந்தக் கனவு கலைந்து விட்டது.

அதே சமயத்தில் ஐஷ்வர்யாவுக்குச் சந்தேகம், "இன்னும் மோகினியின் மனதில் அபி இருக்கானா? இல்லையா?" என்பது.

எல்லாரும் மோகினியின் பதிலை எதிர்பார்த்து இருக்க, அவளோ, "எனக்குச் சம்மதம்." என்றாள்.

"அவன் யாரெனத் தெரிந்து கொள்ள வேணாமா?" என்று கேட்டான் சிவராம்.

"ஏற்கனவே தெரியும்."

"அப்போ அவனை உடனே வர சொல்லவா?"

"கண்டிப்பா."

கையில் ஃபோனை எடுத்த சிவராம், "மச்சி, இனி நீ வரலாம். உன்னை எதிர்பார்த்து பொண்ணு வெயிட்டிங்." என்றான்.

"ரெண்டு நிமிடத்தில் நான் அங்கே இருப்பேன்." என்ற அபிராம், ஃபோனை வைத்தான்.

"மை ஃப்ரெண்ட் இஸ் கம்மிங்." என்று சிவராம் சொல்லி முடிக்க, அடுத்த இரண்டு நிமிடத்தில் உள்ளே தன் அப்பா சுரேஷ் (மைதிலியின் அப்பா) அம்மா வைஷ்ணவியுடன் (மைதிலியின் அம்மா) வந்த அபிராம்,

"வணக்கம்.. வந்தனம்.. நமஸ்தே.. இது உங்கள் அபி.. அபிராம். எங்கே என் பொண்டாட்டி? ஓய்.. பிசாசு! மாமா அங்கேயே வரேன்." என்றான் அபிராம்.

அவன் இந்த மாதிரி ஓர் அறிவிப்போடு உள்ளே வருவான் என யாரும் நினைத்திருக்க மாட்டார்கள். "தன் தங்கையைக் கல்யாணம் பண்ணிக்கக் கேட்டு அபி தான் வந்தான்." என்பது ஐஷ்வர்யாவுக்கு ஒரு பக்கம் சந்தோஷம் என்றால், இன்னொரு பக்கம், "தன்னைப் பழிவாங்க அபி செய்யும் திட்டமா?" எனச் சந்தேகமும்.

அங்கே அபியை பார்த்து ரொம்பச் சந்தோஷப்பட்ட நபர் யார் என்றால் சுந்தரி தான்.

"தம்பி, நீயா? ஐயோ! இப்ப நான் என்ன பண்ணுவேன்? ஓய்.. மோகினி, என்னடி பார்த்துக்கிட்டே இருக்க.. போடி! போய் மாப்பிள்ளைக்குக் காபி டீ போடு!" என்று கட்டளை இட்டார்.

"அம்மா, அதை எல்லாம் அப்பறம் பார்த்துக்கலாம். நான் கொஞ்ச நேரம் உங்க பொண்ணு ஐஷ்வர்யா கூடத் தனியா பேசணும்." என்றான் அபிராம், சுந்தரியை பார்த்து.

"அவள் கூட?"

"ஏன் என்று பேசிட்டு வந்து சொல்றேன்."

ஐஷ்வர்யாவுக்கு அவனிடம் கேட்க வேண்டிய கேள்விகள் இருந்தது. "மோகினி மேல் திடீர் காதலில் அபி வந்திருந்தால் சரி இல்லையென்றால் தன் உயிர் போனாலும் இந்தக் கல்யாணத்தைத் தடுத்து நிறுத்த வேண்டும். தன்னைப் பழிவாங்க மோகினியின் வாழ்க்கையில் அவன் விளையாட கூடாது!" என்ற முடிவுக்கு வந்தாள்.

மொட்டை மாடிக்கு அவன் கூடச் சென்றவள், "இங்கே என்ன நடக்குது, அபி." என்று கேட்டாள்.

சுற்றி பார்த்தவன், "அங்கே ரெண்டு காக்கா நடக்குது, கீழே தெரியும் ரோட்ல ரெண்டு மூணு நாய் நடக்குது, அப்பறம் கண்ணுக்கு எட்டிய இடத்தில் அங்கங்கே வீட்டில் ரோட்டில் பல மனிதர்கள் நடக்கிறாங்க. அவ்வளவு தான் எனக்குத் தெரியுது."

"ஐயோ.. கீழே வீட்டுக்குள் என்ன நடக்குது?"

"நான் என்ன சூப்பர் மேனா, சுவருக்கு அந்தப் பக்கம் என்ன இருக்கு பார்க்க?"

"நான் என்ன கேட்க வரேன் தெரிந்தும் தெரியாத மாதிரி நடிக்காதே!"

"கேட்கும் கேள்வி சரியாக இருந்தால் பதில் சரியா இருக்கும்."

"தெளிவாகக் கேட்கிறேன், என்னைப் பழிவாங்கும் எண்ணத்தில் தானே வந்திருக்க?"

"ஆமா."

"ஏன்?"

"என்ன காரணமா இருக்கும் நினைக்கிற?"

"நான் உன் ஃப்ரெண்ட் சிவராமை காதலித்தது உனக்குப் பிடிக்கல அதான் காரணம்."

"உனக்கும் அவனுக்கும் இருந்த தனிப்பட்ட விஷயம், அதுல எனக்கு என்ன சம்பந்தம்?"

"உனக்குக் காதல் பிடிக்காது அதனால் பிரிக்கப் பார்த்த?"

"ஆமா, உங்களைப் பிரிக்கப் பார்த்தது உண்மைதான். நீ சாதாரண ஈர்ப்பை காதல் நினைத்துக் கொண்டு இருந்த, அந்த நேரத்தில் பிரிக்கப் பார்த்தது உண்மைதான். அப்பறம் அந்த எண்ணத்தை விட்டுட்டேன். உனக்கு உதவி செய்யக் கூடப் பல முயற்சி செய்தேன். சரி, அது எதுக்கு? உண்மையில் என்னால் நீங்க பிரியல, உன் அவசர புத்தியால் தான் பிரிந்த. அதான் உண்மை."

"பொய் சொல்லாதே! உன்னைப் பற்றி எனக்குத் தெரியும்!"

"என்ன தெரியும்?"

"உனக்குப் பிடித்தவர்களை உன் கூடவே வைத்திருக்க நீ என்னவென்னா பண்ணுவ. நீ ஒரு சைக்கோ!"

"அப்படியா? எப்போ அப்படிப் பண்ணேன்?"

"என் விஷயத்தில் நீ பண்ணாதே ஓர் ஆதாரம்."

"அதான் கேட்கிறேன், நான் என்ன பண்ணேன்?"

"செய்த உனக்கே நினைவிருக்கும்."

"மறந்து போச்சு."

"எனக்கும் ராமுக்கும் இருந்த ஆறு மாச வித்தியாசத்தைச் சொன்னது."

"உனக்கே ஒரு நாள் தெரிய வேண்டியது. அதான் அந்த உண்மை உடனே சொல்லி தெளியா வைத்தேன். மற்றபடி அதைச் சொன்னது உங்களைப் பிரிக்க இல்ல, ஒருவரை பற்றி மற்றவர் தெரியாமல் காதல் மயக்கத்தில் மறந்ததை நினைவுப்படுத்த தான். அப்பறம் வேற.. வேற..?"

"எங்க அம்மா அப்பா கிட்ட என் காதலை பற்றிப் போட்டு கொடுத்தது."

"நான்தான் சொன்னேன் யார் சொன்னாங்க?"

"எனக்கே தெரியும். எங்க காதல் விஷயம் தெரிந்தவர்கள் சில பேர் தான். அதில் உனக்கு மட்டும் தான் ஒரு மொடிவ் இருந்தது."

"யப்பா சாமி! நல்ல கற்பனை! எனக்கு வேற வேலை இல்லயா? உங்கள் காதலை பிரிப்பது மட்டும் தான் என் வேலையா?"

"கடைசியா ராமோட பர்த்டே பிறகு நீதான் கோபத்தில் ஒரு ஃபோன் கூடப் பேசாமல் இருந்த! நான் ஃபோன் பண்ணாலும் நீ ஃபோன் எடுக்கல. மொத்தத்தில், '1 + 1 = 2' என்கிற மாதிரி எங்க அப்பா அம்மா கிட்ட சொன்னது நீ என்பது தெரிஞ்சு போச்சு."

"கணக்கு சரி தான். அதற்கு என்னை ஏன் சந்தேகப்படுற? சரி, அப்படியே நினைத்து கொள். அப்பறம் வேற என்ன?"

"எனக்கும் ராமுக்கும் யாரும் அறியாமல் செய்த கல்யாண ஏற்பாட்டை நீ தான் வீட்டில் சொன்னது. அதனால் தான் மோகினிக்கு எங்க அப்பாவே விஷம் கொடுத்தது. அப்பறம் ஒன்றும் தெரியாத மாதிரி நீயே ஹாஸ்பிடல் வந்து நடித்த!"

"அன்னிக்கே சொன்னேன், என் அம்மாவை அந்த ஹாஸ்பிடலில் அட்மிட் பண்ணி இருந்தேன். அதற்குத் தான் அங்கே வந்தேன்."

"பொய்! பொய்! நீ தான் என் எதிரி! என் வாழ்க்கையை அழித்த எதிரி!"

"திரும்பி திரும்பி யோசிக்காமல் வார்த்தை விடாத. என்னை எதிரியா பார்க்காமல் ஒரு நொடி நண்பனா பார். நான் உனக்கு அப்படி ஒரு துரோகம் செய்து இருப்பேனா?"

"கண்டிப்பா செய்வே! காலேஜ் படிக்கும் போதே பல பேரின் காதலை பிரித்தவன் தானே நீ..?"

"அதெல்லாம் உண்மையில் காதல் இல்ல என்று உனக்கே தெரியும். நான் அடிக்கடி சொல்வது தான், 'காதல் மேல் எனக்கு வெறுப்பு இல்ல, பொய்யாகக் காதலிப்பவர்கள் மேல் தான் எனக்கு வெறுப்பு!' இன்னிக்கு காதல் சொல்லி அடுத்த நாளே ஹோட்டலில் ரூம் போட்டவர்கள் பற்றிப் பிரின்சிபால் வரை சொன்னேன். அது தப்பு என்றால் நீ சொன்னது போல நான் தப்பானவன் தான். சைக்கோ தான்."

"நீ என்ன சொன்னாலும் நான் உன்னை நம்ப மாட்டேன்! இப்போ கூட எங்களை ஏமாற்ற பொய்யான இருவரை உன்னோட அப்பா அம்மா எனக் கூப்பிட்டு வந்து இருக்கே! உண்மையில் பொண்ணு கேட்பவன் சொந்த அப்பா அம்மாவை தானே அழைத்து வந்திருக்கணும்!"

தன் அப்பா அம்மாவின் நினைவில் கண்ணில் வந்த ஒரு சொட்டுக் கண்ணீர் துடைத்தவன்,

"ஐஷ்வர்யா, பிளீஸ்! இப்போ நீ பேசிய பேச்சு நினைத்து நீ ஃபீல் பண்ணுவே. பார்த்துக்கோ."

"நான் சொன்னது உண்மை தான்! நீ ஓர் ஏமாற்றுக்காரன் தான்! நீ வாய் திறந்தால் பொய் தான்! என்னைப் பழிவாங்க தானே இப்போ கூட வந்திருக்கே?"

"நீ அப்படி நினைத்தால் அப்படித்தான்."

"என்னைப் பழிவாங்க தானே என் தங்கச்சியைக் கல்யாணம் பண்ணிக்கப் பிளான் பண்ணியிருக்க?"

"நீ அப்படி நினைத்தால் அப்படித்தான்."

"வேணாம்! இந்தக் கல்யாணத்தை நிறுத்து! அவள் பாவம்!"

"நானும் பாவம் தான். அதனால் கல்யாணத்தை நிறுத்த மாட்டேன். முடிந்தால் நீ நிறுத்து."

"இங்கே பாருடா! உன்னால் தான் ராமை இப்போ கூடக் கல்யாணம் பண்ணிக்க மாட்டேன் சொன்னேன்."

"நானா உன்னை அப்படிச் சொல்ல சொன்னேன்? உன் அவசர புத்தி பேச்சுக்கு நான் காரணம் இல்ல. நீயே அவசரமா காதலித்து, நீயே அவசர அவசரமா ஒரு காரணம் கற்பித்து, நீயே அவசர அவசரமா நீ செய்த தப்புக்கு நான் தான் காரணம் எனப் பழி போட்டு விட்டு என்னை வில்லன் அளவுக்குப் பில்டப் பண்ணிட்டே."

"டேய்.. நல்லவன் மாதிரி நடிக்காத! இப்போவே கீழே நீ அழைத்து வந்த இருவரும் உன்னோட உண்மையான அப்பா அம்மா இல்லன்னு நான் சொன்னால் மட்டும் போதும்."

"சரி, வா, இப்போவே சொல்லு."

அவளும் கோப கோபமாகக் கீழே செல்ல அவளைப் பின் தொடர்ந்து அவனும் கீழே வந்தான்.

கீழே சஞ்சனா, சுரேஷ் மற்றும் வைஷ்ணவி அருகே அமர்ந்து, தன் சிறு வயசு புகைப்படங்களை எல்லாம் காண்பித்துக் கொண்டிருக்கே, மோகினி தன்னுடைய வருங்கால அத்தான் சிவராமுடன் சிரித்துப் பேசி கொண்டிருக்க, சுந்தரி சிவராமின் அப்பா அம்மாவுடன் உலக நடப்பு பற்றிப் பேசி கொண்டிருக்க, அதை எல்லாம் பார்த்த ஐஷ்வர்யா, "எல்லாரும் நான் சொல்ல போவதை கேட்கிறீர்களா?" என்று பெரிய சத்தம் ஒன்று போட்டாள்.

"அதுக்கு ஏண்டி சத்தம் போடுற! எல்லாருக்கும் காது கேட்கும். சொல்லு?" என்றார் சுந்தரி, முடிந்தவரை தன் குரலை உயர்த்தி.

"அபியுடன் வந்த இந்த ரெண்டு பெரியவர்களும் அபியின் சொந்த அப்பா அம்மா இல்ல."

"தெரியும்."

"எப்படித் தெரியும்?"

"நீங்க மேல பேச போன போதே நாங்க பேசிட்டோம். இவங்க அவனின் அப்பா அம்மாவின் சொந்தம். அவர் அபியின் அப்பா விமலின் அண்ணன் சுரேஷ் மற்றும் அவங்க அபியின் அம்மா விமலாவின் தங்கை வைஷ்ணவி. இவங்களோட ஒஇப்ப இவங்க கூட இல்ல. அவ காணாமல் பொய் ஐந்து வருசம் மேல் ஆச்சு சொன்னாங்க."

"எல்லாம் பொய்! அபியின் அப்பா அம்மா லவ் மேரேஜ் பண்ணாதால் அவங்களோட குடும்பம் அவங்களை ஒதுக்கி வைத்து விட்டது."

"அதெல்லாம் நடந்தது ஒரு காலத்தில். சில வருசத்துக்கு முன்னாடி அபியின் அப்பா அம்மா இறந்ததும், அவங்களின் கடைசி ஆசையா இவர்களோடு சேர்ந்து விட்டான். கடந்த ஐந்து வருஷமா அபி இவங்களோட மகனா தான் இருக்கான்."

ஐஷ்வர்யாவுக்குத் தெரியும் அபிக்கு அவனின் அப்பா அம்மாவை எந்த அளவுக்குப் பிடிக்கும் என்பது. அவர்கள் இறந்த செய்தி கேட்டதும், தன்னை மறந்து அபியை கலங்கிய கண்களோடு அவள் பார்க்க, அவனோ அவள் தன்னைப் பார்ப்பது உணர்ந்தும் சஞ்சனா, சுரேஷ் மற்றும் வைஷ்ணவியின் முகத்தில் இருந்த மகிழ்ச்சியை மனதுக்குள் படம் எடுத்துக் கொண்டிருந்தான்.

"அம்மா, நீ என்ன சொன்னாலும் இந்தக் கல்யாணத்துக்குச் சம்மதம் சொல்ல மாட்டேன்." என்று தான் பிடிவாதத்தை விடாது ஐஷ்வர்யா சொல்ல, அவளின் அம்மா சுந்தரி அவளை விடப் பிடிவாத குரலில், "இப்போ கல்யாணம் உனக்கு இல்ல, உன் தங்கச்சிக்கு. அவளுக்குச் சம்மதம் சொல்லிட்டா." என்றார்.

"மோகினி, சொன்ன கேளுடி! என் மேல் இருக்கு வெறுப்பில் இவன் உன்னை வைத்து என்னைப் பழிவாங்க பார்க்கிறான்." என்று கூறி தன் தங்கையின் மனதை மாற்ற ஐஷ்வர்யா பார்த்தாள்.

ஆனால் தன் அக்காவின் பேச்சுக்கு அடி பணியாத மோகினி, "அப்படி என்ன வெறுப்பு கா?" என்று கேட்டாள்.

"உனக்குச் சொன்னால் புரியாது. பிளீஸ்! பிளீஸ்! இந்தக் கல்யாணம் உனக்கு வேணாம்!"

"எனக்கு எல்லாம் தெரியும்."

"என்ன தெரியும்?"

"ஒரு நிமிடம்." என்ற மோகினி தன் அறைக்குள் சென்றவள், கையில் ஐஷ்வர்யாவின் டைரி எடுத்துக் கொண்டு வந்து, "இதைப் படித்துத் தெரிந்து கொண்டேன்." என்றாள்.

"இதெப்படி உனக்குக் கிடைத்தது."

"காலையில் உன் அறைக்கு வந்தேன். அப்போ தான் பார்த்தேன்."

"சரி, காரணம் தெரிந்து போச்சு ல, இன்னும் என்ன இவனைப் பிடிக்கல என முகத்தில் அடித்தது மாதிரி சொல்லு."

"சாரிக்கா, ஐ ஸ்டில் லவ் ஹிம்! இதைப் படித்த பிறகு தான் என் காதல் இன்னும் வளர்ந்தது."

"ஏய்.. என் வாழ்க்கையை அழித்தவன் டி இவன்!"

"அப்படி நீ தான் உன் பார்வையில் எழுதி இருக்க. மற்றபடி அவன் பக்க நியாயம் என்னன்னு நீ கேட்க முயற்சி செய்யவே இல்ல. கண்டிப்பா சொல்வேன் அபி கடைசி வரை நல்ல நண்பனா தான் இருந்தான். நீ தான் காதல் மாயைல உயிர் நண்பன் கூடப் பார்க்காமல் அவனையே தூக்கி போட்டுட்ட."

"ஏய்.. நீ என் தங்கச்சி டி! என்னை விட்டு அவனுக்கு ஏன் சப்போட் பண்ற?"

"உண்மை பக்கம் தான் நான் இருப்பேன். உன் டைரி படிக்கும் போதே நான் உன் தங்கச்சியா படிக்கல, மூன்றாவது மனிதனின் கண்ணோட்டத்தில் தான் படித்தேன். அதில் பல உண்மைகள் உனக்கே தெரியாதது எனக்குத் தெரிந்தது."

"என்னடி உண்மை பெருசா சொல்ல வந்துட்டே?"

"அதை அப்பறம் சொல்றேன். அம்மா, பக்க உண்மைகளை நீ கேட்டு கோ." என்ற மோகினி, அபி பக்கம் போய், ஒரு புது வாட்ச் அவன் கையில் காட்டி,

"அபி, எனக்குத் தெரியும் இப்போ கூட நீ என் மேல் காதல் வந்து வரல. பட், நான் எப்போ என் காதலை சொன்னேனோ, அப்பவே உனக்கு நான் சொந்தம் ஆகிட்டேன். என் ஒருத்தியின் காதலே நம்ம ரெண்டு பேருக்குமே போதும். உனக்குக் காதல் மேல் நம்பிக்கை இல்லாமல் இருக்கலாம். ஆனா, என் அன்பு மேல் நம்பிக்கை வை. அதே எனக்குப் போதும்."

"ஓய்.. பிசாசு, நீ என் உயிர் டி! என்னை விட உன்னை நான் நம்புறேன். உன்னை மாதிரி இதைக் காதல் எல்லாம் சொல்ல மாட்டேன். காதலுக்குக் கூட ஓர் அளவு இருக்கு. ஆனா, உன் மேல் நான் வைத்த நேசத்துக்கு அளவு ஒன்றே இல்லடி!" எனச் சொன்னவன் அவள் விரலில் ஒரு மோதிரம் ஒன்று மாட்டி,

"நீ என்னிடம் காதல் சொன்ன அன்றே உனக்காக நான் வாங்கியது. நான் உன் கழுத்தில் தாலி கட்டும் வரை இதான் உனக்கான தாலி. வில் யூ மேரி மீ?"

"யெஸ்! ஐ வில்!"

சிவராமை அருகே அழைத்த அபி, "சிவா, அப்பா அம்மாவை கிருஷ்ணாவின் வீட்டுல விட்டுடுடா. எனக்கும் என் பிசாசுக்கும் சில வேலைகள் இருக்கு." என்றான்.

"சரி." என்று சிவராம் சொன்னதும், அபிராம் ஐஷ்வர்யாவை பார்த்து நக்கலாகச் சிரித்து விட்டு மோகினியை அழைத்துக் கொண்டு கிளம்பினான்.

ஆனால் சுந்தரிக்கு தன் ஃபோனில், "அத்தை, இனி எல்லாம் உங்க கையில் தான்." என்று மெசேஜ் செய்தான்.

"விடு, அபி. அத்தை நான் இருக்கேன். என் பொண்ணைப் பழிவாங்க என்னால் முடிந்த உதவி உனக்கு நான் செய்றேன்." என்று பதில் மெசேஜ் செய்தார்.

எல்லாரையும் அழைத்துக் கொண்டு கிளம்பிய சிவராம், ஐஷ்வர்யா பக்கம் திரும்பி கிளம்புவதற்கு முன்பு, "நான் சொன்னதை மீறிய காரணத்தால் சஞ்சனாவ பற்றிய உண்மைகள் சீக்கிரம் வெளியே வரும்." என்றான்.

ஆனால், பாவம் அவனுக்கே அபிராம் அந்த உண்மை சொல்லாத போது அவன் எப்படி மற்றவர்களுக்குச் சொல்வான்?

அவன் போன பிறகு ஐஷ்வர்யா தன் அறைக்குள் சென்று அழ ஆரம்பித்-தாள்.

மோகினியை அழைத்துக் கொண்டு அபிராம் தன் அப்பா அம்மா வாழ்ந்த வீட்டுக்கு வந்திருந்தான்.

"ஓய் பிசாசு! வலது கால் எடுத்து வைத்து உள்ளே வா." என்று அவன் சொல்ல, அவன் சொன்னது போலச் செய்தவளை கை பிடித்து உள்ளே அழைத்து வந்தான்.

"இதான் எங்க அப்பா பணத்தைக் குருவி சேர்கிற மாதிரி சேர்த்து வைத்து வாங்கிய வீடு. பெரியப்பா மூலம், சீதா அக்காவின் அப்பா அம்மா மூலம், கடந்த சில வருடங்களாக என் சம்பாத்தியம் மூலம் எத்தனையோ சொத்துகள் எனக்கு இருந்தாலும் இந்த வீடு தான் எனக்குப் பிடித்த சொத்து. ஒரு நிமிடம் வெயிட் பண்ணு, உனக்கு இன்னொரு விஷயத்தைக் காட்டணும்." என்றவன், ஒரு பாத்-திரம் எடுத்துக் கொண்டு வந்தான்.

அதை அவள் கையில் கொடுத்துவிட்டு, "இது நீங்கள் பல வருஷம் வாழ்ந்த வீட்டின் பாத்திரம்." என்றான்.

அதைப் படித்துப் பார்த்தவள், "அபி, எங்க அக்கா ரொம்பப் பாவம் டா! சத்-தியமா இந்த விஷயத்தை அவளால் தாங்க முடியாது."

"அவள் தானே ஆசைப்பட்டா? இந்த அபி இப்படித் தான் பழி வாங்குவான்! இனி நீயும் அதுக்கு உதவி பண்ற, புரியுதா?" என்று பொய் கோபத்தைத் தன் முகத்தைக் காட்டினான் அவன்.

"கண்டிப்பா." என்றவள், அவனின் பொய் கோபத்தைப் போக்க அவனைக் கட்டிக்கொண்டு நின்றாள்.

அவளை அணைத்த அபிராம், சில நொடிகள் தன் மனதில் இத்தனை வரு-டங்களாக இருந்த வலியை நீக்கும் மருந்தாக அந்த அணைப்பை உணர்ந்து, "இதுவரை என்ன நடந்தது? யாரால் எதனால் இத்தனை பிரச்சினைகள் சொல்-லட்டுமா?" என்று அவள் காதில் மெல்லமாகக் கேட்டான்.

"வேணாம். எனக்கே ஓர் ஐடியா இருக்கு. அதைச் சொல்றேன், சரியா மட்டும் சொல்லு."

"ஹ்ம்ம்.. துப்பறியும் புலி நீ! கண்டிப்பா இத்தனை நாளில் எதாவது கண்டுபிடித்துத் தான் இருப்ப. சொல்லு."

"நாங்க இப்போ இருக்கும் வீட்டின் பரண் மேல் ஒரு டைரி கிடைத்தது. அதில் ராம் என்ற ஒருவன் முடிந்து போன அவனின் காதல் கதை பற்றி எழுதி இருந்தான். முதல்ல அதை உன்னோட டைரி தான் நினைத்தேன். அப்பறம் சில விஷயங்களை யோசித்துப் பார்த்து உன்னோடது இல்லன்னு புரிஞ்சது. அப்புறம் சிவராம் அத்தான் மேல சந்தேகப்பட்டேன்.

ஆனா, அக்காவின் டைரியே படித்ததிலிருந்து அவரின் டைரி இல்லன்னு தெரிஞ்சு போச்சு. மிச்சமிருக்கும் ஒருவர் உன்னோட ஃப்ரண்ட் ஸ்ரீகிருஷ்ணா தான். எப்படி ராம் என்ற பெயருக்கும் இவருக்கும் சம்பந்தம் இருக்குன்னு தெரியல. உண்மையில் அந்த டைரி அவரின் டைரி தானே?"

"ஹ்ம்ம்.. சரி தான். அவனை வீட்டுல 'ஸ்ரீராம்.. ராம்..' என்றுதான் கூப்பிடுவாங்க. அதுவும் அவனுக்கு இருபது வயசு ஆகும் வரை தான். அந்தப் பெயரை வைத்துக் கூப்பிட காரணம் இப்ப வேணாம். அப்புறம் சொல்றேன்."

"ஹ்ம்ம்.. காதல் தோல்வி வந்து அந்தப் பெயர் சொல்லி யாரும் கூப்பிடவே கூடாது சொல்லிட்டார். சரியா?"

"ஆமா, சரி."

"அப்பறம் எம்பிஏ சேர்வதற்கு முன்னாடியே உனக்கு அவரைத் தெரியும். சரியா? கண்டிப்பா அவரின் காதல் தோல்வி தான் உனக்குக் காதல் மேல் காதலர் மேல் வெறுப்பு வர காரணமா?"

"அப்படின்னு சொல்ல கூடாது. அதுவும் ஒருவித காரணம்."

"அப்போ உனக்கு மைதிலியை தெரியும்?"

"நல்லாவே தெரியும். இன்னிக்கு உன்னைப் பொண்ணு கேட்க என் கூட வந்தவர்களின் பொண்ணு தான் அவள். என் கசின் சிஸ்டர்."

"ஓ! இந்த உண்மை எல்லாம் அவளின் கல்யாணத்துக்குச் சென்ற போது தான் உனக்குத் தெரியுமா?"

"ஆமா. ஆனா, அவளைச் சின்ன வயசுல இருந்து என்ன சொந்தம் என்று தெரியாது ஒரு தோழியா தெரியும். அவள் தான் அவனை ஏமாற்றியது எல்லாம் அவளுக்குக் கல்யாணம் நடந்த அன்னிக்கு தான் தெரிந்தது. அவனும் அவளும் நண்பர்கள் ஆகக் காரணத்தில் நானும் பங்கு பெற்று இருந்தேன்."

"நீ மட்டுமா? இல்ல, அவரின் மனைவி சீதா.. சாரி! சீதாஸ்ரீ அவங்களும் காரணமா?"

"ஹ்ம்ம்.. அதுவும் தெரிந்து போச்சா?"

"நான் எங்க அக்கா மாதிரி லூசு இல்ல. கூகிள் என்பது எதுக்கு இருக்கு. என் அக்காவின் டைரி படித்த அடுத்த நொடி ராதாஸ்ரீ மற்றும் சீதாஸ்ரீ ரெண்-

டுமே ஒருத்தர் என்கிற சந்தேகம் வந்தது. அதைத் தெளிவு பண்ண உங்க கம்பெனி ஹிஸ்டரி எல்லாம் பார்த்தேன். அப்போ தான் தெரிந்தது சீதாஸ்ரீ என்பவரின் அப்பா பூபாலன் மற்றும் அம்மா பூர்ணிமா. அவங்க தன் அப்பா அம்மாவுக்கு ஒரே பொண்ணு.

டெல்லி யுனிவர்சிட்டியில் எம்பிபிஎஸ் முடித்து விட்டு வெளிநாடு போய் மேற்படிப்பு படிக்கும் எண்ணத்தில் இருந்த அவங்களின் கனவை பொய்யாக்கிய அவங்களின் அப்பா அம்மாவின் இறப்பு செய்தி. அதனால் சென்னை வந்தாங்க, இங்கே வந்த பிறகு அப்பாவின் பிசினஸே கையில் எடுத்தாங்க, அது மட்டும் தான் நெட்ல இருந்தது.

உண்மை அதில் மட்டும் இல்ல என்பது என் எண்ணம். அவங்க படிப்பை தொடராமல் இங்கேயே தங்கியிருந்த காரணம் உன் ஃப்ரெண்ட் மேல் அவங்க வைத்த காதலே காரணம். கண்டிப்பா அது பல வருடமாக இருந்த காதலாகத் தான் இருந்திருக்க வேணும்."

"ரொம்பச் சரி! சீதா தான் கிருஷ்ணா மற்றும் மைதிலி மீட் பண்ணவே காரணம். அவள் தான் அவங்க இருவருக்குமே காதல் வர காரணம். ஆனா, மைதிலியின் பேராசை அவனை விட்டு வேற ஒருத்தனை கல்யாணம் செய்து கொள்ளும் அளவுக்குப் போனது. அந்த நேரத்தில் சீதா கடைசி வருட எம்பிபிஎஸ் படிப்பில் இருந்தா. உடனே அவளால் இங்கே வர முடியல. படிப்பு முடிந்து இங்கே கிளம்பி வரும் நேரத்தில் தான் அவளின் அப்பா அம்மா இறந்தது.

அதையே காரணமா வைத்து இங்கேயே அவ இருந்துட்டா. மற்றப்படி அவளின் ஃபேமிலி பிசினஸ் பார்க்க ஆட்களுக்குப் பஞ்சம் எல்லாம் இல்ல. நானே பார்ட் டைம்ல எம்பிஏ படித்துக் கொண்டே பிசினஸ் பார்த்துக்கிறேன் சொன்னேன். அவ தான் கேட்கல. பிளான் பண்ணி என்னையும் அவன் சேர்ந்த காலேஜில் சேர வைத்தாள்.

சரி நானும் மைதிலி பண்ண பாவத்துக்கு அவனுடன் நல்ல ஃப்ரெண்ட்டா இருந்து அவனை மாற்றலாம் நினைத்துக் கொண்டு இருக்கும் போது தான் சீதா வேற பிளான்ல இருந்தது தெரிந்தது."

"ஹ்ம்ம்.. புரியுது. ராதாஸ்ரீ என்ற பெயரில் கிருஷ்ணா கூடக் காதல். சீதாஸ்ரீ என்ற பெயரில் பிசினஸ் என டபிள் கேம்."

"ஹ்ம்ம்.. ரொம்பச் சரி."

"ஓ! அதுக்குத்தான் சீதா அக்கா மேல் கோபமாக இருக்க, சரியா?"

"இல்ல. ஆனா, அந்த உண்மை என்கிட்ட கேட்காத, ப்ளீஸ்! நானே ஒரு நாள் பொறுமையா சொல்றேன்."

"அப்போ எதோ பெரிய தப்புச் செய்து இருப்பாங்க போல."

"ரொம்ப... பெரிய பாவம்! அவ செய்த எல்லாத்துக்கும் தெரியாமல் நானும் ஒரு காரணம் என்ற குற்ற உணர்வு எனக்கு."

"அவங்க வயசு வித்தியாச காதலில் உனக்குக் கோபம் இல்ல?"

"ஹலோ மேடம்! சீதா கிருஷ்ணாவை பதிரெண்டு வயசில் இருந்து லவ் பண்றாங்க! உலகத்திலேயே தன் காதலனுக்காக மாமி வேலை பார்த்த பெருமை அவளுக்குத் தான் போய்ச் சேரும். அதில் என் பங்கும் இருந்தது நினைக்கும் போது தலையில் அடித்துக் கொள்ளலாம் போல இருக்கும்."

"அவங்க லவ் பண்றது அவங்க அறியும் நேரத்தில் கை மீறி போய் இருக்கும். இல்ல, கிருஷ்ணா முன் போய் நின்றால் ஃப்ரெண்ட்டா பார்க்காமல் அக்கா மாதிரி பார்த்துடுவான் பயந்து இருப்பாங்க."

"ஹ்ம்ம்.. ரொம்பச் சரி. அதற்கே நிறைய உடற்பயிற்சி செய்து சின்னப் பொண்ணு மாதிரி தெரிய பார்ப்பாங்க. இன கவர்ச்சியாக இருக்கும் என்கிற எண்ணத்தில் தான் அவன் மேல் இருந்த காதலை ஒதுக்கி அவனைப் பார்க்காமல் இருந்தால் அந்தக் கவர்ச்சி போய்டும் என்ற எண்ணத்தில் நான் சொல்லியும் கேட்காமல் டெல்லிக்குப் படிக்கப் போனாங்க. திரும்பி அவங்க வருவற்குள் எல்லாமே முடிந்து போச்சு."

"என் அக்காவுக்குக் கல்யாணம் ஆன ஒரு மாசத்துக்குப் பின் ஒரு மொட்டை கடுதாசி ராம் என்ற பெயரில் வந்தது. அது யார் அனுப்பியது தெரியுமா?"

"ம்ம். ஆனா, அதை அப்புறம் சொல்றேன்."

"அக்காவோட காதல் விஷயம் எங்க வீட்டில் எப்படித் தெரிந்தது?"

"எல்லாத்துக்கும் காரணம் உன் சொக்கா.. அக்கா தான். டைரி எழுதினால் ரகசியமாக வைக்காமல் உங்க அப்பா அம்மா கண்ணில் படும் அளவுக்கு வைத்தாள். அவள் தூங்கிய பிறகு ஒருநாள் அதில் இருப்பதை உன்னோட அம்மா அப்பாவும் படித்து அவளின் பிளான் எல்லாம் தெரிந்து வைத்துக் கொண்டார்கள். அதன் பின்விளைவுக்குக் காரணம் நான் என்கிற மாதிரி உன் அக்காவுக்குச் சந்தேகம், அதனால் என் மேல் கோபம், வெறுப்பு."

"இதெப்படி உனக்குத் தெரியும்?"

"சில வருஷமா உங்க அம்மா சுந்தரி கிட்ட அப்போ அப்போ பேசிக்கிட்டு தான் இருக்கேன். ஒரு காதலை பிரித்த வலி இன்னும் அவங்க மனசில் இருக்கு. உன்னோட அப்பா அம்மாவை ஏற்கனவே சில வருசத்துக்கு முன்னாடி பார்த்தேன். உன் அக்காவின் டைரில படித்து இருப்ப நினைக்கிறேன். ஒருவேளை எழுதாமல் கூட இருந்திருப்பா. எல்லோரும் முக்கியமா மனசை பாதித்த நிகழ்வை மட்டும் தான் டைரியில் எழுதுவாங்க."

"என்ன நிகழ்வு?"

"ஐஷ்வர்யா உன்னோட பெரியப்பா வீட்டில் இருந்த போது நானும் சிவராமும் உங்க அம்மா அப்பாவை பார்க்க வந்தோம். அவங்க வீட்டை எல்லாம் சுற்றி காண்பித்து எங்களைக் கேவலப்படுத்தித் துரத்திய நிகழ்வு."

"வெயிட்! வெயிட்! அதைப் பற்றிக் கூட எழுதி இருந்தா. அப்போ நீதான் எங்க அப்பாவின் காலில் விழுந்தியா? ஏன்டா? உன்னை நீயே அவளின் காதலுக்காக அசிங்கப்பட்டுக் கொண்ட?"

"விடுடி, அவ என்னோட உயிர் தோழி. சிவராம் என் உயிர் நண்பன். அவங்க சேர்வது எனக்கு முக்கியம். அதற்காக எதையும் செய்யலாம். அதோடு உங்க அப்பா யார்? என்னோட மாமனார்! அவர் காலில் விழுந்தது பெருமை தான்."

"உண்மை சொல்லு! என் அக்காவின் காதல் விஷயம் உனக்கு எப்போ இருந்து தெரியும்?"

"எப்போ அவ சிவராம் கிட்ட காதல் சொன்னாளோ அதுக்குச் சிலநாள் பிறகு சிவாவே என்கிட்ட சொல்லிட்டான். அப்புறம் நாட்கள் போகப் போக அவளின் காதல் பைத்தியம் ஏறிக்கிட்டே போச்சு. சிவா தினம் தினம் என்ன பண்றது முழித்துக் கொண்டிருந்தான். உண்மையைச் சொல்லணும்னா, உன் அக்காவுக்குச் சிவா மேல் காதல் வந்தது அவ பெங்களூரில் ஒரு நாள் மாதவிடாய் பிரச்சினையில் இருந்த போது அவன் ஃபோன் காலில் பேசிய சில ஆறுதல் வார்த்தையில் தான்.

அன்று வரை அவங்களைப் பிரிக்க யோசித்துக் கொண்டிருந்த நான், அதற்குப் பின் தான் யார் எதிர்த்தாலும் அவங்களைச் சேர்த்து வைக்கணும் முடிவுக்கு வந்தேன். அவளே ஒரு நாள் தன் காதல் விபரம் சொல்வா நினைத்தேன். எங்கே? என் மேல் சந்தேகம் வந்து, என் மனசை கஷ்டப்படுத்தி, ஹ்ம்ம்.. அதெல்லாம் விடு! எங்க அம்மா இறந்த பிறகு வைஷ்ணவி அம்மாவின் மடியை தவிர்த்து யார் மடியிலும் நான் தலை வைத்துப் படுத்தது இல்ல. உன் மடியில் கொஞ்ச நேரம் படுக்கட்டுமா? பிளீஸ்! பிளீஸ்! ஆசையா இருக்குடா!" என்றான் சிறு குழந்தை போல்.

அவனைத் தன் மடியில் தலை வைத்து படுக்க வைத்தவள், அவனின் தலை கோதி கொண்டே மென்மையான குரலில், "இப்படி வேற என்னென்ன ஆசைகள் இருக்கு?"

"இருக்கு. நிறையா. எல்லாம் நம்ம கல்யாணம் முடியட்டும். சொல்றேன்."

"எனக்கும் சில பல ஆசைகள் இருக்குடா."

"என்னன்னு சொல்லு. நான் நிறைவேற்றி தரேன்."

"அது.. அது.. இன்னிக்கு நைட் நான் இங்க தங்கினால் தான் அந்த ஆசை நிறைவேறும்."

"எதுவும் எடாகுடமா இல்லயே?"

அவன் காதில் ரகசியமாகச் சொன்னவள், "என்ன ஓகே வா..?" என்று கேட்-டாள்.

"டபுள் ஓகே. வா, உடனே படுக்கை அறைக்குப் போகலாம்."

"இல்ல. அதுக்கு முன் வீட்டுக்கு ஃபோன் பண்றேன். இன்னிக்கு வர முடியாது சொல்லணும். அப்பறம் இரவு உணவு முடித்து விட்டு படுக்கைக்குப் போலாம்."

"ஓகே."

அவள் வீட்டுக்கு ஃபோன் பண்ண, ஃபோனை எடுத்த அவளின் அம்மா சுந்தரியிடம் சொன்னவள், பிறகு இரவு உணவை இருவரும் மாறி மாறி ஊட்டி கொண்டதும், படுக்கைக்குச் சென்றனர்.

அங்கே அவனைக் கட்டிக்கொண்டு அவன் இதயத் துடிப்பு கேட்டவாறு அவள் தூங்க ஆரம்பித்தாள். தன் மேல் குழந்தை போல் தூங்கும் அழகிய மோகினி பிசாசை பார்த்தவாறு அபிராமும் தூங்கினான்.

அவன் காதல் சொல்ல வில்லை என்றாலும் அந்தக் காதலில் அன்பை அவன் வழியில் வழங்க அவன் மறக்க வில்லை. காதலே அல்லாத அவனின் காதலும் சிறப்பு வாய்ந்தது தான்.

## *நினைவு புத்தகம் இன்னும் திருப்பப்படும்.*

# 16

# ஐஷ்வர்யா உண்மை அறிந்தாள்

நேற்று அபிராம் வந்து போன பிறகு தன் அறைக்குள் அடைந்து கொண்டவள் தான் ஐஷ்வர்யா, பின் அடுத்த நாள் காலை ஏழு மணிக்கு வெளியே வந்தவள், தன் அம்மா சுந்தரியிடம் கேட்ட முதல் கேள்வி,

"அம்மா மோகினி எங்கே?" என்பதுதான்.

"அவ நேற்று இரவே அபியின் வீட்டில் தங்கி விட்டாள்."

"ஏன்?"

"கல்யாணம் பண்ணிக்கப் போறாங்க.. அதோட ஒருத்தரை ஒருத்தர் பிடிச்சி-ருக்கு. அப்புறமென்ன?"

"அம்மா... லூசாமா நீ? அவங்களுக்குப் போய் மாமி வேலை பார்க்கிற?"

"நான் லூசா? நீ லூசா? என் பொண்ணை அபி கல்யாணம் பண்ணா நான் அவனுக்கு மாமி தானே? அதாவது மாமியார் தானே?"

"அம்மா... அவன் என்னைப் பழிவாங்க இப்படிச் செய்றான். அது கூடப் புரி-யாமல்.."

"அவன் ஏன் பழி வாங்கணும்?"

"அவனுக்குக் காதல் பிடிக்காது. அந்தக் காரணத்தால் நான் காதலித்தது பிடிக்காமல் பழி வாங்கினான்."

"அப்படி என்னவெல்லாம் பண்ணான் சொல்லு, பார்க்கலாம்."

"நான் காதலித்தது பற்றி உனக்கும் அப்பாவுக்கும் அவன் தானே சொல்லி என்னை மாட்டி விட்டான்?"

"அப்படி யார் சொன்னாங்க?"

"எனக்கே தெரியும். ஒரு காலத்தில் அவனை நல்ல ஃப்ரெண்ட் என நினைத்து ஏமாந்தவள் நான்."

"ஹ்ம்ம்.. இவ்வளவு சொல்ற நீ அவனுக்கு நல்ல ஃப்ரெண்ட்டா இருந்தியா?"

"ஆமா, அதனால் தான் நான் மோகி.."

"தெரியும்! தெரியும்! நீ பண்ண எல்லா வேலையும் தெரியும்."

"அவன் சொன்னான். சரியா?"

"இல்ல, உன்னால் தான் தெரிந்தது. நீ ஆசையாக ஒரு காலத்தில் எழுதிய டைரியை உனக்கே தெரியாமல் நானும் அப்பாவும் படித்து எல்லாம் தெரிந்து கொண்டோம். உன் காதல் விபரம், சிவராம் கூட நீ பேசின 18+ உரையாடல் உட்பட."

"அது.. அது.." என்று பதில் சொல்ல வராது திணறிய ஐஷ்வர்யா, "அப்போ அபி..?" என்று கேட்டாள்.

"இல்ல, அவனுக்கும் இதுக்கும் எந்தச் சம்பந்தமும் இல்ல. உண்மை சொல்லணும்னா உன் அப்பாவின் காலில் விழுந்து கெஞ்சியவன் அவன்." என்றார் தன் மகளின் குற்றவுணர்வை ஏற்ற வேண்டும் என்றே.

"அம்மா!"

"ஆமா, உன் மேல் இருந்த காதலுக்காகச் சிவராம் அன்னிக்கு எங்களிடம் பேச வந்தான் என்றால், இந்த அபி உன் மேல் வைத்த உண்மையான நட்புக்காக அவமானம் பட்டாலும் பரவால்ல என்ற எண்ணத்தில் வந்தான்."

**சில வருடத்திற்கு முன்.**

ஐஸ்வர்யாவிடம் பேசிய அடுத்த நாள் அவளின் அப்பா அம்மாவை பார்க்க சிவராம் கிளம்ப அவனோடு அபியும் வந்தான்.

"அபி, நானே போய்ப் பார்த்துக்கிறேன் டா. நீ எதுக்குத் தேவையில்லாம."

"நீ கொஞ்சம் சும்மா இரு. அங்க உனக்கு என்ன வேணும்னாலும் நடக்கலாம். அவரைப் பற்றி ஏற்கனவே ஊர் முழுவதும் கண்டபடி பேசிக்கிட்டு இருக்காங்க. உன்னை ஆள் வைத்து அடித்தா என்னடா பண்ணுவ?"

"அட! நண்பன் மேல் அவ்வளவு பாசமாடா?"

"பாசம் தான். ஆனா, உன் மேல இல்ல ஐஸூ மேல. என்ன இருந்தாலும் ஒரு நாள் அவளுக்குத் தாலி கட்ட போறவன் ஆச்சே நீ! உன்னை நல்லா பார்த்துக்க வேண்டியது என் கடமை."

"எனக்கு அப்படித் தோணலை, நீ அங்க வருவதற்கு வேற என்னமோ காரணம் இருக்கு."

"என்ன?"

"உன் பிசாசை பார்க்க."

"அவ இப்போ ஊரில் இல்ல. காலேஜ் டூர் போய் இருக்கா என நேத்து ஐஸூ சொல்ல உன் ஃபோன் ஸ்பீக்கர்ல தானே ரெண்டு பேருக்கும் கேட்டோம்? என்ன ஐஸூ அந்த ஃபோன்ல நீ மட்டும் தான் இருந்ததாக எப்போதும் போல நினைத்-தாள்."

"சரி.. சரி.. விடு, போலாம்."

இருவருமே ஸ்ரீகிருஷ்ணாவின் ராசி வண்டியான டிவிஎஸ் ஆக்டிவாவில் (TVS Activa) கிளம்பினர். அங்கே போனவர்களை வாய் நிறையச் சிரிப்போடு ஐஷ்வர்யாவின் அப்பா சுந்தரம் வரவேற்றார்.

"என்னடா வில்லன் இவ்வளவு பாசமா உள்ள கூப்பிடுறார். ஒருவேளை உள்ள வச்சு மிதி மிதி என்று ஆள் வைத்து மிதிக்கப் பிளான் பண்ணி இருக்காரா? வாடா, பேசாமல் போய் விடலாம்."

"சிவா, ஒழுங்கா வா. நான் இருக்கேன் ல, இன்று ஒரு நாள் உன் பயத்தை விட்டு வெளியே வா!"

"ஹ்ம்ம்.. நீ ஈசியா சொல்லிட்டே எனக்குத் தான் என் மனசு திக்கு திக்குன்னு இருக்கு."

"இதுக்கு மேல் ஒரு வார்த்தை பேசினே நானே உன்னை மிதித்து விடுவேன்."

சிவராம் வாய் மூடி கொண்டு உள்ளே வர, சுந்தரம் அவர்களுக்கு வீட்டை எல்லாம் சுற்றி காண்பித்து, "பசங்களா வீடு எப்படி இருக்கு?" என்று கேட்டார்.

"ரொம்ப நல்லா இருக்கு, சார்." என்றான் சிவராம்.

"அரண்மனை அளவுக்கு இல்ல?" என்று கேட்டார் சுந்தரம்.

"ஆமா."

"உங்க வீடு இந்த அளவுக்கு இருக்குமா?"

"சார்.. அது.. அது.. வந்து.."

அதுவரை நன்றாகப் பேசியவர் இப்போ குரலை மாற்றிப் பேசி, "எனக்குத் தெரியும் டா. பிச்சைக்கார பசங்களா! உன்னைப் பற்றியும் எனக்குத் தெரியும் உன் அம்மாவின் மனநிலையும் எனக்குத் தெரியும். உன் கூட வந்து இருக்கானே அபி-ராம் என ஒருத்தன், இவனைப் பற்றியும் எனக்குத் தெரியும். ரெண்டும் பேருமே சொந்தங்கள் இருந்தும் சொத்துச் சுகங்கள் இல்லாத பிச்சைக்கார பசங்க தானே?" என்று அருவருப்பு பார்வையில் சொன்னார்.

"மிஸ்டர் சுந்தரம், கொஞ்சம் பார்த்து பேசுங்க. நீங்க நினைக்கிற அளவுக்கு நாங்க கேவலமானவர்கள் இல்ல." என்று அபிராம் தன் கோபத்தை வார்த்தையில் காட்டாது, கண்ணில் காட்டினான்.

"என்னடா இல்ல? உன்னைப் பற்றி நல்லாவே எனக்குத் தெரியும் சொன்-னேன்ல? உன் ஃப்ரெண்ட் இவன் என்னோட பெரிய பொண்ணே மயக்கினான்.

நீ என்னோட சின்னப் பொண்ணு மோகினி மயக்கின. ரெண்டு பேரும் கூட்டுக் களவாணிகள் தானே?"

"மிஸ்டர் சுந்தரம், நீங்க நினைக்கிற மாதிரி இல்ல. நான் மோகினி.."

"அதுவும் தெரியும் டா! என் பொண்ணு தான் உன்னைக் காதலிக்கிறாள். நீ காதலிக்கல. அதானே சொல்ல வந்த?"

"ஆமா."

"சீ! வாயை மூடு! நீ என்ன சொன்னாலும் சரி நான் பார்த்த மாப்பிள்ளை கூடத் தான் என் பொண்ணுக்கு கல்யாணம்!"

"என் விஷயத்தை விடுங்க. சிவராமும் உங்க பொண்ணு ஐஷ்வர்யாவும், உண்மையா காதலிக்கிற ஜோடி. அவங்களைப் பிரித்த பாவம் உங்களுக்கு வேணாம்."

"இங்க பார் தம்பி, நான் உன் மேல ரொம்ப மரியாதை வெச்சுருக்கேன். என் பொண்ணே உன் கிட்ட காதலை சொல்லியும் கூட அவ பக்கம் திரும்பாமல் நீ உண்டு உன் வேலையுண்டு இருந்த பாரு அந்தக் காரணமே உன்மேல் தனி மதிப்பு எனக்குக் காரணமா இருக்கு. அதுவும் இப்போ வந்து பேசியதால் நடிப்பு என்கிற மாதிரி நினைக்க வைக்காதே.

உன்மேல் கொஞ்சம் மதிப்பு இருக்குற காரணத்தால் நீ சொல்ற எல்லாத்தையும் கேட்பேன் நினைக்காத. இப்போ உங்க ரெண்டு பேரை உயிரோட விடக் காரணமே உன்மேல நான் வச்ச சிறு மதிப்பு தான். அதைக் கெடுக்காமல் மரியாதை போய்டு."

அவர் சொன்னதைக் கேட்ட அபிராம் தன் உயிர் தோழி உயிர் தோழனின் காதலை வெற்றி அடைய வைக்க, அவரின் காலை பிடித்துக் கெஞ்ச, அவனின் கன்னத்தில் பளார் என்று அடித்து உதைத்து தள்ளி விட்டவர்,

"நீயே போறியா இல்ல வாட்ச்மேனை கூப்பிட்டு அடிச்சு விரட்டட்டுமா? இங்கிருந்து போய்விடு! என்னை மிருகம் ஆகாதே, ரொம்ப நேரத்துக்கு என் கோபத்தை என் கட்டுக்குள் வைத்திருக்க முடியாது." என்றார் சுந்தரம்.

பின் அவர்கள் இருவரும் முகத்தைத் தொங்கப் போட்டுக் கொண்டு செல்ல பார்க்க,

"நம்ம வீட்டின் அளவை பார்த்து தெரிய வேணாம், இது எப்படிப்பட்ட குடும்பம் என்று? வந்துட்டாங்க பணத்தைச் சுருட்ட." என்ற சுந்தரத்தை திரும்பி பார்த்த அபிராம், "மிஸ்டர் சுந்தரம், ரொம்பப் பேச வேணாம். மனித வாழ்க்கையில் எதுவும் நிரந்தரம் இல்ல. இந்த வீடும் அதில் அடங்கும். அதை மறந்து பேச வேணாம்." என்றான்.

அப்போதே அவன் இந்த வீட்டின் மேல் கண் வைத்து விட்டான்.

நடந்த அனைத்தையும் சொல்லி முடித்த சுந்தரி,

"இப்போ சொல்லுடி உனக்காக உன் காதலுக்காக உன் அப்பாவின் காலில் விழுந்து, அடி வாங்கி, உதை வாங்கி, அவமானப்பட்டுக் கூட ஒரு வார்த்தை அதைப் பத்தி உன் கிட்ட சொல்லி இருப்பானா? அந்தப் பிள்ளையைப் போய்.. ச்சே! சின்ன வயசில் இருந்து எல்லாத்துக்கும் உனக்கு அவசர புத்தி! எதையும் நிதானமாக யோசித்துப் பார்ப்பதில்ல!" என அவர் கோபத்தில் சொல்லிட்டு செல்ல, இங்கே ஐஷ்வர்யா தான் தன் தலையில் கை வைத்து நாற்காலியில் அமர்ந்து விட்டாள்.

அவன் கண் முன்னால் அபியை சந்தேகம் கொண்டு பேசிய பேச்சு எல்லாம் ஒன்று ஒன்றாக நினைவுக்கு வந்து சென்றது.

'இனி நினைத்து என்ன பயன் இதற்குமேல் என்னை மன்னிக்க மாட்டானோ?' என்கிற பயமே வந்து விட்டது அவளுக்கு.

அப்போ எதேச்சையாக அன்றைய நாள் குறிப்பை பார்த்தவள் அன்று அவளின் ராமிக்கு பிறந்தநாள் என்பதை அறிந்து கொண்டாள்.

"சரி, இப்போ போய் அவனைக் கல்யாணம் பண்ணிக்கச் சம்மதம் சொல்லி, ராம் மூலமா அபியை சமாதானம் செய்ய வேண்டியது தான். ராம் நான் சொன்னால் கண்டிப்பா கேட்பான்." என யோசித்த அவளுக்குத் தெரியவில்லை நேற்றுதான் இனி என்ன நடந்தாலும் அவளிடம் பழைய காதல் எண்ணம் கொண்டு பேசமாட்டேன் என்று சிவராம் சொல்லிட்டுப் போனது.

**நினைவு புத்தகம் இன்னும் திருப்பப்படும்.**

# 17

# குக்கீஸ் கொடுத்த ஐஷ்வர்யா

ஏஎஸ்3 டிரான்ஸ்போர்ட் அண்ட் எண்டர்பிரைசஸ் (AS3 Transport and Enterprises.)

ஸ்கூலுக்கு லீவ் போட்டு விட்டுச் சிவராமை பார்க்க ஐஷ்வர்யா வந்தாள். அவளின் நல்ல நேரம் சொல்வதா? இல்லை, சிவராமின் கெட்ட நேரம் சொல்வதா? ரிசப்ஷனிஸ்ட் பெண்ணிடம் கடலை போட்டுக் கொண்டிருந்த அவனைத் தான் அவள் கண்டாள்.

அங்கேயே கோபத்தில் "ராம்" எனக் கத்தி விட்டாள்.

ஆனால் அதைத் தானே அவன் எதிர்பார்த்து இப்படி நடித்தான்?

"மை ராம் இஷ் சிவராம், நாட் ஒன்லி ராம். (My name is shivaram.. not only Ram.) இப்போ சொல்லுங்க என்னைப் பார்க்க வந்த நோக்கம் என்ன?" என்று கேட்டான்.

அந்த நேரத்தில் அவன் பக்கத்தில் இருந்த ரிசப்ஷனிஸ்ட் பெண், "யார் இவங்க?" என்று கேட்டாள்.

"ஹ்ம்ம்.. கொஞ்ச நேரத்துக்கு முன்னாடி சொன்னேன்ல, ஒரு பொண்ணைப் பற்றி? இவங்க தான் அந்தப் பொண்ணு. என்னோட எக்ஸ் லவ்வர்."

"என்னது.. இவங்களா? போங்க சார்! உங்களுக்கு ரசனையே இல்ல. நீங்க சொன்னதை வைத்து பார்க்க அழகா இருப்பாங்க நினைச்சேன். ச்சே! இவங்களை லவ் பண்ணதுக்கு என்னை லவ் பண்ணி இருந்தால் எப்போவோ நம்ம கல்யாணம் முடிந்து குழந்தை குட்டி எல்லாம் வந்திருக்கும்."

"இப்ப கூட எனக்கு ஓகே தான். ஆனா, அதில் ஒரே ஒரு பிரச்சனை."

"என்ன சார்..?"

"உன் புருஷன் ஓகே சொல்லணும்."

"அவர் கிடக்கார்! நீங்க 'ஹ்ம்ம்' சொல்லுங்க அவரை விவாகரத்து சொல்லிட்டு உங்களைக் கல்யாணம் பண்ணிக்கிறேன்.."

"ஹ்ம்ம்."

"என்ன சார்?"

"நீ தானே மா, 'ஹ்ம்ம்' மட்டும் சொல்ல சொன்ன? சொல்லிட்டேன், எப்போ உன் புருஷனை விவாகரத்து பண்ண போற? சொல்லு ஐம் வெயிட்டிங்! வெயிட்டிங்!"

அதைக் கேட்ட ஐஷ்வர்யா அவனை அடிக்க வர, தன் ஒரே கையால் அதனைத் தடுத்தவன் அந்த ரிசப்ஷனிஸ்ட் பக்கம் திரும்பி, "நீ உன் வேலையைப் பார். கொஞ்ச நேரத்தில் இவளை அனுப்பி விட்டு வரேன்."

ஐஷ்வர்யாவை தன் அறைக்கு இழுத்துக் கொண்டு சென்றான்.

அவர்கள் போன பிறகு மறைவில் இருந்து வெளியே வந்த மோகினி அந்த ரிசப்ஷனிஸ்ட் அருகே வந்து, "ரொம்பத் தேங்க்ஸ்! உங்க உதவியை மறக்கவே மாட்டேன்." என்றாள்.

"ச்சே! ச்சே! இது என்னோட கடமை, மேடம். சிவா சார் வாழ்க்கை நல்லபடியா மாறனும். அதான் எங்க ஆசை. அதற்காக இந்த மொத்த கம்பெனி ஸ்டாப் எல்லாரும் கூட நடிக்கத் தயாரா இருக்கோம்."

"தேவைப்பட்டால் அவர்களின் உதவி கூடக் கேட்பேன்."

பின் அபியின் அறைக்குச் சென்றவள் அங்கே அபியின் மடியில் உட்கார்ந்தவாறு..

"என்னடா உம்முனு இருக்கே?"

"இது தேவையா டி..? பாவம் அவ.. சுந்தரி அம்மா சொன்ன உண்மை கேட்டே ரொம்பக் கஷ்டத்தில் இருப்பா. அதுக்கு மேல் இன்னும் ஏன்?"

"உன் பழிவாங்கும் எண்ணம் அந்த வீட்டு பாத்திரத்தோடு முடிந்து போச்சு. இது என்னோட ஆட்டம். உன்னை அழ வைத்த யாரையும் சும்மா விட மாட்டேன்! உன் அக்கா சீதாவையும் சேர்த்து."

"தெரியாதனமா என் டைரி உன் கண்ணில் பட்டுவிட்டது. அதில் இருந்து எல்லாம் தெரிந்து கொண்ட நீ ரொம்ப ஓவர் தாண்டி பண்ற!"

"நேற்று இரவே உன் வாயால் நீயே நான் கேட்டதும் சொல்லியிருந்தால் நான் எதுக்கு அதைப் படிக்கப் போறேன்? என் அக்காவின் டைரி படிக்கும் போதே உனக்கும் டைரி எழுதும் பழக்கம் இருக்கு எனத் தெரிந்தது. அதான் நைட் நீ குடித்த பாலில் தூக்க மாத்திரை கலந்து கொடுத்தேன். அதில் நீ நல்லா தூங்கினே நேரத்தில் ரூம் ஃபுல்லா சோதனை போட்டு டைரி படித்து விட்டேன்."

அதுவரை நன்றாகச் சொன்னவள் கடைசியில் அவன் மொத்த டிரஸும் ஈரம் ஆகும் அளவுக்கு அதில் அழுது தீர்த்தாள்.

"ஓய்! என்னடி, ஏன் இப்படி அழுற?"

"பின்ன என்னடா டா! ஒரு பக்கம் என் அக்கா.. இன்னொரு பக்கம் உன் அக்கா.. ரெண்டு பேரின் நம்பிக்கையின்மை, துரோகம் எல்லாத்தையும் பார்த்து எப்படி எல்லாம் அழுது இருப்ப? கடைசியில் சாகும் நிலைக்குப் போன உன்னைத் திரும்பி கொண்டு வந்த பெருமை கிருஷ்ணா அண்ணா மற்றும் சிவராம் அத்தானை மட்டுமே சேரும்."

"அவங்க மட்டும் இல்ல. அவங்களின் அப்பா அம்மா கூட அந்தப் பெருமை சேரும்."

"எப்படியோ உன் கஷ்டத்துக்குக் காரணம் ஆகியவர்களை நான் சும்மா விட மாட்டேன்! உன் ஒவ்வொரு சொட்டு கண்ணீருக்கும் அவங்க பதில் சொல்லணும். அதன் முதல் படி தான் இப்போ இவங்களின் சந்திப்பு. கொஞ்ச நாளைக்கு நாங்க என்ன பண்ணாலும் வேடிக்கை மட்டும் பார். முடிந்தால் கூடச் சேர்ந்து நடி அது போதும்."

"பார்த்து டி! கிருஷ்ணா என்னை விடக் கேடி! நீ சீதாவை பழிவாங்க போவது மட்டும் தெரிந்தது உன்னைக் கொலை கூடப் பண்ண தயங்க மாட்டான்! எங்க எல்லார் விட அவனுக்குச் சீதா எப்போதும் ஒரு படி மேல் தான். உண்மை எல்லாம் தெரிந்தும் கூட அவளின் கையை விடாமல் நின்றவன். அவன் பார்க்க தான் பேக்கு மாதிரி இருப்பானே ஒழிய, பலே கில்லாடி!"

"உன் அக்காவை விடவா?"

"சீதா அக்கா அளவுக்கு."

"அப்போ ஏன் செல்லம் அவர் மைதிலி கிட்ட ஏமாந்து போனார்?"

"அந்த ஏமாற்றம் தான் அவனை முழுசாக மாற்றியதும் கூட. என்ன பண்றது அதற்கும் கூடச் சீதாவும் நானும் தானே காரணம்?"

"அது என்னடா அவங்களைச் சில சமயம் அக்கானு சொல்ற, சில சமயம் சீதானு சொல்ற. எதுக்கு இந்தக் குழப்பம்?"

"குழப்பம் இல்ல. உனக்குத் தெளிவா சொல்லணும்னா அன்பு வந்தால் மரியாதை கொடுக்க மாட்டேன். கோபம் வந்தால் ஓவர் மரியாதை கொடுப்பேன். சீதா அக்காவின் விஷயத்தில் மட்டும் அன்பு கோபம் மாறி மாறி வருது. எங்க அம்மாவுக்கு அடுத்து அவங்க மடியில் தானே வளர்ந்தேன்? பெற்ற பாசத்தைப் போல வளர்த்த பாசம் கூடச் சிறப்புத் தான். சீதா எனக்கு வயசில் தான் அக்கா, மற்றபடி என்னோட அம்மா. ஸ்டில் எனக்கு அவங்களை.. அவளைப் பிடிக்கும்."

"நீ ஃபீல் பண்றதை பார்த்தால் பழிவாங்க விட மாட்ட போல."

"உன் ஆசைக்குக் குறுக்கே வர மாட்டேன். அதே சமயத்தில் ஓர் அளவுக்கு மேல் போக விட மாட்டேன். அவங்க செய்ததைப் புரிய வைத்தால் மட்டும் போதும் என்பது என் கருத்து. அதுவே அவங்களுக்குப் பெரிய தண்டனை. அதுக்கு மேல் தனிப்பட்ட அவங்களோட உணர்ச்சியில் ஓர் அளவுக்கு மேல் விளையாட வேணாம். ப்ளீஸ்!"

"நானும் அதே பிளீஸ் போடுறேன்! உன்னை மாதிரி நான் ஞானி இல்ல. எப்படி உனக்குப் பிடித்தவர்களுக்கு ஒரு கஷ்டம் என்றால் உயிர் கொடுக்கத் தயாராக இருப்பாயோ, அதே போல நானும் தான். யூ ஆர் மை சோல்மேட்! (You are my soulmate!) என்னோட உயிர் டா நீ! உன்னைச் சாகும் அளவுக்கு.. அதுவும் உன்னைப் பற்றித் தெரிந்தே கஷ்டம் கொடுத்த அவங்களுக்குத் தண்டனை கொடுப்பேன்!

என் மேல் நம்பிக்கை வைத்து வேடிக்கை மட்டும் பாருடா! அபி என்றால் ஒரு கெத்து! இருக்கு உனக்குப் பொண்டாட்டிய வர போற எனக்கு அதில் கொஞ்சமாவது இருக்க வேணாமா? அதை அவங்களுக்கு உணர்த்த வேணாமா? நீ இழந்த அதே அன்பை அவங்களைத் திரும்பி தர வைப்பேன்! அதுக்கு முன்னாடி சில நாடகங்கள். அவ்வளவுதான்"

"ஹ்ம்ம்.. நான் சொன்னாலும் நீ கேட்க போறதில்ல. எது பண்ணுவதா இருந்தாலும் சொல்லிட்டு பண்ணு தாயே! நமக்கு இதயம் கொஞ்சம் வீக்."

"அந்த இதயத்தில் நானும் இருக்கேன் டா. அவ்வளவு சீக்கிரம் அதுக்குக் கஷ்டம் தர மாட்டேன். அதே போல என் இதயத்தில் இருக்கும் உனக்கும் கஷ்டம் வர விட மாட்டேன்."

"பிசாசு, நான் ஏற்கனவே சொன்னேன். உன் மேல் எனக்குக் காதல் இருக்கா தெரியல. நீ அதை மனதில் வைத்துப் பேசினால் நல்லா இருக்கும்."

"எனக்கு ஏதாவது ஆபத்து என்றால் என்ன பண்ணுவே?"

"ஜாக்கி சான் மாதிரி பறந்து பறந்து சண்டை போட்டு காப்பாற்றுவேன்."

"அடிங்! விளையாடாமல் உண்மையே சொல்லணும். படத்தில் காட்டும் சண்டை காட்சிகளை நம்புற பழைய மோகினி இல்ல நான். எப்போ உன் மேல் காதல் உணர்ந்து கொண்டேனோ அப்போவே சுற்றி நடக்கும் எல்லாத்தையும் பிராக்டிகல் பார்வையில் பார்க்க ஆரம்பித்து விட்டேன். அதன் எதிரொலி தான் நான் விரும்பி செய்யும் யூடியூப் வீடியோஸ்."

பின் தன் மடியில் உட்கார்ந்து இருந்த அவளின் கன்னத்தைக் கிள்ளியவன்,

"இது ஹார்மோன் ப்ராப்ளமா கூட இருக்கலாம். எத்தனையோ பொண்ணுகளைச் சைட் அடித்திருக்கேன். ஆனா, அவர்களிடம் நெருக்காமல் இருந்த என்னால் உன்னிடம் இருக்க முடியல டி! இப்போ கூடப் பார் காதலிக்கல சொல்லிட்டு உன்னை மடியில் உட்கார வைத்திருக்கேன். கல்யாணம் பண்ணிக்கப் போற

பொண்ணு என்பதைத் தாண்டி ஏதோ ஒரு ஃபீல் எனக்கு உன்மேல இருக்கு. காமம் என்றா? இல்ல, பெயர் தெரியாத வேற ஏதோ உரிமை என்றா? தெரியல. இதைக் காதல் என்ற வார்த்தைக்குள் அடக்க எனக்கும் விருப்பம் இல்ல. இந்த உணர்வு அதையும் மீறி புனிதமானது."

"ஹ்ம்ம்.. அதையும் உன் டைரி ல படிச்சேன். டைரியா அது? என்னை ஆட் கொண்ட காவியம் ஆச்சே!"

"போதும்.. போதும்.. தாயே.. ரொம்ப மொக்கையா போகுது. நம்ம ஸ்ரீகி-ருஷ்ணா மற்றும் சீதாஸ்ரீயின் ஃப்ளாஷ்பேக் போவோம். அவங்களைப் பத்தி என் டைரியில் இல்லாத பல சம்பவங்கள் இருக்கு."

"கண்டிப்பா கேட்டு தான் ஆகணுமா?"

"வேற வழி இல்ல. உனக்குத் தெரிந்தே ஆகணும். இனி நீ பழிவாங்கும் முறையும் அதில் தான் இருக்கு."

"சொல்லும்! சொல்லி தொல்லையும்!" என விருப்பமே இல்லாமல் மோகினி கேட்டாள்.

சிவாவின் அலுவலக அறைக்குள் அவனோடு வந்த ஐஷ்வர்யா,

"விடுடா! விடு! என்னை லவ் பண்ணிட்டு அவ கூடக் கொஞ்சிட்டு இருக்க! வெட்கமா இல்ல?"

"நான் ஏன் வெட்கப்படனும்? நீ தான் அந்தக் காதலே பொய் சொல்லிட்டே! அதுக்கு மேல் என் லைஃப்பே ஏன் நான் வேஸ்ட் பண்ணனும்? அதன் காலையில் எழுந்தவுடன் முடிவு பண்ணிட்டேன், எவ்வளவு சீக்கிரம் முடியுமோ அவ்வளவு சீக்கிரம் ஒரு கல்யாணத்தைப் பண்ணிக்கிட்டு மூவ் பண்ணனும் என்று. முரட்டு சிங்கிள் அபி அவனே கல்யாணத்துக்கு ரெடி ஆய்ட்டான். மீதி எங்க கேங்ல மொட்ட பையன் நான் மட்டும் தானே?"

"அதைப் பத்தி தான் பேச வந்தேன்."

"ஓ! சூப்பர்! நீயே ஒரு பொண்ணைப் பார்த்துட்டே போல? யார் அந்தப் பொண்ணு? கருப்பா? சிவப்பா? நெட்டையா? குட்டையா? எனக்கும் அந்தப் பொண்ணுக்கும் ஜோடி பொருத்தம் சரியா இருக்கும்ல?"

"ஏய்... நான் சொல்வதைக் கொஞ்சம் பொறுமையா கேளு."

"சொல்லு."

"அது வந்து.. அது வந்து.. நேற்று நான் ஏதோ அவசரத்தில் என்ன பேசுறது தெரியாமல் பேசிட்டேன். எங்க திரும்பி அபியால் பிரச்சினை வந்திடும் பயந்துட்-டேன். அப்புறம் அம்மா சொல்லி தான் தெரிந்தது அபிக்கும் நம்ம பிரிவுக்கும் எந்தச் சம்பந்தமும் இல்லன்னு.. சாரிடா! நேற்று பேசியதை மனசில் வச்சுக்காத!"

"சாரி? இப்போ எதுக்கு இதைச் சொல்ல வர? புரியல."

"எனக்குத் தெரியும் இன்னும் நீ என் மேல் அதே காதலோடு தான் இருக்க. சஞ்சனாவின் அம்மாவாகவே கடைசிவரை இருந்து விடலாம் தான் இருந்தேன். ஆனா, அன்று மோகினியை நீ அடித்தது பற்றிப் பேச திரும்பி பல வருஷத்துக்குப் பிறகு ஃபோன் பண்ண பார், அப்போ தான் உணர்ந்தேன் இன்னும் உன் வாழ்க்கையில் நீ இல்ல என்றாலும் என் மனசில் உன் இடம் அப்படியே தான் இருக்கு.

ரெண்டு நாள் முன்னாடி உன்னை ஸ்கூல் ல நேரில் பார்த்த பிறகு என்னோட பாதிக் கட்டுப்பாடு போச்சு. நேற்று நீ நேரில் பெண் பார்க்க வந்த பிறகு முக்கால் வாசி கட்டுப்பாடு போச்சு. அம்மாவின் மூலம் உண்மை தெரிந்த பிறகு மொத்த கட்டுப்படும் போச்சு.."

"சரி, அதுக்கு..?"

"இன்னும் நான் என்ன சொல்றேன் புரியல?"

"இல்ல."

அவள் கோபத்தில் அவன் சட்டையைப் பிடித்துக் கண்களில் கண்ணீரோடு, "என்னைக் கல்யாணம் பண்ணிக்கோ! வெட்கத்தை விட்டுக் கேட்கிறேன். பிளீஸ்! வில் யூ மேரி மீ? (Will you marry me?)"

அவளின் கையைத் தன் சட்டையில் இருந்து பொறுமையாக எடுத்தவன் நிதானமாக அதுவும் உறுதியாகப் பதில் சொன்னான்.

"நோ.. ஐ வொண்ட்! (No.. I won't!)"

"ராம்!"

"சாரி. சிவராம். உன்னோட ராம் எப்போதோ செத்து போய்ட்டான். நேற்று உன்னைப் பெண் கேட்க வந்தது கூடச் சஞ்சனாவுக்கு அப்பாவா இருக்கணும் ஓர் ஆசையில். உன்னோட அவசர புத்தியால் இன்னொரு ஐஷ்வர்யா வளர கூடாது என்பதால் தான்."

"ப்ளீஸ்! நான் சொல்றதை.."

"என்ன இதுக்கு மேல் சொல்ல போற? அதான் நானே சொல்லிட்டேன் ல, இனி நமக்குள் ஒன்றும் இல்ல. உங்க தங்கையே சஞ்சனாவே நல்லா பார்த்துக்கிறேன் சொல்லிட்டா. இதுக்கு மேல் யாரோ பெற்ற பொண்ணு மேல் நான் எதுக்குப் பாசம் வைக்கணும்?"

"அவள் யாரோ ஒருத்தியின் பொண்ணு இல்ல! உன்னோட முன்னால் காதலியின் பொண்ணு!"

"அது நீ தானே..?"

"ஐயோ! எனக்கும் முன்னாடி இருந்த உன் காதலியின் பொண்ணு."

"எவ அவ..?"

"இங்க பார் சும்மா நடிக்காத, உன்னோட டைரியே எப்போதோ நான் படிச்சுட்-டேன். அதில் உன்னோட முதல் காதல் தோல்வி பற்றித் தெளிவா போட்டிருக்கு."

"ஓ! அப்படியா? அதை எப்ப படிச்ச?"

"உன்கிட்ட காதல் சொல்வதற்கு முதல்நாள் ராத்திரி."

"ம்ம்.. நினைவு வந்துச்சு. அன்னிக்கு ராத்திரி தூக்கத்தில் இருப்பவனை ஃபோன் பண்ணி எழுப்பிக் கண்ட கண்ட கேள்வி எல்லாம் கேட்டியே, அந்த ராத்திரி தானே..?"

"யெஸ்! யெஸ்!"

"அதைப் படித்துத் தான் என்னைக் காதலிக்கணும் முடிவு பண்ண?"

"அப்படி இல்ல. ஆனா, அதுவும் ஒரு காரணம்."

"ஹ்ம்ம்.. இவ்வளவு சொல்ற அப்படியே என் காதலி பெயரையும் சேர்த்து சொல்லி விடு."

"அதான் உனக்கே தெரியும்ல?"

"ஆமா, உண்மையில் உனக்குத் தெரியுமா பார்க்கலாம் தான்."

"மைதிலி. உன்னோட சிறு வயது தோழி, பின் காதலியா நடித்து ஏமாற்றிய நயவஞ்சகி!"

"தப்பு! உனக்கு முன்னாடி நான் காதலித்த பொண்ணோட பெயர் ஃபாத்திமா. முஸ்லிம் பொண்ணு. பி.டெக் (B.tech) காலேஜ் முதல் வருடம் தான் காதலை சொன்னேன். அவ படிப்பு தான் முக்கியம், அதோடு வேறு மதம் சொல்லிட்டு போய்ட்டா. நானும் கொஞ்ச நாள் தாடி வளர்ந்து கொண்டு சுற்றினேன். பின் மூன்றாவது வருடத்தில் அவளின் அப்பா அம்மா பார்த்த மாப்பிள்ளையைக் கல்-யாணம் பண்ணிட்டு போய்ட்டா.

இங்க பார், அவ ஒன்னும் உன்னை மாதிரி காதலிக்கிறேன் சொல்லி ஏமாத்தல. முதல்ல என் காதலை சொன்ன போதே செட் ஆகாது சொல்லிட்டா. அதே போல அவ பக்கம் திரும்பி போய் நான் எதுவும் பேசல. அபிக்கு கூட நான் ஏற்கனவே ஒரு பொண்ணைக் காதலித்தது தெரியுமே தவிர அவளோட பெயர் தெரியாது.

எனக்கு டைரி எழுதும் பழக்கம் இருப்பது உண்மைதான். ஆனா, அதில் கூட ரகசியம் போல எதுவும் எழுதியது இல்ல. முக்கால்வாசி எல்லாம் செலவு கணக்கு தான். ஃபோன் அதிகம் பயன்படுத்தும் பழக்கத்திற்குப் பிறகு டைரி கூட எழுதுவது இல்ல."

"அப்போ நான் படித்த டைரி..? கண்டிப்பா அது அபியோட டைரி இல்ல! அப்படி இருந்திருந்தா என்னைப் பத்தி ஏதாவது எழுதி இருப்பான். அட்லீஸ்ட் சீதா அக்காவை பற்றியாவது எழுதி இருப்பான்."

"கண்டிப்பா அது அவனோட டைரியாக இருந்தால் உன்னைப் பற்றி, சீதாஸ்ரீ அக்காவை பற்றி எழுதி இருப்பான்."

"அப்படியே ராதாஸ்ரீ பத்தியும் கூட."

"ராதாஸ்ரீ? அப்படி ஒரு கதாபாத்திரம் உண்மையில் இல்லவே இல்ல."

"என்ன சொல்ற?"

"அட கடவுளே! உனக்கு இன்னும் அந்த உண்மை தெரியாதா? சீதாஸ்ரீ, ராதாஸ்ரீ ரெண்டு வேறுபட்ட கேரக்டர்கள் இல்ல. கிருஷ்ணாவை காதலிக்க வைக்க அக்கா போட்ட நாடகம்."

"ஏன்?"

"வேற என்ன? வயசு தான் காரணம். அவன் சும்மாவே தன்னை விட ஒரு நாள் முத்தவர்களை அண்ணா, அக்கா எனக் கூப்பிடும் பழக்கம் உள்ளவன். அந்தக் காரணத்தால் அவங்க நடிக்க வேண்டியதா போச்சு. அப்பறம் இன்னொரு விஷயம் அவனுக்கும் டைரி எழுதும் பழக்கம் இருக்கு. நீ சொன்ன மைதிலி அவனின் முன்னால் காதலி, அபியின் பெரியப்பா பொண்ணு."

"என்னது?"

"அட.. போ! சும்மா சும்மா ஷாக் ஆய்ட்டே இருக்க! இன்னும் உனக்குச் சந்தேகம் என்றால் பக்கத்து ரூம் தான் கிருஷ்ணா சீதா அக்காவின் ரூம். இன்னிக்கு சின்ன வேலையா அக்கா வந்திருக்காங்க. போய்ப் பார்."

அவள் சரி எனக் கிளம்பப் பார்க்க அவளைத் தடுத்தவன், "என் கிட்ட என்னமோ கொடுக்க வந்த மாதிரி இருக்கு." என்று கேட்டான் கண்களைச் சுருக்கி அவளைப் பார்த்து.

"ஆமா, ஆனா... அது இப்போதைக்கு சரியா வராது."

"கொடு பார்க்கலாம்."

பையில் இருந்து ஒரு கிஃப்ட் பாக்ஸ் எடுத்தவள் அதைக் கொடுத்து விட்டு, "இந்தப் பரிசு இத்தனை வருஷம் உன்னை நான் மறக்கல என்பதற்குச் சான்று. இப்போ இதைப் பிரிக்காத, நான் வெளியே போன பிறகு பிரி."

அவனின் பதிலை கூடக் கேட்காமல் வெளியே அவள் சென்றுவிட்டாள். கிஃப்ட் பாக்ஸ் பிரித்தவன் அதில் இருந்த பரிசை பார்த்துப் புன்னகை பூத்தான். அதில் இருந்தது பொம்மை படங்கள் போட்ட குகீஸ் தான். இந்த மாதிரி பத்துப் பாக்கெட் உள்ளே வைத்திருந்தாள்.

அவர்கள் காதலித்த ஒரு நாள் இந்தக் குக்கீஸே அவளுக்கே கொடுக்காமல் அவன் சாப்பிட்ட அதில் கோபத்தில் அவள், "டேய்! உனக்கு நான் முக்கியமா? இந்தக் குக்கீஸ் முக்கியமா?" என்று கேட்டாள் கோபத்தில்.

அவன் கொஞ்சம் கூட யோசிக்காமல், "குக்கீஸ் தான் முக்கியம். இந்த மாதிரி பத்துப் பாக்கெட் கொடுத்து எந்தப் பொண்ணாவது அவளைக் கல்யாணம் பண்-

ணிக்கச் சொல்லி கேட்டால், உன்னை விட்டு அவள் பின்னாடி போய்டுவேன். அந்த அளவுக்குப் பிடிக்கும்."

அதில் ரோசம் கொண்டு அவனோடு இரண்டு நாள் பேசாமல் இருந்தவள் பிறகு தான் பேசினாள்.

அந்த நினைவில் சிரித்தவன், "சாரி, ஐச்சு. அபியின் நட்பை சந்தேகப்பட்டதற்குக் கொஞ்சம் தண்டனை நீ அனுபவிக்கத் தான் வேணும். அதுக்கு நான் உதவி பண்ணல, உன் தங்கச்சி அவனைக் கல்யாணம் செய்துக்க மாட்டேன் சொல்லிட்டா! இத்தனை வருஷம் எங்களுக்காக அவன் பல தியாகம் பண்ணியிருக்கான். இப்போ எங்களின் முறை. அதுவும் கொஞ்ச நாள் தான்."

பின் எப்போதும் போல யாருக்கும் கொடுக்காமல் அவள் தந்துவிட்டு சென்றதை எல்லாம் சாப்பிட்ட ஆரம்பித்து விட்டான்.

ஐஷ்வர்யா வந்தது, பின் மோகினி வந்தது, ஐஷ்வர்யா சிவராம் கூட அவன் அறைக்குப் போனது, மோகினி அபியின் அறைக்குப் போனது எல்லாம் சிசிடிவி கேமரா மூலம் பார்த்துக் கொண்டிருந்த சீதாஸ்ரீ, கிருஷ்ணாவின் பக்கம் திரும்பி, "கிருஷ்ணா, இன்னும் கொஞ்ச நேரத்தில் ஐஷ்வர்யா இங்கே வருவா பார்." என்றாள்.

"அவ ஏன் இங்கே வரணும்? ஒரு தடவை சிவராம் பட்ட அவமானம் போதாதா? நேற்று பொண்ணு கேட்டு போனவனை அவமானம் செய்து அனுப்பியவள் தானே? இப்போ வந்தது கூட அபிக்கும் மோகினிக்கும் நடக்க இருக்கும் கல்யாணத்தை நிறுத்தும் எண்ணமா தான் இருக்கும்."

"அப்படி ஓர் எண்ணத்தில் வந்திருந்தால் நானே அவளைக் கழுத்தை நெரித்துக் கொன்றுவேன்! ஆனா, அவ முகத்தைப் பார்த்தா அப்படித் தெரியல. வேறொரு காரணம் இருக்கணும்."

அப்போது கதவை தட்டி கொண்டு உள்ளே வந்த ஐஷ்வர்யாவை பார்த்து கிருஷ்ணா, "வாங்க! வாங்க! ஐஷ்வர்யா மேடம், இங்க யார் நிம்மதியை கெடுக்க வந்திருக்கீங்க?" என்று கேலி கலந்த குரலில் கேட்டான்.

"கிருஷ்ணா, ப்ளீஸ்! நான் எதுவும் பேசாதே சொன்னேன் ல?" என்று சீதாஸ்ரீ தன் அன்பு கணவனைக் கண்டித்தாள்.

"சரி, நீயே பேசு. முடிந்தால் மடியில் வைத்து கொஞ்சு. நான் வெளியே போய் வேற வேலை இருக்கா பார்க்கிறேன்." என்றவன், ஐஷ்வர்யாவை முறைத்து விட்டு வெளியே சென்றான்.

அவளுக்கு இது புதுசு. அவளைப் பொறுத்தவரை கிருஷ்ணா அவளிடம் அதிகம் பேசியது இல்லை. கேட்கும் கேள்விக்கு எல்லாம் "ஆமாம், இல்லை"

என்கிற பதில் மட்டுமே அவனிடம் வரும்.

அபிராமின் இன்னொரு வெர்ஷன் போல ஸ்ரீகிருஷ்ணா. என்ன சின்னத் திருத்தம் அபிராம் அடிக்கடி கோபப்படுவான், ஸ்ரீகிருஷ்ணா இதுவரை கோபப்பட்டுப் பார்த்து இல்லை. அதே போல ரொம்பச் சிரித்தும் பார்த்ததில்லை.

என்ன பண்றது, ஐஷ்வர்யாவின் கண் மொத்தம் சிவராம் மேல தானே இருந்தது? சீதாவின் அனுமதியோடு அவளின் எதிர் இருக்கையில் அமர்ந்தவள், "நான் நேரடியா விஷயத்துக்கு வரேன். அபி, கிருஷ்ணா மற்றும் நீங்க, மூவருக்குள் எந்த நடக்குது? அபிக்கும் உங்களுக்கும் ஏதோ ஒரு பெரிய சண்டை போகுது. சரியா?"

"அதை எப்படிச் சொல்ற?"

"நேத்து அவன் என் தங்கச்சியைப் பொண்ணு பார்க்க வந்தான். அங்கே நீங்களும் வரல, கிருஷ்ணாவும் வரல. அதில் தான் சந்தேகம். ஏதோ ஒரு விஷயம் இருக்கு. மைதிலியின் விஷயம் கூட எனக்குத் தெரியும். கிருஷ்ணா.. அதாவது உங்க புருஷனின் டைரி இப்போ எங்க வீட்டில் தான் இருக்கு. பல வருஷத்துக்கு முன்னாடி அது ராம்.. சிவராமோட டைரி என நினைத்தேன். கொஞ்ச நேரத்துக்கு முன்னாடி சிவராம் சொல்லி தான் உண்மை தெரிந்தது. முழுக்கதை உங்க கிட்ட கேட்க சொன்னான்."

"ஹ்ம்ம்.. முதலில் கிருஷ்ணாவின் டைரி விஷயத்துக்கு வருவோம். அவனின் மற்றொரு பெயர் ஸ்ரீராம். வீட்டில் மட்டும் ஒருகாலத்தில் கூப்பிடப்பட்ட பெயர். ஸ்கூல் காலேஜ் எல்லாம் அவன் ஸ்ரீகிருஷ்ணா தான். அவனிடம் என் கதை ஆரம்பிக்க வில்லை. என் செல்ல தம்பி அபி கிட்ட தான் என் கதை ஆரம்பம். உன்னைப் போல அவனை நானும் கஷ்டப்படுத்தி.. உன்னை விட அதிகம் கூடச் சொல்லலாம். உங்க எல்லார் விடவும் நெருக்கமாக இருந்த என்னோட துரோகத்தை அவனால் ஏற்றுக்கொள்ள முடியல.

வெறித்தனமா ஸ்ரீகிருஷ்ணா மேல் காதலில் இருந்த நான், என் தம்பியை கவனிக்கத் தவறினேன். அவனுக்குத் துணை நிற்க வேண்டிய நேரத்தில் நீயும் சரி நானும் சரி அவனைக் கை விட்டு விட்டோம்." என்ற சீதா, கண்களில் நீர் வழிய அபிராமை பார்த்த முதல் நாள் நினைவை சொல்ல ஆரம்பித்தாள். அதே நேரத்தில் இன்னொரு அறையில் மோகினிக்கு அபிராம் தன் பக்க நினைவை சொல்லிக் கொண்டிருந்தான்.

***நினைவு புத்தகம் இன்னும் திருப்பப்படும்.***

# 18

# அபி - சீதா சந்திப்பும், ஸ்ரீராம் - சீதாஸ்ரீ சந்திப்பும்.

அந்த அரண்மனை போன்ற வீட்டில் ஒரு குழந்தையின் அழுகை சத்தம் கேட்டது. குழந்தையைச் சமாதானம் செய்வதைக் கூட மறந்து இன்னொரு அறையில் அழுது கொண்டிருந்த ஒரு பெண்ணுக்கு இரண்டு ஆண்களும் ஒரு பெண்ணும் ஆறுதல் சொல்லி கொண்டிருந்தனர்.

"விமலா, விடுடி! அதான் உன் ஃப்ரெண்ட் பூர்ணிமா நான் இருக்கேன் ல, உன் சொந்தங்கள் உன்னைக் கை விட்டாலும் உன் ஃப்ரெண்ட் நான் விட மாட்டேன்டி!" என்றார் பூர்ணிமா.

"ஆமா, உன் புருஷன் எனக்குக் கூடப் பிறக்காத தம்பி மாதிரி. அப்படி இருக்க எங்களையும் உன் சொந்தமா பாரு. டேய்.. விமல், சொல்லுடா." என்றார் பூபாலன்.

"ஆமா, அண்ணா சொல்றது கூடச் சரி தான். நம்மளோட இரு குடும்பத்தாரும் உண்மை புரியாமல் நம்மளே துரத்தி விட்டார்கள். நம்மைப் புரிந்து கொள்ளாத சொந்தம் நமக்கு வேணாம்." என்றார் விமல்.

"இல்ல! எல்லாம் என்னால் தான்! நான் வேற வழி யோசித்து இருக்கணும்! என்னோட சேர்த்து உங்க வாழ்க்கை, உங்க குடும்பம் எல்லாம் போச்சு! நான் உயிரோட இருக்கக்கூடாது! நான் செய்த பாவம் எனக்குப் பிள்ளையா பிறந்த என் அபி குட்டியே கூட விட்டு வைக்கல!" என்றார் விமலா.

"சரி, விடு. ஒரு குழந்தை வந்தால் சரியாகும் நினைத்தோம். மனித மனம் அந்தக் கடவுளால் கூடக் கணிக்க முடியாது. இனி உனக்கு நான், எனக்கு நீ,

நமக்கு நம்ம குழந்தை, நம்ம மூன்று பேருக்கும் இவங்க.. பூபாலன் அண்ணா, பூர்ணிமா, அப்பறம் இவர்களின் குட்டி பொண்ணு சீதாஸ்ரீ இருக்காங்க. இந்தச் சொந்தமே எனக்குப் போதும், நமக்குப் போதும்." என்றார் விமல்.

"இருந்தாலும்.. விமல்.. என்னோட கட்டாயம் பேரில் தானே.. நம்ம கல்யாணம்.."

"யூ ஜஸ்ட் ஷட் அப்! எத்தனை தடவை சொல்றது, நம்ம கல்யாணத்துக்கு முன்னாடியே உன்னை நான் காதலித்தேன், காதலிக்கிறேன். நீ கடமைக்கு என்னோட மனைவியா வாழ்ந்தாலும், நான் உன் மேல் இருந்த காதலில் தான் கல்யாணம் பண்ண. நம்ம அபி குட்டி பிறந்தால் நம்ம குடும்பம் ஒன்று சேரும் நினைத்து.. சாரி! இதை நான் சொல்லித்தான் ஆகணும். என் குடும்பத்துடன் சேர்வதற்காக உன் கூட நான் படுக்கல.

குழந்தை ஒன்று வந்தால் என் மேல் காதல் வரும் நினைத்தேன். ஆனா, இப்பொழுதும் கணவன் மனைவி விதத்தைத் தவிரக் காதல் என்கிற ஒரு பார்வையில் நீ என்னைப் பார்க்கல! ஏன்டி.. ஏன் டி..? எப்போ எனக்கு உன் மேல் இருந்த காதலை புரிந்து கொள்ளப் போற?"

அப்பவும் விமலா நம்பாமல் அழுகையைத் தொடர்ந்தார். அவரின் அழுகை நிற்கவில்லை ஆனால் பக்கத்து அறையில் இருந்த குழந்தையின் அழுகை நின்றது.

அங்கே,

மூன்று வயது சீதாஸ்ரீ ஒரு வயது குழந்தையான அபிராமை மடியில் போட்டுக் கொண்டு கன்னத்தில் முத்தம் கொடுத்து விட்டு கொஞ்சி கொண்டிருந்தாள்.

**சில வருடங்களுக்குப் பிறகு.**

சீதாவின் மடியில் படுத்துக் கொண்டே அபி படம் பார்த்துக் கொண்டிருந்தான்.

இதனைப் பார்த்து பூபாலன் கோபத்தில் கத்தி கொண்டிருந்தார்.

"டேய்.. டேய்.. வேணாம் டா! எனக்கு வயிறு எரியுது டா!" என்று பொய் கோபத்தில் கேட்டார் பூபாலன்.

"வயிறு எரிச்சல் என்றால் போய்த் தண்ணீர் குடி. இல்ல, இனோ (ENO) கலந்து குடி. அதை விட்டு என்னைப் பார்த்து ஏன் கத்துற, பூபாலா?" என்றான் அபி.

"அடிங்! யாரை பெயர் சொல்லி கூப்பிடுற? உன்னை விட நான் பெரியவன் டா! உனக்கு நான் பெரியப்பா டா!"

"அப்படியா, பூபாலா? அப்போ உன் தம்பி பையனுக்கு உன் சொத்தில் பாதிக் குடு! குடு! அதை வைத்து நான் பிடித்தது எல்லாம் வாங்கிச் சாப்பிடணும்."

"அப்போ என் பெயரிலும் எழுத சொல்லுடா, நானும் சிலது வாங்கணும்." என்று கேட்டாள் சீதா.

"என்னது?"

"ஹ்ம்ம்.. பவர் ரேஞ்சர்ஸ் ல வரும் பிங்க் ரேஞ்சர் மாதிரி டிரஸ் வாங்கி இந்த உலகத்தைக் காப்பாற்றும் பொறுப்பைச் செய்யப் போறேன்!"

"அப்போ நான் தான் ப்ளூ ரேஞ்சர்! 'டிச்சும்! டிச்சும்!' என எதிரிகளைச் சுட்டு நானும் உலகத்தைக் காப்பாற்ற போறேன்."

"அப்போ நான் என்னடா பண்றது?" என்று கேட்டார் பூபாலன்.

"அந்த எதிரியே நீ தான்யா பூபாலா." என்று கூறி பூபாலனை முறைத்துப் பார்த்தான் அபி.

"என்னை ஏன் சுட போறீங்க?"

"கண்டிப்பா உன் தலை மேலயே சுட்டுச் சொல்லாமல் விட மாட்டேன்."

"ஏன்டா இந்தக் கொலவெறி..?"

"நேற்று நான் கேட்க பிஸ்ஸா வாங்கித் தந்தியா? அதுக்குத் தான்."

"ஒரு பிஸ்ஸாக்கா இப்படி?"

"ஆமா!"

'பிஸ்ஸா தரவில்லை என்றால் எங்களின் பொம்மை துப்பாக்கி வைத்து சுட்டு-விடுவோம்!' எனச் சொல்லி மிரட்டினர் அபியும் சீதாவும்.

அவர்களின் விளையாட்டு மிரட்டலை கேட்டுச் சிரிப்பு வந்தபோதிலும் அவர் பயந்தது போல் நடித்து உடனே பிஸ்ஸாக்கு ஆர்டர் செய்து வர வைத்தார்.

"இப்போ சந்தோசமா, அபி?" என்று கேட்டார் பூபாலன்.

"இல்லடா! சந்தோசம் இல்லடா! இன்னும் பெரிய பெரிய லிஸ்ட் எல்லாம் எனக்கு இருக்கு. அதையும் வாங்கிக் குடு கருணை அடிப்படையில் அந்தத் தண்ணீர் துப்பாக்கியை உன்மேல பயன்படுத்த மாட்டேன்."

"நன்றி! தலைவா நன்றி! உங்கள் கருணையே கருணை!"

"இளிக்காமல் ஆபீஸ் வேலை பார்! இல்ல, உன் பிசினஸ் எல்லாம் நான் எடுத்து உன்னை ஓட ஓட அடிப்பேன்!"

"ஆமா, நானும் அடிப்பேன்." என்றாள் சீதாவும் அபியுடன் சேர்ந்து.

"ஐயோ! வேண்டவே வேணாம்! நான் பாவம்!" என்றவன் அவர் ஜாக்கிங் வேகத்தில் சிரித்துக் கொண்டே ஓடினார்.

அவர் போன பிறகு,

"அபி குட்டி, ஏன்டா.. எங்க அப்பா பாவம் ல, அவர் கேட்கிற மாதிரி பெரி-யப்பா எனக் கூப்பிட்டேன்."

"மாட்டேன்! மாட்டேன்!"

"ஏன்டா, அவர் உனக்குச் சொந்த பெரியப்பா இல்லன்னு எண்ணமா?"

சீதாவின் மடியில் தலை சாய்ந்தவன், "இல்ல. அப்படி இல்ல. எனக்குச் சொந்தங்களில் பிடிக்காத சொந்தம், பெரியப்பா என்ற சொந்தம். எங்க அப்பாவை நம்பாத சொந்தம்! அவர் மேல் உண்மையான பாசம் வைக்காத சொந்தம்! எங்க அம்மாவின் நிலைக்கு ஒரு விதத்தில் காரணமான சொந்தம்! மாட்டேன்! மாட்டேன்! பூபாலன் அப்பா ரொம்ப நல்லவர் அவரைப் பெரியப்பா எனக் கூப்பிட மாட்டேன்!"

"அப்போ அப்பானு கூப்பிடு."

"இல்ல. எனக்கு அவரைப் பெயர் சொல்லி கூப்பிடுவது தான் பிடித்திருக்கு. நான் பெயர் சொல்லி தான் கூப்பிடுவேன்."

"என்ன பண்றது, அப்பாவுக்கு ஓகே என்கிற போது எனக்கும் ஓகே தான்."

அதற்குப் பரிசாகச் சீதா எப்போதும் போல அபியின் கன்னத்தில் முத்தம் ஒன்றை கொடுத்தாள். அவனும் பதில் முத்தம் கொடுத்து விட்டு பிஸ்ஸாவே அவளோடு போட்டி போட்டுக் கொண்டு சாப்பிட்டான்.

அபியின் அம்மா விமலா அடிக்கடி மனமுடைந்து தற்கொலை முயற்சி செய்து கொண்டே இருந்ததால், அவன் மனம் பாதிக்கப்படக் கூடாது என்று நினைத்த அபியின் அப்பா விமல், "சீதாவின் வீட்டில் தங்கியிருந்து ஸ்கூலுக்குப் போ." என்று சொன்னார்.

சீதா மேலும் அவன் குடும்பத்தின் மேலும் அபிக்குப் பிடிப்பு இருந்ததாலும், தன் அம்மாவைப் பிரிந்து இருக்க அவன் மனதிற்குக் கஷ்டமாக இருந்தபோதிலும், தன் அம்மா அடிக்கடி சுவர் ஓரம் உட்கார்ந்து அழுது ஆர்ப்பாட்டம் செய்யும் காட்சியைக் காணும் அவனால் பதிலுக்குக் கூடச் சேர்ந்து அழுவதைத் தவிர, "என்ன ஆறுதல் சொல்வது?" எனத் தெரியாத காரணத்தால் சீதாவின் வீட்டிலேயே தாங்கும் முடிவுக்கு, "சரி" என்றான். அப்படியிருந்தும் வார கடைசி நாட்களில் தன் அம்மாவை பார்த்து விட்டு தான் வருவான்.

அங்கே போனால் விமலா மட்டுமே அம்மா. இங்கே இருந்தால் அவனுக்குச் சீதா மற்றும் பூர்ணிமா (சீதாவின் அம்மா) இருவருமே அவனுக்குப் பெற்ற அம்மாவை போல் அன்பு காட்டுவார்கள்.

எல்லாரையும் விடச் சீதா தான் அவனுக்கு எப்போதும் க்ளோஸ். எங்கே போனாலும் இருவருமே சேர்ந்த மாதிரியே போவார்கள். அவர்களிடையே எந்த ரகசியமும் இருந்ததில்லை, சண்டையும் இருந்ததில்லை.

என்ன சீதாவின் கெட்ட பழக்கம் என்றால் அபியை அடிக்கடி யோகாசனம் செய்யச் சொல்லி கொடுமைப்படுத்துவாள். குழந்தையும் (அபி தான்), விடிய காலை 5 மணிக்கெல்லாம் எழுந்து காலைக்கடன் கூடச் செய்யாமல் யோகாசனம்

செய்வான். அவன் விழுந்து படுத்து அழுதாலும் அவள் விட மாட்டாள்!

"யோகாசனம் செய்துவிட்டு எங்க வேணாம் போ!" என்று சொல்லிவிடுவாள்.

அடக்கவும் முடியாமல் போகவும் முடியாமல் தினம் காலை நரக வேதனை அனுபவிப்பான் அவன்.

பின் காலைக்கடன், பல் தேய்த்து உடனே குளித்து விட்டு வருவான். அவனின் ஒன்பது வயது வரை அவனை அவள் தான் குளிப்பாட்டி விடுவாள்.

பின் அவனே,

"அக்கா.. ஷேம் ஷேம் பப்பி ஷேம்! நான் பெரிய பையன் ஆயிட்டேன்! நானே குளிக்கிறேன்! நீ போ!"

"இல்லடா, உனக்குச் சரியா தேய்த்துக் குளிக்கத் தெரியாது."

"எனக்குத் தெரியும்! நீ போ! எனக்கு வெட்கமா இருக்கு கா! ப்ளீஸ்! நீ போ!"

"அப்படின்னா சரி. தலைக்கு ஷாம்பு போடும் போது மட்டும் துண்டை கட்டி கொண்டு கூப்பிடு, அப்போ மட்டும் வரேன்."

"அக்கா!"

"அபி குட்டி, அக்கா சொன்னா கேட்கணும். நீ கை பாப்பாவா இருக்கும் போதிலிருந்து உன்னைப் பார்க்கிறேன். உனக்கு ஷாம்பு தேய்ப்பது என்றாலே பயம். பயத்தில் சரியா தேய்க்க தெரியாது. அதில் கண்ணில் பட்டு விட்டால்! அதான் சொல்றேன், அதுக்கு மட்டும் நான் வரேன்."

"சரி, ஓகே கா."

அந்த ஏரியாவை பொறுத்தவரை எல்லோரும் நினைத்துக் கொண்டிருப்பது சீதாவின் சொந்த தம்பி அபி என்றுதான். அப்படித்தான் யார் கேட்டாலும், "அபி என் தம்பி!" என்றே அறிமுகப்படுத்துவாள்.

அது வெறும் வாய் வார்த்தை அல்ல. அவளின் ஆழ்மனதில் அப்படித் தான் அவள் பதிய வைத்திருக்கிறாள். அவள் மட்டுமல்ல அவனின் அப்பா பூபாலன் மற்றும் அம்மா பூர்ணிமாவும் தங்களின் சொந்தப் பிள்ளையாகத் தான் அவனைப் பார்த்துக் கொண்டிருந்தனர்.

அப்படி இருந்தும் பூபாலனை மட்டும் அபி பெயர் சொல்லித்தான் கூப்பிடுவான். அவரும் வெளியே கோபமாக முறைத்தாலும் மனசுக்குள், 'அபி தன் என்னுடைய பெயர் சொல்லும் பிள்ளை!' எனப் பெருமைப்பட்டுக் கொள்வார்.

"ஆண் குழந்தை இல்லை." என்ற அவர்களின் ஏக்கத்தை அபி தீர்த்து வைத்துக் கொண்டிருந்தார்.

அபி அடிக்கடி விளையாட்டிற்கு, "உங்கள் சொத்தில் பாதி எனக்கு எழுதி வைத்து விடுங்கள்!" என்று சொன்னதை அவர்கள் வேதவாக்காக நினைத்து அபியின் பத்தாவது வயதில், "சொத்தில் சீதாவின் பெயரில் பாதியும், அபி பெயரில் மிதி பாதியும்." என எழுதி வைத்து அவர்களின் இருபதாவது வயதில் கிடைக்கும்

படி உயிர் எழுதி வைத்தார். அந்த உண்மை அவனின் அப்பா அம்மாவிற்கு மட்-டுமின்றி, சீதா மற்றும் அவளின் அம்மாவிற்குக் கூடத் தெரியாது.

சீதா இருந்த ஏரியாவில் புதிதாக ஒரு வீடு கட்டி ஒரு குடும்பம் வந்தது. அந்தக் குடும்பம் வேற யாரும் அல்ல, மைதிலியின் குடும்பம் தான். அதாவது அபியின் பெரியப்பாவின் குடும்பம்.

அவர்கள் அங்கே வந்த விஷயம் தெரிந்த போதிலும் அபியின் அப்பா விமல் வேண்டுமென்றே அங்கே வராமல் இருந்துவிட்டார். அந்த விஷயம் ஏற்-கனவே அறிந்த பூபாலன் எதுவும் சொல்லாமல் வார இறுதி நாட்களில் அபியை, அவனின் அம்மாவை பார்க்க அழைத்துப் போவார்.

யாருக்கும் திரும்பி விமல் அந்தக் குடும்பத்தோடு சேர்வதில் விருப்பமில்லை. அதன் முக்கியக் காரணம் அபி தான்.

"எங்கே அந்தக் குடும்பத்தோடு சேர்ந்து விட்டால் அபியை பிரிந்து இருக்க வேண்டியது வந்துவிடுமோ?" என்ற பயத்தில் இவ்வாறு இருந்தனர்.

அதனாலேயே சீதாவிடம் எந்தக் காரணத்தை முன்னிட்டும் புதிதாகக் குடிவந்த குடும்பத்தோடு சேரக்கூடாது என்று சொல்லி விட்டனர். முக்கியமாக அவர்களின் பெண் மைதிலியுடன்.

சீதா மற்றும் அபியின் வயதோ யார் சொன்னாலும் பதிலுக்குக் கேட்காமல் செய்யும் வயது.

நேரடியாக அவர்களின் கண் முன்னே பேச்சை அவர்கள் மீறவில்லை என்-றாலும் அருகே இருந்த பார்க்கில் விளையாட செல்லும்போதெல்லாம் மைதிலியை பார்த்தால் சிரித்துப் பேசுவதும், அவள் கூடவே விளையாடுவது என இருந்தனர்.

ரொம்ப க்ளோஸ் இல்லை என்றாலும் பார்த்தால் சின்னதா சிரிப்பது, இரண்டு மூன்று வார்த்தை பேசுவது, விளையாடி முடித்த பிறகு ஒருவருக்கொருவர், "டா.. டா.." என்று சொல்லி போவதுமாக இருந்தனர்.

காலம் இப்படியே செல்ல வில்லை, ஒரு நாள் அபி பூபாலனோடு தன் அம்-மாவை பார்க்க சென்ற அன்று அபி இல்லாத தனிமை போக்க பார்க் போன சீதா, அங்கே மைதிலிய பார்த்தாள்.

"ஹாய் மைதிலி! என்னடி இன்னிக்கு பார்த்து அதிகப் பசங்களைக் காணும்..?"

"பக்கத்தில் புதுசா ஒரு பிள்ளையார் கோவில் கட்டி இருக்காங்க, அக்கா. அங்கே போய் இருக்காங்க. நம்மளும் போய்ப் பார்ப்போமா?"

"ஹ்ம்ம்.. போலாமே."

சீதா மற்றும் மைதிலி அந்தக் கோவிலுக்குப் போய்ச் சாமி கும்பிட்டனர்.

அப்போது பிள்ளையார் முன் நின்ற சீதா,

"பார்வதி நந்தன சரணம் கணேஷா
ஷண்முகச் சோதரா சரணம் கணேஷா
மணிகண்ட சோதரா சரணம் கணேஷா
கணேஷா சரணம் சரணம் கணேஷா
சரணம் கணேஷா, சரணம் கணேஷா"

"கணேஷ சரணம் சரணம் கணேஷ
கணேஷ சரணம் சரணம் கணேஷ
மூஷிக வாகன சரணம் கணேஷ
மோதக ஹஸ்தா சரணம் கணேஷ
ஷ்யாமலா கர்ண சரணம் கணேஷ
விளம்பித்த சூத்திர சரணம் கணேஷ (கணேஷ)
வாமன ரூபா சரணம் கணேஷ
மஹேஸ்வர புத்ர சரணம் கணேஷ
விக்ன விநாயக சரணம் கணேஷ
பாத நமஸ்தே சரணம் கணேஷ (கணேஷ)"

"கஜவதனா ஹே கஜானன
கௌரி தநயா கஜானன
கங்காதரா சிவ நந்தன
கிரிஜா பிரிய நந்தன (கஜவதனனா)"

"கஜானனா கஜானனா
ஸ்ரீ கண நாதா கஜானனா
கஜானனா கஜானான
சித்தி விநாயக கஜானனா
கஜானனா கஜானனா
கௌரி நந்தன கஜானனா
கஜானனா கஜானனா
பிரேமா ஸ்வரூப கஜானனா
கஜானனா கஜானனா
பிரணவ ஸ்வரூப கஜானனா"

"பார்வதி நந்தன பால கணேஷா

விக்ன வீனாச வரதக் கணேஷா
சுரமுனி வண்தித சுமுகக் கணேஷா
சுந்தர வதன ஞானக் கணேஷா"

"சக்தி சஹித கணபதிம்
சங்கராதி சேவிதம்
விரக்த சகல முனிவர சுர
ராஜா வினுத சேவிதம்
பக்தாலி போஷகம்
பவசுதம் விநாயகம்
பக்தி முக்தி ப்ரதம் பூசிதாங்கம்
ரக்தா பாதாம்புஜம் பாவயாமி"

"விநாயக விநாயக விக்னவிநாசக விநாயக
சம்புக்குமார விநாயக சங்கரிப்புத்ரா விநாயக
பாலகனபதே விநாயக பரமதயாள விநாயக
பக்தஜனப்பிரிய விநாயக பாத நமஃஸ்தே விநாயக"

"விக்னேஷம் பஜரே மானசா
விக்னஹரம் பஜரே
விக்ன கோடி ஹரண விமலா கஜானன
விக்னேஷ்வர மாம் பாலய தேவா"

"வேத விநாயக சரணம் சரணம்
விக்ன விநாயக சரணம் சரணம்
நாத விநாயக சரணம் சரணம்
நாக விநாயக சரணம் சரணம்
ராஜா விநாயக சரணம் சரணம்
விஜய விநாயக சரணம் சரணம்
சித்தி விநாயக சரணம் சரணம்
புத்தி விநாயக சரணம் சரணம்"

என அவளின் அம்மா சொல்லி கற்றுக் கொண்ட பாடல்களைப் பாடி கொண்டிருந்தாள்.

மைதிலி அதனை எல்லாம் கேட்காமல் கோவில் பிரசாதம் சாப்பிட ஓடி விட்டாள்.

என்ன பண்றது? சிலர் கோயில் வருவது சாமியை வேண்ட, சிலர் கோயில் வருவது பிரசாதம் சாப்பிட.

சீதாவின் பக்தி பாடலை கேட்ட அந்தக் கோவில் பூசாரி விபூதியை கொடுத்து விட்டு, "குழந்த.. உன் பெயர் என்னமா?" என்று கேட்டார்.

"சீதா." என்றாள் சீதா.

"நல்ல பெயர். இப்பவே சாமி மேல் இவ்வளவு பக்தி என்றால், பெரிய பொண்ணா வளர்ந்த பிறகு எப்படி இருப்பே? சீதாவுக்கு ஏற்ற ஸ்ரீராம் வர வேண்டிய வயசுல கண்டிப்பா வருவான்."

ஸ்ரீராம். அந்தப் பெயரை கேட்ட சீதா, "எவன்டா அது..? பூசாரி ஏதோ ஏதோ சொல்லிட்டு போறார். அவர் சொன்னதுக்கு என்ன அர்த்தம்? ஒருவேளை நமக்குப் புது ஃப்ரெண்ட் யாராவது கிடைக்கப் போறாங்களா..?" எனத் தனக்குத் தானே சொல்லி கொண்டாள்.

அதே நேரத்தில் அந்தக் கோவிலுக்குள் வந்த ஒரு பெண்மணி, "ஸ்ரீராம்.. ஸ்ரீராம்.. இங்கே வாப்பா.. அம்மாவுக்குக் கால் வலிக்குது. நீயே போய் அம்மாவுக்கும் சேர்த்துப் பிரசாதம் வாங்கிட்டு வாப்பா." என்றார்.

"ஓகே, மா. இதோ போறேன்." என்ற ஸ்ரீராம், பிரசாதம் வாங்க சென்றான்.

ஸ்ரீராம் என்ற பெயரை கேட்டவுடன், "யார் அது?" என்று சீதா திரும்பி பார்த்தாள். அங்கே நடந்து போகும் அந்தப் பையனின் ஒவ்வொரு அசைவையும் தன் கண்ணால் நிறைப்பிக் கொண்டாள்.

பிரசாதம் வாங்க போனவன், ஒன்றே ஒன்று மட்டும் வாங்கி வந்து தன் அம்மாவுக்குக் கொடுத்து விட்டு அவர் சாப்பிட்டு முடிக்கும் வரை காத்திருந்தான். அந்தப் பெண்மணியும் தன் மகனுக்குப் பிரசாதம் தரவில்லை. அவனும் கேட்கவில்லை. அது எப்போதும் நடப்பது போலவே இருந்தான்.

'கண்டிப்பாக அந்த இடத்தில் தான் இருந்திருந்தால் பாதிப் பிரசாதம் வாங்கவே பெரிய சண்டையே போட்டு இருப்போம்!' என்பது சீதாவிற்குத் தெரிந்தே இருந்தது.

'குட் பாய்! நெக்ஸ்ட் டைம் இவனைப் பார்த்தால் அபி கிட்ட சொல்லணும். ஸ்ரீராம். அந்தப் பூசாரி சொன்னது இவனா இருக்கும்மா? நம்ம புது ஃப்ரெண்ட் இவனா?' என்று சீதா நினைத்துக் கொண்டிருக்க, மைதிலியோ சீதாவுக்கும் சேர்த்து வாங்கிய பிரசாதத்தை ஒரே ஆளாக இருந்து சாப்பிட்டு முடித்து விட்டு தான் வந்தாள். பின் அவரவர் வீட்டுக்குப் போனார்கள்.

அன்று இரவே சீதாவின் கனவில் அதே கோவிலில் கண்ணீரோடு அமர்ந்து அழுது கொண்டிருக்கும் ஸ்ரீராமின் முகம் வந்தது.

அதில் எழுந்து அமர்ந்தவள்,

"இல்ல! என்னோட புது ஃப்ரெண்ட்டே அழ விட மாட்டேன்! இந்தக் கனவு ஒருவேளை பலித்தால் அவன் அழுகையை எப்படியாவது நிறுத்துவேன்! யெஸ்! கண்டிப்பா நிறுத்துவேன்!"

அடுத்த இரண்டு நாளில் அவள் வயதுக்கு வர, அபியும் வார கடைசி நாள் அம்மாவோடு இருந்த சந்தோசத்தில் சீதாவின் வீட்டுக்கு வந்தான்.

அப்படி வந்தவன் எப்போதும் போலச் சீதாவை பார்த்த சந்தோசத்தில் கன்னத்தில் முத்தம் கொடுக்க, அதனை கண்ட ஒரு பாட்டி அவன் கன்னத்தில் அறைந்தார்.

அபி கண் கலங்க, சீதா தன் தம்பியின் அழுகையைக் கண்டு கோபம் கொண்டு, பக்கத்தில் இருந்த ஒரு தேங்காயே எடுத்து தன் தம்பியை அறைந்த பாட்டியின் தலைக்குக் குறி வைத்து தூக்கி போட்டாள்.

***நினைவு புத்தகம் இன்னும் திருப்பப்படும்.***

# 19

# ராம் - மைதிலி, இருவரின் சந்திப்பு

அபி எப்போதும் போலச் சீதாவை பார்த்த சந்தோசத்தில் கன்னத்தில் முத்தம் கொடுக்க, அதனைக் கண்ட ஒரு பாட்டி அவன் கன்னத்தில் அறைந்தார்.

அபி கண் கலங்க, சீதா தன் தம்பியின் அழுகையைக் கண்டு கோபம் கொண்டு, பக்கத்தில் இருந்த ஒரு தேங்காயே எடுத்து தன் தம்பியை அறைந்த பாட்டியின் தலைக்குக் குறி வைத்து தூக்கி போட்டாள்.

நல்லவேளை குறி மிஸ் ஆகி பின்னாடி இருந்த சுவரில் பட்டு உடைந்தது.

அந்தப் பாட்டி அதிர்ச்சியில் நிற்க, சீதாவோ சீற்றம் நிறைந்த குரலில், "அடியே கிழவி! அவன் என் தம்பி அவனுக்கு நான் முத்தம் கொடுப்பேன் எனக்கு அவன் முத்தம் கொடுப்பேன். அதைக் கேட்க நீ யார்?" என்று கேட்டாள்.

"உன் அப்பனை பெற்ற அம்மா டி!"

"அதான் தெரியுமே! நான் பிறந்த போதே பொட்ட புள்ள சொல்லி கள்ளி பால் கொடுக்கப் பார்த்தவள் தானே நீ? இங்க பார், எப்போ என்னையே கொலை பண்ண பார்த்தியோ அப்பவே என்னை அடக்கும் உரிமை உனக்கு இல்லாம போச்சு! புரிந்ததா? அப்படியிருக்க நீ யார் என் தம்பியை அடக்க?"

"இவன் என்ன உன் கூடப் பிறந்த தம்பியா?"

"இல்ல."

"தெரியுது ல..?"

"இவன் என் உயிர். பெற்றது விமலா அம்மாவா இருக்கலாம். ஆனா, அவங்களை விட மடியில் போட்டு வளர்த்தது நான் தான். வயது வித்தியாசத்தில் வேணும்னா இவனுக்கு நான் அக்காவா இருக்கலாம். மற்றபடி இவன் எனக்குப் பிள்ளை மாதிரி. இதுக்கு மேல் எந்த டாஷாவது எங்க உறவை பற்றிப் பேசினீங்க..

கடித்து ரத்தம் உறிஞ்சி குடிச்சிடுவேன்!"

பின் எத்தனையோ வாய் சண்டைக்குப் பிறகு அந்தப் பாட்டி போக, நீராட்டு விழா பாதியில் நின்றது.

அபி மட்டும் தன் அழுகையை நிறுத்தாமல் படுக்கையில் அழுது கொண்டி-ருந்தான்.

உடை மாற்றி அந்த அறைக்கு வந்த சீதா அவன் தலையைத் தன் மடியில் வைத்து நெற்றியில் முத்தம் ஒன்றை கொடுத்தவள், "என் அபி குட்டிக்கு என்ன ஆச்சு? அந்தக் கிழவி அடித்ததால் கோவமா?" என்று கேட்டாள்.

"இல்ல." என்றான் அவன் தன் கண்ணீரை துடைத்துக் கொண்டே.

"பின்ன உன்னை என் தம்பி இல்லன்னு சொன்னதால் அழுகையா?"

"இல்ல."

"பின்ன வேற என்ன..?"

"அந்தப் பாட்டி போறதுக்கு முன்னாடி.. முன்னாடி.."

"என்ன திரும்ப உன்னைத் திட்டினாங்களா?"

"இல்ல! பூர்ணிமா பண்ண சேமியா பாயசத்தைக் கோபத்தில் அந்தப் பாட்டி கொட்டிட்டு போயிட்டாங்க.. கடைசியில் உங்க சண்டையில் எனக்குப் பிடிச்ச பாயாசம் போச்சே!"

"அடேய்.. நடந்த பிரச்சனை நினைச்சு ஃபீல் பண்ணுவே பார்த்தால்.. போயும் போயும் ஒரு பாயசத்துக்குப் போய்.."

"என்னது போயும் போயும் பாயசமா? பூர்ணிமா பண்ண பாயசத்தை அடிச்சுக்க ஆளே இல்ல தெரியுமா? செம்ம டேஸ்ட்! எனக்குப் பாயசம் வேணும்! இப்பவே! உடனே!"

அவன், "பாயசம்.. பாயசம்.." எனக் கத்த, அவனுக்காக அரை மணி நேரத்-தில் பாயசம் செய்யப்பட்டது. அதனை ஸ்பூன் கொண்டு கொஞ்சம் கொஞ்சமாக அபிக்கு சீதா ஊட்டி விட்டாள். பின், "அபி, உண்மையில் அந்தச் சொன்னதில் உனக்குக் கோபம் வருத்தம் இல்லயே.." என்று கேட்டாள்.

"இல்லக்கா. உன் கூடப் பிறந்தால் மட்டும் தான் தம்பியா? இல்லயே! அப்படி இருந்தால் வெறும் தம்பி என்கிற உறவோடு முடிந்திருக்கும். எனக்கு நீ எல்லாம். அம்மா, அக்கா என எல்லா உறவிலும் நீ எனக்கு அடக்கம். அது எனக்குத் தெரியாதா? பின்ன ஏன் அதை நினைத்து நான் அழ போறேன்." என்றான் அபி.

"அப்போ அந்தக் கிழவி அடித்த போது ஏன்டா அழுத?"

"அது வலி.. வேற டிபார்ட்மெண்ட்."

"நீ இருக்கியே.. சரியான வாலு டா நீ! எங்க கிட்ட மட்டும் தான் உன் வாலு தனத்தைக் காட்டுவ, அதுவே வெளியாள் என்றால் சிடுமூஞ்சி மாதிரி இருக்க. ஏன்டா?"

"தெரியல."

"சரி. நீ நல்லா தூங்கு. நாளைக்கு ஸ்கூல் இருக்கு."

"நீயும் ஸ்கூல் வருவல?"

"இல்லடா. இன்னும் ஒரு வாரத்துக்கு ஷூல் போக வேணாம்னு அம்மா சொல்லிட்டாங்க."

"சரி, விடுக்கா. நான் உன் கிளாஸ் ல போய் உன் ஃப்ரெண்ட்ஸ் கிட்ட நோட்டீஸ் வாங்கிட்டு வரேன்."

அவனைத் தூங்க வைத்தவள் தன் அறைக்குப் போய்த் தூங்க ஆரம்பித்தாள்.

அவள் கனவில் கோவிலில் பார்த்த அந்தப் பையனின் முகமே அடிக்கடி வந்து போனது.

"ஸ்ரீராம், நீ எப்படா எனக்கு ஃப்ரெண்ட்டா வருவ?" என்று கேட்டாள் கவலை குரலில்.

வயதுக்கு வந்த பெண் என்கிற காரணத்தால் வெளியே போய் விளையாட சீதாவின் அம்மா பூர்ணிமா சம்மதிக்க வில்லை.

சீதாவுக்கும் மற்ற பசங்க பொண்ணுங்க கூட விளையாட கூச்சமாக இருந்ததால் அவளும் சரி என்றாள். அப்படியிருந்தும் அடிக்கடி அபியோடு பக்கத்தில் இருந்த பிள்ளையார் கோவிலுக்குச் செல்வாள்.

ஏற்கனவே அவளின் இதய நண்பன் ஸ்ரீராம் பற்றி அபியிடம் சொல்லி விட்டாள். பத்து வயது அபி என்ன செய்வான்? பாவம்! அவன் அவனின் அக்காவுடன் தினமும் கோவிலுக்குச் சென்றான். சீதா அவளின் ஸ்ரீராமனை தேட, அபியோ அன்று மைதிலி செய்தது போலக் கோவில் பிரசாதத்தை ஒவ்வொரு பருக்கையாக விழுங்கி கொண்டிருந்தான்.

அப்படியே சென்ற நாட்கள், இரண்டு மாதத்திற்குப் பிறகு அவர்களின் தேடல் முடிந்தது.

ஸ்ரீராம் அன்று தன் அம்மாவுடன் கோவிலுக்கு வந்திருந்தான்.

"ஸ்ரீராம், பிரசாதம் வாங்கிட்டு வாப்பா?" என்றார் நந்தினி, அவனின் அம்மா.

"இதோ மா.. போய் வாங்கிட்டு வரேன்." என்ற ஶ்ரீராம் பிரசாதம் வாங்க நகர, அவன் நகர்ந்த நேரத்தில் எப்போதும் போலக் கோவிலுக்கு வந்த சீதா அவனைப் பார்த்து விட்டாள்.

அப்படிப் பார்த்தவள் அபியிடம் திரும்பி, "அதோ.. அதோ.. அவன் தான் என்னோட ராம்.. ஸ்ரீராம்!" என்றாள்.

"அக்கா, அவன் பெயர் ஸ்ரீராம் இல்ல. ஸ்ரீகிருஷ்ணா. அதான் அவன் பெயர். எனக்கு நல்லா தெரியும்.."

"இல்லடா, அன்னிக்கு அவனோட அம்மா அவனை ஸ்ரீராம் என்ற பெயரில் தான் கூப்பிட்டாங்க. எனக்கு நினைவு இருக்கு."

"அக்கா, எனக்கு நல்லா தெரியும். அவன் பெயர் ஸ்ரீகிருஷ்ணா தான். ஏற்கனவே அவனின் ஸ்கூலுக்குப் போய் அவன் கூடப் பேசி இருக்கேன்."

"என்னடா சும்மா சும்மா 'அவன்.. அவன்..' சொல்ற? பெரியவர்களுக்கு மரியாதை தரணும்!"

அபி குலுக்கி குலுக்கி சிரிக்க அதில் கடுப்பு ஆன சீதா அவன் தலையில் ஒரு கொட்டு கொட்டி, "என்னடா சிரிப்பு? நான் என்ன காமெடியா பண்றேன்?" என்று கேட்டாள்.

"இல்லயா பின்ன? அவனும் என்னை மாதிரி ஐந்தாவது தான் படிக்கிறான். அதோட என்னை விட ரெண்டு மாசம் சின்னப் பையன்." என்றான் இன்னும் சிரிப்புடன்.

அவனின் சிரிப்பை பார்த்த சீதாவுக்குத் தான் சொல்ல முடியாத ஓர் உணர்ச்சி.

'ஏன் கண்ணில் கண்ணீர் வருகிறது?' என்பது கூடத் தெரியாமல் கண்ணீர் விட்டவள், "எப்போதும் சேர்ந்து தானே இருப்போம்? எனக்குத் தெரியாமல் எப்போ அவனைப் பார்த்த?" என்று கேட்டாள்.

"அன்னிக்கு ஒரு வாரம் நீ ஸ்கூலுக்கு வரல. அந்த நேரத்தில் ஒரு நாள் நம்ம ஸ்கூல்ல ஓர் ஓவிய போட்டிக்கு பங்குபெற அவனோட ஸ்கூலுக்குக் கூட்டிக்கிட்டு போனாங்க. அப்போ தான் அவனைப் பார்த்தேன். செம்மையா ஓவியம் வரைந்தான்! சூப்பர் கா! உண்மையில் பார்க்க உண்மைக்கும் பொய்க்கும் வித்தியாசம் இல்லாத மாதிரி இருந்தது.

அதுக்குப் பாராட்டி கை கொடுக்கப் போன போது அவனோட பெயரோடு சேர்த்து அவனின் பிறந்த நாள், மாதம், வருடம் எல்லாம் அவனின் ஸ்கூல் ஐடி காட்ல பார்த்தேன்."

"சரி வா போலாம். இது வேலைக்கு ஆகாது. அவன் நட்பு நமக்கு வேணாம்."

"ஆனா, அக்கா. ஏன்?"

"சொல்றேன்ல! வேணாம், வா போலாம்." என்று அடக்கப்பட்ட அழுகை குரலில் சீதா சொல்ல, அதற்கு மேல் அபி எதுவும் சொல்லாமல் கிளம்பினான்.

ஆனால் சீதா மட்டும் வெளியே போவதற்கு முன், ஸ்ரீராம்.. இல்லை! அவளின் ஸ்ரீகிருஷ்ணாவை பார்த்தவள் அவளையே அறியாமல் அவள் வாய், "ஸ்ரீகிருஷ்ணா. இந்தப் பெயர் கூட நல்லா இருக்கு. சீதாவின் ஃப்ரெண்ட் ஸ்ரீராமா ஏன் இருக்கணும்? ஸ்ரீகிருஷ்ணாவா கூட இருக்கலாம்." என்றாள்.

அங்கே மனதிற்கும் மூளைக்கும் ஒரு சண்டையே நடந்தது.

ஸ்ரீராமின் (ஸ்ரீகிருஷ்ணாவின்) வீடு.

"அம்மா! ப்ளீஸ் அடிக்காத மா! வலிக்குது! சாரி! சாரி! இனி உனக்கு வைத்த சாக்லேட்டே எடுக்க மாட்டேன்! ப்ளீஸ் மா.. வலிக்குது!" என்று தன் அம்மா துடைப்பத்தால் அடிக்கும் வலியில் கதறினான்.

ஸ்ரீராமின் அம்மா நந்தினிக்கு மனநல பிரச்சனை உள்ளது. அவர் பாதி நாள் வயதுக்கு ஏற்ற பெண்மணியாக இருப்பவர். மீதி நாள் ஐந்து வயது குழந்தை போல் நடந்து கொள்வார்.

இன்னும் சில சமயம் எப்படி இருப்பார் என்றே சொல்ல முடியாது. அந்த மாதிரியான சமயத்தில் சிறு சத்தம் போட்டாலும் ஸ்ரீராமுக்கு தப்பே செய்யாமல் கூட ஏகப்பட்ட அடி விழும்.

இப்போது அவன் அடி வாங்குவது கூட அதனால்தான். காலையில் எழுந்தவன் தன் அம்மா சமையல் செய்யாத காரணத்தால் ரொம்பப் பசி எடுத்து ஃப்ரிட்ஜில் இருந்த சாக்லேட்டை ஒன்றை தெரியாத்தனமாக வாயில் வைத்து விட்டான். அதில் கோபம் கொண்ட அவன் அம்மா துடைப்பம் கொண்டு அடி அடி என்று அடித்து விட்டார்.

அந்த அடிகள் அவன் அப்பா வரும் வரை தொடர்ந்தது. பின் என்ன நினைத்தானோ அழுதுகொண்டே பக்கத்தில் இருக்கும் விநாயகர் கோயிலுக்குச் சென்று விட்டான்.

கடந்த பத்து நாளாகச் சீதாவும் அபியும் அந்தக் கோவிலுக்குச் செல்லவில்லை.

அபிக்கோ, "பிரசாதம் போச்சே!" என்ற கவலை. சீதாவுக்குத் திரும்பி அந்த ஸ்ரீராமை பார்க்க முடியாத கவலை. அதோடு தினம் இரவு அவளின் கனவில் அதே கோவில் வாசலில் அழுது கொண்டிருக்கும் அவனின் முகம் வந்து போனது. "நேரில் பார்க்காத ஒரு காட்சி எப்படித்தான் கனவில் வருகிறது?" என்று புரியாமல் தவித்தவள் அபியை அழைத்துக் கொண்டு திரும்பி அந்தக் கோவிலுக்குச் சென்றாள்.

கோவிலுக்குள் நுழைந்த முதல் வேலையாக அபி பிரசாதம் வாங்க ஓடிவிட்டான். அப்போது தான் அந்தக் கோவிலில் இருந்த ஒரு தூண் அருகே அமர்ந்து ஸ்ரீராம் அழுது கொண்டிருந்ததைப் பார்த்தாள்.

அவள் கனவில் கண்ட அதே காட்சி அதே உடையில் அதே இடத்தில் அவன் அழுது கொண்டிருந்தான்.

"என்ன செய்வது?" என்று தெரியாமல் முழித்துக் கொண்டிருந்த சீதா, அப்-போதுதான் அந்தக் கோவிலுக்குள் நுழைந்த மைதிலியும் அவளின் அம்மாவையும் பார்த்தாள்.

மைதிலியின் அம்மா வைஷ்ணவி கோவிலின் எல்லாச் சன்னதிகளையும் சுற்ற, மைதிலியோ ஓர் ஓரத்தில் அமர்ந்து விட்டாள்.

அவள் அருகே சென்ற சீதா, "மைதிலி, எப்படி இருக்கடி, உன்னைப் பார்த்து ரொம்ப நாளாச்சு..?" என்று கேட்டாள்.

"நான் நல்லாத்தான் இருக்கேன் நீங்க தான் அந்தப் பார்க் பக்கம் வருவதில்ல. ஒவ்வொரு தடவை நான் அங்கே போகும் போது உங்களையும் அபியையும் தேடு-வேன், தெரியுமா? உங்க பேச்சு கா, அக்கா." என்றாள் மைதிலி.

பிள்ளையாருக்குத் தோப்புக்கரணம் போடுவது போல் மைதிலி முன்னாடி ஐந்து தோப்புக்கரணம் போட்ட சீதா தன் மன்னிப்பை வேண்டினாள்.

"போதும் விடுங்க, நான் மன்னிச்சிட்டேன். அப்புறம் உங்க கூடவே சுத்திகிட்டு இருக்கும் அந்த அபி எங்க..?"

"அவனா? பிரசாதம் வாங்க போயிருக்கான். உன்னால் எனக்கு ஒரு ஹெல்ப் ஆகணும். செய்வியா?"

"முடிஞ்சா செய்றேன், அக்கா."

"அதோ ஒரு பையன் இருக்கான் பாரு, அவன் ரொம்ப நேரமா அழுதுட்டு இருக்கான். அவன்கிட்ட போய் ஃப்ரெண்ட்லியா பேசி, அவன் அழுகையே நிறுத்து. நான் அடுத்த முறை உன்னைப் பார்க்கும்போது உனக்கு ரெண்டு ஃபைவ் ஸ்டார் சாக்லேட் வாங்கித் தருவேன். ப்ளீஸ்! ப்ளீஸ்!"

பைவ் ஸ்டார் சாக்லேட்டுக்கு ஆசைப்பட்ட மைதிலி ஸ்ரீராம் அழுது கொண்டி-ருக்கும் இடத்தை நோக்கி சென்றாள். அவனருகே அமர்ந்தவள், "ஓய்! எதுக்குப் பொண்ணு மாதிரி அழுதுட்டு இருக்க?" என்று கேட்டாள்.

அவனால் வாய் திறந்து பேச முடியவில்லை. ஓர் அழகான பெண்ணொருத்தி தன் அருகே அமர்ந்து தன்னை விசாரிப்பதை கண்டவனுக்கு உடலெல்லாம் சிலிர்த்தது. அவன் வாய் திறந்து பேச முயல வாயிலிருந்து காற்று தான் வந்தது. அதனைப் பார்த்து சிரித்தவள்,

"இனி நான் சைக்கிளுக்குக் காத்து அடிக்கச் சைக்கிள் கடைக்குப் போக மாட்டேன். ஒரு டுபின் முனை எடுத்து உன் வாய்க்கும் இன்னொரு முனை எடுத்து என் சைக்கிள் டயருக்கும் வைத்தால் போதும் உடனே காத்து ஏறிடும். அப்படி ஒரு காத்து வருது உன் வாயில்." என்றவள் அவன் பெயரை கேட்டாள்.

முயன்று எப்படியோ அவன் தன் பெயரை ராம் என்றான். ஸ்கூலை பொறுத்-தவரை மட்டும்தான் ஸ்ரீகிருஷ்ணா மற்ற இடத்திலெல்லாம் தன் பெயரை ராம் என்றுதான் சொல்வான். அவனின் அம்மா அப்பா மட்டுமே அவனை ஸ்ரீராம்

என்று முழுப் பெயர் வைத்து கூப்பிடுவார்.

அதற்கு அவளிடம் இருந்து சிரிப்பே பதிலாக வந்தது.

அவளின் சிரிப்பை கண்டவன் தன் மனதுக்குள், 'என்ன பொண்ணுடா இவ, சிரிக்கும்போது தேவதை மாதிரி இருக்கா! இவ மட்டும் எனக்கு ஃப்ரண்டா இருந்தா, எவ்வளவு நல்லா இருக்கும்?"

ஸ்ரீராம் அழுகையை நிறுத்திவிட்டு சிரிப்பதற்கும் மைதிலியின் அம்மா வந்து அவளை அழைப்பதற்கும் சரியாக இருந்தது.

போகும் அவளிடம் எப்படியோ முயன்று அவளின் பெயரை கேட்டான்.

"உன் பெயர்... என்.. என்ன?" எனத் திக்கி திணறி கேட்டான்.

அவளும் தன் பெயரை "மைதிலி" எனச் சொல்லி விட்டு, "நாளைக்கு இதே விநாயகர் கோவிலில் பார்க்கலாம்" எனச் சிட்டாகப் பறந்து சென்று விட்டாள்.

அப்போது சம்பந்தமே இல்லாமல் சிம்பு நடித்த மன்மதன் படத்தில் இருந்து ஒரு பாட்டு அவன் மனதில் ஓடியது.

*"என் ஆசை மைதிலியே என்னை நீ காதலியே*
*என் ஆசை மைதிலியே என்னை நீ காதலியே*
*தன்னே தனனானே தானானே தன்னே தனனானே தானானே"*

என அவன் தன்னை மீறி கோவில் என்பதையும் மறந்து பாட ஆரம்பித்தான்.

இதெல்லாம் ஒரு தூண் மறைவில் இருந்து பார்த்த சீதா தலையில் அடித்துக் கொண்டாள்.

"இதுக்கு நானே போய்ப் பேசி இருப்பேன். என்ன அந்த மைதிலி பொண்ணு நம்ம கிட்ட கேட்காமல் நாளைக்கு இவனை வந்து பார்க்க போவதாகச் சொல்லி இருக்கா. ஒருவேளை அவன் கிட்ட சொல்ற மாதிரி நம்ம கிட்ட சொல்லி அந்த ஃபைவ் ஸ்டார் சாக்லேட்க்கு அடி போடுறாள் போல. வேற வழி? வருவோம், வந்து கொடுப்போம்."

சீதாவுக்கும் சேர்த்துப் பிரசாதம் வாங்கி, அதை அவளிடம் கொடுக்காமல் அதையும் சேர்த்து சாப்பிட்டு விட்டு ஏப்பம் விட்டுக் கொண்டே வந்தான் அபி.

"சாரிக்கா! பிரசாதம் ரொம்பச் சுவையா இருந்ததால் உன்னுடையதும் சேர்த்து சாப்பிட்டேன்."

"அது பரவால்ல, விடு. எப்படியும் சக்கரை பொங்கல் எனக்குப் பிடிக்கவே பிடிக்காது. சாஸ்திரத்துக்கு ஒரு வாய் போட்டு விட்டு உனக்குத் தான் கொடுத்திருப்பேன். அதனால் பிரச்சனை இல்ல."

"அக்கா, அங்கே நிற்பது அந்த ஸ்ரீராம் பையன் தானே? அவன் என்ன லூசுத்தனமா பாட்டு பாடிக்கிட்டு இருக்கான். இது கோவில் நினைச்சானா? இல்ல,

சினிமா சாத்திரம் நினைச்சானா?"

"விடுடா! விடுடா! அவனின் பாட்டைப் பார்க்காமல் அவன் முகத்தில் இருக்கும் சிரிப்பைப் பார், எவ்வளவு கியூட்டா இருக்கல?"

"அக்கா, எப்பவும் என் சிரிப்புதான் கியூட் சொல்லுவே! இப்ப என்ன அவனைச் சொல்ற?"

"தம்பியா உன்னோட சிரிப்பு எனக்குக் கியூட்டா இருக்கு. அவன் சிரிப்பு வேறு விதத்தில் எனக்குக் கியூட்டா இருக்கு. அவ்வளவுதான்."

"என்ன விதமோ? போ! எனக்குப் பசிக்குது. நாம வீட்டுக்கு உடனே போலாம், எனக்குப் பசிக்குது. வீட்டுல போய்ச் சாப்பிடலாம். பூர்ணிமா இன்னைக்கு எனக்குப் பிடிச்ச மேகி நூடுல்ஸ் பண்ணிருக்காங்க. யாருக்கும் கொடுக்காமல் ஒரே ஆளா சாப்பிடுவேன்.. பவ்.. பவ்.."

"அதுக்குப் போட்டியா நான் வந்தால்?"

"உனக்குக் கொஞ்சம் ஊட்டிவிட்டு சாப்பிடுவேன்."

"என் அபி குட்டிக்குத் தொப்பை ரொம்பப் பசிக்குதா? சரி, வா, சீக்கிரம் போலாம்."

கோவிலை விட்டுச் செல்வதற்கு முன் பிள்ளையாரை பார்த்து வேண்டியவள்,

"பிள்ளையாரப்பா, இன்னிக்கு போல என்னிக்கும் என் ஸ்ரீராம் முகத்தில் இதே சிரிப்பு நிலைத்து இருக்கணும். அதுக்கு நீதான் அருள் புரிய வேண்டும்."

அவள் வேண்டுதலை காதில் வாங்கிக் கொண்ட அந்தப் பிள்ளையாரோ,

"அது உன்னால் மட்டுமே முடியும் குழந்தாய்...!" என்பது போல அருள் புரிந்தார்.

***நினைவு புத்தகம் இன்னும் திருப்பப்படும்.***

# 20

# ராம் காதலை சொன்னான், சீதா மயங்கி விழுந்தாள்.

ஐந்து வருடங்களுக்குப் பிறகு.

இந்த ஐந்து வருடத்தில் சீதா கொடுக்கும் சாக்லேட்டுக்கு ஆசைப்பட்டு மைதிலி தினம் தினம் ராமுடன் பேசுவதன் நட்புக் கொண்டாள்.

ஒரு கட்டத்தில் சாக்லேட்டை மீறி ராமுக்கு நெருங்கிய தோழி அளவுக்கு மைதிலி மாறிவிட்டாள்.

ராமை பொறுத்தவரை மைதிலி நல்ல தோழி என்கிற அளவுக்குத் தன் மனதில் இடம் கொடுத்து விட்டான். உண்மையில் சீதா என்ற ஒருத்தி இருப்பது பற்றி இன்னும் அவனுக்குத் தெரியாது.

சீதா அவனுக்கு முன் செல்லாமல் இருப்பதற்கு முக்கியக் காரணமே அவளின் வயதின் வளர்ச்சிதான்.

ஆண்களை விடப் பெண்கள் சீக்கிரம் வளர்ந்து விடுவார்கள். அதில் சீதாவோ 15 வயதில் பதினெட்டு வயது பெண் போல வளர்ந்து விட்டாள். ஏற்கனவே ராமை விட அவள் இரண்டு வயது மூத்த பெண், இப்போது இருக்கும் கட்டத்தில் இன்னும் வயது மூத்தவள் போலத் தெரிய, "அவன் முன்னாடி போய் நின்றால் தன்னை அக்கா என்று கூப்பிடுவான்!" என்ற பயத்தில் கிடந்தாள்.

ஆனால் மைதிலி மூலம் அவன் விஷயத்தில் அக்கறை கொண்டிருந்தாள். சீதாவின் அக்கறையான வார்த்தைகள் மைதிலி வாய் மூலமாகவே ராமுக்குச் சொல்லப்பட்டது.

அபிக்கும் சீதாவுக்கும் அவன் விஷயத்தை வைத்தே அதிகச் சண்டை வந்தது.

"அக்கா, நீ உன் மனசுல என்னதான் நினைச்சு இதெல்லாம் பண்றனே புரியல. அஞ்சு வருஷம் ஆச்சு, இந்த அஞ்சு வருஷத்துல ஒரு தடவை கூட அவன் முன்னாடி போய் நீ நிக்கலை. நான் கேட்டால், 'அவனை நல்ல ஃப்ரண்டா நினைக்கிறேன்.' என்று சொல்ற. ஆனா, இப்படிப்பட்ட ஒரு தோழி இருப்பதே அவனுக்குத் தெரியாது. இதைக் கேட்க வேடிக்கையா இருக்குல?"

"சரி, விடு.. விடு.. என்னிக்காவது நானே அவன்கிட்ட போய் உண்மை எல்லாம் சொல்றேன். அதுவரை நீ எதுவும் சொதப்பாமல் இரு."

"சொதப்புவது நானா? ஆமா, நீயும் போய்ப் பேச மாட்ட, என்னையும் போய்ப் பேச கூடாதுன்னு சொல்ற. அந்த மைதிலி லூசை மட்டும் போய் அவன் கொஞ்சுறான். நானும் கொஞ்ச நாளா பார்க்கிறேன், அவனின் பார்வையே சரி இல்ல. ஏதோ நம்ம எதிர்பார்க்காத ஒரு விஷயம் நடக்கப் போற மாதிரியே இருக்கு. நான் சொல்றதை கேளு, இன்னும் கொஞ்ச நாள் அவனையும் மைதிலியும் தள்ளி வைப்பது ரொம்ப நல்லது. அப்புறம் உன் இஷ்டம்."

"ச்சே! ச்சே! அப்படி எல்லாம் ஒன்னும் இல்ல. எதுவும் தப்பா நடக்காது, நான் தான் பார்த்துக்கிட்டு இருக்கேன் ல?"

"அதானே பிரச்சனை! நீ பார்த்துக்கிட்டு மட்டும் தான் இருக்க. நீ போய்ப் பேசினால் என்ன பெருசா நடக்கப் போகுது? அவன் உன்னை 'அக்கா' எனக் கூப்பிட போறான். அவ்வளவுதானே?"

"என்னால் அதைக் கேட்க முடியாது! ப்ளீஸ்.. திரும்பி அதைச் சொல்லி என்கிட்ட அடி வாங்காதே. நானும் மனசில், 'இதென்ன மாதிரியான உறவென?' என்று கேட்டுக் கொண்டே தான் இருக்கேன். அதற்கு எனக்கே பதில் தெரியாம அவன் முன்னால் நான் போகப் போறது இல்ல."

"என்னமோ போ, எனக்கு உன்னை நினைத்தால் தான் பயமா இருக்கு. என் மனசில் ஒண்ணு படுது, அது உங்களின் வயதை யோசிக்கும் போது அப்படி இருக்காது தோணுது. அப்படியிருந்தும்.. இல்ல விடு.. வேணாம்.."

"என்னன்னு சொல்லுடா.. பரவால்ல.."

"கா.. காத.. காதல் என்கிற மாதிரி.. கோபப்படாமல் கேளு? எனக்குத் தெரியும், அப்படி இல்லன்னு.."

"ஏன் அப்படி இருந்தால் என்ன?"

"அக்கா..."

"சொல்லுடா, அப்படி இருந்தால்.. அப்படித்தான் நான் சொன்னால் தான் என்ன??"

"நா.. நான் சம்மதிக்க மாட்டேன்! அது தப்பு!"

"ஏன் தப்பு?"

"எனக்குத் தெரியாது போ! தப்பு என்றால் தப்பு தான்!"

"எதைப்பற்றியும் சரியா தெரியாமல் தப்பு என்று சொல்லக்கூடாது. தைரியமா காரணத்தைச் சொல்லு, நான் கோபப்பட மாட்டேன்."

"அது.. வயசு..?"

"என்ன பொல்லாத வயசு? அவனுக்கு 15. எனக்கு 17.. அடுத்த மாசம் எனக்கு 18.. அப்பறமென்ன?"

"இல்ல.. அவன் உன்னை விடச் சின்னவன்.."

"அப்போ என்னை விடப் பெரிய பையனை லவ் பண்ணா?"

"அப்போ அது தப்பு இல்லதானே?"

"நீ சொல்ற விதத்தில் வருவோம். என்னை விடப் பெரிய பையனை லவ் பண்ணா.. அவனுக்கு நான் சின்னப் பொண்ணுல? அப்போ அங்கேயும் தப்பு ஏன் சொல்ல கூடாது? ஏன் பொண்ணுங்க விஷயத்தில் மட்டும் இந்த வயசு விஷயத்-தைப் பார்க்கிறார்கள்?"

"அது.. பொண்ணுங்க பசங்க விட உடல் விஷயத்திலும் மன விஷயத்திலும் சீக்கிரம் முதிர்ச்சி அடைந்து விடுவாங்க. அப்போ அதுக்கு ஏத்த மாதிரி அவங்க அவங்களை விடக் கொஞ்சம் வயசில் அதிகமாக இருந்தால் தான் சரியாக இருக்-கும்."

"அதான் காரணமா?"

"எனக்குத் தெரிஞ்சு அதான் காரணம். நான் பார்த்த வர எல்லா இடத்திலும் அப்படித்தானே இருக்கு? என் அப்பா அம்மா விஷயத்தில், என்அம்மாவை விட என் அப்பா ஒரு வருஷம் பெரியவர். அப்பறம் நம்ம பூபாலன் பூர்ணிமா விஷயத்-தில் கூட இரண்டு வருடம் இடைவேளை இருக்கு. இப்படி எத்தனையோ பேரை சொல்லலாம்."

"நானும் சொல்வேன். சச்சின் டெண்டுல்கர் அவரின் மனைவி, ஆக்டர் விஜய் அவரின் மனைவி, அபிஷேக்பச்சன் ஐஸ்வர்யாராய் மற்றும் பல சினிமா பிரபலங்-கள் கூட நிறைய உதாரணங்கள் இருக்கு. அவங்க வாழ்க்கை நல்லா இல்லயா, என்ன? மன முதிர்ச்சி எல்லாம் மனிதனின் வாழ்க்கையைப் பொறுத்தது. அதை வயசோடு பார்க்காத! இரு மனசுக்கு ஓகே என்றால் எதுவும் தப்பு இல்ல."

கையெடுத்துக் கும்பிட்ட அபி, "போதும்! போதும்! அவங்களைப் பத்தி எனக்-குக் கவலை இல்ல! நீ என்ன மனசில் நினைச்சு இருக்க, அதைச் சொல்லு?" என்று கேட்டான் அபி.

"இதுவரை அப்படி எதுவும் நினைக்கல. நீ சொன்ன பிறகுதான் ஏன் இப்படி இருக்கக் கூடாதுன்னு தோணுது."

"ஐயோ.. வேணாம்! வேணாம்! அப்படி மட்டும் மனசுல ஃபிக்ஸ் பண்ணிக்காத. அப்புறம் உன் மனச மாற்றுவது ரொம்பக் கஷ்டம். நமக்குப் புரட்சி எல்லாம் வேண்டவே வேணாம்!"

"சரி! சரி! விடுடா, எனக்குப் பிளஸ் டூ எக்ஸாம் முடியட்டும். அப்பறம் நானே அவனைச் சந்தித்து எல்லாம் சொல்றேன். நீயும் உன்னோட பத்தாவது பப்ளிக் எக்ஸாமுக்கு ரெடி ஆகு. இன்னும் ரெண்டு வாரம் தான் இருக்கு."

"சரி" எனத் தலையாட்டிவிட்டு நடந்தவன், "எனக்கு மட்டும் இல்லக்கா, அந்த ராம் மைதிலிக்கு கூடப் பத்தாவது பப்ளிக் எக்ஸாம் வருது." என்று போவதற்கு முன் திரும்பி இருவருக்கும் இடையே இருக்கும் வித்தியாசத்தை அடிக்கோடிட்டு சொல்லிட்டுச் சென்றான்.

"சரியான வாலு. ஏதோ ராமை ஃப்ரெண்ட்டா நினைத்து எல்லாம் பண்ண, அதைப் போய்க் காதல் எனச் சந்தேகப்பட்டுப் போறான். ஐயோ! ஐயோ! சரியான காமெடி!" என்று அவள் மூளையோ அப்படிச் சொல்ல, அவள் மனமோ கண்ணாடியில் தன் உடல் அசைவுகள் உயரம் எல்லாம் கண்டு, 'இப்ப நம்ம ராம் நம்மளின் தோள் உயரத்துக்கு வந்திருப்பான் ல? இன்னும் கொஞ்ச வருஷம் போச்சு என்றால் ரெண்டு பேரும் ஒரே உயரத்தில்.. இல்ல.. இல்ல.. என்னை விட அவன் உயரமாக வந்துடுவான். அப்போ சரியா இருக்கும்.' என்று நினைத்தாள்.

ஆனால் "என்ன சரியாக இருக்கும்?" என்பது மட்டும் அவள் மூளையும் சரி மனதும் சரி அறிந்து கொள்ள முயலவில்லை.

**எக்ஸாம் முடிந்து இரண்டு மாதங்களுக்குப் பிறகு.**

அபி சீதாவிடம் சண்டை போட்டுக் கொண்டிருந்தான். மைதிலி அவர்கள் அங்கேயே நின்று கொண்டிருந்தாள்.

"அக்கா, இதான் உனக்குக் கடைசி வாய்ப்பு இன்னிக்கு மரியாதையா அவன்கிட்ட போய் எல்லா உண்மையும் சொல்ற, பேசுற. ஏய் மைதிலி! நீயும் அக்கா கூடப் போய் எல்லா உண்மையும் சொல்லு. இப்ப சீதா அக்கா போய்ச் சொல்வதைவிட நீயே உன் வாய் வார்த்தையில் ஒரு தடவை சொல்லிட்டா எல்லாம் செட்டாயிடும். இன்னிக்கு நாள் முடிவதற்குள் சீதா அக்காவும் அவனும் ஃப்ரண்ட்ஸ் ஆகி விடனும், அதுக்கு நீதான் பொறுப்பு." என்றான் அவன் முடிவாக.

"என்னால் முடிந்ததைப் பண்றேன். பின் எல்லாம் அந்த இறைவன் செயல்." என்றாள் மைதிலி.

"வாயை உடைந்து விடுவேன்! ஒழுங்கு மரியாதையா உண்மை சொன்னால் எல்லாம் தானாகவே நடக்கும். இதற்கு நடுவில் இறைவன்.. தெய்வம்.. என்கிற மாதிரி கதை சொன்ன, உன் சாவு என் கையில் தான்!" என்றான் அபி கொலைவெறி கோபத்தில்.

"அபி, நீ சும்மா இரு. மைதிலி, நீ முதல்ல கோவிலில் போய்ப் பார். ராம் வேற உன்கிட்ட ஏதோ முக்கியமான விஷயம் சொல்லனும் சொன்னான் சொன்-

னியே. அதென்னன்னு கேளு. நாங்க எப்பவும் போல மறைந்து இருந்து பார்த்து நீங்க பேசி முடிக்கும் போது சரியா முன்னாடி வருவோம். அதற்குள் என்னைப் பத்தி எல்லாம் சொல்லி விடு. அதை வைத்து நான் பேசுறேன்." என்றாள் சீதா.

"ஓகே." என்ற மைதிலி தன் கட்டை விரலை நீட்டினாள்.

**பிள்ளையார் கோவில்.**

ராம் தன் அருகே அமர்ந்த மைதிலியின் கையைப் பிடித்தவன்,

"மைதிலி, ரொம்ப நாளாக உன்கிட்ட இதைச் சொல்லலாமா.. வேண்டாமா.. என்று தவித்துக் கொண்டிருக்கிறேன். எங்கே எதாவது சொல்லப் போய் என்னை விட்டு போய்டுவேன் சொல்வியோ என்று பயத்தில் இருக்கேன்." என்றான்.

"என்னன்னு சொல்லுடா?" என்றாள் மைதிலி.

"முதல்ல எனக்குச் சத்தியம் பண்ணு. நான் சொன்ன பிறகு உனக்குப் பிடிக்கலன்னா என்னை விட்டுப் போகக் கூடாது. நம்ம நட்பை எந்தக் காரணம் கொண்டும் உடைக்கக் கூடாது. எப்பவும் போல நம்ம நல்ல ஃப்ரெண்ட்ஸா இருக்கலாம்." என்ற ராமின் கண்ணில் ஒரு பயம்.

"சத்தியம்." என்ற மைதிலி, 'நான் எங்க கோபப்படுவது? உன்னோட லூசுத்தனமான பேச்சில நானே ஓடணும் பார்த்தாலும் எனக்குப் பின்னாடி அமர்ந்திருக்கும் ரெண்டு சாத்தான்கள் என்னை விடாதே!' என்று நினைத்து பெருமூச்சு விட்டான்.

"எப்படி இப்படி ஓர் எண்ணம் என் மனசுல வந்தது தெரியல. ஆனா, வந்துடுச்சு! ஐ ரியலி லவ் யூ! யெஸ்! நான் உன்னைக் காதலிக்கிறேன்! கொஞ்ச நாளா தான் இந்தக் காதலை நான் உணர்ந்தேன். பப்ளிக் எக்ஸாம் டைம்ல, கிட்டத்தட்ட ஒரு மாசம் உன்னைப் பார்க்காமல் ரொம்பத் தவிர்த்துவிட்டேன். 'எப்படா எக்ஸாம் முடியும்! எப்போ உன்னைப் பார்ப்பேன்!' என ஒவ்வொரு நாளும் எனக்கு ஒரு யுகம் மாதிரி போனது.

எங்க அம்மாவால் நான் படும் கஷ்டத்துக்கு ஒரே ஆறுதல் உன் பேச்சு மட்டும்தான். உன் ஆறுதல் பேச்சில்லாமல் இந்த ஒரு மாசம் ரொம்பக் கஷ்டப்பட்டேன்! அப்பதான், 'இந்த ஒரு மாதம் இப்படி என்றால், என்றாவது என்னை நீ மொத்தமாகப் பிரியனும் வந்தால் என் நிலைமை என்ன?' என்று யோசித்தேன். அப்பதான் ஏன் உன்னைக் காதலிக்கக் கூடாது முடிவுக்கு வந்தேன். என்னைக் காதலிப்பியா?"

"ராம், அதா.. அது.. இல்லடா.. நா.. நான் யோசித்து அப்பறம் சொல்றேன். பை.. பை.. அப்பறம் பார்க்கலாம். எங்க அம்மா எனக்காக வெயிட் பண்ணுவாங்க."

"சரி, மைதிலி. நீ யோசித்துச் சொல்லு. ஆனா, விருப்பம் இல்லனா என் நட்பை மட்டும் விடாத.. ப்ளீஸ்!"

மைதிலி வேகமாக ஓடி விட்டாள். போகும் வழியில் மனதுக்குள்,

'என்னடா இந்த லூசு திடீர் லவ் எல்லாம் சொல்லுது! இவனும் இவன் மூஞ்சியும் இவன் கூட ஃப்ரண்டா இருப்பதே சீதா அக்கா கொடுத்த சாக்லேட்டுக்கும், அப்பப்ப கொடுத்த கிஃப்ட்ஸ் தான் முக்கியக் காரணம். இதில் இவனை லவ் வேற பண்ணனுமா? சான்சே இல்ல! நமக்கு ஒரு டேஸ்ட் இல்லயா?' என்று நினைத்து, "இனி அவனைப் பார்க்கவே கூடாது!" என்ற முடிவுக்கு வந்து விட்டாள்.

"என்னக்கா இவன் லவ் எல்லாம் சொல்றான்! இது தப்பு ஆச்சே!" என்ற அபி, ரொம்ப நேரமாகத் தன் அக்கா சீதாவிடம் இருந்து பதில் வராமல் இருக்க, திரும்பி பார்த்தவன் கண்ணில் அவள் மயக்கத்தில் இருப்பதே தெரிந்தது.

ராம் இருந்த இடம் நோக்கி பார்வை திருப்பிய அபி, மைதிலி சென்ற அடுத்த நொடியே அவனும் வீட்டுக்கு சென்று விட்டான் என்பதை உணர்ந்தான்.

பின் சுற்றி முற்றி பார்த்துத் தண்ணீர் எடுத்து வந்து அவளின் முகத்தில் தெளித்தான். மயக்கத்தில் இருந்து எழுந்தவள் அபியை பார்த்து அழ ஆரம்பித்தாள்.

அவளின் அழுகையில் கோபம் கொண்ட அபி, "அடச்சீ! அழுகை நிறுத்து! இப்போ என்ன நடந்தது இப்படி ஒப்பாரி வைக்கிற?" என்று கேட்டான்.

"இனி என்னடா நடக்கணும்? எல்லாம் போச்சு! எல்லாம் முடிந்து போச்சு! என் ராமுக்கு நல்லது பண்ண போய் நானே கெட்டது பண்ணிட்டேன்! அவன் வாழ்க்கையில் உன்னை அனுப்பி இருந்தாலும் கூட ஒரு நல்ல நண்பனா இருந்து ஏதாவது நல்லது நடந்திருக்கும். இப்போ பாரு, அந்த மைதிலி மேல் காதல் வந்து இன்னும் கஷ்டப்படப் போறான்!"

"இதன் பெயர் காதல் இல்லக்கா, கற்பனை. அவன் கஷ்டப்பட்ட நேரத்தில் அவளின் ஆறுதல் வார்த்தையில் நெகிழ்ந்து இருந்தவன் ஒரு மாத பிரிவில் அவளின் நட்பை மிஸ் பண்ணி இருக்கான். அதையே காதல் என நினைத்து விட்டான். அந்த இடத்தில் மைதிலிக்குப் பதில் ஒரு பையன் இருந்திருந்தா, இப்படிப்பட்ட எண்ணம் அவனுக்கு வந்திருக்காது."

"இனி என்னடா நடக்கும்? பேசாமல ஃப்ரெண்ட்டா நடிக்கச் சொன்ன மாதிரி மைதிலியை காதலிக்கச் சொல்லலாமா?"

"உன்னை அக்கான்னு பார்க்கிறேன். இல்ல, அசிங்கமாகத் திட்டிடுவேன்! இந்தக் காதலே பொய் சொல்றேன். இதில் காதலி வேற? என்ன நினைச்சுக்கிட்டு இருக்கே? இல்ல, தெரியாமல் கேட்கிறேன் என்ன நினைச்சுக்கிட்டு இருக்கே? முதல்ல நீயே போய்ப் பேசியிருந்தால் இப்படி நடந்திருக்குமா? அப்படியென்ன பயம் உனக்கு? அவன் மைதிலியின் அழகில் மயங்கி போய்க் காதலிக்கிறேன்

சொல்லல.. உன்னோட ஆறுதல் வார்த்தைகளை மைதிலி உன்னைப் போல் பேசி வந்த வினை இது!

அன்னிக்குக் கோவிலில் அழுது கொண்டிருந்தவனை அப்படியே விட்டு இருந்தால் இதான் நம்ம வாழ்க்கை நினைச்சு அப்படியே பழகி இருப்பான். அப்போ போய் நல்லது பண்றேன்னு பொய்யாக உன் இடத்தில் ஒருத்தியை நடிக்க வைத்து.. அதுவும் மறைந்து மறைந்து ஐந்து வருஷம்! இப்போ அவளையே காதலிக்கும் மாதிரி நடிக்க வைக்கலாம் எனக் கேட்கிற.

சீ! நீ இப்படி மாறி போவேனே நான் நினைச்சே பார்க்கல! இப்படிப் பொய்யான நடிப்பு நடிப்பதற்குப் பதில் நம்மளே ஒரு கட்டை எடுத்து அவன் மண்டையைப் போட்டு கொலை பண்ணலாம்! அப்படியாவது நீ நினைச்ச மாதிரி அவன் சந்தோசமா இருப்பான்!" என்றான் அபி அளவுக்கு மீறிய கோபத்தில்.

அவன் பேசிய பேச்சில் தன் தம்பி எனக் கூடப் பார்க்காமல் அபியின் கன்னத்தில் அறைந்த சீதா, "இதான் உன் எல்லை! எல்லாத்துக்கும் ஓர் அளவு இருக்கு! இதுக்கு மேல் ராம் பற்றிப் பேசினே கொன்றுவேன்! இப்போ என்ன, இனி ராமின் விஷயத்தில் நான் தலையிட கூடாது, அதானே? சரி! சரி! இனி தலையிட மாட்டேன்! வா, வீட்டுக்கு போலாம்." என்றவள் கோபத்தில் அங்கிருந்து சென்று விட்டாள்.

அபி மனதில் மட்டும் ராமின் மேல் அளவுக்கு மேல் அதிகமாகக் கோப அனல் வீசியது.

அடுத்த ஒரு வாரத்திற்குச் சீதாவும் அபியும் முகம் கொடுத்துப் பேசிக் கொள்ளவில்லை.

திடீரென டெல்லியில் போய்ப் படிப்பை தொடர போறேன் என்று சொல்லி விட்டாள்.

"அக்கா, வேணாம்... அன்னிக்கு ஏதோ தெரியாமல் அப்படிப் பேசிட்டேன்.. என்னை விட்டு அவ்வளவு தூரம் போகாத! ப்ளீஸ்! ப்ளீஸ்! உன்னை விட்டு என்னால் இருக்க முடியாது! ப்ளீஸ்!" என்று கூறிக் கெஞ்சினான் அபி.

"இல்ல, நான் முடிவு பண்ணது பண்ணது தான். எனக்கு இங்க இருக்கப் பிடிக்கல, எங்கே திரும்பி லூசு போல ராம் விஷயத்தில் ஏதாவது பண்ணிடுவேன் பயமா இருக்கு. நேத்து கூட மைதிலி கிட்ட பேசினேன், அன்று ராமை பார்த்து பேசியவா, அப்பறம் அவனைத் தேடி அந்தக் கோவில் பக்கம் போகவே இல்லன்னு சொன்னா.

அவளின் நினைவாக அவனும் அந்தக் கோவில் போவதும் வருவதுமாக இருக்கான். இன்னும் நாட்கள் போனால் கண்டிப்பா அவனே எல்லாம் மறந்து

மாறிவிடுவான். அதற்குள் அவனின் அழும் முகம் என் கண்ணில் பார்த்தால் திரும்பி நான் ஏதாவது பண்ணிடுவேன். ப்ளீஸ்! என்னைத் தடுக்காத!" என்றாள் சீதா.

"அக்கா, அவனைப் பற்றி மட்டும்தான் யோசிக்கிற, அப்போ நான்? நான் உன் செல்லம் இல்லயா, உன்னை விட்டு என்னால் இருக்க முடியுமா?"

"முடியும்! முடியனும்! இந்தப் பயணம் என் மனசும் மாற ஒரே வழி. ஹ்ம்ம்.. நீ கவலைப்படாத. தினம் உனக்கு ஃபோன் பண்ணி பேசுவேன். விமலா அம்மாவை வார வாரம் டாக்டரிடம் அழைத்துக் கொண்டு போயிட்டு வா. கண்டிப்பா அம்மா அவங்களின் தற்கொலை எண்ணத்தில் இருந்து வெளியே வருவாங்க. காலேஜ்ல சேர்த்து வைத்த மாதிரி 5 நாள் லீவு கிடைத்தால் உடனே ஃப்ளைட் பிடிச்சு இங்க வந்துடுவேன். சரியா?"

"போ! நீ என்ன சொன்னாலும் என் மனசு கேட்கல. இனி யார் மடியில் படுத்-துப்பேன்? யார் எனக்கு ஊட்டி விடுவாங்க? எனக்கு மனசு கஷ்டமாக இருந்தால் உன்னை மாதிரி யார் கன்னத்தில் முத்தம் கொடுத்து ஆறுதல் சொல்வாங்க?"

அவனின் இரு கன்னத்தில் முத்தம் கொடுத்து விட்டு அவனைக் கட்டி கொண்டவளோ, "அபி, இங்கே பார்." என்று சொல்லி தன் கண்ணைப் பார்க்க வைத்தவள், "நீ பெரிய பையன் ஆயிட்டே. அப்படித்தான் மனதில் பதிய வைத்துக் கொள். யார் உன்னைப் பார்த்தாலும் உன்னோட குழந்தைத்தனம் தெரிய கூடாது. உனக்கு ஒரு கெத்து இருக்கு! இப்பவே கிளாஸ்ல பாதிப் பொண்ணுங்க உன்னைத் தான் சுற்றி வர்றாங்க. இன்னும் ரெண்டு வருஷத்துல நீ காலேஜ் போனா, இன்-னும் பல பேர் வருவாங்க." என்றாள்.

"யார் வந்தாலும் என்னோட சீதா அக்காவின் இடத்தைப் பிடிக்க முடியாது. எங்க அக்கா எப்போதும் எனக்கு ஸ்பெஷல் தான்!"

"அக்கா இடத்தைப் பற்றிச் சொல்லல. லவ்வர்.. காதலி.. இந்த இடத்தைப் பற்றிச் சொன்னேன்."

"லவ்வரா? காமெடி பண்ணாதே, எனக்கு எப்பவும் அதில் நம்பிக்கை இல்ல. நம்ம அன்பு காட்டினால் பதிலுக்கு எல்லாரும் அன்பு காட்டுவார்கள், அவ்வளவு-தான் எனக்குத் தெரியும். ஓவர் அன்பை காதல் சொல்றது பைத்தியக்காரத்தனம்."

அடுத்த மாதமே சீதா டெல்லி சென்றாள். அபி அவனின் வீட்டிலேயே தங்கி கொண்டான். வாரத்திற்கு ஒரு முறை அவனை சீதாவின் அப்பா அம்மா அவனின் வீட்டில் வந்து பார்த்து விட்டு சென்றனர்.

ராம் பற்றி மைதிலி பற்றி எதுவும் அவன் கண்டு கொள்ளவில்லை.

'அது முடிந்து போன விஷயம். கண்டிப்பாக அவனைப் பார்க்க அவள் திரும்பி வந்திருக்க மாட்டாள்!' என்பதை அபி முழுசாக நம்பினான். ஆனால் அவன் அறியாத ஒரு விஷயம், மைதிலியின் குணம். தனக்கு அடிமையாக இருக்கத்

தயாராக இருக்கும் ஒருத்தனை அவள் விடவில்லை. ஒரு மாதம் அவனைக் காணாது இருந்தவள், சீதா டெல்லி சென்ற அடுத்த நாளே ராமை திரும்பி பார்த்து அவனின் காதலை ஏற்றுக் கொண்டாள்.

உண்மையில் அப்படி நடித்து அந்த வயதிலேயே அவன் மூலம் வேண்டிய எல்லாத்தையும் அவன் செலவில் வாங்கிச் சாப்பிட்டாள். ஏற்கனவே அவனுக்குச் சிறு வயதிலிருந்து பணம் சேர்க்கும் பழக்கம் இருந்ததால், அவன் அப்பா அம்மாவுக்குத் தெரியாமல் அவன் சேர்த்து வைத்த பல உண்டியல் பணம், இவள் மூலம் காலியாக ஆரம்பித்தது.

வாரம் ஒரு முறை அவனைப் பார்க்க அந்தக் கோவில் வருபவள், ஐந்நூறு ரூபாய் வரை அவனுக்கு வேட்டு வைப்பாள். இதையெல்லாம் முன்னாடி தெரிந்திருந்தால் அபி அல்லது சீதா ஏதாவது பண்ணி இருப்பார்கள். ஆனால் அவர்கள் தான் இதனையெல்லாம் தெரியாது இருந்தனர். சீதாவின் பழைய ஆறுதல் வார்த்தைகளை எல்லாம் பயன்படுத்தி மைதிலி காரியம் சாதித்தாள்.

டெல்லி சென்ற சீதா தினம் தன் கனவில் மட்டும் அவளின் ராமனோடு பேசிக்கொண்டிருப்பாள். அந்த உறவு என்ன மாதிரியான உறவு என இன்னும் அவள் தெரிந்து கொள்ளவில்லை. சீதாவின் பிரிவில் அபியின் மனம் ரொம்பவே தனிமைக்கு உட்பட்டது. இந்தத் தனிமையில் அவனுக்குத் திக்கி பேசும் பழக்கம் சேர்ந்து வந்தது. அது யாருக்கும் தெரியக்கூடாது என மற்றவர்களிடம் பேசும் நேரத்தை கூடக் குறைத்து விட்டான்.

இத்தனை வருடங்கள் தன் அம்மாவை விட்டு பிரிந்து இருந்த தன் செயலுக்கு வெட்கம் கொண்டவன், அதன் பிறகு தன் அம்மாவுக்கு நெருங்கிய தோழன் அளவிற்குப் பழக ஆரம்பித்தான். தன் மகனின் அன்பான பேச்சுகளில் விமலாவின் தற்கொலை எண்ணம் சிறிது சிறிதாகக் குறைய ஆரம்பித்தது. அதற்குள் அபி பிளஸ் டூ முடித்துக் காலேஜில் கால் வைத்து விட்டான்.

அதே நேரத்தில் ராம் மற்றும் மைதிலி, இருவரும் வேறுவேறு காலேஜில் சேர்ந்தனர்.

மைதிலியின் புத்திசாலித்தனத்தால் அவர்களின் உறவு யாருக்கும் தெரியவில்லை. அவளுக்கு ராம் என்ற ஒருவனைத் தெரிந்திருந்தது போலவும் யாரிடமும் காட்டிக்கொள்ளவில்லை. அவளைப் பொறுத்தவரை ராம் என்பவன், "தன் அடிமை! காமெடி பீஸ்! முட்டாள்!" அவ்வளவு தான். அவனின் காதலை நன்றாகவே தனக்கு ஏற்ற விதத்தில் பயன்படுத்திக் கொண்டாள் அவள்.

***நினைவு புத்தகம் இன்னும் திருப்பப்படும்.***

# 21

# ராமின் ஏமாற்றம், மைதிலியின் திட்டம்

மைதிலி காதலை உண்மை என நம்பி ஸ்ரீராம் அவனின் முதல் இரண்டு வருட கல்லூரி வாழ்க்கையை முடித்தான்.

முதலில் சின்னச் சின்ன ஆசையில் ஆரம்பித்த அவளின் தேவைகள் எல்லாம் போகப் போகப் பெரிய பெரிய ஆசைகளுக்கு அடித்தளமிட்டது.

அவள் ஆசைப்பட்ட எல்லாம் வாங்கித் தர அவன் பிரியப்பட்டாலும் அவனின் பொருளாதார நிலை அதற்கு இடம் தரவில்லை.

நாட்கள் போகப் போக அவள் தன் உண்மையான குணத்தைக் காட்ட ஆரம்பித்தாள்.

அன்று ஒரு நாள் தியேட்டர் சென்றனர். அங்கே..

"ச்சே! நீ எல்லாம் என்னடா ஆம்பள? காதலிக்கும் பொண்ணு கேட்கும் விஷயத்தைக் கூட வாங்கித் தர முடியாத நீ எதுக்குடா காதலிக்கிற? ச்சே! வெளியே வருகிறோம் தெரியுது ல, பின்ன வெறும் ஆயிரம் ரூபாயா எடுத்துக் கொண்டு வருவ? அதில் ரெண்டு சினிமா டிக்கெட், ஒரு சீஸ் பர்கர் அப்புறம் ஒரு பாப்கார்ன் அதுக்கே எல்லாம் போச்சு. இனி நான் கேட்ட ஐஸ்கிரீம் வாங்க என்கிட்டேயே காசு கேட்கிற. பசங்க தான் பொண்ணுங்களுக்குச் செலவு பண்ணனும், பொண்ணுங்க நாங்க ஒரு பைசா செலவு பண்ண மாட்டோம்!" என்றாள் மைதிலி.

"ப்ளீஸ்! மைதிலி, சத்தம் குறைத்து பேசு. எல்லாரும் பார்க்குறாங்க." என்றான் ஶ்ரீராம்.

"பார்க்கட்டும்! பார்த்து உன் லட்சணம் தெரியட்டும்!"

"தெரியட்டும்! தெரியட்டும்! அதோடு சேர்த்து நம்ம காதல் விஷயமும் ஊர் முழுக்கத் தெரியட்டும்!"

அவளின் வாயை கட்டுப்படுத்த அவனுக்குத் தெரிந்த ஒரே வழி இது மட்டும் தான். ஆனால் இதுவே தான் இனி வரும் காலம் முழுக்க நினைத்து அவனை இம்சை செய்யப் போகிற விஷயமும் கூட. அவன் நினைத்தது போல் தன் வாயை மூடி கொண்டவள் தன் கோபத்தைக் காட்டாது பேசாமல் இருந்தாள்.

சீதாவின் பேச்சுக்களை எல்லாம் தனக்கு ஏற்ற விதத்தில் பயன்படுத்திய அவள் காலங்கள் செல்ல செல்ல ஓர் அன்பு வார்த்தையையும் அவள் வெளிப்படுத்த வில்லை. அவளின் தேவை எல்லாம் அவனை வைத்து தன் காரியத்தைச் சாதிப்பது மட்டுமே.

சில மாதங்களாக ஸ்ரீராம்க்கே அவளின் நடவடிக்கை மேல் சந்தேகம் வர ஆரம்பித்தது.

‘உண்மையில் அவள் தான் ஒரு காலத்தில் தன் மேல் அன்பு பொழிந்த பெண்ணா?’ எனச் சிலமுறை யோசித்தவன், பின தன் சிறு வயதில் இருந்த நினைவுகளால் தன் சந்தேகத்தைத் தூர விலகி விட்டு திரும்பி அவளின் நினைவில் காலத்தைத் தள்ளினான்.

மைதிலியோ முடிந்தவரை அவனை வைத்து தன் காரியம் சாதிப்பதும், முடிந்தால் ஓர் அளவுக்கு மேல் தன் உடல் அசைவுகள் மூலம் அவனின் எண்ணத்தை மாற்றிச் சுகம் காணும் எண்ணத்தில் கூட இருந்தாள்.

அன்பு மட்டுமே எதிர்பார்த்த அவன் முன் அவளின் உடல் அசைவுகள் எந்தத் தாக்கத்தையும் ஏற்படுத்தவில்லை. அப்போதும் அவனை, "நீ எல்லாம் ஓர் ஆம்பிளை! தூ! தூ!" எனத் திட்டி விட்டு தான் நகர்வாள்.

தினம் தினம் அவனின் மனம் அவளின் சுடு சொற்களால் பாதிப்படைந்தது. தன் மேல் என்ன தவறு என்று புரியாதவன் அவளைக் குறை கூறாமல் தன்னிடம் தான் பிரச்சினை என நினைக்க ஆரம்பித்தான்.

அவனிடம் தன் பணத் தேவையும் பூர்த்தி அடையாமல், உடல் சுகத்துக்கும் அவன் செவி சாகாத அவனை எப்படி விட்டு விளக்குவது எனச் சிந்திக்கும் சமயத்தில்தான் அவளின் வீட்டில் அவளுக்கு மாப்பிள்ளை பார்க்கும் வேலைகள் வேகமாக நடந்து கொண்டிருந்தது.

மற்றொரு பக்கத்தில் ஸ்ரீராமின் பெற்றோரின் தூரத்து சொந்தமான ஒரு பாட்டி உடல்நலக்குறைவால் இறக்க, இதையே காரணமாக வைத்துத் தங்கள் குடும்பத்துடன் இணையும் முடிவில் அவனையும் அழைத்துக் கொண்டு அவர்கள் வாழ்ந்த கிராமத்திற்குச் சென்றனர். மைதிலியை விட்டுத் தூரம் போக விருப்பமே இல்லாத போதும், தன் பெற்றோரின் பேச்சைக் கேட்டு அவன் கிளம்பினான்.

அவனை மைதிலி தடுக்கவில்லை ஏனென்றால் அந்த நேரத்தில் தான் அவளைப் பெண் கேட்க வெளிநாட்டு மாப்பிள்ளை ஒருவன் வருவதாக இருந்தது.

"அதற்கு இடையூறாக அவன் இருப்பானோ?" என்ற பயத்தில் இருந்தவள் சரியான சந்தர்ப்பம் கிடைக்க அவனை வேக வேகமாக வழி அனுப்பி விட்டாள்.

வந்த மாப்பிள்ளையும் அவனின் குடும்பமும் அவளை, "பிடித்திருக்கு!" எனச் சொல்ல, இன்னும் இரண்டு மாதத்தில் கல்யாணம் வைத்துக் கொள்வதாக முடிவானது.

மைதிலியின் அப்பா சுரேஷ் மற்றும் மற்றும் அம்மா வைஷ்ணவி இருவருமே காதலுக்கு எதிரி அல்ல. தன் தம்பியை ஒதுக்கி வைத்தது கூடத் தன் குடும்ப மானத்தை அவர்கள் வாங்கியதாக அவர்கள் நினைத்த ஒரே காரணத்தால் தான். மற்றபடி தன் தம்பி விமலாவை காதலிப்பது தெரிந்திருந்தால் அப்பவே அவர் தலையை அடமானம் வைத்தாவது விமலாவை தன் தம்பிக்குக் கல்யாணம் செய்து வைத்திருப்பார்.

விதி அவர்களின் வாழ்க்கையில் விளையாடி விட்டது. மைதிலியின் காதல் விஷயம் தெரிந்திருந்தாலும் நூற்றில் சில பங்கு வாய்ப்பில் இந்தக் கல்யாணம் நடக்காமல் இருந்திருக்கும்.

அபிராம் செம்ம கோபத்தில் இருந்தான். எந்தச் சொந்தம் தன் அப்பா அம்மாவை ஒதுக்கி வைத்ததோ அதே சொந்தம் அவரின் பெண்ணின் கல்யாணத்திற்கு அழைத்ததை அவனால் ஜீரணித்துக்கொள்ள முடியவில்லை.

இன்னும் அவர்களின் முகம் கூட அவன் பார்க்க வில்லை. அந்தப் பெண் மைதிலி தான் என்பதும் அவன் அறிந்திருக்க வில்லை. தன் கோபத்தைத் தன் பெற்றோரிடம் கூடக் காண்பிக்க அவன் மறக்கவில்லை.

"நீங்க என்ன சொன்னாலும் சரி யாருமே அந்தக் கல்யாணத்தைப் போகக்கூடாது! நீங்க இருவரும் காலில் விழுந்து கெஞ்சாத குறையாகக் கேட்டுக் கொண்டும் இத்தனை வருஷம் உங்களைக் கண்டு கொள்ளாமல் இருந்த அவங்க சொந்தம் நமக்குத் தேவையே இல்ல! இல்ல! இத்தனை காலமாக நம்ம வாழ்க்கை எப்படிப் போச்சோ இனிமே அப்படியே போகட்டும்!

அதை மீறி உங்களுக்கு நான் தேவையில்லை... அவங்க தான் முக்கியம் நினைச்சீங்கன்னா, பிரச்சினையே இல்ல! நான் பேசாம சீதா அக்காவின் வீட்டிலேயே போய் இருந்திருக்கிறேன்! அங்கிருந்து காலேஜ் படிப்பை பார்த்துப்பேன்! நீங்க அந்தக் குடும்பத்தையே கட்டி அழுங்க!" என்றான்.

"அபி கண்ணா, இதுவரை இந்த அம்மா உன்னை ஏதாவது கட்டாயப்படுத்தி இருக்கேனா?" என்று தன் மகனின் தலையை அன்புடன் தடவியவாறு கேட்டார் விமலா.

"ஓய் அம்மா! ஓவர் வசனம் பேசாமல் சொல்ல வந்ததைச் சொல்லு."

"இது என்னோட கனவு டா! எங்களின் காலம் இன்னும் எத்தனை நாள், சொல்லு? எங்களுக்குப் பிறகு உனக்குச் சொந்தம் சொல்ல யாராவது வேணாமா? பொறு! பொறு! நம்ம சீதாவின் குடும்பத்தை இதில் இழுக்காத. நான் ரத்த சொந்தம் பற்றிச் சொல்றேன். மற்றபடி சீதாவின் அம்மா அப்பாவையும் எங்களுக்கு எந்த அளவுக்குப் பிடிக்கும் எனத் தனியா நாங்க சொல்ல வேணாம்."

"அப்பா, என்னால் அம்மா கிட்ட பேசி ஜெயிக்க முடியாது. நீங்களே சொல்லுங்க!" என்ற அபி, தன் அப்பா விமலின் அபிப்ராயத்தைக் கேட்டான்.

"நான் சொல்ல ஒன்னும் இல்ல. உன் அம்மாவின் பேச்சு தான் என் வேதவாக்கு. அவ மனைவியா கடமைக்கு என் கூட இருந்தாலும், என் காதலை அவ என்றாவது ஒரு நாள் அறிந்து கொள்வாள் என நம்பிக்கையில் தான் இருக்கேன். அந்த நாள் எங்களின் குடும்பத்தோடு இணையும் நாளாகக் கூட இருக்கலாம்." என்றார் விமல்.

"நீங்க என்ன சொன்னாலும் சரி.. நான் வர மாட்டேன்!" என்று பிடிவாதமாய்ச் சொன்ன அபி, தன் அறைக்குள் அவன் செல்ல, "அவனைத் தங்களின் வழிக்குக் கொண்டு வர சீதாவால் தான் முடியும்!" என்பது அறிந்தவர்கள், அவளுக்கு ஃபோன் செய்து அபியிடம் பேச சொன்னார்கள்.

அவள் ஃபோன் செய்ய அதனை எடுத்தவன்,

"சொல்லு, சீதா?" என்று கேட்டான்.

"டேய்.. அக்கானு கூப்பிடு!"

"மாட்டேன்! மாட்டேன்! என்னடி பண்ணுவ? நீ ஓர் ஏமாற்றுக்காரி, உன்னால் ஒருவன் பட்ட கஷ்டங்கள் என்ன? இன்னும் எனக்கு நினைவு இருக்கு."

"அபி குட்டி, ப்ளீஸ் டா.. இந்த ஐஞ்சு வருஷத்தில் இந்தக் குற்றவுணர்ச்சி என் மனசில் உறுத்தி கொண்டே தான்டா இருக்கு. நீயும் அடிக்கடி அதையே சொல்லி என்னை இன்னும் காயப்படுத்தத!"

"முடியல கா! பாவம் அவன், அவனை நாம ஏமாத்திட்டோம் என்ற குற்றவுணர்ச்சியில் தவிக்கிறேன். கொஞ்ச நாளுக்கு முன்னாடி எனக்குக் கிடைத்த புதுத் தோழி ஐஷ்வர்யா கிட்ட கூட இந்தச் சம்பவங்களைச் சொல்லல. உன்னைப் பற்றிச் சொன்னவரை உனக்கும் எனக்கும் சண்டையே என்னை விட்டு நீ டெல்லி போனது மட்டும் தான் சொல்லி இருக்கேன். இந்த ஸ்ரீராம், மைதிலி விஷயங்கள் உனக்கும் எனக்கும் மட்டும் தான் கா தெரியும். இப்போ கூட ஏதோ தப்பு நடக்கப் போற மாதிரியே இருக்கு."

"உனக்கு மட்டும் இல்லடா எனக்கும் தான். நமக்கு ரொம்பப் பிடித்தவர்களுக்கு ஏதோ ஒரு பெரும் கஷ்டம் வர போற மாதிரி ஓர் உணர்வு. எனக்கு ரொம்பப் பிடித்தது நீ தானே?"

"அதான் வந்து விட்டதே! பிடிக்காத சொந்தம், நான் வெறுக்கும் சொந்தம் அவங்க பொண்ணு கல்யாணத்துக்கு அழைத்து இருக்காங்க. என்னை நானே கேவலப்படுத்திக் கொண்டு அங்க போகணுமா?"

"அபி குட்டி, இந்த அக்கா தவிர வேற யாரை எல்லாம் உனக்குப் பிடிக்கும்?"

"என் அப்பா விமல், அம்மா விமலா, உன்னோட அப்பா அம்மா பூபாலன் பூர்ணிமா, இப்போ என் உயிர் தோழி ஐஷ்வர்யா."

"நமக்குப் பிடித்தவர்களின் ஆசையை நிறைவேற்றுவது நம்ம கடமை. அது நம்மைத் தாழ்த்தி கொள்வதா இருந்தாலும் சரி."

"அடியே! கொஞ்சம் புரியற மாதிரி சொல்லு. இல்ல, டெல்லிக்கு வந்து உன் மூக்கை உடைப்பேன்."

"ஏன்டா எனக்கு அழகா இருப்பதே மூக்கு தான். அதை ஏன் உடைக்க ஆசைப்படுற?"

"அப்போ என்ன சொல்ல வந்தியோ அதைத் தெளிவா சொல்லு."

"விமலா அம்மாவுக்காக அவர்களின் பல வருஷ ஆசைக்காக அந்தக் கல்யாணத்துக்குப் போ! இந்த அக்காவின் அன்பான வேண்டுகோளா நினைச்சுக்கோ. அங்க போய் விழுந்து கொஞ்ச சொல்லல, மரியாதைக்குப் போய் ரெண்டு மூன்று வார்த்தை பேசிட்டு வா தான் சொல்றேன். இது கூட நம்ம அம்மா சரியாக ஒரு வழியாக இருக்கலாம்."

"சரி, பண்றேன். அம்மாவை சின்ன வயசிலிருந்தே பார்த்துக்கிட்டு இருக்கேன். இந்தக் கல்யாண அழைப்பு வந்த பிறகு தான் அவங்க முகத்தில் முதன் முதலில் சந்தோசத்தைப் பார்க்கிறேன். அது நிலைக்க எவ்வளவு கேவலப்படும் நிலை எனக்கு வந்தாலும் பரவால்ல."

"இதில் அவமானம், கேவலம் என்னடா இருக்கு? நீ எதிர் வார்த்தை பேசாத வரை யாருக்கும் பிரச்சனை இல்ல."

"சரிக்கா, அப்படியே பண்றேன். நீ எப்போ சென்னை வர?"

"இன்னும் ஆறு மாதத்தில் படிப்பு முடியுது. ரெண்டு மாசம் அங்கே இருந்து விட்டு வெளிநாட்டில் படிப்பைத் தொடரும் யோசனை இருக்கு டா."

"கொலை விழும்! மரியாதையா எது பண்றதா இருந்தாலும் இங்க இருந்து, சென்னையில் இருந்து கொண்டு பண்ணு. இதுக்கு என் மேல் அக்காவை பிரிந்து என்னால் இருக்க முடியாது! நான் பாவம், உன்னை ரொம்பவே மிஸ் பண்றேன்!"

"ஓகே. ஓகே. ஃபோனை வைக்கிறேன். நாளைக்கு எக்ஸாம் இருக்கு, படிக்கணும். நாளைக்குப் பேசலாம்."

"ஐ மிஸ் யூ கா, பை.. பை.."

"மிஸ் யூ டூ, அபி குட்டி. பை.. பை.."

அபி ஃபோன் வைக்க, சீதா அங்கே மனதில்,

"சாரி டா, குட்டி, என்னால் ராமை மறக்க முடியல. முதலில் வெறும் அன்பு, பாசம், நட்பு என்றுதான் நினைத்தேன். பின் இந்த அஞ்சு வருஷத்துல அவனின் முகம் தான் என் மனசு முழுக்க இருக்கு. யெஸ்! ஐ லவ் ஹிம்! ஆனா, இந்தக் காதலை நீ கூட ஏற்றுக்கொள்ள மாட்ட, கேட்டால் எல்லோரும் வயசை மட்டும் குறிப்பிட்டு சொல்வீங்க. மனசில் நான் எப்படி உணர்கிறேன் என உங்களுக்குப் புரியாது! இதில் இருந்து தப்பிக்க நான் வெளிநாட்டுக்கு போவது தான் சரி. அதான் என் ராம் மற்றும் எல்லாருக்கும் நல்லது."

விதியின் ஆட்டம் வேற என்றால் அது யாரால் மாற்ற முடியும்.

ஸ்ரீராம் தன் அம்மா அப்பாவோடு ஊருக்குப் போனான். அங்கே அவனின் அம்மாவின் குழந்தைத்தனம் மற்றும் அடிக்கடி உணர்ச்சிவசப்பட்டு அழும் குணத்தை எல்லாம் அவனின் முன்ன பின்ன தெரியாத சொந்தங்கள் கிண்டலடித்துக் கேலி செய்வதை எல்லாம் பார்த்த அவனால் ஒரு வாரத்திற்கு மேல் அங்கே இருக்க முடியவில்லை.

தன் அப்பாவிடம் கெஞ்சி கேட்டு அவன் மட்டும் சென்னைக்குக் கிளம்பி விட்டான். சென்னைக்கு வந்தவுடன் அவன் முதலில் மைதிலியை தொடர்பு கொள்ள முயற்சி செய்ய அவள் ஃபோன் எடுக்க வில்லை.

அவள் தான் அவனை விட்டு வேறு ஒருவனைக் கல்யாணம் செய்யும் வேலையில் இருந்தாளே! அதனாலேயே அவனை விட்டு விலகி விலகி போனாள்.

அப்படியும் அவள் கல்யாணத்திற்குத் துணி வாங்க போன கடைக்கு அவளைத் தேடி சென்றான். அங்கே மைதிலி தன் அம்மா வைஷ்ணவி கூடப் பேசி கொண்டிருந்தாள்.

"அம்மா, நீ எதுக்கு முகத்தை உம்முனு வச்சிருக்க?" என்றாள் மைதிலி.

"இல்ல குட்டி, உனக்கு ரொம்பச் சீக்கிரமா கல்யாண ஏற்பாடு செய்கிற மாதிரி இருக்கு. இப்போ உனக்கு வயசு இருபது தான் ஆகுது. அதற்குள் வெளிநாட்டு மாப்பிள்ளை கிடைக்க உங்க அப்பா நான் சொல்ல சொல்ல கேட்காம முடிவு பண்ண ரெண்டு வாரத்தில் கல்யாணம் எனச் சொல்லிட்டார். மாப்பிள்ளை பற்றிக் கூட அதிகம் விசாரிக்க முடியல. ஏதோ தப்பா இருக்குடா! கண்டிப்பா இந்தக் கல்யாணம் நடக்கணுமா? நீ ஒரு வார்த்தை இன்னும் படிக்கணும் இப்போ கல்யாணம் வேணாம் சொல்லு, அம்மா அதை வைத்து அப்பா கிட்ட பேசி கல்யாணத்தை நிறுத்துறேன்." என்றார் வைஷ்ணவி தன் மகளின் வாழ்க்கை பற்றிய பயத்தில்.

"சீ.. வாயை மூடு! உன் அறிவுரை எனக்கு ஒன்னும் வேணாம்! எனக்கு இந்தக் கல்யாணத்தில் சம்மதம் தான்! முழுச் சம்மதம்! நீ ஒன்னும் நடுவில் புந்து

கிழிக்க வேணாம்! உன் பொண்ணு வாழ்க்கை நல்லா இருக்கணும் நினைத்தால் உன் திருவாய் மூடிக்கிட்டு இரு... அதே போதும்!"

"மைதிலி, நான் உன் அம்மாடி! என்னைப் பார்த்து ஏன் இப்படிப் பேசுற?"

"இங்க பார், என் வாழ்க்கை எப்படி அமைத்துக் கொள்ள வேணும்னு எனக்-குத் தெரியும். உன் புத்திமதி எனக்குத் தேவையே இல்ல, புரியுதா? இப்போ உன் வேலை என் கல்யாணத்துக்கு வேண்டிய பொருட்கள் எல்லாம் தேர்ந்தெடுத்த தரணும், அது மட்டும் தான்! மத்தபடி அறிவுரை சொல்றேன், புத்திமதி சொல்-றேன் என வாயை திறந்த.. அப்புறம் அம்மா கூடப் பார்க்க மாட்டேன்.. அடிச்சி-டுவேன்!"

ஒரே பெண் எனச் செல்லம் கொடுத்த தன் தவறை நினைத்து அந்தத் தாய் கண்ணிர் வடித்தார். அதனை எல்லாம் தூரத்தில் இருந்து பார்த்த ஸ்ரீராம் வந்த வழியில் திரும்பி என்றான்.

அவனால் நம்பி முடியவில்லை, "தான் காதலித்த பெண்.. தன் சிறு வயதில் இருந்து பார்த்த பெண்.. மைதிலியா இது?" என.

அவனின் பத்து வருட நினைவில் முதல் ஐந்து வருடம் அவள் காட்டிய அக்-கறை என அவன் நினைத்த பேச்சுகள் என்ன? பின் அடுத்த ஐந்து வருடத்தில் யாரோ ஒருத்தி போல நடந்து கொண்டவள்? தன்னைப் பெற்ற தாயிடமே எதிர்த்து பேசும் இவளா அன்றைய அக்கறை பெண்? எனப் பல கேள்விகள் கொண்டு தன் வீட்டிற்குச் சென்றான்.

கல்யாணத்திற்கு முதல் நாள் ராத்திரி தான் அபிக்குத் தெரிந்தது அந்தக் கல்-யாண பெண் மைதிலி என்பதும், அவள் தான் தன் பெரியப்பா பெண் என்பதும்.

அவன் இந்தக் கல்யாணத்திற்குப் போகும் விஷயத்தை ஐஷ்வர்யாவிடம் அவன் சொல்லவில்லை.

காலேஜ் செமஸ்டர் லீவ் என ஐஷ்வர்யா அவளின் குடும்பத்தோடு சேர்ந்து சுற்றுலா சென்றிருந்தாள். அந்த நேரத்தில் தான் இந்தக் கல்யாண விஷயங்கள் நடந்தனர்.

இப்போது தன் கல்யாணத்திற்கு, அதுவும் தன் சொந்தக்காரனாக வந்த அபியை பார்த்து மைதிலி அதிர்ச்சி தான் அடைந்தாள். அவனின் கண்கள் அவளையே அளவு எடுத்துக் கொண்டிருந்தது. அதை அவளும் பார்த்துக் கவனித்துக் கொண்டு தான் இருந்தாள்.

அப்போது தான் விமலா தன் தங்கை வைஷ்ணவியே அபிக்கு அறிமுகம் செய்தார்.

"இவங்க தாண்டா உன் சித்தி, என் தங்கை, உன் பெரியப்பாவின் மனைவி." என்றார் விமலா வைஷ்ணவியைக் காட்டி.

"வணக்கம் ஆன்ட்டி!" என்றான் அபி தன் இரு கைகளையும் கூப்பி வணங்கி.

"என்னப்பா உறவு முறை மாற்றிச் சொல்ற?" என்று கேட்டார் வைஷ்ணவி.

"நான் எங்க மாற்றிச் சொல்றேன்? இங்கே உறவுகளே குழப்பத்தில் தான் இருக்கு. அப்பா வழியாகப் பார்த்தால் உங்க புருஷன் எனக்குப் பெரியப்பா அவனின் மனைவி நீங்க எனக்குப் பெரியம்மா. ஆனா, நீங்க என் அம்மாவின் தங்கை அப்போ எனக்குச் சித்தி, உங்க புருஷன் எனக்குச் சித்தப்பா. ஆனா, அவர் என் அப்பாவின் அண்ணன். இப்போ சொல்லுங்க இங்கே ஃபேமிலி மரமே பல சிக்கல் கொண்டிருக்கு. நான் யாரை எந்த உறவுமுறையில் அழைப்பது?"

அசடு வழிந்த இரு பெண்களும் அதோடு அந்தப் பேச்சை முடித்துக் கொண்டனர். அவர்கள் இன்னும் சிறு நிமிடம் அவனிடம் பேசி விட்டு நகர்ந்து போக, அவனின் பெரியப்பா சுரேஷ் அவனிடம் நெருங்கி, "என்ன பண்ற?" என்று கேட்டார்.

"உங்க பொண்ணை முறைத்து கொண்டிருக்கேன்." என்றான் அபி.

"ஏன்?"

"அவள் முகத்தில் எங்கயாவது என் அப்பா அம்மாவின் சாயல் இருக்கா பார்க்க."

"என்ன தெரிந்தது?"

"ஓவர் மேக்கப்! பொண்ணு பேய் மாதிரி இருக்கு."

"நல்லா காமெடி பண்ற."

"சத்தியமா பார்க்க அப்படித் தான் இருக்கு."

"உனக்கு வாய் கொழுப்பு அதிகம்."

"நீங்க கேட்ட கேள்விக்கு உண்மையான பதில் தான் சொன்னேன். என் பதில் தப்பு என்றால் உங்க கேள்வியும் தப்பு."

"நான் உன் பெரியப்பா.. அது தெரியும் ல?"

"நீங்க என் சித்தியின் புருசன் கூடத் தெரியும்."

"ஹ்ம்ம், எங்க மேல் ஏதாவது கோபமா?"

"இல்லன்னு பொய் சொல்ல மாட்டேன். இப்போ இங்க வந்தது கூட என் அம்மாவின் மன நிம்மதிக்கு தான். மற்றபடி யாரையும் கொஞ்சி அணைத்து பேச இல்ல."

"எங்க நிலை அப்போ எப்படி இருந்தது என உனக்குத் தெரியாது."

"சார், உங்க விளக்கம் எனக்குத் தேவையில்ல. நாளைக்கு இந்தக் கல்யாணம் முடிந்த பிறகு உங்களுக்கும் எங்களுக்கும் எந்தவித சம்பந்தமும் இல்ல."

"அபி கண்ணா.."

"தப்பா நினைக்க வேணாம். என் முழுப் பெயர் அபிராம். எனக்கு நெருக்கம் ஆனவர்கள் தான் என்னை அபின்னு பெயர் சுருக்கி கூப்பிட உரிமை இருக்கு."

"ஓகே, மிஸ்டர் அபிராம்."

"சாரி. ரொம்ப மரியாதையும் வேணாம். நான் வெறும் சாதாரணச் சின்னப் பையன்."

"இந்தக் கல்யாணத்துக்குப் பிறகு உன் அப்பாவின் பெயரில் சில சொத்து எழுதலாம் இருந்தேன். ஆனா, அவனைக் கேட்டால் எதுவும் வேணாம் சொல்றான். நீ உன் முடிவை சொல்லு, சொத்து உன் அப்பன் பெயரில் எழுதினால் என்ன? உன் பெயரில் எழுதினால் என்ன?"

"சுரேஷ் சார், எனக்குப் பிடித்த சிலரில் எங்க அப்பாவுக்கு என் மனதின் முதல் இடம். என் அம்மாவை விட என் அப்பாவை எனக்கு ரொம்ப.. ரொம்பவே பிடிக்கும்! அப்படி இருக்க அவர் உரிமை கொள்ளாத சொத்து எனக்கு எதுக்கு? நான் சொத்தா நினைப்பது என் மேல் உண்மையான அன்பு காட்டும் உறவுகளைத் தான். அப்படிப் பார்த்தால் எல்லார் விட எனக்கு நிறையச் சொத்துக்கள் இருக்கு."

"இன்னொரு தடவை யோசித்துச் சொல்லு, கண்டிப்பா இந்தச் சொத்துகள் உனக்கு வேண்டாமா?"

"தமிழில் தான் சொன்னேன். சரி இங்கிலீஷ் ல சொல்றேன், I don't want your bloody assets. Already I have enough affectionate people's. இப்போ போய் உங்க வேலைய பாருங்க!"

அன்று நாள் முடிவதற்குள் இரவு அவன் அந்த மண்டபத்தின் மொட்டை மாடியில் இருக்க, அங்கே மைதிலி வந்தாள். வந்தவள் சும்மா இருக்காமல், "இங்க நீ வந்தது என் கல்யாணத்தை நிறுத்த தானே?" என்று கேட்டாள்.

அவளின் கேள்வி புரியாது அவன் தான் விழித்தான்.

***நினைவு புத்தகம் இன்னும் திருப்பப்படும்.***

# 22

# மைதிலியின் துரோகம், அபியின் கோபம்

அவளின் கேள்வி புரியாது அவன் விழித்தவன், உடனே கோபத்தில், "லூசு! லூசு! உன் கல்யாணத்தை நான் ஏன்டி நிறுத்தனும்? எனக்கு வேற வேலை இல்லயா?" என்று கேட்டான்.

"நடிக்காத! அந்த ஸ்ரீராம் விஷயத்தில் நீயும் அந்தச் சீதா அக்காவும் கோபத்தில் இருக்கீங்க. அதன் அந்த அக்கா சொல்லி என்னைப் பழி வாங்க வந்திருக்கேன்னு தெரியும். எங்க அவங்க?" என்று பதில் கோபத்தில் கேள்வி கேட்டாள் பைரவி.

"ஹே.. அவன் விஷயம் தான் முடிந்து போனது ஆச்சே! அன்னிக்கு அவன் லவ் சொல்ல நீ தான் அப்பறம் சொல்றேன் சொல்லிட்டு போய்ட்டே, நாங்களும் உன்னை அன்னிக்குப் பார்த்தது தான். அதன் பிறகு உன்னை இன்னிக்கு தான் பார்க்கிறேன்! அதுவும் என் பெரியப்பா பொண்ணாக! விதி எப்படி எல்லாம் விளையாடுது ல?"

மைதிலிக்கு அப்போது தான் புரிந்தது, அபிக்கு இன்னும் உண்மை தெரியவில்லை! அன்று ஶ்ரீராமை பார்த்த மைதிலி காதலை ஒற்றுக்கொண்டது மற்றும் இப்போது அந்தக் காதலை உதறி விட்டு வீட்டில் ஏற்பாடு செய்த கல்யாணம் பண்ணிக்கப் போவது, என எதுவும் அவனுக்குத் தெரிந்திருக்கவில்லை. அதெல்லாம் மனதில் நினைத்தவள், அவனிடம், "சாரி அபி! ஏதோ டென்ஷன் ல.." என்று இழுத்தாள்.

"டென்ஷனா? எதுக்கு? என்னைப் பார்த்து உனக்கு ஏன் டென்ஷன் ஆகுது?"

"அது.. அது.."

"சரி, விடு. ரொம்ப நாள்.. இல்ல! இல்ல! நாலைந்து வருடம் ஆச்சு ல, அப்படித்தான் இருக்கும். உண்மையைச் சொல்லணும்னா உன்னை இங்க பார்த்து நானே நம்பல, வேற யாரோ நினைச்சுட்டேன். அப்புறம் பெயர், இடம் எல்லாம் உறுதிப்படுத்திய பிறகு தான் நீ எனக் கன்பார்ம் ஆச்சு. அந்த நினைப்பில் உன்னை நான் சந்தேகமா பார்த்துக்கிட்டு இருக்க, உன் அப்பா வந்து கேள்வி மேல் கேள்வி கேட்டார். என் ஸ்டைல்ல சில பதில் சொல்லி அவரை ஓட விட்டேன்."

"அவர் உன் பெரியப்பா! அது நினைவில் இருக்கட்டும்!"

"ச்சே! இதை மட்டும் ஞாபகப்படுத்ததே அதைக் கேட்கவே கடுப்பா இருக்கு! சின்ன வயதில் இருந்து அவர் மேல் செம்ம கோபத்தில் இருக்கேன்! இவர் தான் உங்க அப்பா என் தெரிந்திருந்தால் சின்ன வயசிலேயே அவர் மண்டையில் கல்லை போட்டு ஒரு வழி பண்ணி இருப்பேன்."

அவள் சிரித்துக் கொண்டே, "ஏன்?" என்று கேட்டாள்.

"பின்ன தம்பி மேல் உயிரே வைத்திருக்கேன் சொல்றவர், 'தன் தம்பி எதற்கு இப்படி ஒரு கல்யாணம் பண்ணான், அதுவும் தனக்குப் பார்த்த பொண்ணை?' என யோசிக்க மாட்டாரா? இதுவும் உன் அப்பாவும் உன் அம்மாவும் காதலித்த ஒரே காரணத்தால் தானே? எங்க அம்மா வேற வழி தெரியாமல் எங்க அப்பாவை கல்யாணம் பண்ண வேண்டிய சூழ்நிலை வந்தது. இத்தனை வருடத்தில் எத்தனை நாள் எங்க அம்மா இதை நினைத்து அழுது இருப்பாங்க தெரியுமா? கிட்டத்தட்ட பைத்தியம் மாதிரி ஒரு வாழ்க்கை! சில வருஷமா மனநல மருத்துவர் பார்க்கும் அளவுக்கு ஒரு நிலை, இதுக்கெல்லாம் காரணம் உன் அப்பா! அவர் தான் காரணம்! தாத்தா பாட்டியின் இறப்புக்கு கூட என் அப்பாவை வர விடாதவர்!"

"ஓ! இதெல்லாம் எனக்குத் தெரியாது."

"எனக்கே கொஞ்ச நாளாகத் தான் முழு விஷயம் தெரியும். இன்னிக்கு இரவே கிளம்பி போய் இருப்பேன். ஆனா, ஒரு காலத்தில் நீ என் ஃப்ரெண்ட்டா இருந்தவ, உன் கல்யாணத்தைப் பார்க்காம போனால் நல்லா இருக்காதுல? அதான் தாங்கிட்டேன். சீதா அக்காவுக்கு இது தெரிந்தால் ரொம்பச் சந்தோஷப்படுவாங்க!"

'உன்னை எவன்டா இருக்கச் சொன்னது? இவன் பெரிய இவன்! இவன் இல்லாமல் இந்தக் கல்யாணம் நடக்காது! ஒரு லூசு பொம்பளைக்குப் பிறந்த இவனெல்லாம் பேச வந்துட்டான்!' என மனதிற்குள் நினைத்தவள், வெளியில், "சீதா அக்கா எங்க இருக்காங்க?" என்று கேட்டாள்.

"அக்கா இப்போ டெல்லில எம்பிபிஎஸ் படிக்கிறாங்க. அடுத்த வருஷம் மே மாசம் வந்து இங்கேயே மேல் படிப்பு தொடர போறேன் சொல்லி இருக்காங்க." என்ற அபி, பின் சிறிது நேர அமைதிக்கு பிறகு தொடர்ந்தவன், "மைதிலி, தப்பா

நினைக்காதே, அந்த ஸ்ரீராமே அப்பறம் எங்கேயாவது பார்த்த? திரும்பி அவன் வந்தானா?" என்று கேட்டான்.

அப்போது ஏற்கனவே யோசித்து வைத்த பொய் ஒன்றை சொல்ல ஆரம்பித்தவள், "ஹ்ம்ம்.. பார்த்தேன். நீங்க போன ஒரு வாரத்துக்குப் பிறகு அதே கோவிலில் பார்த்தேன். 'இந்த வயதில் காதல் எல்லாம் தப்பு. படிக்கிற வழியைப்பாரு. தகுந்த வயதில் நடக்க வேண்டியது எல்லாம் நடக்கும்.' அப்படின்னு சொன்னேன். அப்பறம் அந்தக் கோவில் பக்கமே நான் போகல. எதுக்கு வீண் எதிர்பார்ப்பு எல்லாம் நீயே சொல்லு?" என்றாள்.

"ரொம்ப நல்லது! எனக்கும் இந்தக் காதல் என்கிற விஷயங்களில் நம்பிக்கை இல்ல! நம்பிக்கை இல்லன்னு சொல்வதற்குப் பதில் எது காதல் என்று தெரியல. அதான் உண்மை. ஹ்ம்ம்.. ஸ்ரீராம் ரொம்ப நல்ல பையன் தான். இப்ப நல்லா இருப்பான் நினைக்கிறேன். எப்போதாவது அவனைப் போய்ப் பார்க்கணும், முடிந்தால் ஃப்ரெண்ட் அளவில் ஓர் உறவை ஏற்படுத்திக் கொள்ள வேணும்." என்றான் அபி.

"இல்ல.. வேணாம்!"

"ஏன்?"

"அது.. அது வந்து.. ஆ.. அவன் இந்த ஊரில் இல்ல. வெளியூர் போயிட்டான். அவனோட அப்பாவுக்கு வெளியூர்ல வேலை கிடைக்க அங்கேயே போயிட்டான். எந்த ஊர் தெரியல."

"ஓ! உனக்கு எப்படி இந்த விஷயம் தெரிந்தது?"

"+2 முடித்த பிறகு ஒரு நாள் அவன் வீட்டுக்குப் பக்கமா போனேன், அப்போ தான் வீட்டை அவங்க காலி பண்ணிட்டு போவதை பார்த்து ஒரு வயசான பாட்டி கிட்ட கேட்டேன். அவங்க சொன்ன தகவல்."

"சரி, விடு. சீதா அக்கா அவனை நினைத்து இன்னும் ஃபீல் பண்றாங்க. அதுக்கு ஒரு முடிவு கட்டலாம் பார்த்தேன். எப்படியோ அவன் நல்லா இருந்தால் சரி. மைதிலி, நீ போய்த் தூங்கு, கல்யாண பொண்ணு நீ காலையில் சீக்கிரம் எழுந்து கொள்ள வேணாமா?"

ஆனால் அவள் கிளம்புவதற்கு முன்னாடி அவனைப் பார்த்து, "அபி, ஓர் உதவி டா." என்றாள்.

"என்ன, சொல்லு?"

"என்னை உனக்கு முன்னாடியே தெரிந்த மாதிரி காட்டி கொள்ள வேணாம்! ப்ளீஸ்.."

"அதே தான் நானும் சொல்லணும் நினைத்தேன். நமக்கு முன்னாடியே அறிமுகம் இருப்பது தெரிந்தால், என் அம்மா தேவையற்ற கேள்வி எல்லாம் கேட்டு தொல்லை பண்ணுவாங்க. இனி உன்னை எப்போ பார்ப்பேன் தெரியாது!ன.

ஆனாலும் உங்க குடும்பத்துடன் உறவு தொடர எனக்கு விருப்பம் இல்ல. பிரித்த உறவு பிரித்தது போலவே இருக்கட்டும்! பை.. பை.."

அவளுக்கு முன் அவன் கிளம்பி போய்ட்டான். பிறகு தான் அவளுக்கு மூச்சு வந்தது.

"எப்படியோ என்னையும் ஸ்ரீராம் பற்றித் தெரிந்த ரெண்டு பேரில் ஒருவனைச் சமாளித்து விட்டோம். இன்னொருத்தி டெல்லில இருக்கா. அவ வருவதற்குள் நான் அமெரிக்காவே போய்டுவேன்!" என இனி பிரச்சினை இல்லை என்ற நினைப்பில் அவள் தூங்க போனாள்.

என்னதான் ஒரு வாரத்திற்கு முன் அவளின் வாய் வார்த்தையில் மைதிலியின் கெட்ட எண்ணத்தைப் பற்றி அறிந்து கொண்டாலும் ஸ்ரீராமின் மனம் கேட்க-வில்லை.

'சிறு வயதில் அன்பை மட்டும் பொழிந்த தன் தோழி.. காதலி... எப்படி இப்படி மாறி போனாள்? ஒருவேளை பணம் தான் வாழ்க்கையின் குறிக்கோள் என்கிற நினைப்பில் இருக்கிறாளா? சரி, நாம போய் அவ கிட்ட சொல்லி சில வருஷத்-துல அவ நினைத்த உயரம் நான் அடைவேன் சொன்னால் கேட்பா! கண்டிப்பா கேட்பா!'

என இப்படிப் பலவேறு எண்ணத்தில் சுழன்றவன், மண்டபத்திற்குப் போகும் முடிவில் கிளம்பினான். அவனுக்கு வலியுடன் கூடிய ஒரு நன்மை செய்ய அந்த விதி ஒரு விளையாட்டு விளையாட முடிவு செய்தது. அது போக்குவரத்து நெரி-சலில் அவனை மாட்ட செய்து, சரியாகத் தாலி கட்டி முடிக்கும் நேரத்தில் தான் அந்த மண்டப்பதை அடைய செய்தது. அவனின் கண் முன்னே அவன் காதலித்த பெண்ணின் கழுத்தில் இன்னொருவன் மூன்று முடிச்சு போடும் காட்சியைக் கண்டு மனம் வெதும்பி கூட்டத்தோடு கூட்டமாக நின்று கண்ணீர் வடித்தான்.

அப்போது கடமைக்கு அங்கு நின்றிருந்த அபியின் கண்ணில் அந்தக் காட்சி பட்டது.

"இவன் நம்ம ஸ்ரீராம் ஆச்சே! இவன் வெளியூர் போனதா தானே மைதிலி சொன்னா? ஒருவேளை இவளின் கல்யாணம் செய்தி கேட்டு ஓடி வந்து விட்-டானா? அப்படியிருந்தும் கண்ணீர் எதுக்கு விடுறான்? ஒருவேளை இன்னும் அந்-தக் காதலை மறக்காமா இருக்கானோ? ச்சே! மைதிலி அவ்வளவு அறிவுரை சொல்லியும் கூட இவன் ஏன் இன்னும் அவளையே நினைத்துக் கொண்டு இருக்-கான்? காதல் எல்லாம் ஹார்மோன் கோளாறு என ஏன் யாருக்குமே புரியல!"

அவனை நெருங்கிய அபி, "ப்ரோ, இங்க என்ன பேய் படம், இல்ல, கண்ணீர் படமா ஓடுது? கல்யாணம் நடக்குது! இங்க போய்க் குழந்தை மாதிரி அழுதுட்டு

இருக்கீங்க. பொண்ணைப் பெற்ற அப்பா அம்மா கூட இப்படி அழ மாட்டாங்க போல." என்றான்.

அன்று தான் அபியை ஸ்ரீராம் முதன் முதலில் பார்த்தான்.

"சாரி." என்றான் ஸ்ரீராம்.

"சாரி இருக்கட்டும், நீங்க யார்? பொண்ணு வீடா, இல்ல, பையன் வீடா?" என்று கேட்டான் அபி.

தன்னைப் பற்றி என்ன சொல்ல தெரியாது, புரியாது, ஒரு நிலைக்கு வந்தவன், "நா.. நான் மை.. மைதிலி.. யின்.." என்று திக்கினான்.

"மைதிலியின்?"

"ஃபிரண்ட்! ஆமா, ஃப்ரெண்ட்! பத்து வருடங்களாக நாங்க ஃப்ரெண்ட்ஸ். எங்க ஏரியா பொண்ணு தான் அவ. கல்யாணம் கேள்விப்பட்டேன், அதன் கலந்து கொள்ளலாம் வந்தேன்."

"சரி. வந்தாச்சு. பார்த்தாச்சு. இனி என்ன?"

"உங்க பெயர் என்ன?"

"அபிராம். நீங்க அபி என்று கூப்பிடுங்க. நோ, ப்ராப்ளம்."

"ஹாய், என் பெயர் ஸ்ரீராம்."

"ஓகே, ஸ்ரீராம், அடுத்து என்ன?"

"மைதிலி கிட்ட கொஞ்ச நேரம் தனியா பேசணும். அதுக்கு ஏற்பாடு செய்ய முடியுமா? ப்ளீஸ்! ஐந்தே ஐந்து நிமிடம் தான்."

"முயற்சி செய்யலாம். ஆனா, என்ன காரணம் சொல்ல முடியுமா?"

"பர்சனல்."

"ஹ்ம்ம்.. ஓகே. அப்பறம் இப்போ எந்த இடத்தில் தாங்கி இருக்கீங்க?"

"அதே இடம் தான். மைதிலி வீடு இருக்கும் தெருவுக்கு மூன்று தெரு தள்ளி."

அந்தப் பதில் ஏதோ ஓர் உண்மையைத் தனக்குச் சொல்வது போல அபிக்கு இருந்தது. அதே கேள்வியோடு சில சம்பிரதாயங்களை முடியும்வரை காத்திருந்தவன், அவளிடம் பேசுவது போல ஓர் அறைக்கு அழைத்துச் சென்றான். யாருமே அப்போது அவனைச் சந்தேகம் கொண்டு பார்க்கவில்லை. காரணம் அவனின் சகோதர உறவு முறையே. அவளை உள்ளே அனுப்பிவிட்டு ஏதோ தோன்ற அவன் உள்ளே எட்டி பார்க்க, அப்போது அவர்கள் பேசின விஷயங்கள் இவன் காதில் விழுந்தது.

"ராம், பி பிராக்டிகல். காதல் வேற கல்யாணம் வேற. காதலிக்கும் போது நீ யார்? உன் பின்புலம் என்ன? நீ பணக்காரனா? ஏழையா? இப்படி எதுவும் கண்ணுக்கு முன்னாடி வரவே வராது. கல்யாணம் வரும் போது தானே என்னோடு சேர்த்து எங்க அப்பா அம்மா கண்ணுக்கும் அந்த வேறுபாடுகள் தெரிய வருது. தேங்க் காட்! (Thank god!) இதுவரை நம்ம ரிலேஷன்ஷிப் பத்தி யாருக்குமே

தெரியாது இல்லன்னா, என்னவெல்லாம் நடந்திருக்கும்." என்றாள் மைதிலி.

"மைதிலி, எனக்குப் புரியல காதல் செஞ்சா கல்யாணமும் செய்துக்கத் தானே நினைப்பாங்க. என் குடும்பத்தைக் குறை சொல்ல ஒன்னும் இல்லயே! நல்ல கௌரவமான குடும்பம், பெரிய பணக்கார குடும்பம் எனச் சொல்ல முடியாது என்றாலும் கொஞ்சம் வசதி உள்ள குடும்பம் தான். இன்னும் கொஞ்ச வருஷம் நீ வெயிட் பண்ணியிருந்தா, நான் படிச்சு முடிச்சுட்டு அடுத்த ரெண்டு வருஷத்துல உன் எல்லாத் தேவைக்கும் ஏத்த விதத்துல சம்பாதித்து இருப்பேன்." என்றான். அவனுக்கு அவனின் காதல் மேல் அந்த அளவுக்கு நம்பிக்கை இருந்தது.

ஆனால் அதை ஏற்காமல் அவள், "கிழிச்சே! லூக், உன் லூசுத்தனமான பேச்சு கேட்க இப்ப எனக்கு டைம் இல்ல. கனவு காண்பது உன் வேலை அதைத் தானே பல வருசமா செஞ்சிக்கிட்டு இருக்கே? இப்போ கொஞ்ச நேரத்துக்கு முன்னாடி என் கழுத்தில் தாலி கட்டினார் பார், அவர் யூஎஸ்ஏ (USA) ல பெரிய வேலையில் இருக்கார். மாசத்துக்குப் பத்து லட்சம் சம்பளம்.

அதைத் தவிர அங்க சொந்தமா ஒரு வீடு, அப்புறம் இந்தியா ல அதுவும் தி.நகர் ல ரெண்டு வீடு என அவர் சொத்து மதிப்பு எவ்வளவு தெரியுமா? இப்போ உன் விஷயத்துக்கு வருவோம் உங்க குடும்பத்தின் இப்போதைய சொத்து என்ன டா? ஒரே ஒரு வீடு அதுவும் 1 BHK! அதோட மதிப்பு கூட 15 - 20 லட்சம் தான்! கிராமத்தில் சில நிலம் இருக்கு சொன்ன அதுவும் பைசா போராஜனம் இல்லாத நிலம். சரி டா, சொத்து கூட விடு!

உங்க அம்மா சரியான பைத்தியம்! அதுக்குச் சேவை செய்ய என்னால் முடியாது! ஏதோ சின்ன வயசு ப்ரெண்ட் ஆச்சே பார்க்கவும் அழகா இருக்கியே என நினைத்துதான் நீ லவ் சொன்ன போது ஓகே சொன்னேன். அதையே சாக்க வைத்துக் கொண்டு பிரச்சனை பண்ணாத, புரியாதா? நீ பிரச்சினை பண்ண நினைத்தாலும் யார் உன்னை நம்பு போறாங்க சொல்லு?"

என்றவள், ஃபீராம் இன்னும் அதிர்ச்சியில் இருப்பதைக் கண்டுகொள்ளாமல் தன் பேச்சை இன்னும் தொடர்ந்தாள்.

"நீயும் நானும் ப்ரெண்ட்ஸா ஒரு காலத்தில் இருந்தோம் என்பதே அந்த விநாயகர் கோவில் சிலையைத் தவிர யாருக்கு தெரியும்? இதில் லவ்.. காதல்... ஐயோ! ஐயோ! நினைத்தாலே எனக்குச் சிரிப்பு சிரிப்பா வருது. ஒரு ஃபோட்டோ ஆதாரம் கூட இல்லாம உன்னாலே என்னடா பண்ண முடியும்?

ஒரே காலேஜ் இல்ல, ஒரே ஸ்கூல் இல்ல, ஃபேஸ்புக் ப்ரெண்ட் லிஸ்ட் ல இல்ல, கிஸ் இல்ல, செக்ஸ் என்கிற மாதிரி ஏதாவது செய்து குழந்தை ஃபார்ம் ஆச்சு சொல்ற எந்தக் காண்ராவியும் இல்ல! இப்போ நம்மளே இங்க சேர்த்து வைத்து யாராவது பார்த்தா கூட உன்னைப் பிச்சைக்காரன் என்கிற மாதிரியும், நான் ஏதோ பிச்சைக்குப் பணம் கொடுப்பவள் மாதிரி தானே பேசுவாங்க?" என்று

சொன்னவள் ஓங்கி சிரித்தாள்.

"என்ன மைதிலி, இப்படியெல்லாம் பேசுற. கிஸ் செக்ஸ் இது மட்டுமா லவ்? நான் நம்ம காதலுக்கும் நட்புக்கும் மரியாதை கொடுத்து தானே அதெல்லாம் செய்யாம இருந்தேன்? அத்துமீறி என் கை உன் மேல பட்டு இருக்குமா?"

"அது உன் தப்பு! நானா மாட்டேன் சொன்னேன்? அன்னிக்கே ஒரு ரூம் வேணா போடு, நம்ம ஜாலியா இருக்கலாம் சொன்னேன் ல? ராம் எனப் பெயர் வைத்துக் கொண்டு நீ ராமனாக இருந்தது உன் தப்பு! 'த்ரிஷா இல்லனா நயன்தாரா' படத்தில் ஒருத்தி சொல்வாளே, 'லவ் ஸ்ட்ராங்கா இருக்கணும் என்றால் சில டாசிங், கிஸ்ஸிங், ஹக்கிங் இன்னும் ஏன் செக்ஸ் கூட இருக்கணும்.' என்று. இது தெரியாமல் பேச வந்துட்ட..? ஓ! நீ புஸ்ஸா? அதன் அழகாக நான் பக்கத்தில் இருந்த போது கூட என் கண்ணைத் தவிர மற்ற எந்த இடத்திலும் பார்க்காமல் இருந்த போல." என்றவள் என்னைப் பார்த்து இன்னும் கேலியாகச் சிரித்தாள்.

"மைதிலி, இப்போ கூட நீ பேசியதுக்கு எனக்குக் கோபம் வரல. ஏன் தெரியுமா? எப்போ உன் கழுத்தில் இன்னொருத்தன் தாலி ஒன்றை கட்டினனோ அப்போவே நான் செத்துப் போய்ட்டேன்! இப்போ உயிர் இல்லாத ஜடமா தான் இருக்கேன். என் இடத்துல வேற எவனாவது இருந்திருந்தா, நீ பேசிய பேச்சுக்கு, 'சரி தான் போடி நீ இல்லன்னா, வேற ஒருத்தி! நீ மட்டுமா பொண்ணு? என் அழகுக்கும் என் உண்மையான காதல் மனசுக்கும் வேற நல்ல பொண்ணு கிடைப்பா!' எனச் சொல்வாங்க.

அப்படி இல்லன்னா, 'சீ! இந்தப் பொண்ணுங்க ஜென்மமே இப்படித் தான் போல!' என நினைத்து எல்லாப் பெண்களையும் வெறுக்க நினைப்பாங்க. நான் ரெண்டுமே பண்ண போறது இல்ல. காதல் என்பது ஒரு தடவை தான் என்பது என் எண்ணம். அதே போல நீ எதோ ஒரு கோபத்தில் பேசியதை வைத்துப் பொண்ணுங்களை வெறுக்க மாட்டேன். என்னைப் பெற்ற தாயும் பெண் தான். நம்மைச் சுற்றி அக்கா, தங்கை, தோழி, சகோதரி, ஆசிரியர், மகள் எனப் பல உன்னத உறவில் பல பொண்ணுங்க இருக்காங்க.

நம்ம ப்ரெண்ட்ஸா இருந்த வரை எல்லாம் சரியாக இருந்தது. எப்போ இந்தக் காதல் ஒன்னு வந்ததோ அப்போ ஆரம்பிச்சது பிரச்சினை! இதுவே உனக்கு நான் கடைசிவரை ப்ரெண்ட்டா இருந்திருந்தா, இப்போ உனக்கு நடந்த கல்யாணம் எனக்கு முழுச் சந்தோஷம் கொடுத்திருக்கும். இப்போ கூடச் சந்தோசம் தான் என் மைதிலி.. சாரி! சாரி! அப்படிச் சொல்ல கூடாதுல? சொல்ல முடியாதுல? இப்ப நீ வேற ஒருவருக்குச் சொந்தம். நீ சந்தோசமா இரு, மைதிலி. அதான் இந்த முட்டாளுக்கு வேணும். சாரி! உன் நேரத்தை வேஸ்ட் பண்ணிட்டேன். நீ போ, உனக்காக உன் புகுந்த வீடு பிறந்த வீடு ரெண்டுமே காத்திருக்கும்."

கண்களில் வரும் கண்ணீரே கட்டுப்படுத்த முடியாமல் அவன் செல்ல, அதனைப் பார்த்த அபி கோபத்தோடு உள்ளே ருத்ரமூர்த்தியாகப் போய் நின்றான்.

"மைதிலி! என்னடி இதெல்லாம்! இந்த ஐந்து வருடத்தில் அவனைப் பார்க்கவே இல்லன்னு சொன்ன? இப்போ மட்டும் எங்க இருந்து அவன் வந்தான்?"

"சோ சிம்பிள், பொய் சொன்னேன். இங்க பாரு, நீ என்னவெனா சொல்லு, அவன் சரியான வேஸ்ட்! எப்போ பார்த்தாலும் 'காதல்.. அன்பு..' எனப் பேசி பேசி போர் அடிப்பான். இதில் நான் எதிர்பார்க்கும் பணம் சொத்து எதுவும் அவன் கிட்ட இல்ல. அந்தப் பத்து வயசு மைதிலிக்கு ஒரு ஐந்து ரூபாய் சாக்லேட் போதும். ஆனா, இந்த இருபது வயது மைதிலிக்கு இன்னும் வேணும். என்னைச் சுற்றி விலை உயர்ந்த பொருட்கள் இருக்கணும். காசு பணத்தைப் பற்றிக் கவலைப்படாத ஒருவனைத் தான் கல்யாணம் பண்ணிக்கொண்டேன்."

"உன் சுயநலத்துக்காக ஸ்ரீராமின் காதல் தான் கிடைத்ததா?"

"நீ தானே சொன்ன காதல் ஒன்றே இல்லன்னு, இப்போ என்ன?"

"இப்பவும் சொல்றேன், காதல் ஒன்று இல்ல! ஆனா, அது காதல் என்கிற பெயரில் மற்றவர்களை ஏமாற்றும் உன்னைப் போல் ஒருத்தி கிட்ட இல்ல."

"நீ என்னவெனா நினைத்து கொள். எனக்கு அதைப் பற்றி ஃபீலிங் இல்ல. எனக்கு என் வாழ்க்கை தான் முக்கியம், என் ஆசை தான் முக்கியம்."

அவள் சொன்னதைக் கேட்டவன், சில நொடிகள் அவளை உணர்ச்சியற்ற பார்வையில் பார்த்தவன், அடுத்த நொடியே அந்த மண்டபத்தை விட்டு கிளம்பி போய் விட்டான். அவனின் அம்மா அழைக்கும் அழைப்பையும் கேட்காமல் கிளம்பி போய் விட்டான்.

தன் வீட்டுக்கு போன அபி, அப்பவே சீதாவுக்குப் போன் செய்து நடந்தது எல்லாம் சொல்லி விட்டான். அதே நேரத்தில் தனக்குப் ஃபோன் செய்த ஐஷ்வர்யாவிடம் நடந்தது பற்றிச் சொல்லாமல் வெறுமனே, "இந்தக் காதல் என்றால் பொய்! அது ஒரு மாயை!" என்று மட்டும் சொல்லிவிட்டு ஃபோனை வைத்தான். அதே நேரத்தில் தன் வீடு, தன் அறையில் அமர்ந்து கொண்டு ஒரு புது டைரியில் தன்னைப் பற்றி எழுத ஆரம்பித்தான் ஸ்ரீராம். அபி மூலம் தகவல் தெரிந்த சீதா ஒரு முடிவுக்கு வந்தாள்.

"இனி இந்த வயது பற்றி யோசிக்காமல் படிப்பு முடிந்த கையோடு ஸ்ரீராமே பார்க்க போகனும்!" என்கிற முடிவில் இருந்தாள் சீதாஸ்ரீ.

***நினைவு புத்தகம் இன்னும் திருப்பப்படும்.***

# 23

# கிருஷ்ணா சீதாவின் முதல் சந்திப்பு

ஆறு மாதத்திற்குப் பிறகு.

டெல்லியில் இருந்து சீதா சென்னைக்கு வர ஃப்ளைட் ஏறினாள்.

அவள் மனதில் ஒரே எண்ணம் தான், "சென்னைக்குச் சென்ற அடுத்த நொடி ஸ்ரீராமை போய்ப் பார்க்கணும். அவனிடம் எல்லா உண்மையும் சொல்லணும். அவனின் மன பாரத்தைக் குறைக்கணும்." என்பது மட்டும்தான்.

ஆனால் அது அவ்வளவு சுலபம் இல்லை. அவள் சென்னை வந்தடைந்த நொடி அவளுக்கு ஒரு செய்தி வந்தது. அந்தச் செய்தி,

"அவளை அழைத்துப் போக நினைத்து கிளம்பி வந்த பூபாலன் மற்றும் பூர்ணிமாவின் கார் ஓர் ஆக்ஸிடென்ட்டில் மாட்டி வெடித்தது. அதிலேயே உடல் கருகி அவர்கள் இறந்தார்கள்!".

அந்த நொடியில் அவளுக்குச் சுற்றி இருந்த நிலை மாறியது. தன்னிலை மறந்த நிலைக்குச் சென்றாள். அந்த நேரத்தில் அபி தான் மகனாக இருந்து எல்லாக் காரியத்தையும் செய்தான். அதெல்லாம் அவள் கண்கள் உணர்ந்தாலும், மனமோ எதிலும் கலந்து கொள்ளவில்லை. எப்படியோ அந்த நேரத்தில் அபியின் துணை கொண்டு சீதா ஒரு நிலைக்குத் திரும்பினாள்.

ஆனாலும் அவளின் மனம் ஸ்ரீராமின் இருப்பை வேண்டியது. ஒவ்வொரு நொடியும் தன் அப்பா அம்மாவின் இறப்பையும் மீறி, "என் ராம் தன் காதல் தோல்விக்குப் பிறகு எப்படி இருக்கிறானோ?" என்கிற யோசனையில் இருந்தாள்.

ஒரு மாதம் அப்படியே ஓட, ஒரு நாள் விமல் சீதாவை அழைத்து, "சீதா, அடுத்து என்னமா பண்ண போற? படிப்பா? இல்ல, இங்க இருக்கும் உன் அப்பாவின் பிசினஸே கையில் எடுக்கப் போறியா?" என்று கேட்டார்.

"பிசினஸ் தான், சித்தப்பா. இது அப்பாவின் பல வருட உழைப்பு, அதே சமயத்தில் பல குடும்பங்கள் இதனை நம்பி இருக்கு."

"அப்போ உன் டாக்டர் படிப்பு?"

"பார்க்கலாம் பா, வார கடைசி நாட்களில் ஏதாவது ஆதரவற்றோர் இல்லத்தில் போய்க் கூடச் சேவை செய்யலாம். எனக்கு வேண்டிய பணம் பிசினஸ்ல வர போகுது. படித்த படிப்பை விண்ணகாமல் நல்ல காரியத்துக்குப் பயன்படுத்த போறேன். அவ்வளவு தானே?"

"உன் இஷ்டம்."

"அப்புறம் பா, இது என் அப்பா எழுதி வைத்த உயிர், படிச்சு பாருங்க. இதில் அபியின் கையெழுத்து வேணும்."

"பூபாலன் அண்ணன் எழுதிய உயிரில் அபியின் கையெழுத்து எதுக்கு?"

"படிச்சு பார்த்தால் தானே தெரியும்? படிச்சு பாருங்க."

அதனை வாங்கிப் படித்த விமல், "கண்டிப்பா அபி இதுக்கு ஒத்துக் கொள்ள மாட்டான்." என்றார் உறுதியான குரலில்.

"அவனை விடுங்க. உங்க விருப்பம் என்ன?"

"எனக்கு உரிய சொத்ததையே, வேணாம் இருக்கேன். இது உன் அப்பா உழைப்பில் சேர்த்த சொத்து. என்னதான் மரியாதைக்கு அவரை நான் அண்ணன் என்று கூப்பிட்டு இருந்தாலும், அவர் சொத்தில் நானோ அபியோ உரிமை கொள்வது தப்பு!"

"இந்த உயிரை என் அப்பாவின் கடைசி ஆசையா நினைத்து சரி சொல்லுங்க. உங்களின் சம்மதத்தை வைத்து தான் நான் அபி கிட்ட பேசணும்." என்று கூறி சீதா பிடிவாதம் பிடித்தாள்.

அவளின் பிடிவாதத்தைப் பார்த்து விமல், "இதில் நான் சம்மதம் சொல்ல மாட்டேன். அதே நேரத்தில் எதிர்ப்பும் காட்ட மாட்டேன்." என்றார்.

"அது போதும்." என்றவள், அதே உயிரை வெளியே போயிட்டு வந்த அபியின் கையில் கொடுத்தாள். அதனைப் பார்த்த அவனோ படித்து விட்டு, "எனக்கு விருப்பம் இல்ல, இப்பவே என் பெயரில் எழுதி வைத்த சொத்தை உன் பெயருக்கு மாற்றிக்கொள்." என்றான்.

"முடியாது!"

"என்ன முடியாது? இதுக்கு உரிமை கொண்டாட எனக்கு என்ன ரைட்ஸ் இருக்கு?"

"என் தம்பி என்ற உரிமை இருக்கு! ரைட்ஸ் இருக்கு!"

"அக்கா, ப்ளீஸ்! புரிஞ்சுக்க. எனக்கு வேண்டியது உங்க பாசம் தான், சொத்து இல்ல."

"தெரியும், ஆனா, அப்பா உனக்கும் பாதிச் சொத்தை எழுதி வைத்திருக்கார், என்னை என்ன பண்ண சொல்ற?"

"எனக்கு எழுதிய சொத்து எல்லாத்தையும் உன் பெயருக்கு மாற்றி எழுதி வாங்கிக்கோ. அவ்வளவுதான்."

"இந்த அக்காவின் பரிசா வச்சுக்கோ."

"பரிசு என்றால் ஐம்பது ரூபாய் சாக்லேட் கொடு! இந்த மாதிரி ஐம்பது கோடி ரூபாய் சொத்தை கொடுக்காதே!"

"என்னடா பண்றது? என் அன்பில் அளவு ரொம்ப அதிகம். என்னால் முடிந்த பரிசு இதான்." என்று கூறி இளித்தாள் சீதா.

தன் அன்பு அக்காவின் இளிப்பை பார்த்துத் தலையில் அடித்துக் கொண்டவன், அப்போதும் மனம் கேட்காது, "இதை வைத்து நான் என்ன பண்றது?" என்று கேட்டான்.

"இப்போதைக்கு இந்தப் பார்ட்னர் ஷிப் டாகுமெண்ட்ல கையெழுத்து போடு. மத்தது அப்புறம் பார்க்கலாம்."

"இதென்ன புதுசா ஒரு ஃபார்ம்?"

"எல்லாம் நீயும் நானும் பிசினஸ் பார்ட்னர் சொல்ற டாகுமெண்ட் தான். எல்லாம் திருத்த செய்யனும் டா, தம்பி."

"என் படிப்பு முடியவே இன்னும் ஒரு வருடம் இருக்கு. இதுல எதுக்கு இதெல்லாம்?"

"தப்பு! இன்னும் மூன்று வருடம் இருக்கு. இந்தப் பி.டெக் முடித்த கையோடு எம்பிஏ சேர்த்து முடிக்கிற. அதுவரை உனக்கும் சேர்த்து நான் பிசினஸே பார்த்துக்கப் போறேன். இதான் நம்ம டீல்! அந்த மூன்று வருட காலத்திற்குப் பிசினஸ்ல வரும் லாபத்தில் நீ ஷேர் கேட்க கூடாது."

"அட.. போ! என்னை வைத்து காமெடி தான் பண்ற. உரிமை இல்லாத சொத்தே வேணாம் சொல்றேன். இதால உன் உழைப்பால் வரும் லாபத்தில் நான் ஏன் பங்கு கேட்க போறேன்?"

"தெரியும். ஆனா, பிசினஸ் வந்தால் டாக்குமெண்ட்ஸ் ரொம்ப முக்கியம். அதோடு நான் வேற அனுபவமே இல்லாமல் பிசினஸ் பார்த்துக்கப் போறேன். இதுல நஷ்டம் வந்தாலும் பொறுப்பு என்னுடையது தான். அதற்கான பத்திரம் தான் இது! இந்த மூன்று வருடத்தில், நல்லதோ! கெட்டதோ! இந்த ஏற்பாடு உன்னை எதிலும் பாதிக்காது."

"எதுக்கு இந்தத் தலையைச் சுற்றி மூக்கை தொடும் வேலை?"

"எல்லாம் எனக்குத் தெரியும்! நீ சின்னப் பையன்! நான் சொல்ற வேலை மட்டும் பண்ணு!" என்று கட்டளை குரலில் அவள் சொல்ல, அவளின் கட்டாயத்திலும் கட்டளை குரலாலும் அந்தப் பத்திரத்தில் அவன் கையெழுத்து போட்டு

விட்டு, "நீ சொன்னதைப் பண்ணிட்டேன். இனி ஆளே விடு! அடுத்த வாரத்திலிருந்து காலேஜ் திறக்குது, அதுக்காக வேண்டிய டிரஸ் எல்லாம் வாங்க போகணும்."

"நானும் கூட வரேன். ஆபீஸ் ஏற்ற டிரஸ் வேற நான் வாங்கணும்." என்றாள் சீதா.

"சரி, போலாம்." என்ற அபி, சீதாவின் கார் சாவி வாங்கி அவன் ஓட, சீதா அவனோடு பேசி கொண்டே வந்தாள்.

**துணிக்கடை.**

சீதா எடுத்த துணி எல்லாம் பார்த்த அபி அவளின் தலையில் கொட்டி, "என்னடி இது! வயசுக்கு தகுந்த டிரஸ் எடுக்க மாட்ட? உன்னோட வயசு 22. ஆனா, நீ தேர்ந்தெடுத்த டிரஸோ முப்பது வயசு லேடி போட்டுக்கிற மாதிரியான டிரஸ்! இதெல்லாம் எதுக்கு?" என்று கேட்டுக் கோபம் கொண்டான்.

"அக்கானு மரியாதை கொடுக்கக் கத்துக்கோ!" என்று தன் தம்பியின் உரிமை பேச்சு பிடித்தும், பொய் கோபத்தில் சொன்னாள் சீதா.

அவள் அருகே வந்து நின்றவன், "நீயே நல்லா உன்னைப் பாரு, பார்க்க நீ எனக்கு அக்கா மாதிரியா இருக்க? தங்கச்சி மாதிரி ஒரு தோற்றம், எவனைக் கேட்டாலும் உனக்குப் பதினெட்டு வயசு மேல் ஆகல சொல்ற தோற்றம். எல்லாத்துக்கும் காரணம் நீ தினமும் பண்ற யோகா தான்." என்றான் பொறுமையாய்.

"நான் நம்ப மாட்டேன்! நீ பொய் சொல்ற!" என்று தன் தம்பி சொன்னதை நம்பாது கேட்டாள் சீதா.

"அப்படியா சொல்ற? சரி, வெயிட் பண்ணு. நான் சொன்னது உண்மை என்று இப்பவே நிரூபிக்கிறேன்." என்ற அபி, அங்கே துணியை வந்த கஸ்டமருக்கு விரித்துக் காட்டி கொண்டு இருந்த ஒருவரை நெருங்கியவன், "அண்ணா, இவ என் தங்கச்சி. அடுத்த மாதத்தில் இருந்து காலேஜ் போகப் போறா. இவளுக்கு ஏற்ற டிரஸ் எல்லாம் எதாவது மாடியில் இருக்கும்?" என்று கேட்டான்.

"மூன்றாவது மாடி. அங்கே நிறைய மாடர்ன் டிரஸ் எல்லாம் இருக்கும், உன் தங்கச்சிக்கு நல்லா பார்த்து எடுத்து கொடுப்பா, எல்லாமே நல்லா இருக்கும்." என்றார் அந்த நபர்.

"ரொம்பத் தேங்க்ஸ், ணா." என்ற அபி,

சிறிது தூரம் சீனாவுடன் தள்ளி வந்தவன், "இப்போதாவது நம்பு, நான் சொன்னது எல்லாம் உண்மைதான். நீ உண்மையாவே தோற்றத்தில் என்னை விடச் சின்னவ மாதிரி தான் இருக்க." என்றான்.

"திரும்பி இன்னொரு தடவை சொல்லு.."

"நீ எனக்கே தங்கச்சி மாதிரி இருக்க."

"இன்னொரு தடவை. ப்ளீஸ்.. ப்ளீஸ்.."

"யப்பா கடவுளே! சரி, இதான் கடைசி. நீ எனக்கு அக்கா மாதிரி இல்ல, தங்கச்சி மாதிரி இருக்க! இருக்க! இதுக்கு மேல் கேட்காதே, சத்தியமா முடியல!" என்றவன் மூச்சு வாங்க, தனக்கு ஃபோன் அழைப்பு ஒன்று வருவதை உணர்ந்த-வன், "நான் அடிக்கடி சொல்ற அந்தப் பிசாசு தான் ஃபோன் பண்றா." என்றான்.

"ஓ! ஓ! நீ கலக்கு டா! கலக்கு!" என்று சீதா கேலி செய்து கண்ணடித்துச் சிரித்தாள்.

"கிண்டல் பண்றது விட்டு அந்த அண்ணா சொன்ன இடத்தில் போய் டிரஸ் எல்லாம் பார்." என்ற அபி, மோகினிடம் ஃபோனின் அழைப்பை ஏற்றுப் பேச போக, சீதா ஒரு மிகப்பெரிய திட்டத்தோடு மாடர்ன் டிரஸ் எடுக்கப் போனாள்.

அவள் போன இடத்தில் ஏற்கனவே ஶ்ரீராமும் அவனின் அம்மா நந்தினியும் வந்திருந்தனர்.

*******************

ஶ்ரீராம் என்கிற ஶ்ரீகிருஷ்ணா தன் அம்மாவுடன் ஒரு சிறு வாக்குவாதத்தில் இருந்தான்.

"அம்மா, இந்த வயசுல நீ கண்டிப்பா சுடிதார் எல்லாம் போட்டே ஆகணுமா?" என்று கேட்டவன் தன் அம்மாவை முறைத்துப் பார்த்தான்.

"எனக்கு அப்படி என்னடா பெரிய வயசு ஆச்சு? நாற்பது ஐந்து வயசு எல்-லாம் ஒரு வயசா? நான் இன்னும் மாடர்ன் லேடி தான்!" என்றார் நந்தினி.

"நீ ஒன்னும் மாடர்ன் லேடி இல்ல! ஓல்டு லேடி! ஓவர் சாக்லேட் சாப்பிட்டு பல் எல்லாம் கொட்டி போனே கிழவி நீ!"

"ஹி.. ஹி.. அதான் பல் செட் போட்டு மேக்கப் பண்ணிட்டேன் ல.."

"முதல்ல வீட்டில் நீ மறைந்து வைத்த சாக்லேட் எல்லாம் தூக்கி போடணும். அப்பா உனக்குக் கொடுத்த ஓவர் செல்லம் காரணமா நீ ரொம்பத் தான் ஆட்டம் போடுற!"

"ப்ளீஸ் டா! நான் பாவம் ல, இதுவரை அம்மா உன்கிட்ட ஏதாவது கேட்டு இருக்கேனா?"

"என்னதான் கேட்கல? தினம் தினம் எதாவது கேட்பது, அதுக்கு நாங்க மாட்-டோம் சொன்னா, ஒரே அழுகை! நம்ம வீட்டுல நான் குழந்தையா? இல்ல, நீ குழந்தையா? ரொம்பத் தான் ஓவரா போற!"

"போடா! எனக்கு ஓவர் புகழ்ச்சி பிடிக்காது தெரியும் ல?"

"ஏது.. இப்போ நானா புகழ்ந்தேன்? வாய்க்கு வந்தது எல்லாம் சொல்லி திட்-டிட்டு இருக்கேன்."

"சரி, நீ எவ்வளவு வேண்டுமானாலும் திட்டு, ஆனா, வீட்டுக்கு போவதுக்கு முன்னாடி ஒரு ஐஸ்கிரீம், அப்படியே ஒரு பாதாம் கீர் ஜூஸ் வாங்கிக் கொடு."

"என்கிட்ட காசு இல்ல!"

"அப்போ உனக்கு இன்னிக்கு சாப்பாடு இல்ல!"

"நீ பண்றது எல்லாம் சாப்பாடு சொல்லாத! என்னையும் அப்பாவையும் தவிர நாய் கூட அதைத் தொடாது!"

"இத்தனை வருஷம் நீயும் அதைச் சாப்பிட்டு தான் வளர்ந்த என்பதை மறந்-துடாத, மகனே."

"என்ன பண்றது? என் நாக்கு உன் சாப்பாட்டைச் சாப்பிட்டு செத்து போன நாக்கு. அதுக்குச் சுவை எங்க தெரிய போகுது?"

அவன் சொன்னதைக் கேட்டு அவர் அழ தயாராக, அதனைப் பார்த்தவன் தன் விளையாட்டை விட்டுவிட்டு, "அம்மா! நான் சும்மா விளையாட்டுக்கு சொன்னேன். அழாதே.. ப்ளீஸ்.." என்று தன் அம்மாவின் கன்னத்தைப் பிடித்துக் கெஞ்சினான்.

தன் கண்ணீரை நிறுத்தாத அந்தத் தாய், "அது இல்லடா.. இப்பதான் நினைவு வருது, போன வாரம் நான் செய்த பழைய குழம்பை நாய்க்கு போட்டேன்." என்று சொன்னவர் தன் கண்ணைக் கசக்கி கொண்டான்.

"சரி, இப்ப என்ன அதுக்கு?"

"அடுத்த நாள்! அடுத்த நாள்!"

அவன் பயத்தோடு, "என்ன ஆச்சு, சொல்லு?" என்று கேட்டான்.

"ரோட்ல செத்துப்போய்க் கிடந்தது." என்றார் நந்தினி கண்ணை அகல விரித்து.

தன் அம்மா சொன்னதைக் கேட்டு அவன் அதிர்ச்சியில் பார்க்க அதற்கு நேர்-மாறாக ஒரு பெண்ணின் சிரிப்புச் சத்தம் கேட்டது.

"யாரது?" என அவர்கள் இருவரும் திரும்பி பார்க்க, சீதா இன்னும் சிரிப்பு விலக்காமல் அங்கே நின்று கொண்டிருந்தாள்.

அவளைப் பார்த்த அந்த நொடியில் இருந்து அவன் மனதில் ஏதோ இனிமை-யான குளிர்ச்சி பரவ, அவளின் சிரிப்பை பிடிக்காதது போல் தன் முகத்தை மாற்-றியவன், "ஹே.. யாரு நீ? எங்களைப் பார்த்து உனக்கு எதுக்குச் சிரிப்பு வருது?" என்று கேட்டான்.

'தன்னைப் பார்த்தா அப்படி ஒரு கேள்வி கேட்டான்?' என்பது போல் அவள் சுற்றி முற்றி பார்க்க, அதில் இன்னும் கோபம் கொண்டவன், "உன்னைத் தான் கேட்கிறேன். யார் நீ?" என்று இந்த முறை தன் கோபத்தை வெளிப்படையாக முகத்தில் காட்டி கேட்டான்.

தன்னைத் தான் கேட்கிறான் என்பது புரிந்தவளோ, "நான் ஒரு பொண்ணு" என்றாள் இளித்துக் கொண்டு.

"அதான் பார்த்தாலே தெரிகிறதே! இதை நீ சொல்லித்தான் தெரிய வேண்-டுமா?" என்று கேட்டான் கிருஷ்ணா தன் கையைக் காட்டி கொண்டு.

"இன்னும் என்ன தெரிகிறது?" என்று சீதா தன் கண்ணைச் சிமிட்டி கொண்டே கேட்டாள்.

"சரியான வாயாடி! உடலில் கொழுப்பு இல்ல என்றாலும் வாய் கொழுப்பு இருக்கும் போல! போதாத குறைக்கு மற்றவர் பேசுவதை ஒட்டு கேட்கும் பழக்கமும் இருக்கும் போல!"

"அப்படியே எனக்கு இவ்வளவு வயசு இருக்கும்னு நினைக்கிறீங்க?"

"அதை ஏன் என்கிட்ட கேட்கிற? உனக்கே தெரியாது?"

"சும்மா சொல்லுங்க."

"சரியா தெரியல! ஆனா, என்னை விடக் குறைந்த வயது மட்டும் தெரியுது." என்றான் கிருஷ்ணா அவளை மேல் கீழ் பார்த்து.

"இன்னொரு தடவை சொல்லுங்க.. ப்ளீஸ்!"

"அடிங்.. நீ என்ன லூசா? ஒரு தடவை நான் சொன்னதே உன் காதுல விழ-லயா?"

"ப்ளீஸ்.. சொல்லுங்க, ப்ளீஸ்! ப்ளீஸ்!"

"ஐயோ.. கொடுமை டா சாமி! நீ பார்க்க என்னை விட வயசுல குறைந்த மாதிரி தெரியுற!"

"தேங்க்ஸ்! தேங்க்ஸ்! அப்புறம் உங்க பெயர் என்ன?"

"சொல்ல மாட்டேன்!"

"நீங்க சொல்லல என்றால் நான் என் ஆன்ட்டி கிட்ட கேட்டா சொல்ல போறாங்க. ஆன்ட்டி நீங்க சொல்லுங்க உங்க பையனின் பெயர் என்ன?" என்று நந்தினி பக்கம் திரும்பி கேட்டாள் சீதா.

தன்னிடம் கேள்வி கேட்டவளிடம், "என் பையன் பெயர் ஸ்ரீகிருஷ்ணா. வீட்-டில் மட்டும் ஸ்ரீராம் எனக் கூப்பிடுவோம்." என்றார் நந்தினி.

"இதோ பாருடா! ஒரே ஆள்.. ஆனா, லார்டு விஷ்ணுவின் ரெண்டு அவதா-ரத்தையும் தன் பெயராக வைத்திருக்கார். உங்க பையன் குணத்தில் எப்படி ஆன்ட்டி? அந்த ஸ்ரீராமன் போலவா? இல்ல, பெண்களின் கனவு கண்ணன் ஸ்ரீ-கிருஷ்ணர் போலவா?" என்று கேட்டாள் சீதா, தன் மனம் கவர்ந்தவனை நன்கு தெரிந்து கொண்டே.

"ரெண்டும் இல்ல. கடவுள் விஷ்ணுவின் மற்றொரு அவதாரம் நரசிம்மர் போலக் கோபக்காரன். அதுவும் சில மாசமா." என்றார் நந்தினி பெருமூச்சு விட்-டுக்கொண்டு.

தன்னைப் பற்றி யாரோ ஒரு முகம் தெரியாத பெண்ணிடம் தன் அம்மா சொல்வதைக் கேட்க பிடிக்காதவன், "அம்மா, இவ யாருனே உனக்குத் தெரியாது! இவ கிட்ட போய் என்ன பேச்சு வேண்டி கிடக்கு?" என்று கேட்டான் கண்கள் சிவக்கும் கோபத்தில்.

"போடா! இந்த முறை உன் பேச்சை நான் கேட்கிறதா இல்ல! இல்ல!"

"ஆமா, நீ கேட்டாலும் குளு குளு என இருக்கப் போகுது. நீ எப்போ என் பேச்சை கேட்டிருக்க? இப்போ கேட்க. நீ என்னமோ பண்ணு நான் அந்தப் பக்கமா எனக்கு வேண்டிய டிரஸ் எல்லாம் பார்க்கிறேன்." என்றவன், அவளை முறைத்து விட்டு போக, இங்கே அதனைக் கண்டும் காணாத மாதிரி சீதா, நீண்ட நேரம் நந்தினியுடன் கூடப் பேசிக்கொண்டு இருந்தாள்.

அவர்களுக்கு உடை தேர்ந்தெடுக்க உதவி செய்தவள், அவர்களின் விருப்பம் போலவே தனக்கும் சில உடைகள் எடுத்துக் கொண்டாள்.

பின் அவர்களை விட்டு அவள் கிளம்பு போது நந்தினி அவளைப் பற்றிய விபரம் கேட்டார்.

"உங்க மகனின் இரு பெயர்களின் முதல் பாதி என் இரண்டாம் பாதிப் பெயர். இனி நம்ம அடுத்த முறை விதியால் சந்தித்தால் மற்ற விவரம் எல்லாம் சொல்-றேன்." என்றவள், போவதற்கு முன் ஸ்ரீகிருஷ்ணாவை பார்த்து கண்ணடித்து விட்டு ஓடி விட்டாள்.

"பொண்ணுக்குக் கொழுப்பு ரொம்பத் தான்!" என்றவன், அதோடு அவளின் நினைவை மறக்க பார்த்தான். ஆனால் அதற்கு விடாத அவனின் அம்மா, "கிருஷ்ணா, அந்தப் பொண்ணின் பெயரை கேட்டா ஏதோ புதிர் போட்டு விட்டு போயிட்டா!" என்றார்.

"என்ன புதிர்?" என்று கேட்டான் கிருஷ்ணா.

"ஏதோ சொன்னா, எனக்குத் தான் சரியா நினைவில் இல்ல. ஹ்ம்ம்.. 'உங்க பையனின் இரு பெயர்களின் முதல் பாதித் தான் என் பெயர்...' அந்த மாதிரி தான் சொன்ன மாதிரி இருக்கு."

"யம்மோவ்! இதெல்லாம் என்ன புதிர்? என்னோட ரெண்டு பெயர்கள் என்ன? ஸ்ரீராம் மற்றும் ஸ்ரீகிருஷ்ணா. அப்படிப் பார்த்தால் ரெண்டிலும் முதல் பாதி ஸ்ரீ! அதான் அவ பெயர். ஓகே வா?"

"மொட்டையா யாராவது ஸ்ரீ என்று பெயர் வைப்பாங்களா?"

அவரின் வாயை மூட அவன் ஒரு வழியைக் கண்டு பிடித்தான்.

"அம்மா, உனக்கு ஐஸ்கிரீம் வேண்டும் என்றால் நான் சொல்வதைக் கேளு. அவ பெயர் ஸ்ரீ தான். ஓகே?"

ஓர் ஐஸ்கிரீமுக்கு ஆசைப்பட்டு, "ஓகே புரிந்தது. ஸ்ரீ என்ற பெயர் யாருக்கு வேணும்னாலும் வைப்பாங்க." என்றார் நந்தினி.

பின் அந்தக் கடையை விட்டு அவன் தன் அம்மாவுடன் வெளியே வந்தான். அப்போது தூரத்தில் சீதா கையால் அபி அடி வாங்கிக் கொண்டு இருப்பதைப் பார்த்து, "ச்சே! இவளும் அந்த மைதிலி போலத் தான். என்னதான் எல்லாப் பொண்ணுங்களும் தப்பானவங்க இல்லன்னு அடிக்கடி மனசில் சொல்லிக்கொண்டாலும், இந்தக் காதல் தோல்வி ரொம்பவே கொடுமை பண்ணுது!"

அவன் கிளம்பி போன அதே நொடியில் இங்கே சீதா தன் செல்ல அடிகளைத் தன் தம்பிக்கு கொடுத்துக் கொண்டே,

"அபி குட்டி, ஏதோ மோகினி ஜஸ்ட் ஒரு ஃப்ரெண்ட் என்று சொன்ன? ஹா.. ஹா.. இப்ப என்னன்னா நாளைக்கு அவளோடு படத்துக்குப் போறேன் சொல்ற?" என்று கிண்டலாகச் சிரித்தபடியே கேட்டாள்.

"அதில் சின்னத் திருத்தம், நாங்க ரெண்டு பேர் மட்டும் இல்ல.. என் உயிர் தோழி ஐஷ்வர்யா கூடப் படத்துக்கு வர்றதா இருக்கா. மோகினியிடம் ஃபோன் பேசி முடித்த அடுத்த நொடி இவளும் ஃபோன் பண்ணி நாளைக்குப் படத்துக்குப் போவது பற்றிக் கேட்டா. ஏற்கனவே மோகினி என்கிட்ட பார்க்கணும்னு சொன்ன படத்தை நான் பார்க்கணும் ஆசைப்பட்ட மாதிரி சொல்லிட்டேன்.

எங்க பிளான் தெரியாத அந்த முண்டம் ஓகே சொல்லிட்டா. இன்னும் மோகினிக்கும் எனக்கும் அறிமுகம் அதுக்குத் தெரியாது! நாளைக்குக் கண்டிப்பா பெரிய கலாட்டா இருக்கு! ஹா.. ஹா.." என்றான் அபி வயிறு குலுங்க சிரித்தபடியே.

"வாலு! வாலு! சரியான வாலு!!" எனச் சொல்லி கொண்டு இன்னும் அவனை அடித்தாள் சீதா.

அன்று இரவு கடையில் பார்த்த பொண்ணைப் பற்றி எழுதலாம் என டைரியும் பேன்னையும் எடுத்த கிருஷ்ணா, ஒரு நொடி யோசித்து, "ச்சே! அவ ஒன்னும் டைரியில் எழுதும் அளவுக்கு முக்கியமானவ இல்ல! இனி அவளைப் பார்க்க போவது கூட இல்லாத போது, ஏன் நினைவில் வைத்துக்கொள்ளும் அளவுக்கு எழுதணும்?" என்று சொன்னவன் தன் டைரியை மூடி வைத்தான்.

அப்போதே அவன் சீதாஸ்ரீ பற்றி எழுதி இருந்தால், ஐஷ்வர்யா மற்றும் மோகினிக்கு குழப்பமே வந்திருக்காது.

என்ன செய்வது? அவனின் ஒரு நொடி அலட்சியம் பலரின் வாழ்க்கையை மாற்ற காரணம் ஆகியது.

***நினைவு புத்தகம் இன்னும் திருப்பப்படும்.***

# 24

# அபி மற்றும் சிவாவின் சந்திப்பு

**கீதா மருத்துவமனை.**

மனிஷா துருவேந்திரன், ஒரு மனநல மருத்துவர். அவள் தன் முன்னால் அமர்ந்திருந்த அபியின் அம்மா விமலாவை பார்த்தவள், "திரும்பியும் என்னம்மா பிரச்சினை? எதுக்கு இன்னொரு தற்கொலை முடிவு?" என்று கேட்டாள்.

"எல்லாத்துக்கும் காரணம் இதோ நான் பெற்ற பிள்ளை அபி தான் காரணம்." என்ற விமலா தன் மகன் அபிராமை கை காட்டினார்.

"ஏன்டா.. அப்படி என்னத்த பண்ண?" என்று மனிஷாவும் உறுதியுடன் கண்டித்துக் கேட்டாள்.

மனிஷா, சீதாவின் காலேஜ் சீனியர் மற்றும் நெருங்கிய தோழி. கடந்த ஒரு வருடத்திற்கு முன், சீதாவின் கட்டாயம் பெயரிலும் தன் கணவன் துருவனின் குடும்பத்தோடு சேரும் எண்ணத்திலும் சென்னையில் மருத்துவமனை திறந்தாள். இப்போது ஆறு மாதமா இவள் தான் விமலாவின் மனநல மருத்துவர்.

தன்னிடம் கேள்வி கேட்டவளிடம் அபி, "ஆமா கா... எல்லாத்துக்கும் என்னையே குறை சொல்லுங்க! நான் ஒன்னும் பண்ணல.. எல்லாத்துக்கும் என் அம்மாவின் தேவையற்ற ஏக்கம் தான் காரணம்! காரணம்!" என்றான்.

"அபி பொய் சொல்றான், மனிஷா. இவன் தான் இனி என் தங்கச்சி குடும்பத்தோடு பேச கூடாது சொன்னான்." என்று சரியாகப் போட்டு கொடுத்தார் விமலா.

"உன்னை ஒன்னும் பேச கூடாது சொல்லல, நான் தான் பேச மாட்டேன் சொன்னேன்." என்று கூறி தன் அம்மாவின் பேச்சில் சிறு திருத்தம் செய்தான் அபி.

"என் ஒரே பையனுக்குப் பிடிக்காத உறவிடம் நான் மட்டும் எப்படிப் பேச முடியும்? நீயே சொல்லு, மனிஷா" என்று விமலா திரும்பி நியாயம் சொல்லும் பொறுப்பை மனிஷாவின் பக்கமே விட்டார்.

"அபி கண்ணா, அதான் உங்க குடும்பத்துக்குள் இருந்த பிரச்சினை தான் முடிச்சு போச்சு ல? பின்ன என்னடா கோபம் உனக்கு?" என்று மனிஷா நியாயம் கேட்டாள்.

"அப்படிக் கேளுமா" என்று கூறி விமலா, மனிஷாவின் கேள்விக்குத் துணை நின்றார்.

"அக்கா, உங்களுக்கு நான் சொன்னாலும் புரியாது. என் சிறு வயசு வலி! கஷ்டம்! இதை வார்த்தையில் என்னால் யாருக்கும் சொல்லி புரிய வைக்க முடி-யாது?"

"போகும் போக்கை பார்த்தால் விமலா அம்மாவுக்குப் பதில் உனக்குத் தான் சிகிச்சை தரணும் போல."

"விளையாட்டு வேண்டாம், கா."

"நான் சீரியஸா தான் கேட்கிறேன். விமலா அம்மாவை விட நீ தான் கவலைக்குக் கிடமா இருக்க, காரணமற்ற வெறுப்பு கூட ஒரு மன நோய் தான், தம்பி."

"காரணம் இல்லன்னு இல்ல, இருக்கு. ஆனா, அதைச் சொல்லும் நிலையில் நானும் இல்ல, கேட்டும் தாங்கி கொள்ளும் நிலையிலும் என் அம்மாவும் இல்ல."

"நீ இப்படியே பேசிக்கிட்டு இருந்தே கொஞ்ச நாளில் அம்மாவே இருக்காமல் போய்டுவங்க பார்த்துக்க."

"அக்கா..!"

"அபி, இங்க பாருடா உன்னைப் பத்தி சீதா ஏற்கனவே என்கிட்ட சொல்லி இருக்கா. நான் கேட்டவரை நீ தான் சின்னப் பிரச்சினையைப் பெரிசா நினைத்து சீனே போடுற மாதிரி இருக்கு. நல்லா யோசி.. பொறுமையா யோசி.. அப்போ புரியும் அம்மாவை விடப் பிடிவாதம் பெருசு இல்லன்னு."

"முயற்சி பண்றேன்."

"முயற்சி எல்லாம் இல்ல! கண்டிப்பா பண்ற! இனி விமலா அம்மா இந்த ஹாஸ்பிடலுக்கு நோயாளியா வரவே கூடாது. இவங்களுக்கு மருந்தே உன் பிடி-வாதத்தை விட்டு நீ வருவது மட்டும் தான். விமலா அம்மா, உங்களுக்கும் சேர்த்து தான் சொல்றேன். தற்கொலை முயற்சி சட்டப்படி குற்றம்! இனி இன்னொரு தற்-கொலை முயற்சி நீங்க செய்தால், எனக்குக் கூடப் பிறக்காத தம்பி ஒருத்தன் இருக்கான், அவன் பெயர் பாலகிருஷ்ணன்.

அவன் ஓர் ஐபிஎஸ் ஆபீஸர். ஒரு வார்த்தை உங்களைப் பத்தி சொன்னா போதும்.. அடுத்த அரை மணிநேரத்தில் நீங்க ஜெயிலுக்குப் போக வேண்டியது

தான்." என்று கூறி மிரட்டினாள் மனிஷா.

"முதல்ல அவரோட ஃபோன் நம்பரே எனக்குக் கொடுங்க, நானே ஃபோன் பண்ணி இவங்களைப் பிடித்துக் கொடுக்கிறேன்." என்றான் அபி.

"உனக்கு ஏன்டா இப்படி ஒரு கொலவெறி?" என்று விமலா கூறிய விமலா தன் மகனின் தோளில் செல்லமாக அடித்தார்.

"பின்ன, உன் மேல் உயிரையே வைத்திருக்கும் அப்பாவை விட்டு சாகப் போறேன் சொன்னால், எனக்குக் கோபம் தானே வரும்?"

"நான் இருந்து அவர் என்னடா சந்தோசம் கண்டார்? அதான்.."

"நீ இல்லாமல் மட்டும் அவர் சந்தோசமாக இருப்பாரா? இப்பவே உன் கூடச் சேர்ந்து சாகப் போறேன் சொல்றார். 'ஏன் பா இப்படி?' என்று கேட்டால், 'இதான் மகனே காதல்!' என்கிறார். இதென்ன மாதிரியான காதலோ.. தெரியல"

"உனக்கும் காதல் வரும், தம்பி. அப்போ புரியும் அதோட வலி." என்று கூறி சிரித்தாள் மனிஷா.

"இல்லாத ஒன்றின் வலி எனக்கு எதுக்கு?" என்று கேட்டு அலுத்துக் கொண்டான் அபி.

"ம்ம்.. சரி, இன்னும் ஒரு மணிநேரம் வெயிட் பண்ணு. நீ வந்தால் என் புருஷன் உன்கிட்ட ஏதோ பேசணும் சொன்னான். அவன்கிட்ட இதைச் சொல்லு, பதில் கிடைக்கும்." என்றாள் மனிஷா.

அவள் தன் கணவனுக்குத் தரும் மரியாதை நினைத்துச் சிரித்துக் கொண்டே அபி தன் அம்மாவோடு வெளியே போய் நோயாளிகள் காத்திருக்கும் இடத்தில் அமர்ந்து காத்திருக்க ஆரம்பித்தான்.

அவனுக்கு அடுத்து தன் அம்மாவோடு ஸ்ரீகிருஷ்ணா மனிஷாவை காண அவளின் அறைக்குள் சென்றான்.

தன்னிடம் வந்த புதுப் பேஷண்ட் நந்தினியை பார்த்த மனிஷா, "சொல்லுங்க உங்களின் பிரச்சினை என்ன?" என்று கேட்டாள்.

"எனக்கு என்னம்மா பிரச்சினை, நான் நல்லா தான் இருக்கேன்." என்றார் நந்தினி.

"அப்படியா?" என்று கேட்ட மனிஷா, கிருஷ்ணாவின் பக்கம் திரும்பி பார்த்து, "என்ன சார், ஒன்னும் பிரச்சினை இல்லன்னு சொல்றாங்க? அப்போ யாருக்கு நான் டிரீட்மென்ட் பார்க்கிறது? உங்களுக்கா?" என்று கண்ணைச் சுருக்கி கேட்டாள்.

"என் அம்மாக்கு தான். இதோ நாங்க முன்னாடி பார்த்த டாக்டர் கொடுத்த ரிபோர்ட். நீங்களே படித்துப் பார்த்து சொல்லுங்க." என்றான் கிருஷ்ணா.

அதனைப் படித்துப் பார்த்தவள், "ஓகே. இவங்களுக்குப் பைபோலார் ஆப்பெக்சனட் டிசர்டர் (Bipolar affectionate disorder) இருக்கு. இது சாதாரணமா பத்தில் ஒருவருக்கு இருக்கும் பிரச்சினை தான்." என்றாள்.

"அது தெரியும், மேடம். ஆனா, எனக்குத் தெரிய வேண்டியது, இந்தப் பிரச்சினை குணமாக வழியே இல்லையா?"

"இல்ல"

"என்ன சொல்றீங்க?"

"நீங்க கேட்டதற்கான பதில்."

கிருஷ்ண கோபத்தில் நறநற எனப் பல்லை கடிக்க, அதனைப் பார்த்த மனிஷா, "சார், இந்தப் பிரச்சினை உடல் நோய் இல்ல, மன நோய். இதைச் சரி செய்ய முடியாது. ஆனால, கட்டுக்குள் கொண்டு வர முடியும். இவர்களின் பிரச்சினையே சில சமயத்தில் ஐந்து வயசு குழந்தையின் மனசும் சில சமயம் நாற்பத்தி ஆறு வயசு பெண்ணின் மனசும் இங்கங்க அலைபாய்ந்து ஓடுவது தான். இவங்க தன்னைச் சுற்றி இருக்கும் சூழ்நிலையைக் கவனித்துக் கொண்டு மனதை கட்டுக்குள் வைத்துக் கொண்டாலே யாருக்கும் பிரச்சனை இல்ல." என்றாள்.

"நீங்க சொல்றது உண்மை தான், மேடம். அடிக்கடி சின்னக் குழந்தை மாதிரி பிடிவாதம், தினமும் எத்தனை சாக்லேட் கொடுத்தாலும் இன்னும் வேணும் கேட்கும் அளவுக்கு இருக்கு. மாசத்துக்கு அரிசியில் செலவை விடச் சாக்கரை செலவு ஏறுது. வாரத்துக்கு ரெண்டு மூணு நாள் ஐஸ்கிரீம் கேட்டு தொல்லை, வாங்கித் தர மாட்டேன் சொன்னால், எங்களோட டிரஸ் எல்லாம் தூக்கி போட்டு கத்துறாங்க."

"அதான் சொன்னேன் ல, சுற்றி இருக்கும் சூழ்நிலை தான் இவங்களை என்ன செய்யணும்னு தீர்மானிக்கிறது. சிறு வயசில் கிடைக்காத ஏக்கத்தை இப்போ தீர்த்துக் கொள்ளும் எண்ணம், சில மனதை அரிக்கும் நினைவு வலிகள். இதெல்லாம் ஓர் அளவுக்கு மீறி மனதை பாதிக்கும் காரணம் தான் பிரச்சினை."

"ஆமா, மேடம். என் அப்பா சொல்லி இருக்கார், அவர் காதலித்த காலத்தில் என் அம்மா ரொம்பக் கஷ்டப்பட்ட நிலையில் இருந்ததாக. அனாதை இல்லத்தில் வளர்ந்த வளர்ந்தவங்க என் அம்மா. சின்ன வயசுல சாக்லேட் சாப்பிடும் ஆசை இருந்தும், சாப்பிட்டது இல்லயாம். கல்யாணத்துக்குப் பிறகு என் அப்பா வாங்கித் தந்தது தான் முதல் சாக்லேட்."

"ஏக்கம் மற்றும் சிறு சிறு ஆசைக்கள் யாராலும் தவிர்க்க முடியாதது. இவங்களின் ஆசை எல்லாம் சின்னச் சின்ன ஆசைகள் தானே? விடுங்க, போகப் போக எல்லாம் சரியாகும். அதுவரை நீங்க எதுக்கும் இவங்களைக் கட்டுப்படுத்த கூடாது."

"சரி."

"அப்பறம் இவங்களின் ரத்த சோதனைப்படி ஹீமோகுளோபின் அளவு குறைவா இருக்கு. நல்லவேளை சாக்கரை வியாதி எதுவும் இல்ல. அடிக்கடி பீட்-ரூட், ஆப்பிள், மாதுளைப்பழம் இதெல்லாம் எடுத்துக் கொள்ளச் சொல்லுங்க. ஜூஸ் போல எடுத்து கொண்டாலும் ஓகே தான். அப்பறம் காபி டீ சேர்க்க வேணாம்."

"நீங்க சொன்னாலும் அம்மா காபி டீ குடிக்க மாட்டாங்க. எப்பவும் பூஸ்ட் ஹார்லிக்ஸ் தான். அதுவும் சாக்லேட் ஃபேவர் தான்."

"நீங்க சொல்றதை பார்த்தால் உங்களுக்குக் கூடக் கொடுக்க மாட்டாங்க போல?"

"காபி டீ மட்டும் இல்ல, பூஸ்ட் ஹார்லிக்ஸ் கூடக் கொடுக்க மாட்டாங்க. நான் பால் ஒன்றை குடித்தே பல வருஷம் ஆச்சு."

"விடுங்க, அம்மா தானே?" என்ற மனிஷா, சில விரியம் குறைந்த தூக்க மாத்திரைகள் எழுதி கொடுத்தவள், "இவங்களை நல்லா தூங்க சொல்லுங்க. சரி-யான தூக்கம் தான் மனநோயை கட்டுக்குள் கொண்டு வர முதல் வழி."

"நன்றி."

"ஓகே. அடுத்தச் சந்திப்பு மூணு மாசத்துக்குப் பிறகு தான். அதுவரை அம்மா கூட நிறைய நேரம் செலவு பண்ணுங்க. இவங்களோட மனம் கட்டுக்குள் வர உங்களோட இருப்பு கூடக் காரணமா இருக்கலாம்."

அவர்கள் போன பிறகு உடனே சீதாவிற்கு ஃபோன் செய்த மனிஷா, "சீதா, இப்போ பேசலாமா? இல்ல, பிஸியா?" என்று கேட்டாள்.

"இல்ல, சீனியர். இப்ப ஃப்ரீ தான், சொல்லுங்க"

"உன் ஆள் ராம் அவனோட அம்மா கூட வந்திருந்தான். உன் மாமியார் இப்போ என்னோட பேஷன்ட், என் தங்கச்சியை விட இவங்க செம வாலு போல! உன் ஆள் அவரைப் பற்றி ஏகப்பட்ட குற்றம் வாசித்தான். ஹா.. ஹா.. சிரிப்பை கண்ட்ரோல் பண்றத்திற்குள் போதும் போதும் ஆச்சு!"

"இந்தச் சீதாவுக்கு மாமியார் ஆகணும்னா இப்படிப்பட்ட தகுதி இருந்தால் தானே நல்லா இருக்கும்?"

"ஆமா, ஒரு வாலின் மாமியார் கூட வாலா இருந்தால் தான் சூப்பராவே இருக்கும்."

சிறிது நேரம் பேசியவர்கள் பின்,

"அப்பறம் அன்னிக்கு துணி கடையில் பார்த்த பிறகு உன் ராமை வேற எங்-கையும் பார்க்கல?" என்று கேட்டாள் மனிஷா.

"சின்னத் திருத்தம் இப்போ அவன் கிருஷ்ணா, ராம் இல்ல." என்றாள் சீதா.

"சீதாவுக்கு ஜோடி கிருஷ்ணனா? இதெல்லாம் உலகம் ஏற்றுக் கொள்ளாது பாப்பா!"

"உலகத்தைப் பற்றிய கவலை என்ன, சீனியர்? எல்லாம் மனசு தான். உங்களுக்குத் தெரியாதா காதலை பற்றி?"

"இப்படியே பார்க்கிற எல்லாருமே சொல்லுங்க டி! அந்தத் துருவனைக் காதலித்து நான் படும் கஷ்டம் எனக்கு மட்டும் தாண்டி தெரியும்! எப்போ எந்த ஆவி கூடப் பேசிக்கிட்டு இருக்கானே தெரியல டி!"

"ஹா ஹா.. கேட்கவே நல்லா இருக்கே! அவர் கிட்ட சொல்லி நம்ம அபியின் காதலி யாரென்று கேட்டு சொல்லுங்களேன்."

"எந்த அபி?"

"உங்களுக்கு எத்தனை அபியை தெரியும்?"

"ஒன்றா.. ரெண்டா.. பல அபி இருக்காங்க டி! என் கதையே தான் சொல்லி இருக்கேன் ல? அபிலாஷ், அபிஷேக், அபிராமி, அபிமன்யு, அபினாந்தன் இப்படி என் கதையில் எத்தனையோ அபி இருக்காங்க."

"உன் கதையை விடுங்க. என் கதையில் ஒரே அபி தான்! அதுவும் என் தம்பி அபிராம் தான்."

"அவனா? அவனுக்குக் காதல் வர வாய்ப்பே இல்லடி!"

"என்ன சீனியர் இப்படிச் சொல்றீங்க..?"

"நானும் ஆறு மாசமா பார்க்கிறேன் எப்போ பார்த்தாலும், 'காதல் ஒரு பொய்! காதல் ஒரு மாயை!' இப்படியே சொல்லிக்கிட்டு இருக்கான். எங்க குடும்பமே காதலுக்குப் பெயர் போன குடும்பம், இவன் சொன்னது மட்டும் என் துருவனுக்குத் தெரிந்தது... எப்பவும் தன் உடையில் மறைந்து வைத்துள்ள துப்பாக்கி கொண்டே இவனைச் சுட்டு கொன்றுவன்!"

"நீங்க சொன்னா கேட்பார், துருவன் ஜி கேட்பார். அபியின் வாழ்க்கை எப்படிப் போகும் கேட்டு சொல்லுங்க, சீனியர்."

"சரி பார்க்கிறேன்." என்று கூறி வாக்கு கொடுத்தாள் மனிஷா.

கிருஷ்ணா போன வழியே பார்த்துக் கொண்டிருந்த அபியை ஃபோன் போட்டு அழைத்த மனிஷா, "நம்ம ஹாஸ்பிடலில் இருக்குற மீட்டிங் ரூமுக்கு நீ மட்டும் வாடா, அங்க துருவன் உனக்காக வெயிட்டிங். விமலா அம்மா வெயிட்டிங் ஹால்ல இருக்கட்டும்." என்றாள்.

"சரி, கா." என ஃபோனில் சொன்னவன் தன் அம்மாவை தனக்காக அங்கேயே காத்திருக்கச் சொல்லிவிட்டு மனிஷா சொன்ன அறைக்குச் சென்றான்.

அங்கே ஃபோனில் கேண்டி க்ரஷ் (Candy crush) கேம் விளையாடி கொண்டிருந்த துருவன், அபி வந்ததும் தன் ஃபோனை ஓர் ஓரத்தில் வைத்துவிட்டு அவனைப் பார் பேச ஆரம்பித்தான்.

"என்னடா நல்லவானே! எப்படி இருக்க?"

"நான் நல்லா இருக்கேன். நீங்க எப்படி இருக்கீங்க?"

"எனக்கு என்ன அழகிய காதல் மனைவி, எங்கள் காதல் பரிசாக இரண்டு குழந்தைகள், அன்பு காட்ட பல சொந்தங்கள். சொந்தம் தானே நம்ம சொத்து?"

"உங்க அளவுக்குப் பெரிய சொந்தம் எல்லாம் எனக்கு இல்ல. எனக்கு நெருக்கமான ஆட்களே குறைவு தான்."

"நல்லா பேசுற, அப்பறம் உன் மோகினி எப்படி இருக்கா?"

"அவளைப் பற்றி உங்களுக்கு எப்படித் தெரியும்?"

"இதோ பாருடா உன் மோகினினு சொல்றேன்? அதுக்கு இல்லன்னு பதில் வரல. ஆனா, எப்படித் தெரியும்னு கேள்வி வருது."

"அவ ஒன்னும் என் மோகினி இல்ல!" எனச் சொல்லி உடனே சமாளிக்கப் பார்த்தான் அபி.

"உன் மோகினி என்றால் நீ ஏன் பா தப்பா நினைக்கிற? ‘உன் தோழி மோகினி, உன் காதலி மோகினி, உன் மனைவி மோகினி..’ என்று இப்படிப் பல உன் மோகினி இருக்கு, அதில் பல அர்த்தம் இருக்கு." என்றான் துருவன் மேஜையைத் தன் கையால் தாளம் போட்டுக் கொண்டே.

"என்னைப் பேசி குழப்பாமல் அழைத்த விஷயம் சொல்லுங்க." என்று தன்னை அழைத்த விஷயத்தை மட்டும் பேசுமாறு கேட்டான் அபி.

"அம்மாவின் ஆசையை இப்பவே நிறைவேற்று டா. அப்பறம் காலம் தாழ்த்தி ஃபீல் பண்ணுவதில் அர்த்தம் இல்ல. முதல்ல ஈகோ விட்டு பேச கஷ்டமா தான் இருக்கும். அப்பறம் ஒரு தடவை செட்டாச்சுன்னா, எல்லாருக்கும் சந்தோசம் தான். முயற்சி பண்ணு, அவங்க கூடவே பேசிக்கிட்டே முயற்சி பண்ணு, இனி அம்மாவின் சில கால வாழ்க்கையின் சந்தோசம் உன் முடிவில் தான் இருக்கு."

ஏனோ துருவன் சொன்னதை மறுக்க அபிக்கு தோன்றவில்லை. அவன் சொன்னதைச் செய்கிறேன் என்றே சொல்லிவிட்டு வெளியே போனான்.

அபி போன பிறகு மனிஷாவிக்கு ஃபோன் செய்த துருவன், "மை நிஷா பேபி, நாம கும்பகோணத்துக்குக் கிளம்பணும், பேபி." என்றான்.

"மை நேம் இஸ் மனிஷா. M-A-N-I-S-H-A." என்று பொய் கோபத்தில் கத்தினாள் மனிஷா.

"நானும் அதே தான் சொன்னேன். மை மனிஷா. M-Y-N-I-S-H-A."

"இடியட்! இடியட்!"

"லவ் யூ! லவ் யூ!"

துருவனிடம் பேசிவிட்டு வந்த அபி, காத்திருப்பு அறையில் ஒரு பெண்மணியுடன் பேசிக் கொண்டிருந்த தன் அம்மா விமலாவை பார்த்து அபி, "அம்மா, இங்க என்ன டிஸ்கஷன் போகுது?" என்று கேட்டான்.

"இவங்க பெயர் சாந்தி. இவங்க பையனும் நீ எம்பிஏ சேர போற காலேஜ்ல தான் அவனும் எம்பிஏ சேர போறானாம்."

"சரி, அதுக்கு இப்ப என்ன?"

"என்னவா? புதுக் காலேஜ் புது இடம் உனக்கு ஃப்ரெண்ட்ஸ் வேணாமா?"

"இந்த அபி ஒன் மேன் அர்மி! பசங்க கூட எல்லாம் நோ ஃப்ரெண்ட் ஷிப்! பொண்ணுங்க கிட்ட கூட 'ஹாய்.. பை..' அளவுக்குத் தான் பேச்சு."

அப்போது அந்தப் பெண்மணி அருகே ஃபோனில் ஷின்சன் கார்ட்டூன் பார்த்துக் கொண்டிருந்த ஒரு நபர், "அப்போ மிஸ்டர் அபி, தங்கள் ஒரு பிளேபாய் என்று சொல்லுங்க." என்று கேட்டான்.

பின்னால் இருவருக்கும் சண்டை நடக்க இருக்க, அவர்களைச் சமாதானம் படுத்திய இரு தாயாரும், இருவரையும் ஒருவருக்கு ஒருவர் அறிமுகம் செய்து கொள்ளச் சொன்னார்கள்.

தன் தாயாரின் வேண்டுகோள் ஏற்ற இருவரும், கை குலுக்கி கொண்டு,

"ஐம், அபிராம்."

"ஐம், சிவராம்."

என்றனர்.

***நினைவு புத்தகம் இன்னும் திருப்பப்படும்.***

# 25

# மூன்று தேவர்கள் சந்தித்தனர்

**சென்னை ஆவடியில் ஓர் இடம்.**

தன் அம்மாவின் கட்டாயத்தால் அபி தன் புதிய நண்பன் சிவராமுடன் தனியே வீடு பார்க்க வந்தான்.

அப்படி ஒரு வீட்டை பார்த்துக் கொண்டிருந்த போது, "என்னடா அபி, எதுக்கு இப்படி உம்முனு இருக்க? கொஞ்சம் சிரித்த மாதிரி இருந்தால் தான் என்ன?" என்று கேட்டான் சிவராம்.

"என் மூஞ்சியே அப்படித்தான்." என்றான் அபி.

"அப்போ உனக்கும் எனக்கும் ஒரே ரூம் செட்டாகாது."

"இதைத் தானே நானும் சொன்னேன்?"

"இதைத் தான் இரு நல்ல நண்பர்களுக்கான மன பொருத்தம் சொல்வாங்க!"

"வேணாம் டா, அப்புறம் பச்ச பச்சய சொல்லிட போறேன்."

"எதுக்குப் பச்ச எல்லாம் சொல்ற. ஒருவேளை அதான் உன்னோட ஃபேவரைட் கலரா?"

அதற்குமேல் அபி எதுவும் சொல்லவில்லை. தன் வாயை திறந்து ஏதாவது சொன்னாலே சிவா அதற்குக் கவுண்டர் கொடுக்கிறேன் என்ற பெயரில் மொக்கை போடுவதை அவனால் கேட்க முடியவில்லை.

தன் அம்மாவும் அவனின் அம்மாவும் திடீர் நண்பர்களான ஒரு காரணத்தால், பிடிக்கவில்லை என்றாலும் சிவாவுடன் நட்பு கொள்ள வேண்டிய சூழ்நிலையில் அபி தள்ளப்பட்டான்.

போதாத குறைக்கு இருவருமே ஒரே காலேஜ், ஒரே டிபார்ட்மெண்ட் எடுக்கப் போகிற விஷயம் தெரிந்ததால் அவனின் தனி ரூம் எடுத்து தங்கும் யோசனையில்

சிவாவையும் தள்ளிவிட்டனர்.

"அபி, எனக்குத் தான் வேற வழி இல்ல, சொந்த ஊரு வேலூர் அங்கே இருந்து தினமும் சென்னையில் இருக்கும் காலேஜூக்கு வந்து போக முடியாது சொல்லி அறை எடுக்கிறேன். உனக்கு என்னடா? சென்னைல வீடு, பின்ன என்ன?" என்று கேட்டான் சிவா, தன் மனதில் நெடுநேரம் இருந்த சந்தேகத்தை.

"ஆமா, சிவா. ஆனா, ஒரு பிரச்சனை. எங்க வீட்டிலிருந்து காலேஜூக்கு தினமும் ஒன்றரை மணி நேரத்திலிருந்து இரண்டு மணி நேரம் பயணம் செய்யணும். எனக்கு அதெல்லாம் செட்டாகாது, அதான் இந்த முடிவு. அப்பா அம்மாவை பார்க்க வார கடைசியில் வீட்டுக்குப் போனால் போதும்." என்றான் அபி.

"ஓகே, நல்ல முடிவு. அப்புறம்.."

"இன்னும் என்னடா?"

"எதுக்கு இப்ப கோவப்படுற?"

"ப்ளீஸ், சிவா.. புரிஞ்சுக்க, எனக்கு அதிகம் பேசுவது பிடிக்காது. டாக் லெஸ், வொர்க் மோர் (Talk less, work more) மனிதன் நான். ப்ளீஸ்!"

"அப்ப எனக்குக் கண்டிப்பா போர் அடிக்கும்."

"ஹ்ம்ம்.. எப்பவும் போலக் கார்ட்டூன் பார். அப்புறம் போர் அடிக்காது." என்றான் அபி நக்கல் குரலில்.

"அதிகம் பேசத்தான் மாட்டே, அட்லீஸ்ட் என் கூடச் சேர்த்து கார்ட்டுன் பார்ப்பியா?" என்று சிவா விடாது கேட்டான்.

"சாரி, நான் ஒன்லி மூவிஸ் தான் பார்ப்பேன். அதுவும் ஹாலிவுட் மூவிஸ்." என்ற அபி, சிவாவின் தொடர் கேள்வியால் உண்டான சோர்வை மறைத்து.

"அது கூட ஓகே தான். ஆக்சன் படம் தானே பார்ப்பே?"

"இல்ல, சயன்ஸ் ஃபிக்ஷன் (Science fiction) தான். லாஜிக் இல்லாத ஆக்சன் மூவிஸ் எனக்குப் பிடிக்காது முக்கியமா லவ் ஸ்டோரி பிடிக்கவே பிடிக்காது!"

"அப்படிக் காதல் என்னடா பாவம் பண்ணியது?"

"காதல் ஒன்று உண்மையில் இருப்பதே எனக்கு டவுட் தான்."

"இதுவரை யாரையும் நீ லவ் பண்ணது இல்ல? ஓகே.. ஓகே.. உனக்குத் தான் அதில் நம்பிக்கை இல்லன்னு சொல்லிட்டியே! அட்லீஸ்ட் ஒரு பொண்ணு கூடத் தன் காதலை உன்னிடம் சொன்னதே இல்ல?"

"சொல்லி இருக்காங்க. ஆனா.."

"ஆனா.. என்ன?"

"அதெல்லாம் பப்பி லவ். என்னை ஃபீல் பண்ற வைக்கும் அளவுக்கு ஒருத்தி சொன்னா.. அப்போ கூட எனக்கு அது லவ் என்ற ஃபீல் தரல."

"ஓ! அந்தப் பொண்ணு பெயர் என்ன?"

"அவள் ஒரு பிசாசு.. மோகினி பிசாசு."

"பிசாசு எல்லாம் லவ் சொல்லி இருக்கா? சூப்பர்!"

சிவாவுக்குத் தெரியவில்லை உண்மையில் அது பிசாசு அல்ல, ஓர் உயிருள்ள பெண்! அபி மேல் உயிராக இருக்கும் பெண் என்று.

அபியிடம் பதில் வராத காரணத்தால் திரும்பி சிவாவே, "எனக்குத் தான் யாரும் லவ் சொன்னது இல்ல. நான் லவ் சொல்ல போன எல்லாப் பொண்ணுங்களும் ஏற்கனவே கமிட் ஆனவர்கள்."

"அப்படியா? ஓகே." என்ற அபி அதோடு பேச்சை நிறுத்த சொல்லிவிட்டு, வீட்டை அங்குச் சுற்றி பார்த்தான்.

அவர்கள் பார்த்துக் கொண்டிருந்த வீட்டின் உரிமையாளர் வந்து, "என்ன பசங்களா? வீட்டை பிடித்திருக்கா?" என்று கேட்டார்.

"எனக்கு ஓகே. சிவா, உனக்கு?" என்று சிவாவின் அபிப்ராயத்தைக் கேட்டான் அபி.

"எனக்கு எதிர்பார்ப்பு பெருசா ஒன்னும் இல்ல. உன் இஷ்டம் தான் எனக்கும்." என்றான் சிவா.

"எங்களுக்கு ஓகே, சார்." என்றான் அபி.

"அப்போ ஓகே, தம்பிகளா. அப்புறம் உங்க கூட இன்னொரு பையனும் தாங்க போறான். பெரிய வீடுல, குறைந்தது மூணு பசங்களுக்கு வீடு வாடகைக்கு விட்டால் தான் சரியா இருக்கும்." என்றார் வீட்டின் உரிமையாளர்.

அபி யோசிக்க, சிவா "சரி" என்றவன், "நீங்க எப்போ வரணும் மட்டும் சொல்லுங்க. நாங்க இங்க பெட்டி படுக்கை எடுத்து வந்துடுறோம்." என்றான் முகத்தில் சிரிப்பை காட்டி.

"சிவா, யாரோ புது ஆள் வர மாதிரி சொல்றாங்க. நல்லா யோசி." என்ற அபி, சிவாவின் முடிவை பரிசீலனை செய்யச் சொன்னான்.

"நீயே எனக்குப் புது ஆள் தான். உன்னை மட்டும் பார்க்காமல் இருந்திருந்தால் ஏதாவது ஒரு பாய்ஸ் ஹாஸ்டலில் தங்கிருந்து தான் காலேஜ் போய் இருப்பேன். அங்க கூட ஒருத்தருக்கு மூணு நாலு பேரு புதுமுகமாகத் தான் இருப்பாங்க. அதையெல்லாம் விட இது பெருசில்ல, கஷ்டமில்ல." என்றான் சிவா.

"ஓகே! ஓகே! மூணு ரூம் இருக்கு. ஆளுக்கு ஒரு ரூம், பிரைவசிக்கு ப்ராப்ளம் இல்ல." என்ற அபி, அங்கே வந்த மூன்றாவது நபரை பார்த்து அதிர்ச்சி அடைந்தான். அந்த நபர் ஸ்ரீகிருஷ்ணா.

"நீ ஸ்ரீராம் தானே?" என்று கேட்டான் அபி.

"ஹ்ம்ம்.. ஆமா. ஆனா, அந்தப் பெயர் ஒரு காலத்தில் வீட்டில் கூப்பிடும் பெயர். என்னோட உண்மையான பெயர் ஸ்ரீகிருஷ்ணா. அப்புறம் உன்னை எங்கேயோ பார்த்த மாதிரி இருக்கு." என்றான் கிருஷ்ணா.

"ஹாய்! நான் அபிராம். உன்னோட ஃப்ரெண்ட் மைதிலியின் சித்தப்பா பையன்." என்றான் அபி, கிருஷ்ணாவின் கண்ணில் தெரியும் மாற்றத்தை கூர்ந்து கவனித்து.

கடந்த ஒன்றரை வருடமாக மைதிலியின் நினைவில் இருந்து வெளியே வர நினைத்த கிருஷ்ணாவுக்கு, திரும்பி அவளின் நினைவை வரவைத்த அபியை கோபத்தோடு பார்த்தான்.

அதனைப் புரிந்த அபி, "ஒரு நாள் முதல்வன் போல நான் ஒரு நாள் சித்தப்பா பையன். அப்புறம் நான் அவளைப் பார்க்கவே இல்ல, இப்ப அவ எங்க இருக்கா கூட எனக்குத் தெரியாது." என்றான்.

"காரணம்..?"

"எனக்கு அவளின் குடும்பத்தைப் பிடிக்காது. அவங்க உறவே தேவையில்ல நினைக்கிறேன். நீயும் நானும் இனி இங்க தான் தாங்க போறோம், அப்படித் தான் ஹவுஸ் ஓனர் சொன்னார். மைதிலியை பற்றி நீ கேட்க மாட்டேன்னு சொன்னால், நான் உன் கூடத் தங்குவதில் பிரச்சினை இல்ல."

"அதே தான் நானும் சொல்றேன். எனக்கும் அவளைப் பற்றிப் பேச்சில் விருப்பம் இல்ல."

சிறிது நேரத்தில் இரண்டு வருட லீசாக வீட்டை எடுத்துக் கொண்டே மூவரும் வீட்டு உரிமையாளரை அனுப்பி விட்டு பேச ஆரம்பித்தனர்.

"ஹாய்! என் பெயர் சிவராம். இங்க பக்கத்தில் இருக்கும் வெல்டெக் காலேஜ்ல தான் எம்பிஏ சேர்ந்திருக்கேன்." என்றான் சிவா.

"ஹ்ம்ம்.. நானும் அதே காலேஜ்ல அதே டிகிரி சேர்ந்திருக்கேன்." என்றான் கிருஷ்ணா.

"நானும் தான்." என்றான் அபி.

"எங்கயோ பிறந்த நம் மூன்று பேரும் ஒரே இடத்தில், ஒரே கூட்டில் வந்த காரணம் ஏதோ ஒரு பெரிய காரியத்தைச் சாதிக்கத் தான்." என்றான் சிவா.

"எது? உனக்கு ஒரு லவ்வர் தேடி தருவதா?" என்று அபி கேலியான குரலில் கேட்டான்.

"தேடி தந்தால் கூடச் சந்தோஷம் தான்."

"என்னைப் பார்த்தால் மாமா வேலை பார்ப்பவன் மாதிரி இருக்கா?"

"இல்லயே! உனக்கு அப்படி இருக்கா?"

"இல்ல! ஆனா, உன்னை இப்பவே கொல்லனும் போல இருக்கு!"

"இதான் ரொம்பத் தவறான செயல்."

அபி தலையில் அடித்துக் கொள்ள, இங்கே கிருஷ்ணாவிடம் சிவா பேச ஆரம்பித்தான்.

"கிருஷ்ணா, உன்னோட சொன்ன ஊர் எது?"

"பிறந்தது வளர்ந்தது எல்லாம் சென்னைதான்."

"ஓ! அப்போ அபி மாதிரி வீடு ரொம்பத் தூரம் சொல்லி இங்க தாங்கி படிக்கும் ஐடியாவா?"

"ரொம்பத் தூரம் எல்லாம் இல்ல. பூந்தமல்லியில் தான் என் வீடு இருக்கு."

"அப்போ எதுக்கு இங்க வந்து தாங்குற?"

"என் அம்மாவுக்கும் எனக்கும் அடிக்கடி சண்டை. செட் ஆகல. அதான் கொஞ்ச நாள் பிரிந்து இருந்தாலாவது அவங்க மாறுவாங்க ஒரு நம்பிக்கை."

"அம்மா மேல் கோபமா இருக்கலாமா, தப்பு இல்லயா?"

"என்னோட பர்சனல். அதனால் நீ வாயை க்ளோஸ் பண்ணலாம்."

தன்னைப் பார்த்து அவ்வாறு சொன்ன கிருஷ்ணாவை பார்த்துக் கேலியாகச் சிவா, "அய்யா ரொம்பக் கோபக்காரர் போல? உன் கோபத்தை வேற எங்கை-யாவது போய்க் காட்டு. நான் சிரித்துப் பேசுற அளவுக்கு என் கையும் அப்போ அப்போ பேசும்." என்றான் தன் கையை முறுக்கி காட்டியவாறு.

சில வாய் சண்டைக்குப் பிறகு அவர்களைச் சமாதானம் செய்த அபி, "முதல்ல அவங்கவங்க வீட்டில் போய் வேண்டிய திங்ஸ் எல்லாம் எடுத்துக் கொண்டு வரு-வோம். இன்னும் ஒரு வாரத்தில் காலேஜ் திறக்க போகுது." என்றான்.

"சரிடா, நான் இப்பவே கிளம்புறேன். பக்கத்தில் தானே ஆவடி பஸ் ஸ்டாண்ட்? இல்ல, ஆவடி ரயில்வே ஸ்டேஷன் கூடப் பக்கத்தில் தான் இருக்கு. அங்கே ட்ரெயின் பிடித்து வீட்டுக்கு போறேன். நாளைக்கு ஈவினிங் முன்னாடி எனக்கு வேண்டியது எல்லாம் கொண்டு வர பார்க்கிறேன்." என்று அபியிடம் சொன்ன சிவா வீட்டுச் சாவி ஒன்றை வாங்கிக் கொண்டு, கிருஷ்ணாவை பார்த்து முறைத்து விட்டு கிளம்பிவிட்டான்.

அபியும் கிளம்பப் பார்ப்பதற்கு முன் கிருஷ்ணா அவனை அழைத்து, "உனக்கு லவ்வர் யாராவது இருக்காங்களா?" என்று கேட்டான்.

"இல்ல! காதலில் கூட நம்பிக்கை இல்ல!" என்றான் அபி.

"ஓகே."

"அந்தக் கேள்வி எதற்குத் தெரிந்து கொள்ளலாமா?"

"ஒரு வருஷத்துக்கு முன்னாடி உன்னை ஒரு பொண்ணு கூடப் பார்த்தேன்."

"எங்க? என்னிக்கு? அதைச் சொன்னா பதில் சொல்ல சரியா இருக்கும்."

சீதாவை கிருஷ்ணா பார்த்த அந்த நாளை சொல்ல, அதனைக் கேட்ட அபி, "அன்னிக்கு என் சிஸ்டர் கூட அந்தக் கடைக்கு வந்தேன். ஏன்?" என்று கேட்-டான் சந்தேகப் பார்வையில்.

"ஒன்னும் இல்ல. சும்மா தான் கேட்டேன்." என்ற கிருஷ்ணா, அதோடு தன் பேச்சை முடித்துக் கொண்டான்.

இருவருமே வீட்டை பூட்டி விட்டு ஆளுக்கு ஒரு சாவி எடுத்துக் கொண்டு கிளம்பினர்.

போகும் வழியில் சீதாவுக்கு அபி ஃபோன் செய்தான்.

"சொல்லுடா, வீடு எல்லாம் பார்த்தியா? நினைத்த மாதிரி கிடைத்ததா?" என்று கேட்டாள் சீதா.

"எல்லாம் ஓகே. அப்புறம் நம்ம ஸ்ரீராமை இங்க பார்த்தேன். அவனும் இனி என்னோட ரூம்மேட் தான். ஒரு வருஷத்துக்கு முன்னாடி உன்னையும் என்னை-யும் ஒரு கடை வாசலில் பார்த்தவன் நீ எனக்கு யாருன்னு கேட்டான்." என்றான் அபி.

"நீ என்ன சொன்ன?" என்று பயத்தோடு கேட்டாள் சீதா.

"என்னோட சிஸ்டர் சொன்னேன்."

"எல்டர் சிஸ்டரா? யங்சர் சிஸ்டரா?"

"உனக்கு இதற்கான பதில் தெரியாதா?"

"தெரியும். ஆனா, நீ எந்தச் சிஸ்டர்னு சொன்ன?"

"மொட்டையா சிஸ்டர் மட்டும் தான் சொன்னேன்."

அப்பொழுதே சீதா தன் இரண்டாம் அத்தியாயத்தைக் கிருஷ்ணாவின் வாழ்-வில் விளையாட முடிவு செய்து விட்டாள்.

அது புரியாத கிருஷ்ணா, அபி சொன்ன "சிஸ்டர்" என்ற வார்த்தையில் தன்னை மறந்த நிலையில் இருந்தான்.

அபிக்கு காதலி என்று நினைத்தவளை உண்மையில் அபிக்கு அவள் "சிஸ்-டர்" என அறிந்து கொண்டான். அவளின் அன்றைய தோற்றத்தை மட்டும் மனதில் வைத்துக் கொண்டு அவள் அபியின் தங்கை என்றே முடிவிற்கு வந்தான்.

## நினைவு புத்தகம் இன்னும் திருப்பப்படும்.

# 26

# அபி - கிருஷ்ணா நட்பு கொள்தல்

**ஸ்ரீகிருஷ்ணாவின் வீடு.**

நந்தினி தன் மகனிடம் கெஞ்சி கொண்டிருந்தார்.

"அடேய்! ஓர் ஐஸ்கிரீம் கேட்டதற்கா வீட்டை விட்டு போறேன் சொல்ற? அம்மா பாவம் ல? எனக்கு இருக்கிறதே நீ ஒரே பிள்ளை. உன்னை விட்டு அம்மா எப்படிடா இருப்பேன்?" என்று கேட்டார் அவர்.

அவரிடம் பதில் சொல்லாமல் தன் அப்பாவிடம் திரும்பிய கிருஷ்ணா, "அப்பா, சனி ஞாயிற்றுக்கிழமைகளில் இங்க கண்டிப்பா வருவேன். சில டிரசேஸ் தான் எடுத்திருக்கேன். ஊரை விட்டு எல்லாம் போகலன்னு நீங்களே அம்மாகிட்ட சொல்லுங்க." என்றான்.

"அதை நீயே சொல்லிடு." என்றார் நந்தன் (நந்தேஸ்வரன்).

"சாரி! அதற்கு வாய்ப்பு இல்ல. நான் கோபமா இருக்கேன்!"

"இதெல்லாம் ரொம்ப ஓவர் டா! உன் அம்மாவுக்கு நீயில்லாமல் நாளே ஓடாது. முன்னாடி விடக் கடந்த ரெண்டு வருஷமா உன் கூட ரொம்பவே ஓட்டிகிட்டா! அதுக்குத் தகுந்த மாதிரி நீயும் பாசமா இருந்துட்டு இப்போ போய்.."

"நான் ஏற்கனவே சொன்னது தான், எனக்கு டைம் வேணும். முக்கியமா அந்தக் காதல் தோல்விக்குப் பிறகு நல்லா போன என் வாழ்க்கை நீங்க ரெண்டும் பேருமே அந்த டைரியை படித்து விட்டு, என்னை மற்றொரு குற்றவுணர்ச்சியில் என்னை நீங்க கொண்டு போன வலியில் இருந்து நான் வெளியே வர கொஞ்சம் நாள் வேணும்."

"நீ எங்க பிள்ளை! உன் டைரியை படிக்கிற உரிமை எங்களுக்கு இல்லயா?" என்று கேட்டார் நந்தினி ஆதங்கத்தில்.

"என்னைப் பெற்ற உங்களுக்கு என்னைக் கொல்லும் அளவுக்குக் கூட உரிமை இருக்கு. ஆனா, இந்த டைரி விஷயம் வேற. இந்த டைரியில் இருப்பது என்னை மட்டும் சார்ந்தது இல்ல, இன்னொரு பெண்ணைப் பற்றி நான் சொன்ன சில குறிப்பு இருக்கு. இது மட்டும் மூன்றாவது மனிதன் கையில் கிடைத்தால் என்ன ஆகும்? இதை வைத்து அவளைப் பிளாக்மெயில் செய்கிற அளவுக்குக் கூடப் போகலாம்." என்றான் கிருஷ்ணா.

"ஆமாடா, பெருசா எழுதி கிழிச்சுட்ட! பத்துப் பக்கம் கூடப் போகாத அதுக்கு இவ்வளவு சீன் ஆகாது, மகனே." என்றார் நந்தன்.

"எத்தனை பக்கம் என்பது முக்கியம் இல்ல. அதெல்லாம் என் வலிகள்! ஏக்கங்கள்! பிறந்ததிலிருந்து நண்பர்கள் என்று யாருமே இல்லாமல் வளர்ந்த நான், எவளோ ஒருத்தியால் நட்பு மற்றும் காதல் இரண்டிலும் ஏமாற்றப்பட்ட உணர்வின் தாக்கம்!"

"இந்தக் காலத்துல எல்லாரும் சுயநலவாதிகள் தான். எங்க காலம் மாதிரி இல்லாமல், இந்தக் காலத்துல நட்பிக்கும் காதலுக்கும் முக்கியத்துவம் கொடுப்பவர்கள் ரொம்பவே குறைவு. நீ தான் பார்த்து இருந்துக்க வேணும்."

"போங்கப்பா! எனக்கு நம்பிக்கையே போச்சு. இனி யாரையும் நம்புற மனநிலையில் நான் இல்ல. மற்றவர்கள் மாதிரி சுயநலமாகவும் இருக்க முடியாமல், எனக்குப் பிடிச்ச விஷயத்தையும் செய்யவும் முடியாமல் நான் அனுபவிக்கும் வலி என்னால் வார்த்தைகள் மூலம் சொல்ல முடியல!"

"என்னடா இப்படிச் சொல்ற? பெற்ற வயிறு பதறுது டா!" என்றாள் நந்தினி.

அந்தக் காதல் தோல்விக்குப் பிறகு தான் தன் அம்மாவின் முழு அன்பையும் கவனித்து உணர ஆரம்பித்தான் ஶ்ரீகிருஷ்ணா. பல சமயங்களில் அவனே நினைத்தது உண்டு.

"பெற்ற தாய் கோபத்தில் தன்னை அடித்த ஒரு காரணத்துக்காக வெளியே அன்பையும் அக்கறையான பேச்சையும் தேடினேன்! தன் மனத்தின் ஏக்கத்தை ஒரு தடவை இவர்களிடம் சொல்லி இருந்தால், மைதிலி என்ற ஒருத்தி தன் வாழ்க்கையில் வந்தே இருக்க மாட்டாளே!" என்று எண்ணி அவன் வருத்தம் கொண்டது உண்டு.

அதனை எல்லாம் திரும்பி எண்ணியவன், தன் அம்மாவின் நெற்றியில் முத்தம் ஒன்று வைத்துவிட்டு, "நீங்க ரெண்டு பேர் மட்டும் இல்லையென்றால் அவ பேசிய பேச்சு கேட்ட அன்றே தற்கொலை பண்ணியிருப்பேன். நட்பு காதல் இரண்டையும் தன் பேச்சால் கேவலப்படுத்திட்டா அவ!" என்றான் தான் ஏமாற்றப்பட்ட கோபத்தில் கைகள் நடுங்க.

"அந்தப் பெருமாளின் இரண்டு முக்கிய அவதாரமான ஸ்ரீராமன் மற்றும் ஸ்ரீகிருஷ்ணன், பெயரையும் உனக்கு மாற்றி மாற்றி வச்சீருக்கோம். அவர்கள் பார்க்-

காத கஷ்டமா, சொல்லு?" என்றனர் அவனின் பெற்றோர்.

"கட்டிய மனைவிக்குத் துணையாக இல்லாமல் நாட்டு மக்களே முக்கியம் நினைத்த தன் தவறுக்கு அந்த ஸ்ரீராமன் பல இன்னல்கள் பட்டார். 'தன் கலகம் மூலம் மற்றவர்களுக்கு வாழ்க்கை பாடம் கற்றுத் தருகிறேன்!' என்கிற பெயரில் எல்லோருக்கும் கஷ்டம் தந்தவர் ஸ்ரீகிருஷ்ணர். அவரின் அவதாரத்தின் முடிவில் சிறு வில் ஒன்று அவரின் காலில் குத்தி இறந்தார். ஸ்ரீராமர் மாதிரி என் வாழ்க்கையில் சீதையும் இல்லை! அதே நேரத்தில் அந்த ஸ்ரீகிருஷ்ணர் மாதிரி இல்லாமல் நானோ நான் உண்டு என் வேலை உண்டு இருந்தும் என்ன நடந்தது? காதல் என்ற பெயரில் ஒரு மோசமான வில் ஒன்று என் இதயத்தில் பாய்ந்து கிழித்து விட்டது." என்று சுத்த தமிழில் சொற்பொழிவு ஆற்றினான் கிருஷ்ணா.

அவனின் சொற்பொழிவு கேட்டுத் தலையில் அடித்துக் கொண்ட நந்தன், "மகனே, என்னைப் பொறுத்தவரை அது காதலே இல்ல." என்றார்.

"தெரியும். ஆனா, அதை முழுசா உணர்ந்து கொள்ளத்தான் கொஞ்ச நாள் தனியா போறேன். ப்ளீஸ்! ஒரு வருஷம் விடுங்க. அப்பறம் நீங்க கேட்காமலேயே இங்கே வந்துடுறேன்."

"திரும்பி தற்கொலை மாதிரி யோசிக்காம இருந்தா மட்டும் போதும்."

"கண்டிப்பா மாட்டேன்! எனக்கு நீங்களும் அம்மாவும் இருக்கீங்க, உங்க இருவரும் என்னால் இனி ஒரு கஷ்டம் வர விடமாட்டேன்!"

"அப்பறம் கிருஷ்ணா, நான் வேணும்னா பேங்க் லோன் போட்டு நீ ஆசைப்பட்ட வண்டியை வாங்கித் தரட்டா?" என்று கனிவான குரலில் கேட்டார் நந்தன்.

"இல்லப்பா, வேணாம். ஏற்கனவே நாம ஹவுசிங் லோன், கோல்டு லோன் எல்லாம் கட்ட வேண்டியது இருக்கு. எதுக்கு இன்னொரு லோன்? எனக்கு என் வண்டி இருக்கு. கொஞ்ச தூரம் போறதுக்கு அதுவே போதும்." என்றான் கிருஷ்ணா முடிவாக.

என்னதான் அப்படி அவன் சொல்லி இருந்தபோதிலும் அவன் மனக்கண்ணில் அவனுக்குப் பிடித்த ஆக்டிவா வந்து போனது.

கியர் வண்டியில் ஆசை இல்லாத ஶ்ரீகிருஷ்ணா, ஆக்டிவா (Activa) வண்டியில் அதுவும் வெள்ளை நிறம் கொண்ட ஆக்டிவா வண்டியில் கொள்ளை பிரியம் உள்ளவன்.

தன்னுடைய இரண்டு பை துணிகளை எல்லாம் எடுத்துக் கொண்டவன் தன் செல்ல வண்டி டிவிஎஸ் எஸ்எல் (TVS XL) வண்டியில் கிளம்பினான், தன் வாழ்க்கையில் அடுத்தப் பரிமாற்றத்தை சந்திக்க.

அபியின் வீடு.

அபியின் அம்மா கோபத்தோடு அவனது துணிகளை எல்லாம் இரு பைகளில் அடுக்கிக் கொண்ருந்தார்.

"எம்மோவ்! எம்மைப் பெற்ற தாயே! என்ன கோபம் என் மேல்?" என்று ராகம் வாசித்துக் கொண்டே கேட்டான் அபி.

"பேசாதே! இனி ஒரு வார்த்தை உன் வாயில் வந்தது.." என்று கூறி முறைத்தார் விமலா, அவனின் செல்ல அம்மா.

சுவரில் ஸ்டைலாகச் சாய்ந்து கொண்ட அபி, "என்ன பண்ணுவ? உன்னால் என்ன பண்ண முடியும்?" என்று திமிராகக் கேட்டான்.

"அப்பறம் நான் பேசவே மாட்டேன்!"

"பேசாத."

"நான் பேச மாட்டேன் சொல்றது கேட்டு உனக்குக் கஷ்டமா இல்லயா?"

"இல்ல."

"ஏன்?"

"தெரியல. பழகி போச்சு."

இன்னும் வேகமாகத் துணியை அடுக்கியவர், அவன் மேல் அதைத் தூக்கி போட்டார். அதைப் பிடித்தவன், "என்ன மா? உன் கோபம் அவ்வளவு தானா? இல்ல, இன்னும் இருக்கா?" என்று கேட்டான்.

"என் கோபத்தின் காரணம் இப்போ உனக்குப் புரியாது! இந்த அம்மாவே ஒரு நாள் இல்லாமல் போவேன் அப்ப புரியும்!" என்றார் விமலா ஆதங்கத்தில்.

கையில் இருந்த பையைக் கோபத்தில் தூரம் போட்ட அபி, அவரை நெருங்கி, "இங்க பாரு! உன்கிட்ட பேசாமல் இருக்க முடியும் தான் சொன்னேன். நீ இல்லாமல் இருக்க முடியும் சொல்லல! சொல்லவும் மாட்டேன்! உன்னையும் அப்பாவையும் எனக்கு எந்த அளவுக்குப் பிடிக்கும்னு சொல்ல தேவையில்ல! உங்க இருவரின் ஒருத்தர் இல்லனாலும் செத்துடுவேன் மா! செத்துடுவேன்!" என்று கோபத்தில் ஆரம்பித்தவன் கடைசியில் கண்ணீரில் முடித்தான்.

அவனின் கண்ணீரை பார்த்த அந்தத் தாய், அந்தக் கண்ணீரை தன் புடவை முனையால் துடைத்து விட்டு, "அபி கண்ணா, என்னடா இருபத்திரண்டு வயது பையன் மாதிரியா இருக்க? யாருக்காகவும் யார் வாழ்க்கையும் இல்லப்பா. அம்மாவும் அப்பாவும் எத்தனை வருஷம் இருப்போம், சொல்லு? எங்களுக்கும் வயசு ஆகுது ல?" என்று கேட்டார் தன் மகனுக்கு வாழ்க்கையின் நிதர்சனம் உணர்த்த.

அப்போதும் கண்ணீர் விடாமல் அவன் கண்ணில் இருந்து விழ, அவனோ, "எனக்குத் தெரியாது! நான் இருக்குற வரைக்கும் நீங்களும் இருக்கணும். அப்படியே என்னை விட்டு போக நினைத்தாலும் என்னையும் கூட்டிக்கிட்டு போங்க!" என்றான் தன் அம்மாவை அணைத்துக் கொண்டு.

"இப்படி யார் மேலையும் ரொம்ப அட்டாச்சா இருக்காத, அபி. அப்பறம் அவர்களின் தவிர்க்க முடியாத பிரிவு கூட உன்னைத் தான் வேதனைப்படுத்தும்." என்றார் விமலா.

உடனே கண்ணீரை விட்டு சிரித்தவன், "ஹா.. ஹா.. அதுக்கு வாய்ப்பே இல்லமா! நீயும் அப்பாவும் எப்பவும் என்னை விட்டுப் போகப் போறது இல்ல. அப்பறம் சீதா அக்கா எனக்கு இன்னொரு அம்மா மாதிரி அவ கண்டிப்பா யாருக்காகவும் என்னை விட மாட்டா. கடைசியில் என் உயிர் தோழி ஐஸூ.. பழக்கம் கொஞ்ச நாளாக இருந்தாலும் மனதில் எங்களுக்கு நெருக்கம் அதிகம் மா.

எங்களின் நட்பு தொடரவே அவளின் தங்கச்சியை எனக்குக் கட்டி கொடுக்கும் அளவுக்குத் தயாராக இருக்கா. இப்படி என்னைச் சுற்றி அன்பு காட்ட நல்ல உள்ளங்கள் நீங்க இருக்க, என்ன வேதனை வரபோகுது?" என்று கேட்டான்.

அப்போது திடீரென்று இருவரின் கை தட்டும் சத்தம் கேட்டது. யாரெனப் பார்த்தால், அபியின் அப்பா விமல் மற்றும் அக்கா சீதாஸ்ரீ அங்கே நின்று கொண்டிருந்தனர்.

"என் மேல அவ்வளவு நம்பிக்கையா? ரொம்பப் பெருமையா இருக்குடா! பெருமையா இருக்கு!" என்றாள் சீதா, வராத கண்ணீரை தன் கையால் துடைத்துக் கொண்டு.

"அக்கா, என்னை விட உனக்கு எதுவும் முக்கியம் இல்லன்னு எனக்குத் தெரியாதா? அந்த நம்பிக்கை தான்." என்றான் அபி மாறாத சிரிப்புடன்.

"சரி, டிரஸ் எல்லாம் பேக் பண்ணிட்டியா?" என்று கேட்டார் விமல்.

"ஹ்ம்ம்.. அம்மாவே பண்ணிட்டாங்க." என்றான் அபி.

"அபி, என் கோபம் இல்ல போகல." என்றார் விமலா.

"நீங்க இன்னும் காரணம் சொல்லல."

"நீ வெளியே தங்கி படிக்கிறது பிடிக்கல. அதான் கோபம்."

"சின்ன வயசுல எல்லாம் பாதி நேரம் சீதா அக்காவின் வீட்டில் தானே வளர்ந்தேன், இப்போ மட்டும் என்ன?"

"அப்பவும் இப்பவும் ஒன்றா?"

"இல்லயா பின்ன?"

"அப்போ சீதாவின் அப்பா அம்மா பார்த்துக்கிட்டாங்க. இப்போ யாரும் அப்படி இல்லயே!"

"என்னைப் பார்த்தால் எப்படித் தெரியுது? சின்னக் குழந்தை மாதிரியா?"

"என் பயம் அது இல்லன்னு உனக்கே தெரியும்!"

"சாரிம்மா! உன் பையனுக்கு மனசை படிக்கக் கூடிய சக்தி இல்ல." என்றான் அபி கையைக் கட்டிக்கொண்டு கேலியாகச் சிரித்து.

"சித்தி, நீங்க என்ன நினைத்து பயப்படுறீங்க? அதைச் சொல்லுங்க." என்று கேட்டாள் சீதா.

"புது இடம்.. புது ஆட்கள்.. கூடத் தாங்க போற பசங்க எந்த மாதிரி தெரியல. அந்தச் சிவா பையன் மட்டும்தான் நினைத்து சரி சொன்னேன். இப்போ புதுசா இன்னொருத்தன் கூட வர போறான். அதான்.." என்று அதற்கு மேல் சொல்ல தயங்கினார் விமலா.

ஆனால் அபி விடாமல் அவரைப் பார்த்து, "சரி, இப்போ என்ன சொல்ல வரீங்க?" என்று கேட்டான்.

"அந்தப் புதுப் பையனுக்குக் கெட்ட பழக்கம் ஏதாவது இருக்கப் போய்.. உனக்கும் அதைச் சொல்லி தந்துட்டா..?" என்று கேட்டார் விமலா.

"ஹ்ம்ம்.. அந்தச் சிவாவை விட இந்தப் புதுப் பையனை நான் நம்புறேன். அவன் பெயர் ஸ்ரீகிருஷ்ணா. அவனைப் பல வருஷமா எனக்குத் தெரியும். எப்படின்னு கேட்காதே மா, அதைச் சொல்ல மாட்டேன். அவன் என்னை விட நல்ல பையன், போதுமா?"

"உனக்குத் தெரிஞ்சவன் என்றால் ஓகே தான்." என்று சொல்லி மனநிம்மதி அடைந்தவர், "அப்போ அப்போ அம்மாவை வந்து பாரு டா. உன் சித்தி வைஷ்ணவி கூட அடுத்த வாரம் என்னைப் பார்க்க வரேன்னு சொல்லி இருக்கா. நீ வந்தா உன்னையும் அவ பார்த்த மாதிரி இருக்கும் ல?"

"சரி, வரேன். அவங்களைச் சனிக்கிழமை அல்லது ஞாயிற்றுக்கிழமைகளில் வர சொல்லுமா, அன்னிக்கு தான் காலேஜ் லீவ். எனக்கும் ஃப்ரீயா பேசினது போல இருக்கும்." என்றான் அபி பொறுமையான குரலில்.

"சரி, சொல்றேன்." என்றார் விமலா தன் மகன் தன் விருப்பத்திற்குச் சரியென்ற சந்தோஷத்தில்.

டாக்டர் மனிஷா மற்றும் துருவேந்திரன் (துருவன்) கொடுத்த அறிவுரை படி தன் வீரப்பை எல்லாம் விட்டுவிட்டு என் அம்மாவுக்காக, "பெரியப்பா சித்தி உடனான பழக்கத்தை ஏற்படுத்திக் கொள்கிறேன்." என்ற வாக்கு அபி கொடுத்து விட்டான்.

அதற்கான முதல் அடித்தளமே இந்தச் சந்திப்பு.

பின் சீதா ஒரு சர்ப்ரைஸ் தருவதாகச் சொல்லி வாசலுக்கு வெளியே அழைத்துச் செல்ல, அங்கே அவனுக்காகச் சீதா வாங்கி வைத்த டுகாட்டி (Ducati) ஃபைக் நின்று கொண்டிருந்தது.

அதைப் பார்த்த சந்தோஷம் அவன் முகத்தில் வரும் நினைத்துச் சீதா காத்திருக்க, அவனோ, "எதுக்கு இது?" என்று இரண்டே வார்த்தையில், "தனக்குச் சந்தோசம் இல்லை!" என்பதைப் புரிய வைத்து விட்டான்.

"என்னடா இப்படிக் கேட்டுட்டே, உனக்குப் பிடிக்குமே என்று தான்.."

"அக்கா! பிடிக்கிறது வேற வாங்குறது வேற! என் தேவைக்கு அப்பாவோட வண்டியே போதும். தப்பா நினைக்காதே எனக்கு இந்த வண்டி வேணாம்."

"எனக்குத் தெரியாது! நான் வாங்கிட்டேன்! திரும்பி கொடுக்கிற ஐடியா இல்ல! இனி இதை என்ன பண்ணலாம்னு நீயே சொல்லு."

"பேசாம காருக்கு பதிலாக இதை நீயே ஓட்டு, பார்க்கவும் சூப்பரா இருக்கும்."

"எது நானு? அதுவும் இந்த வண்டியை? அட போடா! ரோட்ல போறவன் வரவன் எல்லாம் பார்த்து சிரிக்கவா?" என்று கூறி சலித்துக்கொண்டாள் சீதா.

"உனக்குத் தான் வண்டி ஓட்ட தெரியும்ல, பின்ன என்ன? பிசினஸ் நேரத்துல கார் பயன்படுத்து, மற்ற நேரத்துல உன்னோட பர்சனல் வேலைக்கு இதை ஓட்டு." என்று யோசனை தந்தான் அபி.

"சரி, பார்க்கலாம். ரொம்ப நாள் எல்லாம் வச்சுக்க மாட்டேன். உனக்கு வாங்கிய வண்டியை கொஞ்ச நாள் தான் நான் ஓட்டுவேன், மற்றப்படி இதோட சொந்தக்காரன் நீ தான். நம்ம பிசினஸே எப்போ நீ பார்க்க ஆரம்பிக்கிறியோ அப்போ பிசினஸ் பொறுப்போடு சேர்த்து இந்த வண்டியையும் வாங்கிக்க. ஓகே?" என்று கேட்டாள் சீதா பிடிவாதமாய்.

"மாட்டேன் சொன்னா மட்டும் விடவா போற? ஜாக்கி சான் மாதிரி பறந்து பறந்து அடிப்பே, அந்த அடிக்கு இந்த வண்டி ஓட்டி விழும் வலி கம்மி தான்." என்ற அபி, தன் அப்பா அம்மாவின் காலில் விழுந்து ஆசிர்வாதம் வாங்கி விட்டு தன் செல்ல வண்டி, வெள்ளை கலர் ஆக்டிவா வண்டியில் கிளம்பினான்.

ஆவடி காமராஜர் நகரில் தங்கள் வாடகைக்குப் பார்த்த வீட்டிற்கு ஒரே நேரத்தில் கிருஷ்ணா மற்றும் அபி வந்து சேர்ந்தனர்.

என்னதான் அபியை கண்டுகொள்ளாமல் வீட்டுக்குள் போக நினைத்தாலும் கிருஷ்ணாவின் கண்கள் அபியின் வண்டியை ஆசையாகத் தடவி கொடுத்தது.

அதனைக் கண்டுகொண்ட அபி, "கிருஷ்ணா, வண்டியை ஓட்டி பார்க்கணும்னா, இந்தா சாவி ஓட்டி பாரு." என்றான்.

ஆசை இருந்தாலும் வேண்டாம் எனச் சொல்லிக் விட்டு தன் அறை கதவை சாத்தி கொண்டான் கிருஷ்ணா.

'எல்லாம் மைதிலியின் பாவங்கள். அவ எங்கயோ சந்தோசமா இருக்கா. ஆனா, இவன் தான்..' என்று எண்ணிய அபி பெருமூச்சு விட்டான்

ஒரு மணி நேரத்தில் தன் உடைகளை எல்லாம் தன் அறை கப்போர்டில் அடுக்கிய அபி, கிருஷ்ணாவின் அறை கதவை தட்டினான்.

கதவை திறந்த கிருஷ்ணா, "என்ன?" என்று கோபமாகக் கேட்டான்.

"சாப்பிட வெளியே போறேன். நீயும் வருவதுன்னா வா." என்றான் அபி.

தனக்கும் பசி எடுக்க, "ஐஞ்சு நிமிஷம், வேற டிரஸ் மாற்றி விட்டு வரேன்." என்ற கிருஷ்ணா, சரியாக ஐந்தே நிமிடங்களில் உடை மாற்றி விட்டு வந்தவன், "ஓகே போலாம்." என்றான்.

கிருஷ்ணா தன் வண்டியை எடுக்கப் போக, அவனைத் தடுத்த அபி, "இல்ல, உன் வண்டி வேணாம். என்னோட வண்டியில போலாம், ஏன் சொல்றேனா இங்க கொஞ்ச தூரத்தில் ஒரு பாட்டியின் கடை இருக்கு. நானும் என் சிஸ்டரும் இந்தப் பக்கம் வந்தால் அந்தக் கடைக்குத் தான் போவோம்." என்றான்.

அபியின் சிஸ்டர் என்ற வார்த்தையைக் கேட்டவனோ எதுவும் சொல்லாமல், "சரி." என்றான்.

"வழி நான் சொல்றேன். வண்டியை நீ ஓட்டுரியா? பிளீஸ்!"

"ஏன்?"

"காலையில் இருந்து ஒரே அலைச்சல்! அதோட ரொம்பத் தூரம் வண்டி ஓட்டிக்கிட்டே வந்தேன். அதன் கை கால் எல்லாம் ஒரே வலி. ப்ளீஸ்.. கிருஷ்ணா! ப்ளீஸ்!"

"ஓகே! ஓகே! ரொம்ப ப்ளீஸ் வேணாம். நானே ஓட்டுறேன். நீ வழியை மட்டும் சொல்லு." என்றான் கிருஷ்ணா, ஆக்டிவா ஓட்ட கிடைத்த சந்தர்ப்பத்தை நினைத்துச் சந்தோஷத்தில்.

தன் திட்டம் பலித்த சந்தோசத்தில் அபி அவனோடு கிளம்பினான்.

நான்கு கிலோமீட்டர் பயணத்தில் ஒரு தள்ளுவண்டி கடை அருகே வண்டியை நிறுத்தச் சொன்னான் அபி.

அந்தக் கடையைப் பார்த்த கிருஷ்ணா, "அபி, இந்தக் கடைக்குத் தான் நீயும் உன் சிஸ்டரும் அடிக்கடி வருவீங்களா?" என்று கேட்டான்.

"அடிக்கடி எல்லாம் இல்ல. இந்தப் பக்கம் எதாவது வேலையா வந்தால் இந்தப் பாட்டியை பார்த்து, ஒரு ஹலோ சொல்லிட்டு நான்கைந்து இட்லி தோசை எல்லாம் சாப்பிடுவோம். கிருஷ்ணா, நீ கடையைப் பார்த்து யோசிக்காம வா, பெரிய பெரிய உணவகத்தில் இல்லாத சுவை இங்குச் சாப்பிடும் இட்லி தோசையில் இருக்கும்." என்று பாராட்டுப் பத்திரிகை வாசித்தான் அபி.

அப்படியும் சந்தேகம் தீராமல் கடையை நெருங்கினான் கிருஷ்ணா.

அபியை பார்த்த சந்தோசத்தில் அந்தப் பாட்டி, "அட அபி கண்ணா! வாப்பா! வா! பார்த்து இவ்வளவு நாள் ஆச்சு? நல்லா இருக்கியா, கண்ணு? உன் கூடவே வரும் அந்தப் பொண்ணு எங்க?" என்று கேட்டார் அன்பான குரலில்.

"இன்னிக்கு அவ வரல, பாட்டி. அப்பறம் இவன் பெயர் ஸ்ரீகிருஷ்ணா, என்னோட ரூம் மேட். உங்க கடை பெருமையை நான் சொல்ல கேட்டு ஓடி வந்தி-

ருக்கான்." என்றான் அபி.

"அப்படியா? சரி." என்ற பாட்டி, "கிருஷ்ணா கண்ணா, எத்தனை இட்லி வேணும் சொல்லுப்பா?" என்று கேட்டார்.

கிருஷ்ணாவுக்கு இன்னும் பெரிதாக நம்பிக்கை வரவில்லை என்றாலும் அந்தப் பாட்டியின் மனதை புண்படுத்த வேண்டாம் என நினைத்து, "ரெண்டு இட்லி முத-லில் தாங்க, பாட்டி." என்றான்.

"இந்தா இன்னும் வேணும்னா கேளு." என்று சொன்ன பாட்டி, அபி கிருஷ்ணா இருவரும் அவர்கள் கேட்டத்தைத் தட்டில் வைத்துத் தந்தார்.

கிருஷ்ணா மாதிரி அபி இல்லாமல் ஒரே அடியாக ஆறு இட்லி வாங்கிக் கொண்டான்.

அபியின் செயலை பார்த்தவாறே அந்த இரண்டு இட்லியை சாப்பிட்ட கிருஷ்ணா, பிறகு அபிக்கே போட்டி தருவது போல் இரண்டு இட்லி பத்து இட்-லியாகும் வரை சாப்பிட்டான்.

பின் ஆளுக்கு நான்கு தோசை சாப்பிட்டவர்கள், சாப்பிட்ட எல்லாவற்றிக்கும் பணம் கொடுத்து விட்டு கிளம்பினர்.

"சாரி அபி, நீ சொன்னபோது நான் நம்பல. ஆனா, உண்மையில் பாட்டியின் கை பக்குவம் வேற லெவல்! இனி அடிக்கடி இங்க வந்து சாப்பிடும் அளவுக்குப் பிடிச்சு போச்சு." என்றான் கிருஷ்ணா.

"ஹ்ம்ம்.. ஓகே. ஆனா, மற்ற நாட்களில் சாப்பாட்டுக்கு என்ன பண்ணலாம்?" என்று கேட்டான் அபி.

"உனக்கு ஓகேன்னா, நான் சமையல் பண்றேன்."

"ஓ! உனக்குச் சமைக்கத் தெரியுமா? சூப்பர்!"

"ரொம்ப இல்ல. கொஞ்சம் தெரியும்."

"எனக்கும் கொஞ்சம் தெரியும். ஆனா, இப்போ வேணாம், நாளைக்குக் காலையில் சமைக்க வேண்டியது எல்லாம் வாங்கிட்டுச் செய்ய ஆரம்பிப்போம். ஆளுக்கு வேலையைப் பிரித்துச் செய்வோம். உனக்கு ஓகே தானே?"

"ஓகே! ஓகே!"

சில நொடிகள் பேச்சு அதே போல் தொடர, பிறகு தான் கிருஷ்ணா உணர்ந்-தான் இவ்வளவு நேரம் எந்த ஒதுக்கமும் இல்லாமல் அபியும் அவனும் பேசிக்-கொண்டதை. அதைப் பற்றியும் அவன் சொல்ல, அதைக் கேட்ட அபி பதில் சொன்னான்.

"மைதிலியை வச்சு என்னை முதலில் எடை போட்ட, இப்ப நான் அவளை மாதிரி இல்லன்னு புரிந்தவுடன் சகஜமா பேசுற. மற்றபடி நான் ஒரே மாதிரி தான் இருக்கேன். எனக்கு ஒரு ஃப்ரெண்ட்டா உன்னைப் பிடிக்கும். நீயும் என்னை ஃப்-ரெண்ட்டா நினைத்தாலும் ஓகே. இல்ல, ஜஸ்ட் ரூம் மேட் அளவுக்குப் பார்த்தா-

லும் ஓகே. நான் பெருசா எடுத்துக்க மாட்டேன்." என்றான் அவன்.

"ஃப்ரெண்ட்ஸ் சொல்ற அளவுக்கு யாருமே இல்ல. அதனாலேயே என்ன பதில் சொல்றது தெரியல." என்றான் கிருஷ்ணா.

"எனக்கு மட்டும் சுற்றி நூறு பேர் இருக்காங்களா? நானும் உன் கேஸ் தான், சொல்ற அளவுக்கு ஃப்ரெண்ட் என்றால் ஒரே ஒரு பொண்ணு பெயர் ஐஷ்வர்யா. அப்பறம் அவளோட தங்கச்சி மோகினி. இவர்களைத் தவிர என் குடும்பத்துக்கு நபர்கள். இதான் என் உலகம்! என் சொத்து! சொந்தம்!" என்றான் அபி.

"ஓகே... ஃப்ரெண்ட்ஸ்." எனக் கை கொடுத்தான் கிருஷ்ணா.

"யா, ஃப்ரெண்ட்ஸ்." என்று கூறி பதிலுக்குக் கை கொடுத்தான் அபி.

சிறிது நேரம் அமைதியாக இருந்த கிருஷ்ணா தைரியம் வர வைத்து, "அப்பறம் உன் சிஸ்டர் என்ன பண்றாங்க? எங்க இருக்காங்க?" என்று கேட்டான்.

"என் சிஸ்டர்.." என அவன் இன்னும் சொல்வதற்குள் சிவாவிடம் இருந்து ஃபோன் வந்தது. கிருஷ்ணாவிடம் அனுமதி வாங்கிவிட்டு ஃபோனை எடுத்தான் அபி.

ஃபோனில் சிவா, "எங்கடா இருக்கீங்க?" என்று கேட்டான்.

"பக்கத்தில் தான். என்னன்னு சொல்லு?" என்று அபி பொறுமையாகக் கேட்டான்.

"நான் இங்க வந்துட்டேன்."

"ரொம்பச் சந்தோஷம்! அப்படியே வீட்டுக்குள் போய்ப் பொத்தி தூங்கு."

"அதில் ஒரு சின்னப் பிரச்சனை."

"என்ன?"

"ஹி.. ஹி.. சாவியைத் தொலைத்து விட்டேன்."

"சூப்பர்! ரொம்ப நல்ல பழக்கம்!"

"என்னைப் பாராட்டுவதை விட்டுச் சீக்கிரம் வாடா."

"சரி, பத்து நிமிஷத்துல வரேன்."

"சரி, நான் அதுவரை உன் சிஸ்டர் கூடப் பேசிட்டு இருக்கேன்."

"சிஸ்டரா? யாரை சொல்ற?"

"பெயர் தெரியல. ஆனா, பார்க்க ரொம்ப அழகா இருக்கா!"

"டேய்.. டேய்.."

"ச்சே! கத்தமா சீக்கிரம் வா.." என்ற சிவா உடனே ஃபோனை வைத்து விட்டான்.

இங்கே அபி ஃபோனால் தன் நெற்றியில் அடித்துக் கொண்டு கிருஷ்ணாவிடம் ஃபோனில் சிவா சொன்னதைச் சொன்னான்.

அதனைக் கேட்ட கிருஷ்ணா, "ஐயோ.. பாவம் டா உன் சிஸ்டர்! வா, சீக்கிரம் போலாம். எவ்வளவு நேரம் அவங்க வெளியே இருப்பாங்க?" என்றான் கிருஷ்ணா

பதற்றமாக.

அபி அவனைச் சந்தேகமாகப் பார்த்து விட்டு, "சரி, போலாம்." என்றான்.

இந்தத் தடவையும் கிருஷ்ணாவே வண்டி ஓட்டினான். கிட்டத்தட்ட 80 இல் வண்டியை வேகமாக அவன் ஓட்ட, பின்னாடி இருந்த அபி, "டேய்! டேய்! கொஞ்சம் மெதுவா போ டா! உனக்கு உன் உயிர் முக்கியமோ இல்லயோ, எனக்கு என் உயிர் முக்கியம்!" என்றான் உயிர் பயத்தில்.

"நோ! நோ! உன் சிஸ்டர் ரொம்பப் பாவம். நான் நல்லா தான் ஓட்டுவேன், நீ பயப்படாம வா." என்றான் கிருஷ்ணா வெறித்தனமாக வண்டியை ஓட்டி கொண்டே.

'இவன் லவ் ஃபெயிலர் ஆனவன் மாதிரியா இருக்கான்? இன்னும் அக்காவின் வயசு தெரியாமல் ஒரு பக்கம் சிவா, இன்னொரு பக்கம் இந்தக் கிருஷ்ணா வேற! ரெண்டு பேரின் லொள்ளு தாங்கல டா சாமி!' என்று நினைத்தான் அபி.

பத்து நிமிடத்தில் வீட்டிற்கு வந்து சேர்ந்தனர் இருவரும்.

அப்போது தான் அபி பார்த்தான் சீதா மாடர்ன் உடையில் நான்கைந்து வயது தோற்றம் குறைந்து கிருஷ்ணாவின் மனதை கொள்ளை கொள்ளவே அழகாக வந்திருந்தாள்.

அவள் பக்கத்தில் அபிக்கு அவள் வாங்கிய அதே டுகாட்டி (Ducati) வண்டி இருந்தது.

கிருஷ்ணா தன்னை மறந்து அவளைப் பார்த்துக் கொண்டிருக்க, அதனை உணர்ந்தவள் அவனைப் பார்த்து கண்ணடித்து விட்டு, அபியை போய் "அண்ணா" என்று கட்டி கொண்டாள்.

அவளின் "அண்ணா" என்ற அழைப்பில் அதிர்ச்சி கொண்டது வேறு யாரும் இல்லை, அபி தான்.

அளவுக்கு மீறி வந்த அதிர்ச்சியில் அவன் தன் நெஞ்சை வலி வந்தது போல் பிடித்துக் கொண்டான்.

***நினைவு புத்தகம் இன்னும் திருப்பப்படும்.***

# ஆசிரியரின் பிற படைப்புகள்

## முடிந்த கதைகள்

1. காதல் எனும் மாயவலை - காதல் சாபம் ஒன்று
2. என்ன மாயம் செய்தாய்..? - காதல் சாபம் இரண்டு
3. ஒருவர் மீது இருவர் சாய்ந்து - காதல் சாபம் மூன்று
4. வாராயோ வெண்ணிலாவே..! - காதல் தாகம் ஒன்று
5. விழிகள் ஜாக்கிரதை
6. ஓ மை பேய் காதலி..!
7. மறுபடியுமா..?
8. நினைவு புத்தகம்

## எழுதி கொண்டிருக்கும் கதைகள்

1. உணர்வே நீ எங்கே இருக்கிறாய்..?
2. அடேய் விநாயகா..!
3. காதல் கனவே(வு)..!
4. என்னவள்(ன்)..? - காதல் சாபம் நான்கு
5. உன்னாலே காதல் உணர்ந்தேன்..!

www.ingramcontent.com/pod-product-compliance
Lightning Source LLC
LaVergne TN
LVHW040420051026
849517LV00002B/391
* 9 7 9 8 8 8 5 4 6 7 6 3 6 *